பதினொரு நிமிடங்கள்

ஞானவிசய
சுகம்பதினை

பதினொரு நிமிடங்கள்

பாவ்லோ கொய்லோ

எதிர் வெளியீடு

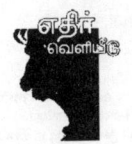

பதினொரு நிமிடங்கள் (நாவல்)
ஆசிரியர்: பாவ்லோ கொய்லோ

தமிழில்: க. சுப்பிரமணியன்
முதல் பதிப்பு: டிசம்பர் 2012

எதிர்வெளியீடு,
96, நியூ ஸ்கீம் ரோடு, பொள்ளாச்சி - 642002.
தொலைபேசி: 04259 - 226012, 98650 05084.

வடிவமைப்பு: ஜீவமணி

விலை: ரூ. 300

pathinooru nimidangal (A Novel)
Author: Paulo Coelho
© copyright 2003 by paulo coelho
This edition was published by arrangements with
Sant Jordi Asociados Agencia Literaria S.L.U., Barcelona, Spain
All Rights Reserved
www.paulocoelho.com

Translated by: K. Subramaniyan
First Edition: December 2012
Published by
Ethir Veliyedu, 96, New Scheme Road. Pollachi - 2.
email: ethirveliyedu@gmail.com
www.ethirveliyedu.in

Price: ₹ 300

Wrapper Design: Jeevamani
ISBN: 978-93-87333-66-6
Printed at Jothy Enterprises, Chennai.

All rights reserved. No part of this book may be reprinted or reproduced or utilised in any form or by any electronic, mechanical or other means, now known or hereafter invented, including photocopying and recording, or in any information storage or retrieval system, without permission in writing from the Publisher.

பிரேஸிலில் பிறந்த **பாவ்லோ கொய்லோ**, உலகிலேயே மிக அதிகமாக வாசிக்கப்படும், நேசிக்கப்படும் எழுத்தாளராவார். அவரது நூல்கள் 72 மொழிகளில் மொழிபெயர்க்கப்பட்டுள்ளதோடு, உலகளவில் 140 மில்லியன் பிரதிகளுக்கும் அதிகமாக விற்பனையாகியுள்ளன. பிரத்யேகமாக இரசவாதி (The Alchemist), பதினொரு நிமிடங்கள் (Eleven Minutes) நாவல்களுக்காக பெரிதும் மதிக்கப்படுபவர். எண்ணற்ற பெருமைக்குரிய சர்வதேச விருதுகளைப் பெற்றவர். அவற்றுள் வேர்ல்டு எக்னாமிக் ஃபாரம் மற்றும் ஃப்ரான்சஸ் டி ஹானர் அமைப்பு (France's d'Honneur) வழங்கிய கிரிஸ்டல் விருதும் அடக்கம். 2002-இல் பிரேஸிலிய இலக்கியக் கழகத்துக்கு பாவ்லோ கொய்லோ அறிமுகமானார். அவர் எழுதி வரும் வாராந்திர பத்தியொன்று உலகமெங்கும் உள்ள பத்திரிகைகளில் வெளிவருகிறது.

ஓ மேரியே, பரிசுத்தமான வழியில் கருத்தரித்தவளே உன்னிடம் வரும் எங்களுக்காக பிரார்த்தனை செய். ஆமென்.

சமர்ப்பணம்

2002 மே 29-இல், இந்தப் புத்தகத்தின் கடைசி மெருகேற்றல்களைச் செய்வதற்கான சில மணி நேரங்களுக்கு முன்பு, ப்ரான்சின் லோர்டிஸிலுள்ள குரோட்டாவுக்கு, அங்கிருந்த ஊற்றிலிருந்து சில பாட்டில் அதிசய நீர் பிடிப்பதற்காக நான் சென்றிருந்தேன். அந்த மண்டபத்தினுள் தனது எழுபதுகளில் இருந்த ஒரு கனவான் என்னிடம் சொன்னார்: "நீங்கள் பாவ்லோ கொய்லோவைப் போலவே இருக்கிறீர்கள்." நான் அதற்கு, நான்தான் பாவ்லோ கொய்லோ என்று சொன்னேன். அந்த மனிதர் என்னைத் தழுவியணைத்து, தனது மனைவி மற்றும் பேத்திக்கு என்னை அறிமுகம் செய்தார். அவரது வாழ்வில் என் புத்தகங்களின் முக்கியத்துவம் பற்றிப் பேசி, முடிவாக "அவை என்னை கனவு காணச் செய்கின்றன" என்றார். இதற்கு முன்பும் பல சமயங்களில் நான் இத்தகைய வார்த்தைகளைக் கேட்டிருக்கிறேன், அவை எப்போதும் என்னை பெரிதும் மகிழ்ச்சியடையச் செய்யும். எனினும், அந்தக் கணத்தில் நான் உண்மையிலேயே அச்சமுடையவனாக இருந்தேன். ஏனெனில் எனது புதிய நாவல், பதினொரு நிமிடங்கள் கடுமையான, சிரமமிக்க, அதிர்ச்சியூட்டும் ஒரு கருத்தைப் பற்றி பேசுகிறது என்பதை நான் அறிவேன். நான் ஊற்றுக்குச் சென்று என் பாட்டில்களை நிரப்பிக்கொண்டு அவரிடம் திரும்பி வந்து, அவர் எங்கே வசிக்கிறார் என்று (வடக்கு ப்ரான்ஸில் பெல்ஜியத்துக்கு அருகே) கேட்டு குறித்துக் கொண்டேன்.

மௌரைஸ் கிரேவ்லின்ஸ் அவர்களே, இந்தப் புத்தகம் உங்களுக்கு சமர்ப்பணம். உங்களுக்கு, உங்களது மனைவிக்கு, உங்களது பேத்திக்கு மற்றும் எனக்கு நானே பேணவேண்டிய கடமை ஒன்றிருக்கிறது. நான் பேசவிரும்பும் விஷயங்கள் அனைவரும் கேட்கவிரும்பும் விஷயமாக மட்டுமே இருக்கக்கூடாது என்பதே என்

பதினொரு நிமிடங்கள்   9

கவலை. சில புத்தகங்கள் நம்மை கனவு காணச் செய்யும், இன்னும் சில யதார்த்தத்தை நேருக்கு நேர் நாம் எதிர்கொள்ளச் செய்யும். ஆனால் ஒரு எழுத்தாளர் பெரிதும் கவனம் செலுத்தவேண்டியது என்னவெனில், அந்தப் புத்தகத்தை எழுதுவதில் நேர்மையுடன் இருப்பதுதான்.

அந்நகரில் பாவியான பெண் ஒருத்தி இருந்தாள். பரிசேயருள் ஒருவர் வீட்டில் இயேசு பந்தியில் அமர்ந்திருந்ததை அறியவந்த அவள் ஒரு சிமிழில் நறுமணத் தைலத்துடன் அங்கு வந்தாள்.

இயேசுவுக்குப் பின்னால் கால்மாட்டில் வந்து அவள் அழுதுகொண்டே நின்றாள். அவருடைய காலடிகளைத் தம் கண்ணீரால் நனைத்து தன் கூந்தலால் துடைத்து, முத்தமிட்டு அக்காலடிகளில் நறுமணத் தைலம் பூசினாள்.

அவரை அழைத்த பரிசேயர் இதைக் கண்டு, "இவர் ஓர் இறைவாக்கினர் என்றால், தம்மைத் தொடுகிற இவள் யார், எத்தகையவள் என்று அறிந்திருப்பார். இவள் பாவியாயிற்றே" என்று தமக்குள் சொல்லிக்கொண்டார்.

இயேசு அவரைப் பார்த்து, "சீமோனே, நான் உமக்கு ஒன்று சொல்ல வேண்டும்" என்றார். அதற்கு அவர், "போதகரே, சொல்லும்" என்றார்.

அதற்கு அவர், "கடன் கொடுப்பவர் ஒருவரிடம் ஒருவர் ஐந்நூறு பென்ஸ்களும் மற்றவர் ஐம்பது பென்ஸ்களும் கடன்பட்டிருந்தனர். அவர்களால் கடனைத் தீர்க்க முடியாமல் போகவே, இருவர் கடனையும் அவர் தள்ளுபடி செய்துவிட்டார். அவர்களுள் யார் அவரிடம் மிகுந்த அன்பு செலுத்துவர்?" என்று கேட்டார்.

சீமோன் மறுமொழியாக, "அதிகக் கடனை யாருக்குத் தள்ளுபடி செய்தாரோ அவரே என நினைக்கிறேன்" என்றார். "நீர் சொன்னது சரியே" என்றார் இயேசு.

பின்பு அப்பெண்ணின் பக்கம் திரும்பி, சீமோனிடம், "இவரைப் பார்த்தீரா? நான் உம்முடைய வீட்டிற்குள் வந்தபோது நீர் என் காலடிகளைக் கழுவத் தண்ணீர் தரவில்லை. இவரோ தம் கண்ணீரால் என் காலடிகளை நனைத்து அவற்றைத் தமது கூந்தலால் துடைத்தார்.

நீர் எனக்கு முத்தம் கொடுக்கவில்லை. இவரோ நான் வந்தது முதல் என் காலடிகளை ஓயாமல் முத்தமிட்டுக் கொண்டே இருக்கிறார். நீர்

எனது தலையில் எண்ணெய் பூசவில்லை. இவரோ என் காலடிகளில் நறுமணத் தைலம் பூசினார்.

ஆகவே நான் உமக்குச் சொல்கிறேன். இவர் செய்த பல பாவங்கள் மன்னிக்கப்பட்டன. ஏனெனில் இவர் மிகுதியாக அன்பு கூர்ந்தார். குறைவாக மன்னிப்புப் பெறுவோர் குறைவாக அன்பு செலுத்துவோர் ஆவர்" என்றார்.

லூக் 7: 37-47

நானே முதல் நானே கடைசி
நான் போற்றப்படுபவள் நான் நிந்திக்கப்படுபவளும் கூட
நானே விலைமகள் நானே புனிதை
நானே மனைவி நானே கன்னி
நானே தாய் நானே மகள்
நானே என் தாயின் கரங்கள்
நானே மலடி, என் குழந்தைகளோ பல
நான் திருமணமானவள், நான் முதிர்கன்னியும்கூட
நான் பிள்ளை பெற்றவள், நான் இதுவரை பிள்ளையே பெறாதவளும்கூட
நானே பிறப்பால் வரும் வேதனைக்கான ஆறுதல்
நானே மனைவி நானே கணவன்
என்னைப் படைத்தவன் என் காதலனே
நான் என் தந்தையின் தாய்
நானே என் கணவரின் தங்கை
அவர் நான் நிராகரித்த என் மகன்
எப்போதும் என்னை மதித்துநட
நானே அவமானத்துக்குரியவள் நானே மகத்தானவளும்கூட

நாக் ஹம்மாடியில் கண்டறியப்பட்ட தாய் தெய்வமான
இஸிஸுக்கான துதிப்பாடல் கிமு மூன்று அல்லது நான்காம்
நூற்றாண்டைச் சேர்ந்தது.

முன்பொரு காலத்தில் மரியா எனும் விலைமகள் ஒருத்தி இருந்தாள். ஒரு நிமிடம் பொறுங்கள். அனைத்து சிறந்த சிறுவர் இலக்கியங்களும் "முன்பொரு காலத்தில்" என்றே தொடங்குகின்றன. மேலும், விலைமகள் என்பது வயது வந்தோருக்கான வார்த்தை. இத்தகைய வெளிப்படையான முரண்பாட்டுடன் ஒரு புத்தகத்தை நான் எப்படித் தொடங்கலாம்? இருந்தும், நமது வாழ்வின் ஒவ்வொரு கணத்திலும், நாமனைவரும் ஆற்றில் ஒரு காலும் சேற்றில் மறு காலும் வைக்கிறோம், எனவே நாம் இந்தத் தொடக்கத்தையே வைத்துக்கொள்ளலாம்.

முன்பொரு காலத்தில் மரியா எனும் விலைமகள் ஒருத்தி இருந்தாள்.

எல்லா விலைமகள்களையும் போலவே, அவளும் மாசற்றவளாகவும் கன்னியாகவுமே பிறந்தாள். ஓர் இளம்பெண்ணாக, தன் வாழ்க்கைக்கான (பணக்கார, அழகிய, புத்திசாலியான) துணைவனை சந்திப்பது குறித்தும், (திருமண உடையில்) திருமணம் செய்துகொள்வது குறித்தும், (வளர்ந்ததும் புகழ்பெற்று திகழக்கூடிய) இரு குழந்தைகளை பெறுவது குறித்தும், (கடற்கரை நோக்கிய) அழகிய வீடொன்றில் வசிப்பது குறித்தும் அவள் கனாக் கண்டாள். அவளது தந்தை பயணத்திலேயே இருக்கும் விற்பனையாளர், அவளது தாய் ஒரு தையற்காரி, அவளது சொந்த ஊரோ பிரேஸிலின் ஒரு மூலையில் - ஒரெயொரு திரையரங்கு, ஒரெயொரு இரவுவிடுதி, ஒரெயொரு வங்கியைக் கொண்டிருந்தது. எனவே மரியா, ஒருநாள் தனது காதல் இளவரசன் எந்தவித முன்னறிவிப்புமின்றி வந்து அவளைத் தூக்கிச் செல்வான் எனவும் அவர்கள் இருவரும் சேர்ந்து உலகை வெற்றிகொள்ளலாம் எனவும் எப்போதும் நம்பிக் கொண்டிருந்தாள்.

தனது காதல் இளவரசன் வருகைக்காகக் காத்துக் கொண்டிருக்கையில், அவளால் செய்ய முடிந்ததெல்லாம் கனவு காண்பதுதான். முதன்முறையாக தனது பதினொன்றாவது வயதில், தனது வீட்டிலிருந்து பள்ளிசெல்லும் வழியில் அவள் காதலில் விழுந்தாள். பள்ளிக்கூடத்தின் முதல் நாளன்று, பள்ளி செல்லும் பாதையில் தான் மட்டும் தனியாகச் செல்லவில்லை என்பதை அவள் கண்டறிந்தாள்: அவளுக்கு அருகாமையில் வசித்த பையனொருவனும் அவள் பள்ளிசெல்லும் அதே நேரத்தில் பள்ளிக்குச் செல்வதை அறியவந்தாள். அவர்கள் ஒரு வார்த்தைகூட பரிமாறிக் கொள்ளவில்லை. இருந்தும், மரியா மெதுமெதுவாக, அவளளவில், ஒருநாளின் சிறந்தபொழுது பள்ளிக்குச் செல்வதற்காக செலவிடும் - தூசுகள் நிறைந்த, தாகமும் களைப்பும் கூடிய, சுட்டெரிக்கும் வெயிலில், வேகமாக நடக்கும் அந்தப் பையனுக்கு இணையாக நடப்பதற்கு அவள் கடினமாக முயற்சிசெய்யும் - அந்தக் கணங்களே என அறியவந்தாள்.

இந்தக் காட்சி மாதந்தோறும் தொடர்ந்தது. படிப்பில் விருப்பமில்லாதவளும் வாழ்வில் ஒரே பொழுதுபோக்காக தொலைக்காட்சியைக் கொண்டிருந்தவளுமான மரியா, பகல்பொழுது சீக்கிரம் கழியவேண்டுமென விரும்பத் தொடங்கினாள். அவள் ஒவ்வொரு நாளும் பள்ளிக்குச் செல்லும் பொழுதை ஆர்வத்துடன் எதிர்நோக்கினாள். தன் வயதையொத்த இதர பெண்களைப் போலல்லாமல், வாரஇறுதி நாட்கள் மிகவும் அலுப்பூட்டுவதாக உணர்ந்தாள். ஒரு குழந்தையைவிடவும் பருவ வயதினளுக்கு நேரமானது மிக மெதுவாக நகர்வதாக உணர்ந்தாள். இதனால் அவள் பெரிதும் பாதிப்படைந்தாள், மேலும் பகல்பொழுது மிகவும் நீண்டு தெரிவதற்கான காரணம், அது தனது வாழ்வின் நேசத்துக்குரியவனோடு பத்தே பத்து நிமிடம் மட்டும் இருக்க அனுமதித்ததும் ஆயிரக்கணக்கான மணித்துளிகளை அவனைப் பற்றியும், அவர்கள் பேசிக்கொண்டால் எவ்வளவு நன்றாயிருக்கும் என்பதைப் பற்றியும் கற்பனை செய்வதிலுமே கழிந்ததுதான் காரணம் என கண்டுகொண்டாள்.

பின் அது நடந்தது.

ஒரு காலைப்பொழுது, பள்ளிக்குச் செல்லும் வழியில், அந்தப் பையன் அவளிடம் வந்து தனக்கு பென்சில் இரவல் கிடைக்குமா எனக் கேட்டான். மரியா பதில் சொல்லவில்லை, உண்மையில், இந்த எதிர்பாராத அணுகலால் அவள் எரிச்சலடைந்ததுபோல் காணப்பட்டாள். மேலும் தன் நடையை விரைவுபடுத்தினாள். அவன் தன்னை நோக்கி வருவதைக் கண்டதும் அவள் திகைப்பில்

உணர்விழந்தவளைப் போலானாள். அவள் அவனை எவ்வளவுதூரம் நேசித்தாள், எத்தனை ஆர்வமுடன் அவனுக்காகக் காத்திருந்தாள், அவன் கையை கோத்துக்கொண்டு, பள்ளியின் வாசலிலிருந்து - திரையுலக, தொலைக்காட்சி நட்சத்திரங்கள், கார்கள், எண்ணற்ற திரையரங்குகள், முடிவில்லாத கேளிக்கைகள் நிறைந்த பெரிய நகரம் இருப்பதாக மக்கள் சொன்ன - சாலையின் இறுதிவரை செல்லவேண்டுமென கனவுகண்டாள் என்பதை அவன் நிச்சயம் அறிந்துகொள்வான் எனப் பயந்துபோனாள்.

அதன் பிறகு அன்று அவளால் பாடத்தில் கவனம் செலுத்த முடியவில்லை. தனது பைத்தியக்காரத்தனமான நடத்தையை எண்ணி தொந்தரவுக்கு உள்ளானாள். அதேசமயம் அவள் சற்று இறுக்கம் தளர்ந்தவளாகவும் உணர்ந்தாள். ஏனெனில் அந்தப் பையனும்கூட அவளை கவனித்திருக்கிறான். அவன் பென்சில் கேட்டுவந்தது பேச்சைத் தொடங்குவதற்கான ஒரு சாக்குபோக்குதான், அவன் அவளருகே வந்தபோது அவனது பையில் ஒரு பேனா இருந்ததைக் கவனித்திருந்தாள். எனவே அவன் மறுமுறை வருவதற்காகக் காத்திருந்தாள். அன்றைய இரவும் - அதைத் தொடர்ந்த இரவுகளிலும் அவனிடம் என்ன சொல்லியிருக்கவேண்டும் என்று எப்போதைக்கும் முடிவுறாத ஒரு கதையைத் தொடங்குவதற்கான சரியான வழியொன்றைக் கண்டுகொள்ளும்வரை திரும்பத் திரும்ப அதைக்குறித்தே யோசித்தபடியேயிருந்தாள்.

ஆனால், அவர்கள் பள்ளிக்குச் சேர்ந்தே நடந்துசென்றது தொடர்ந்தபோதிலும் அந்த அடுத்தமுறை வரவேயில்லை. சமயங்களில் மரியா தன் வலது கையில் ஒரு பென்சிலைப் பிடித்தபடி சில அடிகள் அவனுக்கு முன்னே செல்வாள், இன்னும் சில சமயங்களில் அவனைப் பார்த்து ரசிக்கும் விதத்தில் சற்றே அவனுக்குப் பின்பாக நடந்து செல்வாள். அவன் அவளிடம் எப்போதைக்குமாக ஒரு வார்த்தைகூட பேசவில்லை. அந்தப் பள்ளியாண்டின் இறுதிவரை அவள் தனக்குத்தானே காதலை எண்ணி மனநிறைவுகொண்டும் மௌனமாக துயரத்தை அனுபவித்தபடியும் இருந்திருக்கவேண்டும்.

அதனைத் தொடர்ந்து வந்த நீண்ட நெடிய விடுமுறையில், ஒருநாள் காலை அவள் எழுந்தபோது தனது கால்களுக்கிடையில் ரத்தம் வருவதைக் கண்டு தான் இறக்கப்போகிறோம் என்ற முடிவுக்கு வந்தாள், அந்தப் பையனுக்கு, அவளது வாழ்வின் மகத்தான நேசத்துக்குரியவனாக அவன் இருந்தான் என்று தெரிவித்து ஒரு கடிதத்தை விட்டுச்செல்வதென அவள் தீர்மானித்தாள். அதன்பின் அவள் அடர்த்தியான புதர்களுக்குள்

சென்றுவிடுவாள். அங்கு சந்தேகமின்றி, சுற்றுவட்டாரத்திலிருந்த கிராம மக்களை திகிலடையச் செய்த ஓநாய் மனிதனாலோ முலா செம் கேபெகாவாலோ (மதகுருவின் மனைவியொருத்தியே இவ்வாறு கோவேறு கழுதையாகி இரவெல்லாம் சுற்றியலையும் கதிக்கு ஆளானதாகச் சொல்லப்பட்டது) கொல்லப்படுவாள். அதன் மூலம், அவளது பெற்றோர்கள் அவளது இறப்பால் பெரிதும் துயருற மாட்டார்கள். ஏழைகள் தொடர்ந்து துயரத்தால் சூழப்பட்டுக் காணப்பட்டாலும் அவர்கள் எப்போதும் நம்பிக்கை மிக்கவர்களாகவே காணப்படுகின்றனர். அவளது பெற்றோர்கள், செல்வச் செழிப்புமிக்க, குழந்தையில்லாத குடும்பமொன்றால் அவள் கடத்தப்பட்டதாக எண்ணிக்கொண்டு என்றாவது ஒருநாள் பணக்காரியாகவும் புகழ்பெற்றவளாகவும் அவள் திரும்பிவருவாள் என தம்மை ஆறுதல்படுத்திக்கொள்வார்கள். அதேவேளை அவளது தற்போதைய (நிரந்தரக்) காதலன் அவளை எப்போதைக்குமாக மறக்கமுடியாமல், அவளிடம் மீண்டும் பேசாததை எண்ணி தினமும் தன்னைத்தான் வதைத்துக்கொண்டிருப்பான்.

ஆனால் அவள் அந்தக் கடிதத்தை ஒருபோதும் எழுதவேயில்லை. ஏனெனில் வீட்டுக்குள் வந்த அவளது அம்மா விரிப்பில் காணப்பட்ட ரத்தக் கறையைக் கண்டு சிரித்தபடியே சொன்னாள்:

“நீ பெரிய பெண்ணாயிட்டே.”

தனது கால்களுக்கிடையில் ரத்தம் வருவதற்கும் தான் பெரியவளானதற்கும் என்ன சம்பந்தம் என மரியா வியந்தாள். ஆனால் அவளது அம்மாவால் அதற்கு திருப்திகரமான விளக்கம் தரமுடியவில்லை. அவள், இது இயல்பான ஒன்றுதான் என்றும், இதுமுதற்கொண்டு மாதத்தில் நாலைந்து நாட்கள் அவள் தனது கால்களுக்கிடையில் பொம்மையின் தலையணை போன்ற ஒன்றை பயன்படுத்தவேண்டும் என்றும் மட்டுமே சொன்னாள். ஆண்கள் தங்களது கால்சட்டை ரத்தமாக ஆவதைத் தடுப்பதற்காக குழாய் போன்ற ஒன்றைப் பயன்படுத்துவார்களா என மரியா கேட்டாள். அதற்கு இது பெண்களுக்கு மட்டுமே நேரும் ஒன்று என அவளுக்குச் சொல்லப்பட்டது.

மரியா கடவுளிடம் இதுபற்றி குறைபட்டுக்கொண்டாலும், கடைசியில் மாதவிலக்குக்கு பழகிக்கொண்டாள். எனினும், அவளால் அந்தப் பையனின் இல்லாமையைப் பொறுத்துக்கொள்ள இயலவில்லை, தான் மிகவும் விரும்பிய ஒன்றிலிருந்து விலகியோடிய தனது முட்டாள்தனத்துக்காக தொடர்ந்து தன்னைத்தானே

குறைசொல்லிக்கொண்டாள். அடுத்த கல்வியாண்டிற்கான தினம் தொடங்குவதற்கு முந்தைய நாள், அந்த நகரிலிருந்த ஒரே தேவாலயத்துக்குச் சென்று, புனித அந்தோணியின் உருவத்துக்குமுன், அவளே முயற்சியெடுத்து அந்தப் பையனுடன் பேசப்போவதாக உறுதியெடுத்துக்கொண்டாள்.

அடுத்த நாள், அவளது அம்மா அவள் சிறப்பான தருணங்களில் அணிவதற்காக உருவாக்கிய அழகிய ஆடைகளில் ஒன்றை அணிந்து பள்ளிக்குப் புறப்பட்டாள். கடைசியில் ஒருவழியாக விடுமுறை முடிந்ததற்காக கடவுளுக்கு நன்றி சொன்னாள். ஆனால் அந்தப் பையன் கண்ணில் படவே இல்லை. இவ்வாறாக மற்றொரு துயரம்மிக்க வாரம் கடந்தபின், தன் பள்ளி நண்பர்கள் சிலர் மூலமாக அவன் அந்த ஊரைவிட்டுச் சென்றதை அறியவந்தாள்.

"அவன் எங்கோ தொலைதூரத்துக்குச் போய்விட்டான்," என யாரோ ஒருவர் கூறினர்.

அந்தக் கணத்தில், சில விஷயங்கள் எப்போதைக்குமாக முடிந்தது என மரியா அறியவந்தாள். மேலும், இந்த உலகம் மிகப் பெரிது என்பதையும் தனது சொந்தஊர் மிகச் சிறியது என்பதையும், "எங்கோ தொலைதூரம்" என்று சொல்லப்படும் இடம் இருப்பதையும், முடிவாக மிகவும் சுவாரசியத்துக்குரிய நபர்கள் எப்போதும் விட்டுச் சென்றுவிடுவார்கள் என்பதையும் அவள் அறியவந்தாள். அவளும் கூட அந்த ஊரைவிட்டுச் செல்ல விரும்பினாள், ஆனால் அவள் மிகவும் இளையவளாயிருந்தாள். எனினும், அவள் வசித்த நகரின் தூசுபடிந்த தெருக்களைப் பார்த்து, ஒரு நாள் அந்தப் பையனின் சுவடுகளைப் பின்பற்றி தானும் ஊரைவிட்டுச் சென்றுவிடுவதெனத் தீர்மானித்தாள். அதைத் தொடர்ந்து வந்த ஒன்பது வெள்ளிக்கிழமைகளும் தன் மத வழக்கப்படி தெய்வ விருந்தில் பங்கேற்றாள். கன்னி மேரியிடம் தனக்கு அங்கிருந்து செல்ல வழிகாட்டும்படி வேண்டிக்கொண்டாள்.

கொஞ்ச நாட்களுக்கு அவள் வேதனைப்பட்டதுடன் அந்தப் பையன் எங்கே போனான் என்பதைக் கண்டறிய வீணாய் முயன்றாள். ஆனால் அவர்களது பெற்றோர்கள் எங்கே இடம் மாறிச் சென்றார்கள் என எவரொருவருக்கும் தெரியவில்லை. மரியாவுக்கு இந்த உலகம் மிகப் பெரியதாகவும் காதல் மிகவும் அபாயகரமானதாகவும் தெரியத் தொடங்கியது. மேலும் தொலைதூர சொர்க்கத்தில் வசிக்கும் புனித கன்னிமேரி சிறுவர்களின் பிரார்த்தனைகளை எல்லாம் கேட்பதில்லை என்றும் தோன்றியது.

மூன்று வருடங்கள் கடந்தன; அவள் புவியியலையும் கணிதத்தையும் கற்றாள், தொலைக்காட்சித் தொடர்களை கவனிக்கத் தொடங்கினாள், முதன்முறையாக பள்ளியில், பாலியல் பத்திரிகையை வாசித்தாள். அவள் நாட்குறிப்பு எழுதத் தொடங்கினாள். அதில் அவளது உற்சாகமற்ற வாழ்க்கை மற்றும் வகுப்பில் மற்றவர்கள் அவளிடம் பகிர்ந்துகொண்ட - கடல், பனி, தலைப்பாகை அணிந்த ஆண்கள், நகைகள் அணிந்த அழகிய பெண்கள் - போன்ற விஷயங்களை நேரடியாக அனுபவப்படவேண்டுமென்ற அவளது ஆசைகளை விவரித்து எழுதினாள். எனினும் எவரும் கனவிலேயே வாழ்ந்துவிடுவது சாத்தியமில்லை - முக்கியமாக அவர்களது தாய் ஒரு தையற்காரியாகவும் தந்தை வீட்டிலிருப்பதே அபூர்வம் எனும்போது. அவள் விரைவிலேயே தன்னைச் சுற்றி என்ன நடக்கிறதென உணரவேண்டியது அவசியம் என்பதைப் புரிந்துகொண்டாள். வாழ்வில் முன்னேறுவதற்காக அவள் படிப்பில் கவனம் செலுத்தத் தொடங்கிய அதேசமயம், தன் சாகசக் கனவுகளை பகிர்ந்து கொள்வதற்கென ஒருவரை எதிர்நோக்கியிருந்தாள். அவளுக்கு பதினைந்து வயதானபோது புனித வார பவனியின்போது அவள் சந்தித்த பையனொருவனின் மீது காதல்கொண்டாள்.

தன் சிறுபிராயத் தவறை அவள் மீண்டும் செய்யவில்லை. அவர்கள் பேசினர், நண்பர்களாகினர், திரைப்படங்களுக்கும் விருந்துகளுக்கும் சேர்ந்து செல்ல ஆரம்பித்தனர். முதல் பையனுடன் நிகழ்ந்ததுபோலவே, அவர்களுடன் சேர்ந்து இருந்த பொழுதைக்காட்டிலும் தனித்திருந்தபோது அவர்கள் மீதான காதலை அதிகளவில் உணர்ந்ததையும் அவள் கவனித்தாள். தனது நேசத்துக்குரியவனின் அருகாமையை இழப்பதாக அவள் தீவிரமாக உணர்ந்தாள், அடுத்து அவர்கள் சந்திக்கும்போது எதைக் குறித்துப் பேசுவதென கற்பனை செய்தபடியும், அவர்கள் ஒன்றாகச் செலவிட்ட ஒவ்வொரு தருணத்தையும் நினைவுகூர்ந்தபடியும், அவர்களது சந்திப்பின்போது அவள் நடந்துகொண்ட விதத்தில் எதுவெல்லாம் சரி, எதுவெல்லாம் தவறு என அலசியபடியும் நிறைய நேரத்தைச் செலவிட்டாள். ஏற்கனவே ஒரு மகத்தான

காதலை தன் பிடியிலிருந்து நழுவவிட்ட, அதன் காரணமாக நேர்ந்த வேதனையை அறிந்த அவள், தன்னை அனுபவமிக்க இளம்பெண்ணாக நினைத்துக்கொள்ளவே விரும்பினாள். எனவே அவள் தற்போது இவனுக்காக, இவனை திருமணம் செய்துகொள்ள தன்னால் முடிந்த மட்டும் போராடுவதெனத் தீர்மானித்தாள். இவனே தான் திருமணம் செய்துகொள்ளப் போகும், குழந்தைகளை தரப்போகும், கடலருகில் அமைந்த வீட்டில் சேர்ந்து வசிக்கப் போகும் ஆண் என தீர்மானித்தாள். அவள் தன் தாயிடம் இதுபற்றி பேசுவதற்காக சென்றபோது, அவளோ அவளிடம் வேண்டிக் கேட்டுக்கொண்டாள்:

"ஆனா, நீ இன்னும் சின்னப் பொண்ணுதான் செல்லம்."

"நீ அப்பாவை உன்னோட பதினாறு வயசுலயே கல்யாணம் பண்ணிக்கிட்டியே."

அவளது அம்மா, எதிர்பாராத கர்ப்பம் காரணமாகவே இது நடந்தது என்பதைச் சொல்வதில்லை என்று முடிவு செய்தாள், எனவே, "அப்ப இருந்த நிலைமையே வேற" என்கிற விதத்தில் வாதம்செய்து அந்த விஷயத்தை ஒரு முடிவுக்குக் கொண்டுவந்தாள்.

அடுத்த நாள் மரியாவும் அவளது காதலனும் ஊருக்கு வெளியே சற்று தூரம் நடந்துசென்றார்கள். அவர்கள் குறைவாகவே பேசினர். மரியா, அவனுக்கு பயணம் செய்வதில் விருப்பமுண்டா எனக் கேட்டாள், கேள்விக்குப் பதிலளிப்பதற்குப் பதில் அவன் அவளைத் தன் கைகளுக்குள் இழுத்து முத்தமிட்டான்.

அவளது முதல் முத்தம்! அந்தக் கணத்தை அவள் எப்படியெல்லாம் கனவு கண்டிருந்தாள்! அவர்களைச் சுற்றியிருந்த நிலப்பகுதி - நாரைகள் பறந்துகொண்டிருக்க, அரைத் தரிசாகக் காணப்பட்ட நிலத்தின் முரட்டு அழகும், சூரிய அஸ்தமனமும், தொலைதூரத்தில் கேட்ட இசையும் என சிறப்பாகக் காணப்பட்டது. மரியா, முதலில் விருப்பமில்லாததுபோல தயங்கினாலும், பின் அவனைத் தழுவிக்கொண்டாள். திரைப்படத்திலும் தொலைக்காட்சியிலும் பத்திரிகையிலும் அவள் அடிக்கடி கண்டதை திரும்பச் செய்தாள்: அவள் தனது உதடுகளை அவனது உதட்டோடு வைத்து சற்று முரட்டுத்தனமாக உரசினாள், லயத்துடன் பாதியும் வெறியுடன் பாதியுமாக தனது தலையை அப்படியும் இப்படியுமாக அசைத்தாள். அவ்வப்போது அந்தப் பையனின் நாக்கு அவளது பற்களைத் தொடுவதை உணர்ந்தாள், அது இனிமையாக இருப்பதாக அவள் நினைத்தாள்.

திடீரென அவன் அவளை முத்தமிடுவதை நிறுத்தி, "உனக்கு விருப்பமில்லையா?" எனக் கேட்டான்.

அவள் அதற்கு என்ன சொல்லவேண்டும்? அவள் விரும்பினாளா? நிச்சயமாக விரும்பினாள். ஆனால் ஒரு பெண் தன்னை அந்த விதத்தில் வெளிப்படுத்திக் கொள்ளக்கூடாது, முக்கியமாக எதிர்காலத்தில் தனது கணவனாக வரப்போகிறவனிடத்தில். இல்லையெனில், அவள் எளிதில் எதற்கும் சம்மதிப்பவள் என்ற சந்தேகத்திலேயே அவன் தனது மிச்சமுள்ள வாழ்வைக் கழிக்க நேரிடும். அவள் பதில் சொல்லாமலிருப்பதென முடிவு செய்தாள்.

அவன் அவளை மீண்டும் முத்தமிட்டான், இந்த முறை அவனிடம் அத்தனை உற்சாகமில்லை. மீண்டும் அவன் முத்தமிடுவதை நிறுத்தினான், முகம் சிவந்து காணப்பட்டது, மரியா ஏதோ மிகவும் தவறாகப் போய்க்கொண்டிருக்கிறது என அறியவந்தாள். ஆனாலும் அது என்ன என கேட்பதற்குப் பயந்தாள். அவள் அவன் கையைப் பிடித்துக்கொண்டாள், எதுவுமே நிகழாததுபோல அவர்கள் வேறு விஷயங்களைப் பேசியபடியே மீண்டும் ஊருக்குத் திரும்பினர்.

அன்றிரவு அவள் தன் நாட்குறிப்பேட்டில், ஆங்காங்கே கடினமான வார்த்தைகளைப் பயன்படுத்தி எழுதினாள். ஏனெனில் ஒருநாள் அவள் எழுதியதெல்லாம் யாராவதொருவரால் வாசிக்கப்படும் என்பதில் அவள் உறுதியாயிருந்தாள், மேலும் அன்று மிக முக்கியமானதொன்று நிகழ்ந்திருக்கிறது என அவள் நம்பினாள்:

நாம் ஒருவரைச் சந்தித்து அவர் மீது காதலில் விழும்போது, இந்த முழு பிரபஞ்சமே நமது பக்கம் இருக்கிறது என்ற உணர்வில் இருக்கிறோம். இன்று சூரிய அஸ்தமனத்தின்போது இது நிகழ்வதை நான் கண்டேன். இருந்தும், ஏதாவது தவறாகப் போகும்போது, எதுவுமே எஞ்சுவதில்லை! நாரைகளோ, தூரத்து இசையோ, அவனது உதட்டின் சுவையோகூட மிச்சமிருப்பதில்லை. ஒரு நிமிடத்துக்கு முன்பிருந்த அழகு அத்தனை விரைவாக மறைவது எப்படி சாத்தியமாகிறது?

வாழ்க்கை விரைந்து நகர்கிறது. ஒரு சில கணங்களில் அது நம்மை சொர்க்கத்திலிருந்து நரகத்துக்கு கொண்டுசேர்க்கிறது.

அடுத்த நாள், அவள் தனது தோழிகளிடம் பேசினாள். அவர்கள் அனைவரும், அவள் தன் எதிர்கால கணவனுடன் நடந்துசென்றதைப் பார்த்திருந்தனர். எல்லாவற்றுக்கும் மேலாக, நீங்கள் வாழ்வில் சிறந்த காதலனைக் கொண்டிருப்பது மட்டும் போதுமானதல்ல, நீங்கள் மிகவும் விரும்பத்தக்க நபர் என்பதை அனைவரும் அறிந்திருக்கிறார்கள் என்பதை அவசியம் உறுதிப்படுத்திக்கொள்ளவேண்டும். அவர்கள் அனைவரும் என்ன நடந்தது என அறிந்துகொள்ள துடித்துக்கொண்டிருந்தனர், தன்னுணர்வால் நிறைந்திருந்த மரியா, அவனது நாக்கு தனது பற்களின் மீது துழாவியதுதான் நிகழ்ந்ததிலேயே சிறப்பானது என்றாள். அந்தப் பெண்களில் ஒருத்தி சிரித்துவிட்டாள்.

"நீ உன்னுடைய வாயைத் திறக்கவில்லையா?"

திடீரென - அவனது கேள்வி, அவனது அதிருப்தி அனைத்தும் தெளிவாகியது.

"எதற்கு?"

"அவனது நாவை உன் வாயினுள் அனுமதிப்பதற்கு."

"அதனால் என்ன பெரிய வித்தியாசம் வந்துவிடப்போகிறது?"

"இது விளக்கிச் சொல்லக்கூடிய விஷயமல்ல. இப்படித்தான் எல்லோரும் முத்தமிட்டுக்கொள்வார்கள்."

அங்கே பெரும் கேலிச்சிரிப்பு எழுந்தது. இதுவரை காதலிக்க பையனே கிடைக்காத அந்தப் பெண்கள் மத்தியில், பழிவாங்கிய களிப்பு உணர்வு எழுந்தாலும் பரிதாபப்படுவதுபோல் நடித்தார்கள். மரியா அதுகுறித்து கவலை இல்லை என்பதுபோல பாவனை செய்தாள். உண்மையில் அவளது ஆன்மா அழுதுகொண்டிருந்தபோதும் அவளும் சேர்ந்து சிரித்தாள். அவள் ரகசியமாக, திரையரங்குகளில் தான் பார்த்த திரைப்படங்களைச் சபித்தாள். அவள் திரைப்படங்களிலிருந்துதான் கண்களை மூடிக்கொள்ள வேண்டுமென்பதையும் தனது கையால் ஆணின் தலையைப் பிடித்துக்கொண்டு, தனது தலையை மெதுவாக வலதும் இடமும் அசைக்கவேண்டுமென்பதையும் கற்றிருந்தாள். ஆனால் அது அவசியமானதை, மிக முக்கியமான விஷயத்தை கற்றுத்தர தவறிவிட்டது. அவள் மிகச் சரியானதொரு சாக்குப்போக்கைக் கண்டுகொண்டாள் (எடுத்த எடுப்பிலே நான் என்னைத் தரவிரும்பவில்லை, ஏனெனில் நான் அப்போது

நிச்சயமாக இல்லை. ஆனால் நான் இப்போது, நீதான் என் வாழ்வின் நேசத்துக்குரியவன் என்று உணர்ந்துவிட்டேன்). அவள் அடுத்த வாய்ப்புக்காகக் காத்திருந்தாள்.

அதன்பின்பு அவள் அவனை மூன்று நாட்களுக்குப் பின்பு, உள்ளூர் மன்றம் ஒன்றில் நடந்த விருந்தில் காணும் வரை பார்க்கவில்லை. மரியாவிடம் முத்த அனுபவம் பற்றிக் கேட்ட அவளது தோழிகளில் ஒருத்தியுடன் அவன் கைகோத்தபடி இருந்தான். அவள் திரும்பவும் அவளுக்கு அதுபற்றி லட்சியமில்லை என்பதுபோல, அந்த மாலைப்பொழுது முடியும் வரை தனது தோழிகளிடம் சினிமா நட்சத்திரங்களைப் பற்றியும், உள்ளூர் பையன்கள் குறித்து பேசியபடியும் தனது தோழிகளின் அவ்வப்போதைய பரிதாபப் பார்வைகளைக் கவனிக்காதவள் போலவும் பாவனைசெய்தபடி சமாளித்தாள். அவள் வீட்டுக்கு வந்ததும், தனது பிரபஞ்சம் உடைந்துநொறுங்க அனுமதித்தாள். அன்று இரவெல்லாம் அவள் அழுதாள், அடுத்த எட்டு மாதங்கள் வரை துயரத்தில் மூழ்கியிருந்தாள். காதல் தனக்கேற்ற விஷயமல்ல, தனக்கும் காதலுக்கும் சரிப்பட்டு வராதென முடிவுசெய்தாள். அவள் ஒரு கன்னியாஸ்திரியாவது குறித்தும் தனது மிச்ச வாழ்வை - தன்னைப் புண்படுத்தாததும் தனது இதயத்தில் வலிமிகுந்த வடுவை விட்டுச் செல்லாத காதலான - இயேசுவை நேசிப்பதற்கு அர்ப்பணிக்கலாமா என யோசித்தாள். பள்ளியில், ஆப்பிரிக்காவுக்குச் செல்லும் மதப் பிரச்சாரகர்கள் குறித்து அவள் அறிந்திருந்தாள், தனது அலுப்புமிகுந்த வாழ்விலிருந்து மீள அப்படியொரு வழியிருக்கிறதென அவள் தீர்மானித்தாள். அவள் ஒரு கன்னி மடத்தில் சேர்வதென திட்டமிட்டாள். முதலுதவி செய்யக் கற்றுக்கொண்டாள் (ஆசிரியர்கள் சிலர், ஆப்பிரிக்காவில் நிறைய பேர் இறந்துகொண்டிருப்பதாகச் சொல்லியிருந்தனர்). தனது மதபோதனை வகுப்பில் கடினமாக உழைத்துக் கற்றாள். தன்னை நவீன கால புனிதையாகக் கற்பனை செய்துகொண்டு உயிர்களைக் காப்பாற்றுவதுபோலவும் சிங்கங்களும் புலிகளும் வசிக்கும் காடுகளுக்குச் செல்வதுபோலவும் கற்பனைசெய்தாள்.

எனினும், அவளது பதினைந்தாவது வயது, வாயைத் திறந்து வைத்தபடிதான் முத்தமிடவேண்டும் என்று கண்டுபிடிக்க காரணமானது. அது மட்டுமின்றி, எல்லாவற்றுக்கும் மேலாக காதலானது துயரத்துக்கான காரணங்களில் ஒன்று என்பதையும் அறியவைத்தது. அவள் மூன்றாவதாக ஒரு விஷயத்தையும் கண்டுபிடித்தாள்: அது சுய இன்பம். அது பெரிதும் தற்செயலாக,

அவள் தன் அம்மா வீடு திரும்ப காத்திருக்கும் வேளையில் தனது பாலுறுப்பைத் தொட்டுக்கொண்டிருந்தபோது, நடந்தது. அவள் குழந்தையாயிருந்தபோது இது அவளுக்குப் பழக்கமான ஒன்றுதான், அதனால் வரும் இன்பத்தையும் அவள் விரும்பத்தான் செய்தாள். ஒருநாள் அவளது தந்தை இதனைப் பார்த்துவிட்டு ஏனென்று கூட சொல்லாமல் அவளைப் பலமாக அறைந்தார். அந்த அடியை அவள் ஒருபோதும் மறக்காததோடு, மற்றவர்கள் முன்னிலையில் தனது அந்தரங்கமான பகுதிகளைத் தொடக்கூடாது என்பதை அறியவந்தாள். அதனை தெருநடுவில் செய்யமுடியாது என்பதாலும், வீட்டில் தனக்கென அவளுக்கு தனியறை இல்லையென்பதாலும் அந்த இன்பகரமான உணர்வைப் பற்றி அவள் முழுக்கவே மறந்துபோயிருந்தாள்.

அவளது முதல் முத்தத்துக்குப்பின் கிட்டத்தட்ட ஆறு மாதங்களுக்குப்பின் ஒரு மதியவேளையில் அது நிகழ்ந்தது. அவளது அம்மா வீட்டுக்கு வரத் தாமதமாகும் என்ற நிலையில், அவளுக்கோ செய்வதற்கு ஒன்றுமில்லை, அவளது அப்பா நண்பர் ஒருவருடன் அப்போதுதான் வெளியே சென்றிருந்தார். தொலைக்காட்சியிலும் சுவாரசியமாக எதுவுமில்லை, எனவே அவள் தனது உடலில் வேண்டாத முடி எதுவுமிருந்தால் உடனடியாக அதை அகற்றிவிடலாமென்ற நம்பிக்கையில் தனது உடலை சோதிக்கத் தொடங்கினாள். ஆச்சர்யகரமாக, அவளது பிறப்புறுப்பின் மேலாக சிறியதொரு சுரப்பி தென்பட்டது. அதை ஸ்பரிசிக்கத் தொடங்கியபோது அவளால் அதை நிறுத்த இயலவில்லை. அதிலிருந்து எழுந்த உணர்வானது மிகவும் வலுவானதாகவும் இன்பகரமானதாகவும் இருந்தது. அவளது முழு உடலும் - குறிப்பாக அவள் ஸ்பரிசித்துக் கொண்டிருந்த பகுதி - உணர்வெழுச்சி மிக்கதானது. சிறிது நேரத்துக்குப் பின்பு, அவள் ஒருவிதமான சொர்க்கத்துக்குள் நுழையத் தொடங்கினாள். அவளது உணர்வுகள் தீவிரமடையத் தொடங்கியதுடன், தன்னால் இனியும் தெளிவாகப் பார்க்கவோ கேட்கவோ முடியாது போலானதைக் கவனித்தாள். அனைத்தும் மஞ்சளில் தோய்ந்ததுபோல் காட்சியளித்தது, அவள் மகிழ்ச்சியில் முனகத் தொடங்கி, தனது முதல் பரவச உணர்வை அடைந்தாள்.

பரவசம்!

அந்த அனுபவம் சொர்க்கத்துக்கு மிதந்துசென்று அங்கிருந்து மெதுவாக மீண்டும் பூமிக்கு இறங்குவது போலிருந்தது. அவளது உடல் வியர்வையில் நனைந்துபோயிருந்தது, எனினும் அவள்

நிறைவாக, முழுமையாக ஆற்றல் மிக்கவளாக உணர்ந்தாள். ஆக இதுதான் பாலுறவு அனுபவம்! என்னவொரு அற்புதம்! அனைவரும் இன்பத்தைப் பற்றிப் பேசும் பாலியல் பத்திரிகையில் சொல்லப்படுவது போலில்லாமல், வலியில் முகஞ்சுளிப்பது போல் இருந்தது. அத்தோடு பெண்ணின் உடலை மட்டும் விரும்பும் அவளது உணர்வுகளுக்கு நேரமே ஒதுக்காத ஆணுக்கான தேவையே இல்லை, அவளே தனக்குத்தானே சுயஇன்பம் செய்துகொள்ள முடியும். அவள் மீண்டும் ஒரு முறை சுயஇன்பம் செய்தாள், இந்த முறை பிரபல திரை நட்சத்திரம் ஒருவர் அவளை ஸ்பரிசிப்பதாக கற்பனை செய்துகொண்டாள். மீண்டுமொருமுறை சொர்க்கத்துக்கு மிதந்துசென்று தரையிறங்கி வந்தாள். இம்முறை இன்னும் சக்திபெற்றதுபோல் உணர்ந்தாள். மூன்றாவது முறையாக அவள் சுயஇன்பம் செய்யவிருக்கும்போது, அவளது அம்மா வீடு வந்து சேர்ந்தாள்.

மரியா, தன் தோழிகளிடம் தனது புதிய கண்டுபிடிப்பைப் பற்றி பேசினாள், ஆனால் அதனை சில மணி நேரங்களுக்கு முன்புதான் கண்டுபிடித்தாள் என்பதை மட்டும் சொல்லவில்லை. இரண்டு பேரைத் தவிர அவர்கள் அனைவரும் அவள் பேசும் விஷயம் குறித்து அறிந்திருந்தபோதும், அவர்களில் ஒருவரும் அந்த விஷயம் குறித்துப் பேசத் துணிந்ததில்லை. மரியா, அவளை புரட்சிகரமானவளாக, அந்தக் குழுவின் தலைவியாக உணர்வதற்கான நேரமாக அது திகழ்ந்தது. "அந்தரங்கத்தை வெளியே சொல்லும்" ஒருவகை பைத்தியக்காரத்தனமானதொரு விளையாட்டைக் அவள் கண்டுபிடித்தாள். அதன்படி அனைவரும் அவர்களது விருப்பமான சுயஇன்ப முறை என்ன என கூறவேண்டும். இதன்மூலம் வேறுபட்ட பல சுயஇன்ப முறைகளை அவள் அறியவந்தாள். கோடையின் உச்சத்தில் போர்த்திப் படுத்துக்கொண்டு சுயஇன்பம் செய்வது (ஏனெனில் வியர்வை இந்த விஷயத்துக்கு உதவியதென அவளது தோழிகளில் ஒருத்தி உறுதியளித்தாள்), வாத்து இறகொன்றைப் பயன்படுத்தி தனக்குத்தானே அந்தரங்க இடத்தை ஸ்பரிசித்தல் (அந்த இடத்தை என்ன சொல்லி அழைப்பதென அவள் இன்னும் அறிந்திருக்கவில்லை), ஒரு பையனை உங்களுக்கு சுயஇன்பம் செய்ய அனுமதித்தல் (மரியா இது அநாவசியம் என நினைத்தாள்), கழிவறையிலுள்ள சுத்தம் செய்வதற்கான நீர்பாய்ச்சும் பிடெட் என்னும் குழாயைப் பயன்படுத்திச் செய்தல் (அவளது வீட்டில் அது இல்லாததால், விரைவில் தனது பணக்கார நண்பர்களின் வீட்டிற்குச் செல்லும்போது அதை முயற்சி செய்வாள்).

எப்படியோ, அவள் சுய இன்பத்தைக் கண்டுபிடித்து தனது தோழிகள் பரிந்துரைத்த வழிமுறைகளில் சிலவற்றைப் பயன்படுத்திப் பார்த்ததும், ஆன்மிக வாழ்க்கை வாழ்வதென்ற யோசனையை எப்போதைக்குமாக கைவிட்டுவிட்டாள். தேவாலயம் பாவங்களிலேயே பெரிய பாவம் பாலுறவு என்று கூறியபோதும் சுயஇன்பம் அவளுக்கு மாபெரும் இன்பத்தை வழங்கியது. சுயஇன்பம் முகத்தில் கரும்புள்ளி வரக் காரணமாகும், பைத்தியம் பிடிக்க வழிவகுக்கும், ஏன் கருத்தரிக்கவும் காரணமாகும் என அவள் அதே தோழிகளிடமிருந்து பல்வேறு கதைகளைக் கேள்விப்பட்டாள். இத்தனை அபாயங்கள் இருந்தபோதும், அவள் குறைந்தபட்சம் வாரத்துக்கு ஒருமுறையாவது சுயஇன்பம் மேற்கொண்டாள், வழக்கமாக, அவரது தந்தை நண்பர்களுடன் சீட்டு விளையாடச் செல்லும் வியாழக்கிழமைகளில்.

அதேவேளை, பையன்களுடான அவளது உறவு மேலும் மேலும் நிச்சயமற்றதாக மாறியது, அத்துடன் அவள் வசித்த இடத்தைவிட்டு நீங்கவேண்டும் என்ற அவளது தீர்மானம் மேலும் மேலும் உறுதிப்பட்டது. அவள் மூன்றாவது முறையாகவும் நான்காவது முறையாகவும் காதல் வயப்பட்டாள், இப்போது அவளுக்கு எப்படி முத்தமிடவேண்டுமென தெரியும், தனது ஆண்நண்பர்களுடன் அவள் தனித்திருக்கையில் அவள் அவர்களைத் தீண்டியதோடு, தன்னை அவர்கள் தீண்டவும் அனுமதித்தாள். இருந்தும் எப்போதும் ஏதோவொன்று தவறாகப் போனது. முக்கியமாக, அவள் தனது மிச்ச வாழ்க்கை முழுவதும் இவனுடன்தான் செலவிடப் போகிறோம் என்று உறுதிக்கு வரும்வேளையில் இவ்வாறானது. நீண்ட நாட்களுக்குப் பின்பு, வலி, ஏமாற்றம், துயரம் மற்றும் ஒருவித பொழுதுபோக்கும் உணர்வை மட்டுமே ஆண்கள் தரமுடியும் என்ற முடிவுக்கு அவள் வந்தாள். ஒரு மதியவேளை, ஒரு தாய் தன் இரண்டுவயது குழந்தையுடன் விளையாடுவதைக் கவனித்த அவள், தான் இனி கணவன், குழந்தைகள், கடல் நோக்கிய வீடு பற்றி மட்டும் சிந்திப்பதெனவும் காதல் அனைத்தையும் பாழ்படுத்திவிடுவதால், மீண்டும் ஒருபொழுதும் காதல் வயப்படக்கூடாதென்றும் தீர்மானத்துக்கு வந்தாள்.

இவ்வாறாக மரியாவின் இளம்பருவம் கழிந்தது. அவள் மேலும் மேலும் அழகாகிக்கொண்டே போனாள், அவள் வருந்தும்படியாக, மர்மமான சூழல் அவளுக்கு இன்னும் பல காதலர்களைக் கொண்டுவந்தது. இனி எப்போதும் காதல் வசப்படக்கூடாதென அவள் தனக்குத்தானே செய்துகொண்ட உறுதிமொழியையும் தாண்டி ஒருவர் மாற்றி ஒருவரென அவள் பையன்களுடன் வெளியே சென்றதுடன், கனவுகண்டாள், துயரமடைந்தாள். அப்படியொருமுறை வெளியே சென்றபோது காரொன்றின் பின்னிருக்கையில் அவள் தன் கன்னித்தன்மையை இழந்தாள். அவளும் அவளது காதலனும் வழக்கத்தைவிடவும் மும்முரமாக ஒருவரையொருவர் தீண்டிக் கொண்டிருக்கையில், அவன் மிகவும் தூண்டப்பட்டான். அத்தோடு அவளது தோழிகள் நடுவே தான் மட்டுமே ஒரேயொரு கன்னிப்பெண்ணாக இருப்பதில் அலுப்படைந்த அவளும், அவன் தன்னை ஊடுருவ அனுமதித்தாள். அவளை சொர்க்கத்துக்கு இட்டுச் செல்லும் சுயஇன்பத்தைப் போலல்லாமல், இது அவளுக்கு வலியைத் தந்ததோடு, இரத்தக் கசிவு ஏற்படவும் காரணமானது. அதனால் அவளது பாவாடையில் சலவை செய்தால்கூட அத்தனை சீக்கிரத்தில் அகலாத கறையையும் ஏற்படுத்திவிட்டது. பறக்கும் நாரைகள், சூரிய அஸ்தமனம், இசை என - அவளது முதல் முத்தம் ஏற்படுத்திய அதிசய உணர்வைப் போல இது இல்லை... மாறாக அவள் அதைப்பற்றி எப்போதும் நினைத்துப் பார்க்க விரும்பாத ஒன்றாய் அமைந்துவிட்டது.

அதே பையனுடன் இன்னும் சிலமுறை அவள் பாலுறவு வைத்துக் கொண்டாள். இருந்தபோதும், அவன் ஒப்புக்கொள்ள மறுத்தால், அவனது தந்தையிடம் தன்னை வன்புணர்வு செய்ததாகச் சொல்வேன் என்று அவள் அவனை முதலில் மிரட்ட வேண்டியிருந்தது. ஒரு துணையுடன் பாலுறவு வைத்துக்கொள்வதில் என்ன இன்பமிருக்கிறது என்பதை அனைத்துவிதத்திலும் புரிந்துகொள்ளும் முயற்சியில், அவள் அவனை கற்றுக்கொள்வதற்கான ஒரு வழிமுறையாகப் பயன்படுத்திக்கொண்டாள்.

அவளால் அதைப் புரிந்துகொள்ள இயலவில்லை. சுயஇன்பத்தில் தொந்தரவுகள் குறைவு வெகுமதி அதிகம். இருந்தும் அனைத்துப் பத்திரிகைகள், தொலைக்காட்சி நிகழ்வுகள், புத்தகங்கள், தோழிகள் அனைத்தும், முற்றிலும் அனைத்தும் - ஆண் துணை அவசியமென்று கூறின. மரியா, தனக்கு ஏதோ வெளியில் சொல்லவியலாத பாலியல் பிரச்சினை இருக்கிறதென நினைக்க ஆரம்பித்தாள். எனவே அவள் இன்னும் அதிகமாக படிப்பில் கவனம் செலுத்த ஆரம்பித்தாள். மேலும் கொஞ்ச காலத்துக்கு, காதல் எனப்படும் அற்புதமான, கொடூரமான விஷயத்தை மறப்பதென தீர்மானித்தாள்.

பதினேழு வயதான மரியாவின் நாட்குறிப்பிலிருந்து:

காதலைப் புரிந்துகொள்வதே என் குறிக்கோள். காதலிக்கும்போது எத்தனை உயிர்ப்பாக உணர்ந்தேன் என்பதை நான் அறிவேன். இப்போது என் வசமுள்ள அனைத்தையும் நான் அறிவேன். எத்தனை ஆர்வமூட்டுவதாக அது தோன்றினாலும், உண்மையில் அது என்னை கிளர்ச்சியூட்டவில்லை.

ஆனால் காதல் ஒரு பயங்கரமான விஷயம். என் தோழிகள் வேதனைப்படுவதை நான் பார்த்திருக்கிறேன், அதே விஷயம் எனக்கும் நிகழ்வதை நான் விரும்பவில்லை. அவர்கள் என்னையும் என் அறியாமையையும் பார்த்துச் சிரிப்பது வழக்கம். ஆனால் இப்பொழுதெல்லாம் ஆண்களை இத்தனை சிறப்பாக நான் எப்படி சமாளிக்கிறேன் என என்னைக் கேட்கிறார்கள். நான் புன்னகைப்பதோடு சரி, எதுவும் சொல்வதில்லை. ஏனெனில் நோய்க்கான சிகிச்சையைவிட வலியே பரவாயில்லை என்பதை நான் அறிவேன், எளிமையாகச் சொன்னால் நான் காதல் வசப்படுவதில்லை. கடந்து செல்லும் ஒவ்வொரு நாளும் ஆண்கள் எத்தனை பலகீனமானவர்கள், எத்தனை நிலையற்றவர்கள், உறுதியற்றவர்கள் என்பதை நான் மிகத் தெளிவாகப் பார்க்கிறேன். அப்படியிருப்பதைக் கண்டு ஆச்சரியப்படுகிறேன்.... என் தோழிகள் சிலருடைய தந்தையர் என்னைத் திருமணம் செய்துகொள்வதாகக் கூறினர். ஆனால் நான் அதற்கு எப்போதுமே மறுத்தே வந்திருக்கிறேன். முதலில் நான் அதிர்ந்து போனேன், ஆனால் ஆண்கள் நடந்துகொள்ளும் விதமே இதுதான் என இப்போது நான் நினைக்கிறேன்.

என்னுடைய குறிக்கோள் காதலைப் புரிந்துகொள்வது என்றபோதிலும், யாரிடம் நான் காதல் வயப்பட்டேனோ அவர்களை குறித்து நினைத்துப் பார்க்கவே வேதனைப்படுகிறேன். எனினும் – என் இதயத்தைத் தொட்டவர்கள் எனது உடலில் உணர்ச்சியைத் தூண்ட தவறிவிட்டதையும், என் உடலைத் தொட்டு உணர்ச்சியைத் தூண்டியவர்கள் எனது இதயத்தைத் தொட தவறிவிட்டதையும் நான் காண்கிறேன்.

மரியா பத்தொன்பது வயதில், பள்ளி இறுதியாண்டுப் படிப்பை முடித்து, ஜவுளிக் கடையொன்றில் வேலைக்குச் சேர்ந்திருந்தாள். அங்கு அவளது முதலாளி அவள் மீது உடனடியாக காதல் வயப்பட்டார். எனினும் மரியா, அப்போது ஆணால் பயன்படுத்தப்படாமல் அவனைப் பயன்படுத்திக்கொள்வது எப்படி என்பதை அறிய வந்திருந்தாள். அழகின் ஆற்றல்பற்றி அவள் அறிந்திருந்த போதிலும், எப்போதும் வசீகரமாகத் திகழ்ந்தபோதும், ஒருபோதும் அவர் தன்னைத் தொடவிட்டதில்லை.

அழகின் ஆற்றல்: அழகில்லாத பெண்ணுக்கு உலகம் எத்தகையதாய் இருக்கும்? விருந்துகளில் ஆண்கள் எவரொருவரும் கண்டுகொள்ளாத, எப்போதும் ஆர்வம்காட்டாத சில தோழிகள் அவளுக்கு உண்டு. அவர்களுக்குக் கிடைத்த சிறிதளவு அன்புக்கும், அவர்கள் காட்டும் பெரும் மதிப்பு நம்ப முடியாததாய்த் தோன்றும், அவர்கள் நிராகரிக்கப்பட்டபோது மௌனமாய் வேதனையைச் சகித்துக்கொண்டும், யாரோ ஒருவருக்காய் எப்போதும் அலங்கரித்துக்கொண்டு இருப்பதைத் தவிர்த்த பிற விஷயங்களை தேடுவதன் மூலம் எதிர்காலத்தைச் சந்திக்க முயற்சித்தபடியும் அவர்கள் காணப்படுவர். உலகம் நிச்சயம் அவர்களுக்கு சகிக்க இயலாததாய் இருக்கும் என்று மரியா கற்பனை செய்திருந்தபோதும், அவர்கள் மிகவும் சுயசார்புமிக்கவர்களாகவும், தங்கள் மீதே அதிக அக்கறை காட்டுபவர்களாகவும் திகழ்ந்தனர்.

தான் எத்தனை வசீகரமானவள் என்பதை அவள் அறிவாள். அவள் தன் தாயின் பேச்சைக் கேட்பது அரிது என்றபோதிலும், தனது அம்மா சொல்லியதில் அவள் ஒருபொழுதும் மறக்காத விஷயம் ஒன்றுண்டு: "அழகு நிரந்தரமானதில்லை என் செல்லமே." இதை மனதில் வைத்துக்கொண்டு, தனது முதலாளியை முற்றிலுமாக அலட்சியப்படுத்தாமல், அதேசமயம் சற்று விலகியும் இருந்தாள். இது அவளது ஊதியத்தில் கணிசமான உயர்வைக் கொண்டுவந்தது (ஒருநாள் அவளை படுக்கைக்கு இட்டுச் செல்லலாம் என்ற நம்பிக்கையிலேயே எவ்வளவு நாளைக்கு அவரை தன்னால் வைத்திருக்க முடியும் என்று

அவளுக்குத் தெரியவில்லை. ஆனால் குறைந்தபட்சம் அதுவரை அவள் நன்றாக சம்பாதித்துக் கொண்டிருக்கலாம்). மேலும் அவர் அவளுக்கு பணிநேரம் தாண்டி வேலை செய்வதற்காக மிகைநேர ஊதியம்வேறு கொடுத்துக்கொண்டிருந்தார் (அவள் தன்னருகே இருப்பதை அவளது முதலாளி விரும்பினார். ஒருவேளை, அவள் இரவுவேளைகளில் வெளியே சென்றால், நல்லதொரு காதலனைக் கண்டுபிடித்துவிடுவாளோ என கவலைப்பட்டிருக்கலாம்). அவள் முழுதாய் இரு வருடங்கள் பணிபுரிந்தாள், தன்னை வீட்டில் வைத்துப் பேணுவதற்காக தனது பெற்றோர்களுக்கு மாதந்தோறும் பணம் கொடுத்தாள், கடைசியில் அவள் அதைச் சாதித்துவிட்டாள். திரைப்பட மற்றும் சின்னத்திரை நட்சத்திரங்கள் வசிக்கும், அவளது நாட்டின் தபால் அட்டையில் சித்திரமாக இடம்பெற்றிருக்கும், அவளது கனவு நகரமான, ரியோ டி ஜெனிரோ செல்வதற்கும் அங்கு ஒரு வாரகால விடுமுறையைச் செலவிடுவதற்கும் போதுமான பணத்தைச் சேர்த்துவிட்டாள்.

அவளது முதலாளி தானும் உடன் வருவதாகவும் அவளது அனைத்துச் செலவுகளையும் ஏற்றுக்கொள்வதாகவும் முன்வந்தார். ஆனால் மரியா, உலகிலேயே மிக ஆபத்தான இடங்களில் ஒன்றுக்கு அவள் செல்லவிருப்பதால், ஜூடோ கலையில் தேர்ந்த அவளது சகோதரன் வீட்டில்தான் தங்கவேண்டும் என்ற ஒரே நிபந்தனையின் பேரிலே அவளது அம்மா அனுமதியளித்திருப்பதாக அவரிடம் பொய் சொன்னாள்.

"அதுமட்டுமில்லாம, கடையைப் பார்த்துக்கொள்வதற்கு ஒரு நம்பிக்கையான ஆளில்லாமல் நீங்க கடையை விட்டு வரமுடியாதே சார்" என்றாள் அவள்.

"என்னை சார்னு கூப்பிடாத" என்றார் அவர். மரியா அவரது கண்களில் காதலின் ஜுவாலை தெரிவதைக் கண்டுகொண்டாள். இது அவளை ஆச்சரியப்படுத்தியது. ஏனெனில், அவர் பாலுறவில் மட்டுமே ஆர்வமுடையவரென அவள் எப்போதும் நினைத்து வந்திருந்தாள். ஆனால் அவரது கண்கள் அதற்கு நேரெதிரானதை "என்னால் உனக்கொரு வீடு, குடும்பம், உன் பெற்றோருக்கு கொஞ்சம் பணம் தரமுடியும்" என்று சொல்லின. எதிர்காலத்தை நினைத்து அந்த நெருப்பைக் கிளறி விடுவதென அவள் முடிவுசெய்தாள்.

வேலை மற்றும் உடன்பணிபுரியும் மதிப்புக்குரிய சக பணியாளர்களின் இழப்பை உண்மையிலேயே உணரத்தான் போகிறேன் என அவள் சொன்னாள் (யாரையும் குறிப்பிட்டுச்

சொல்லாமல் கவனமாகவும், 'சகபணியாளர்' என்று அவனைச் சொன்னாளா என்பது மர்மமாகத் திகழும்படியும் பார்த்துக் கொண்டாள்) அத்தோடு தனது செலவுகள் மற்றும் கவுரவம் குறித்து பெரிதும் கவனம் செலுத்துவதாகவும் அவள் உறுதியளித்தாள். உண்மை இதற்கு முற்றிலும் மாறாக இருந்தது: முழுச் சுதந்திரமான அவளது முதல் வாரம் எப்படி இருக்கவேண்டும் என்ற அவளது எதிர்பார்ப்பை எவரொருவரும், வீணடிப்பதை அவள் விரும்பவில்லை. கடலில் நீந்துவது, முற்றிலும் அந்நியர்களிடம் பேசுவது, கடைகளுக்குச் சென்று பார்வையிடுவது, ஒரு அழகு இளவரசன் வந்து தன்னை அதிர்ஷ்டத்துக்கு இட்டுச் செல்ல ஆயத்தமாயிருப்பது - என அனைத்தையும் மேற்கொள்ள அவள் விரும்பினாள்.

"எல்லாத்துக்கும் மேல ஒரு வாரம் தானே? நொடியில கடந்துடும். சீக்கிரமே நான் வேலைக்குத் திரும்பிடுவேன்", தான் சொல்வது தவறோ என்ற நம்பிக்கையில் ஒரு வசீகரப் புன்னகையுடன் அவள் அதைச் சொன்னாள்.

வருத்தமடைந்த அவளது முதலாளி முதலில் தயங்கினாலும், கடைசியில் அவளது முடிவை ஏற்றுக்கொண்டார். அதேசமயம், மூடிமறைத்து வைத்து அனைத்தையும் பாழாக்க அவர் விரும்பவில்லை என்பதால், அவள் திரும்பிய உடனேயே தன்னை திருமணம் செய்துகொள்ளும்படி அவளிடம் கேட்கவேண்டுமென அவர் ரகசிய திட்டம் போட்டுக்கொண்டிருந்தார்.

மரியா நாற்பத்தெட்டு மணி நேரம் பேருந்தில் பயணம் செய்து கோபாகேபனா எனும் விலைமலிவான உண்டுறையும் விடுதியில் சென்று தங்கினாள் (கோபாகேபனா! அதே கடற்கரை, அதே வானம்...) அதற்கு முன்பே அவள் தனது பேக்கைத் திறந்து வைத்திருந்தாள். மேகமூட்டமான பருவநிலை நிலவியபோதிலும் தான் வாங்கிவந்த நீச்சலுடையை எடுத்து அணிந்து, அவள் நேராக கடற்கரைக்குச் சென்றாள். கடலை அவள் பயத்துடன் நோக்கியபோதும் கடைசியில் தடுமாற்றத்துடன் கடல்நீருக்குள் அடியெடுத்து வைத்தாள்.

கடற்கரையில் இருந்த எவரும், பெண்தெய்வமான ஈமாஞ்சா, கடல் நீரோட்டங்கள், நுரைபொங்கவரும் அலைகள், அதன் மறுபுறத்திலிருந்த அட்லாண்டிக், ஆப்பிரிக்க கடற்கரை மற்றும் அங்கிருந்த சிங்கங்கள் எதுவும் கடலுடன் அவளது முதல் பரீட்சயம் இதுதான் என்பதைக் கவனிக்கவில்லை. அவள்

நீரைவிட்டு வெளியே வந்தபோது, வோல்ஃபுட் சான்ட்விச்சை விற்கமுயன்றுகொண்டிருந்த பெண்ணொருத்தி, அன்றிரவு தன்னுடன் வெளியே வர அவள் விரும்புகிறாளா எனக் கேட்ட அழகான கறுப்பின ஆண், மற்றும் போர்த்துகீசிய மொழியில் ஒருவார்த்தைகூட தெரியாத, சைகையை மட்டுமே பயன்படுத்தி இளநீர் சாப்பிட விரும்புகிறாளா எனக் கேட்ட மற்றொரு நபர் ஆகியோரால் அணுகப்பட்டாள்.

மரியா வேண்டாம் என்று சொல்ல மிகவும் கூச்சப்பட்டதால் சான்ட்விச் ஒன்று வாங்கிக்கொண்டாள். ஆனால் அந்த இரு அந்நியர்களிடம் பேசுவதைத் தவிர்த்தாள். திடீரென அவள் தன்மீதே அதிருப்தியாக உணர்ந்தாள். இப்போதுதான் அவள் விரும்பிய எதுவொன்றையும் செய்யும் வாய்ப்பு கிடைத்திருக்கிறது, பிறகேன் அவள் முட்டாள்தனமாக நடந்துகொண்டாள்? நல்ல பதில் கிடைக்காது போகவே, அவள் மேகத்துக்குப் பின்னிருந்து சூரியன் வெளிவருவதற்காக அங்கேயே அமர்ந்தபடி, தன்னுடைய தைரியத்தை எண்ணியும் இந்த உச்ச கோடைகாலத்திலும் நீர் இத்தனை குளிர்ச்சியாயிருந்ததை எண்ணியும் வியந்தபடி அமர்ந்திருந்தாள்.

எனினும் போர்ச்சுக்கீசிய மொழி பேசத்தெரியாத அந்த நபர் கையில் ஒரு பானத்துடன் மறுபடியும் தோன்றி அவளிடம் வந்து பருகக் கொடுத்தான். அவனுடன் பேசத் தேவையில்லை என்று நிம்மதியடைந்து, அந்த இளநீரைப் பருகியவள் அவனைப் பார்த்து புன்னகைத்தாள். அவனும் பதிலுக்கு புன்னகைத்தான். கொஞ்ச நேரத்துக்கு அவர்கள் இந்த அர்த்தமற்ற, வசதியான - இவளொரு புன்னகை அவனொரு புன்னகை - உரையாடலை மேற்கொண்டனர். அவன் தன் பையிலிருந்து ஒரு சிறிய, சிவப்பு நிற அகராதியை எடுத்து, விநோதமான உச்சரிப்புடன்: 'அழகு' என்றான். அவள் மீண்டும் புன்னகைத்தாள். என்னதான் அவள் தனது அழகு இளவரசனைச் சந்திக்கத் துடித்தாலும், அவன் குறைந்தபட்சம் அவளது மொழியில் பேசுபவனாக, கொஞ்சம் இளமையுடையவனாக இருக்கவேண்டும்.

அந்த மனிதன் அந்தச் சிறிய புத்தகத்தின் பக்கங்களை புரட்டிய படியே சென்று:

"இரவுணவு... இன்றிரவு?" என்றான். பின், "ஸ்விட்சர்லாந்து!" என்றான்.

அவன் இதனை, சொர்க்கத்தின் மணிகளைப் போன்று ஒலிக்கும், எந்த மொழியிலும் செல்லுபடியாகும் வார்த்தைகளைக் கொண்டு நிறைவு செய்தான்.

"வேலை! டாலர்கள்!"

மரியாவுக்கு, ஸ்விட்சர்லாந்து என்ற பெயரில் எந்த ஒரு உணவகத்தையும் தெரியாது. மேலும் விஷயம் இத்தனை எளிதானதா - கனவுகள் இத்தனை விரைவில் நிறைவேறிவிடுமா? என்ற எச்சரிக்கை காரணமாக அவள் தவறாகப் புரிந்துகொண்டாள். "அழைப்புக்கு மிகவும் நன்றி, ஆனால் நான் ஏற்கனவே வேலையிலிருக்கிறேன். டாலர்களை வாங்குவதில் எனக்கு எந்த ஆர்வமுமில்லை" என்றாள்.

அவள் சொன்னதில் ஒரு வார்த்தையைக் கூட புரிந்துகொள்ளாத, அந்த நபர் அவநம்பிக்கை மிக்கவனானான். இன்னும் பல புன்னகைகளை அங்குமிங்கும் சிந்தியபிறகு, அவளைவிட்டு சில நிமிடங்களுக்கு அகன்றுசென்று மொழிபெயர்ப்பாளர் ஒருவருடன் திரும்பினான். அவன் மூலமாக, தான் ஸ்விட்சர்லாந்தில் இருந்து வருவதாகவும் (அது நாடு, உணவகம் அல்ல) அவளுக்குக் கிடைக்கச் சாத்தியமான வேலைவாய்ப்பு பற்றி பேசுவதற்காக, அவளுடன் இரவுணவு சாப்பிட விரும்புவதாகவும் அவன் விளக்கினான். அந்த மொழிபெயர்ப்பாளன், அந்த நபர் தங்கியிருக்கும் ஹோட்டலின் வெளிநாட்டுப் பயணிகளின் பாதுகாப்புக்கு பொறுப்பான காவலன் என தன்னை அறிமுகம் செய்துகொண்டான்.

அத்துடன் தானாகவே "உன் இடத்தில் நான் இருந்தால் இந்த அழைப்பை ஏற்றுக்கொண்டிருப்பேன். இவர் முக்கியமான கேளிக்கை ஏற்பாட்டாளர். ஐரோப்பாவில் பணிபுரிய தகுதியும் திறமையும் மிக்க புதிய நபர்களைத் தேடி வந்திருக்கிறார். நீ விரும்பினால் - இவரது அழைப்பை ஏற்று தற்போது வசதியாக, திருமணம் செய்துகொண்டு குழந்தைகளுடன் வாழும், வேலையில்லை என்றோ சிரமப்படுகிறோம் என்றோ கவலைப்படத் தேவையில்லாத சில நபர்களை உனக்கு அறிமுகம் செய்துவைக்க முடியும்." என்றான்.

பின், தனது சர்வதேச கலாச்சார பரிச்சயத்தின் மூலம் அவளைக் கவர்வதற்காக:

"தவிரவும், ஸ்விட்சர்லாந்து மிகச்சிறந்த சாக்லேட்களையும் கடிகாரங்களையும் தயாரிக்கிறது" என்றான்.

மரியாவின் ஒரே மேடை அனுபவம், புனிதவாரக் கொண்டாட்டத்தின் போது உள்ளூர் சபை எப்போதும் நடத்தும் இயேசுவின் சிலுவைப்பாடு நாடகத்தில் பங்கேற்றதுதான். அதில் அவள் நீர் விற்பனை செய்பவளாக பாத்திரம் ஏற்றுச் செய்திருந்தாள். பேரூந்தில் அவள் அபூர்வமாகவே உறங்கியிருந்தபோதும் கடலைக் கண்டதும் உற்சாமடைந்திருந்தாள். வோல்ஃபுட்டோ அல்லது வேறெதுவோ அவளுக்கு சான்ட்விட்ச் சாப்பிட்டு அலுத்துப் போனது. அவளுக்கு யாரையும் தெரியாது என்பதாலும், ஒரு நண்பரைத் தேடுவது அவசியம் என்பதாலும் குழப்பமடைந்தாள். இதற்கு முன்பும் அவள் இத்தகைய சூழ்நிலையில் இருந்திருக்கிறாள், அனைத்தும் செய்வதாக ஒரு ஆண் வாக்களிப்பதும், எதுவுமே தராமல் போவதும் நிகழ்ந்திருக்கிறது. எனவே நடிக்கவைப்பது குறித்த இந்தப் பேச்செல்லாம் அவளை ஆர்வமூட்டுவதற்கான ஒரு வழி என்பதை அவள் அறிவாள்.

எனினும் கன்னி மேரி அவளுக்கு இந்த வாய்ப்பை அளித்திருப்பதாக நம்பினாள், தனது ஒரு வார விடுமுறையின் ஒவ்வொரு நொடியையும் அவள் அவசியம் அனுபவிக்கவேண்டும் என்று சமாதானப்படுத்திக்கொண்டு, ஒரு நல்ல உணவகத்துக்குச் சென்று வருவது - அவள் வீடுதிரும்பும்போது பேசுவதற்கான விஷயங்களைத் தருமென முடிவுசெய்து, அந்த மொழிபெயர்ப்பாளரும் உடன்வருவதாக இருந்தால் அந்த அழைப்பை ஏற்றுக்கொள்வதெனத் தீர்மானித்தாள். அந்த வெளிநாட்டுக்காரன் சொல்வதை தான் புரிந்துகொண்டதுபோல் பாவனை செய்தும் புன்னகைத்தும் அவள் ஏற்கெனவே களைத்துப் போயிருந்தாள்.

இருந்த ஒரே பிரச்சினை எனினும் முக்கியமான பிரச்சினை, அணிவதற்குப் பொருத்தமான உடை எதுவும் அவளிடம் இல்லை என்பதுதான். ஒரு பெண் ஒருபோதும் இத்தகைய விஷயங்களை ஒப்புக்கொள்ள மாட்டாள் (தனது ஆடை அலமாரியின் நிலைமையை வெளிப்படுத்துவதைக் காட்டிலும் தனது கணவன் துரோகம் செய்ததை ஒப்புக்கொள்வதை அவள் எளிதாகக் கருதுவாள்). இருந்தும், இந்த நபர்களை அவளுக்குத் தெரியாது என்பதாலும், அவர்களை திரும்ப எப்போதும் பார்க்கப் போவதில்லை என்பதாலும், தான் இழப்பதற்கு எதுவும் இல்லை என்று அவள் நினைத்தாள்.

“நான் இப்போதுதான் வடகிழக்குப் பகுதியிலிருந்து வந்தேன். ஒரு உணவகத்துக்கு அணிந்துவரப் பொருத்தமான உடை எதுவும் என்னிடம் இல்லை.”

மொழிபெயர்ப்பாளர் மூலமாக அவன், அவளிடம் கவலைப்பட வேண்டாமென்று கூறி, அவளது ஹோட்டலின் முகவரியைக் கேட்டான். அன்று மாலை, அவள் தனது மொத்த வாழ்க்கையிலும் இதற்கு முன்பு பார்த்திராத விதத்திலான ஒரு உடையைப் பெற்றாள், அத்தோடு கூடவே ஒரு ஜோடி ஷுக்களும் இருந்தன. அவற்றின் விலை நிச்சயம் அவள் ஒருவருட காலத்தில் சம்பாதித்த தொகைக்குச் சமமாக இருக்கும்.

எப்போதும் தொடர்வறட்சி நிலவும், எதிர்காலமே இல்லாத பையன்களைக் கொண்ட, சலிப்பான, நிகழ்ந்ததே திரும்பத் திரும்ப நிகழும் வாழ்முறையை உடைய, ஏழ்மையான ஆனால் நேர்மையான பிரேஸிலின் உள்ளடங்கிய நகரத்தில் தனது குழந்தைப் பருவம் மற்றும் இளம்பருவத்தில் இருந்தபோது - அவள் மிகவும் ஏங்கிய உலகத்துக்கான சாலையின் தொடக்கம் இதுதான் என்பதை உணர்ந்தாள். இந்தப் பிரபஞ்சத்தின் இளவரசியாக மாற அவள் தயார்தான். ஒரு நபர் அவளுக்கு வேலை, சம்பளம், மிகவும் விலையுயர்ந்த ஒரு ஜோடி ஷுக்கள், தேவதைக் கதைகளில் காணப்படுவதுபோன்ற உடை ஆகியவற்றை வழங்கியிருக்கிறான்! அவளுக்குத் தேவை கொஞ்சம் ஒப்பனைதான். அவளது ஹோட்டலிலிருந்த வரவேற்பறைப்பெண் அவள்மீது பரிதாபம்கொண்டு உதவ முன்வந்தாள். முதலில் அனைத்து வெளிநாட்டுக்காரர்களும் நம்பகமானவர்கள் எனவோ ரியோவிலுள்ள அனைத்து ஆண்களும் குழப்பவாதிகள் என்றோ நினைத்துக்கொள்ளாதே என எச்சரிக்கை செய்தாள்.

மரியா அந்த எச்சரிக்கையை அலட்சியம் செய்தபடி, சொர்க்கத்திலிருந்து வந்த தனது பரிசுகளை அணிந்தாள். கண்ணாடிமுன் மணிக்கணக்கில் நேரத்தைச் செலவிட்டாள். இந்தக் கணத்தைப் பதிவுசெய்ய தன்னுடன் புகைப்படக் கருவியை எடுத்து வராததற்காக வருந்திக் கொண்டிருக்கையில்தான் தனது சந்திப்புக்குத் தாமதமாவதை உணரவந்தாள். அந்த ஸ்விஸ் நாட்டுக் கனவான் தங்கியிருக்கும் ஹோட்டலுக்கு சின்ட்ரெல்லாவைப் போல அவள் விரைந்தோடினாள்.

அவளுக்கு ஆச்சரியமளிக்கும் விதமாக அந்த மொழிபெயர்ப்பாளர் தன்னால் அவர்களுக்குத் துணையாக வரமுடியாதென அவளிடம் கூறினார்.

"மொழியைப் பற்றி கவலைப்படாதே, முக்கியமான விஷயம் அவர் உன்னுடன் இருப்பதை சௌகரியமாக உணர்கிறாரா இல்லையா என்பதுதான்."

"ஆனால் நான் சொல்வதை அவர் புரிந்து கொள்ளவில்லையெனில் அவரால் எப்படி சௌகரியமாக இருக்கமுடியும்?"

"முக்கியமாக நீ பேசத் தேவையே இல்லை. இதெல்லாமே அதிர்வுகளைப் பற்றிய சமாச்சாரம்தான்."

மரியா, "அதிர்வு" என்பது என்னவென அறிந்திருக்கவில்லை. அவளது ஊரில், மக்கள் சந்திக்கும்போதெல்லாம் வார்த்தைகள், சொற்றொடர்கள், கேள்வி - பதில்களை பரிமாறிக்கொள்வது வழக்கம். ஆனால் மேய்ல்சன் - அந்த மொழிபெயர்ப்பாளரும் பாதுகாப்பு அதிகாரியுமான நபரின் பெயர் அதுதான் - ரியோ டி ஜெனிரோவிலும் உலகின் மற்ற பகுதிகளிலும் விஷயங்கள் வேறு மாதிரி என அவளிடம் உறுதியளித்தான்.

"அவன் புரிந்துகொள்ளவே தேவையில்லை. அவன் மகிழ்ச்சியாய் உணரும்படிச்செய். அவன் மனைவியை இழந்தவன், குழந்தைகள் இல்லாதவன். அவனுக்கு சொந்தமாக ஒரு இரவுவிடுதி இருக்கிறது. வெளிநாட்டில் வேலைபார்க்கத் தகுதியான பிரேஸிலியப் பெண்ணைத் தேடிக்கொண்டிருக்கிறான். நீ அந்த மாதிரி ஆளில்லை என்று நான் சொன்னேன். ஆனால் நீ நீரைவிட்டு வெளியே வருவதைப் பார்த்தபோதே, உன்மேல் காதலில் விழுந்துவிட்டதாகச் சொல்லி அவன் வற்புறுத்தினான். அவன் உன்னுடைய நீச்சலுடையும்கூட அழகானதென நினைத்தான்."

அவன் பேச்சை நிறுத்தினான்.

"ஆனால் நேர்மையாகச் சொன்னால், நீ இங்கே ஒரு ஆண் துணையைக் கண்டறிய விரும்பினால், ஒரு வித்தியாசமான நீச்சலுடையை வாங்கவேண்டும். அந்த ஸ்விஸ் நாட்டவனைத் தவிர, வேறெவரும் அதனை ரசிக்கமாட்டார்கள். அது உண்மையிலேயே பழைய பாணி நீச்சலுடை."

மரியா அதைக் கேட்காததுபோல பாவனை செய்தாள். மேய்ல்சன் தொடர்ந்தான்.

"அவர் வெறுமனே உன்னுடன் இன்பமாக இருப்பதில் ஆர்வமாக இருப்பதாக தெரியவில்லை. அவரது விடுதியின் பிரதான கவர்ச்சியாகத் திகழ்வதற்கான அம்சங்கள் உனக்கிருப்பதாக நினைக்கிறார். நிச்சயமாக, நீ ஆடியோ பாடியோ அவர் பார்க்கவில்லைதான். ஆனால் அதையெல்லாம் நீ கற்றுக்கொள்ள முடியும். அழகைப் பொறுத்தவரை பிறப்பிலேயே அது உனக்கு வாய்த்திருக்கிறது. இந்த ஐரோப்பியர்களெல்லாம் ஒரே மாதிரித்தான்.

அவர்கள் இங்கே வருகிறார்கள், அனைத்து பிரேஸிலியப் பெண்களும் உண்மையிலேயே கிளர்ச்சியூட்டுபவர்கள், சம்பா நடனம் தெரிந்தவர்கள் என்று கற்பனை செய்துகொள்கிறார்கள். அவர் தன் முடிவில் உறுதியாய் இருந்தால், நீ ஒப்பந்தம் எழுதிக் கையெழுத்திட்டுக் கேள். நாட்டைவிட்டு புறப்படும்முன், ஸ்விஸ் தூதரகத்தில் அந்த கையெழுத்தை உறுதிப்படுத்திக்கொள் என்பதுதான் எனது யோசனை. நாளைக்கு நான் ஹோட்டலுக்கு எதிரே கடற்கரையில் இருப்பேன். நீ விரும்பினால் எதைப் பற்றி வேண்டுமானாலும் என்னிடம் பேசலாம்."

இத்தனை நேரமும் புன்னகைத்துக்கொண்டிருந்த ஸ்விஸ் நாட்டுக்காரன் அவளது கையைப் பிடித்தபடி, அவர்களுக்காக காத்துக்கொண்டிருந்த டாக்ஸியைக் காட்டினான்.

"அவனுக்கு வேறெதாவது எண்ணங்கள் இருக்கலாம். ஏன் உனக்கும்கூட இருக்கலாம். அப்படியிருக்கும் பட்சத்தில் ஒரு இரவுக்கான வழக்கமான தொகை முன்னூறு டாலர்கள். அதற்குக் குறைவாக எதையும் ஒப்புக்கொள்ளாதே."

அவள் எதுவும் சொல்வதற்கு முன்பே, வார்த்தைகளை திரும்பத் திரும்ப மனப்பாடம் செய்துகொண்டிருந்த அந்த நபருடன், தான் செல்லவேண்டிய உணவகத்துக்குச் செல்லும் பாதையில் இருந்தாள். உரையாடல் மிகவும் எளிமையாக இருந்தது.

"வேலை? டாலர்கள்? பிரேஸிலிய நட்சத்திரம்?"

அதேசமயம், மரியா அந்த மொழிபெயர்ப்பாளனும் காவல் அதிகாரியுமான நபர் சொன்னதைப் பற்றியே இன்னும் சிந்தித்துக் கொண்டிருந்தாள். ஒரு இரவுக்கு முன்னூறு டாலர்கள்! அது ஒரு பெருந்தொகை! அவள் காதலுக்காக சிரமப்படத் தேவையில்லை. அவள் கடையில் தன் முதலாளியிடம் நடித்ததுபோல் இந்த நபருடனும் நடிக்கலாம், திருமணம் செய்துகொண்டு, குழந்தை பெற்றுக்கொண்டு, அவளது பெற்றோருக்கு வசதியான வாழ்வைத் தரலாம். இழப்பதற்கு அவளிடம் என்ன இருந்தது? அவன் வயதானவன், இறப்பதற்கு ரொம்ப காலம் ஆகாது, அதன்பின் அவள் பணக்காரியாக இருப்பாள் - இந்த ஸ்விஸ்காரன் சந்தேகமின்றி நிறைய பணம் உள்ளவனாகவும் வீட்டில் பெண்கள் இல்லாதவனாகவும் இருக்கவேண்டும்.

உணவருந்தும்போது அவர்கள் குறைவாகவே பேசிக்கொண்டனர். வழக்கமான புன்னகைப் பரிமாறல்கள் - மரியா மெதுமெதுவாக மேய்ல்சன், "அதிர்வு" என்பதனை என்ன பொருளில் சொன்னான் என்பதனைப் புரிந்துகொண்டாள். அந்த நபர், அவளறியாத மொழியிலமைந்த வாசகங்களுடன் கூடிய ஏடொன்றை அவளுக்குக் காட்டினான். நீச்சலுடை அணிந்த பெண்களின் புகைப்படங்கள் (அன்று மதியம் அவள் அணிந்திருந்த்தைவிட சிறப்பான, இன்னும் துணிச்சலான நீச்சலுடைகள் என்பதில் சந்தேகமில்லை), வெட்டியெடுக்கப்பட்ட பத்திரிகை செய்திகள், ஆடம்பரமான பிரசுரங்கள் - அதில் அவளால் அடையாளம் காணமுடிந்த ஒரே வார்த்தை பிழையுடன் காணப்பட்ட பிரேஸில் என்ற வார்த்தை மட்டுமே (பள்ளியில் பிரேஸில் எனும் வார்த்தையில் S தான் பயன்படுத்தவேண்டுமென அவனுக்கு கற்றுத் தரவில்லையா?) அந்த நபர் தன்னிடம் காதலைச் சொல்வானோ என்ற பயத்தில் அவள் நிறைய குடித்தாள். (அனைத்துக்கும்மேல், அவள் தன் வாழ்வில் இதற்கு முன்பாக குடித்ததில்லை. யாரும் முன்னூறு டாலர்களுக்காக ஒருவரை அலட்சியமாக நடத்தமுடியாது, மேலும் கொஞ்சம் ஆல்ஹகால் உள்ளே போகும்போது விஷயங்கள் எப்போதும் எளிதாகத் தோன்றுகின்றது, குறிப்பாக, நீங்கள் அந்நியர்கள் நடுவில் இருக்கும்போது). ஆனால் அந்த நபர் மிகவும் கனவானைப்போல் நடந்து கொண்டான், அவள் நாற்காலியில் அமரும்போதும் எழும்போதும், அவளுடைய நாற்காலியைப் அவன் பிடித்துக்கொண்டான். முடிவில், அவள் களைப்பாக இருப்பதாகவும், மறுநாள் கடற்கரையில் அவனைச் சந்திப்பதாகவும் (தனது கடிகாரத்தைக் சுட்டிக்காண்பித்து, அவனுக்கு நேரத்தைக் காட்டி, தனது கைகளால் அலையைப் போன்று அசைத்துக் காட்டி - நாளைக்கு - என மிகவும் மெதுவாக) சொன்னாள்.

அவன் மிகவும் மகிழ்வாகக் காணப்பட்டதோடு தனது கடிகாரத்தைப் பார்த்தபடி, (அநேகமாக ஸ்விஸ் தயாரிப்பாகவே இருக்கும்) அந்த நேரத்துக்கு சந்திக்கச் சம்மதித்தான்.

அவள் படுத்ததும் தூங்கிவிடவில்லை. இவையனைத்தும் கனவோ என அவள் கனவு கண்டாள். பின் எழுந்ததும், தனது சிறிய அறையின் நாற்காலியில் தொங்கிக்கொண்டிருந்த அந்த ஆடை மற்றும் அழகிய ஷூக்களைக் கண்டும் கடற்கரையில் நடந்த சந்திப்பை நினைவுகூர்ந்தும் அது கனவல்ல என்பதை அவள் கண்டுகொண்டாள்.

அந்த ஸ்விஸ் நாட்டுக்காரனை சந்தித்த தினத்தன்று, மரியாவின் நாட்குறிப்பில்:

நான் தவறான முடிவு எடுக்கப் போகிறேனென்று அனைத்தும் எனக்குத் தெரிவிக்கின்றன. ஆனால் தவறு செய்வதும் வாழ்க்கையின் ஓர் அம்சம் தானே. இந்த உலகம் என்னிடம் என்ன எதிர்பார்க்கிறது? அது நான் ஆபத்தான எதையும் மேற்கொள்ளக்கூடாதென விரும்புகிறதா? வாழ்க்கைக்கு ஆம் சொல்லும் துணிச்சல் எனக்கில்லை என்பதால் நான் எங்கிருந்து வந்தேனோ அங்கேயே திரும்பிப் போகச் சொல்கிறதா?

எனக்கு பதினொரு வயதிருக்கும்போது, 'என்னால் அவனுக்கு பென்சில் இரவல் தரமுடியுமா?' என அந்தப் பையன் என்னைக் கேட்டபோது, நான் என் முதல் தவறைச் செய்தேன். அதன் பிறகு, சிலசமயம் உங்களுக்கு இரண்டாம் வாய்ப்பே வருவதில்லையென்றும் அதைவிட உலகம் உங்களுக்களிக்கும் பரிசை ஏற்றுக்கொள்வதே சிறந்தது என்றும் உணரவந்தேன். நிச்சயமாக இது ஆபத்தானதுதான், ஆனால் என்னை இங்கே கொண்டுவர நாற்பத்தெட்டு மணிநேரம் எடுத்துக்கொண்ட பேருந்து விபத்துக்கு உள்ளாகியிருந்தால் வரும் ஆபத்தைவிட இது பெரிதானதா? நான் எதற்காவது அல்லது யாருக்காவது உண்மையாக இருந்தாக வேண்டுமெனில், முதலாவதாக எனக்கு உண்மையாக இருந்தாகவேண்டும். நான் உண்மையான காதலை எதிர்பார்த்துக் காத்திருந்தால், முதலில் அற்பமான, சாதாரண காதலை என்னிடமிருந்து விலக்கியாக வேண்டும். என் வாழ்க்கையில் நான் அனுபவித்த சிறிதளவேயான அனுபவங்கள், யாருக்கும் எதுவும் சொந்தமில்லை, அனைத்தும் மாயை என கற்பித்திருக்கின்றன – அது லோகாயதப் பொருள்களுக்கும் அதேயளவு ஆன்மிக விஷயங்களுக்கும் பொருந்தும். ஒன்றை என்றைக்குமாக தன்னுடையது என நினைத்திருந்த நபர் அதனை இழந்தபின் (ஏற்கனவே பலமுறை எனக்கு போதுமான அளவுக்கு நிகழ்ந்ததுபோல்) கடைசியில் எதுவும் தனக்குச் சொந்தமில்லை என உணரவருகிறார்.

எதுவுமே எனக்குச் சொந்தமில்லையெனில், எனக்கு உரியதல்லாத பொருளைத் தேடியலைந்து நேரத்தை வீணடிப்பதில் அர்த்தமே இல்லை. அதைவிட இன்றைய நாள் என் வாழ்வின் முதல்நாள் (அல்லது கடைசிநாள்) என்பதைப் போல வாழ்வது சிறந்தது.

மறுநாள், மொழிபெயர்ப்பாளரும் பாதுகாப்பு அதிகாரியும் தன்னளவில் அவளது முகவரென சொல்லிக்கொண்ட மேய்ல்சனுடன் வந்து, ஸ்விஸ் தூதரகத்தால் வழங்கப்படும் ஆவணம் கிடைத்ததும் அவள் அந்த ஸ்விஸ் நாட்டுக்காரனின் அழைப்பை ஏற்றுக்கொள்வதாகச் சொன்னாள். இத்தகைய கோரிக்கைகளுக்கு பழகியவன்போல் தோன்றிய அந்த வெளிநாட்டுக்காரன், இதையே அவனும் விரும்புவதாகவும், இருந்தபோதும் அவள் தன் நாட்டில் பணிபுரிய வேண்டுமெனில், அவள் செய்வதாகச் சொல்லும் வேலையை ஸ்விஸிலிருக்கும் எவரும் செய்யமுடியாது என்பதை நிரூபிக்கும் ஆவணம் அவளுக்குத் தேவையென்று சொன்னான். மேலும் ஸ்விஸ் பெண்கள் குறிப்பாக சம்பா நடனத்தில் திறமையற்றவர்கள் என்பதால் இதுவொன்றும் அத்தனை சிரமமில்லை என்றும் கூறினான். அவர்கள் ஒன்றாக நகரமன்றத்திற்கு சென்றனர். மொழிபெயர்ப்பாளரும் பாதுகாப்பு அதிகாரியும் முகவருமான அந்த நபர் ஒப்பந்தம் கையெழுத்தானதும் அவளுக்கு அளிக்கப்பட்ட ஐநூறு டாலர்கள் முன்பணத்தில் முப்பது சதவிகிதம் முகவர் சேவைக் கட்டணமாகக் கோரினான்.

"இது முன்பணமாகத் தரப்பட்ட ஒரு வாரச் சம்பளம். ஒரு வாரத் தொகை புரிந்ததா? இப்போது முதல் நீ பிடித்தம் எதுவுமில்லாமல் வாரத்துக்கு ஐநூறு டாலர் சம்பாதிப்பாய். உன்னுடைய முதல் வார சம்பளத்தில் நான் வாங்கினது முகவர்சேவைக் கட்டணம் மட்டும்தான்."

அதுவரை, பயணமும் வெகுதொலைவுக்குச் செல்ல வேண்டுமென்ற எண்ணமும் அவளுள் கனவாக மட்டுமே இருந்துவந்தது. உங்கள் கனவை நடைமுறைப்படுத்த நீங்கள் வற்புறுத்தப்படாத வரைக்கும்தான் கனவு காண்பது மிகவும் இனிமையானது. இவ்வாறாகத்தான் நாம் அனைத்து ஆபத்துகளையும், ஏமாற்றங்களையும் சிரமங்களையும் தவிர்க்கிறோம். வயதானதும், நம் கனவை நனவாக்குவதில் நாமடைந்த தோல்விக்கு - மற்றவர்களையே நாம் எப்போதும் குற்றம் சொல்கிறோம்.

பாவ்லோ கொய்லோ

முக்கியமாக நமது பெற்றோரை, நமது துணையை அல்லது குழந்தைகளை.

திடீரென அவள் ஆர்வமுடன் எதிர்பார்த்துக் காத்திருந்த வாய்ப்பு கிடைத்தது. ஆனால் அந்த வாய்ப்பு எப்போதும் வரவே போவதில்லை என்றே அவள் நம்பி வந்திருந்தாள். அவள் அறியாத வாழ்க்கையின் ஆபத்துகளையும் சவால்களையும் எப்படி சமாளிக்கப் போகிறாள்? பழகிய அனைத்தையும் விட்டுவிட்டு அவள் எப்படிப் போகப்போகிறாள்? கன்னிமேரி ஏன் இவ்வளவு தூரம் போகமுடிவெடுத்தாள்?

மரியா, எந்தத் தருணத்திலும் அவள் தன் மனதை மாற்றிக்கொள்ள முடியும் என தன்னைத் தானே தேற்றிக்கொண்டாள். இதெல்லாம் சும்மா அவள் வீடு திரும்பியதும் அவளது தோழிகளிடம் வித்தியாசமான விஷயங்களைப் பேசுவதற்கான அற்ப விளையாட்டு. அனைத்துக்கும் மேலாக, அவள் அங்கிருந்து ஆயிரம் கிலோமீட்டருக்கு அப்பால் வசித்து வந்தாள், மேலும் அவள் பர்சில் முந்நூற்றைம்பது டாலர்கள் இருந்தன. எனவே நாளைக்கு தனது மூட்டை முடிச்சுகளைக் கட்டிக்கொண்டு ஓடிவிடுவதெனத் தீர்மானித்தால், அவர்கள் அவளைத் திரும்பவும் கண்டுபிடிப்பதற்கான வழியே இல்லை.

அவர்கள் தூதரகத்துக்குச் சென்றுவந்த அன்றைய மதியப் பொழுதில், அவள் தனியாக கடலுக்குச் சென்றுவருவதெனத் தீர்மானித்தாள். அங்கே அவள் - குழந்தைகள், கைப்பந்து வீரர்கள், பிச்சைக்காரர்கள், குடிகாரர்கள், (சீனாவில் தயாரான) பிரேஸிலிய பண்பாட்டுப் கலைப்பொருள் விற்பனையாளர்கள், வெளிநாட்டுச் சுற்றுலாப் பயணிகள், குழந்தைகளுடன் வந்திருந்த தாய்மார்கள், வயதாவதைத் தடுக்கும் முயற்சியாக உடற்பயிற்சி மற்றும் சீரான ஓட்டப்பயிற்சி மேற்கொண்டிருந்த நபர்கள், நடைபாதையின் கடைசி ஓரத்தில் சீட்டு விளையாடிக்கொண்டிருந்த ஓய்வூதியம் பெறும் நபர்கள் ஆகியோர்களைப் பார்த்தாள். அவள் ரியோ டி ஜெனிரோ வந்தது முதல், ஐந்து நட்சத்திர உணவகத்துக்கும் தூதரகத்துக்கும் சென்றாகிவிட்டது, வெளிநாட்டவன் ஒருவனைச் சந்தித்தாகிவிட்டது, அவளுக்கென ஒரு முகவரை வைத்தாகிவிட்டது, அவளுக்கென ஆடையொன்றும் அவளது சொந்த ஊரில் எவரொருவராலும் வாங்க முடியாத அழகிய ஒரு ஜோடி ஷூக்களும் பரிசாக அளிக்கப்பட்டுவிட்டது.

இனி என்ன?

அவள் கடலைப் பார்த்தாள். அவளது புவியியல் பாடமானது, அவள் நேர்கோட்டில் பயணம் செய்தால் சிங்கங்களாலும் மனிதக் குரங்குகளாலும் நிறைந்த காடுகளைக் கொண்ட ஆப்பிரிக்காவை அடையலாமென சொன்னது. மாறாக, கொஞ்சம் வடதிசையில் பயணித்தால் பைசா சாய்ந்த கோபுரம், யூரோ டிஸ்னி, ஈஃபில் டவர் ஆகியவற்றைக் கொண்ட வசீகரிக்கும் ஐரோப்பியக் கண்டத்தை சென்றடைவாள். இழப்பதற்கு அவளிடம் என்ன இருக்கிறது? எல்லா பிரேஸிலியப் பெண்களையும் போலவே, அவள் அம்மா என்று சொல்வதற்கு முன்பே சம்பா நடனம் கற்றுக்கொண்டாள். அந்த வேலையை அவள் விரும்பவில்லையெனில் எப்போது வேண்டுமானாலும் திரும்பிவிடலாம். வாய்ப்புகள் கைப்பற்றுவதற்கானவை என்பதை அவள் ஏற்கனவே அறிந்திருக்கிறாள்.

அவள் ஆம் என்று சொல்ல விரும்பிய விஷயங்களுக்கு இல்லை என்று சொல்லியே வாழ்வில் பெரும்பகுதியைச் செலவிட்டு வந்துள்ளாள். தீர்மானகரமாக தன்னால் கட்டுக்குள் வைக்கமுடியும் என்று நினைக்கும் அனுபவங்களை மட்டுமே முயற்சி செய்தாள் - உதாரணமாக அவளுக்கு ஆண்களுடன் நிகழ்ந்த சில குறிப்பிட்ட காதல் விவகாரங்களைச் சொல்லலாம். இந்தக் கடல் ஒரு காலத்தில் அதைக் கடந்தவர்களுக்கு எவ்வாறு அறியாத ஒன்றாக இருந்ததோ அதே போன்று, அல்லது அவளுக்கு வரலாறு வகுப்புகளில் கற்றுத்தரப்பட்டது அவள் எத்தனை அறியாததாக இருந்ததோ அதுபோன்று, இப்போது அவள் அறியாததை எதிர்நோக்கிக் கொண்டிருந்தாள். அவள் எப்போது வேண்டுமானாலும் இல்லை என்று சொல்லலாம். ஆனால் அதன்பின் அவள் தனது மிச்சமுள்ள வாழ்க்கை முழுவதும் அதைப் பற்றியே நினைத்துக்கொண்டிருக்க நேரிடும். ஒரு நேரத்தில் அவளிடம் பென்சில் இரவல்கேட்டு, அதன்பின் மறைந்துபோன அவளது முதல் காதலனான அந்தச் சிறுபையனை இன்னும் அவள் நினைவு வைத்திருப்பதுபோன்று. அவள் எப்போது வேண்டுமானாலும் இல்லை என்று சொல்லலாம், ஆனால் இந்த முறை ஏன் ஆம் என்று சொல்ல முயற்சிக்கக்கூடாது?

அதற்கான எளிய காரணங்களில் ஒன்று: பிரேசிலின் உள்ளடங்கிய பகுதியிலிருந்து வரும் பெண் அவள். நல்ல பள்ளிப் படிப்பு, தொலைக்காட்சி தொடர்கள் பற்றிய பரந்த அறிவு மற்றும் தான் அழகானவள் என்ற நிச்சயம் இவை தவிர வாழ்க்கையில் வேறெந்த

அனுபவமும் அவளுக்கு இல்லை. உலகத்தை எதிர்கொள்ள இவை போதுமானது அல்ல.

ஒரு கும்பலொன்று கடலைப் பார்த்துச் சிரித்தபடி, அதனுள் செல்லப் பயந்தபடி இருப்பதைக் கண்டாள். இரண்டு நாட்கள் முன்பு, அவளும் இதேபோன்றே பயமாக உணர்ந்தாள். ஆனால் இப்பொழுது அவளுக்கு பயம் ஏதுமில்லை. அங்கேயே பிறந்து வளர்ந்தவள்போல், எப்பொழுதெல்லாம் விரும்புகிறாளோ அப்பொழுதெல்லாம் நீரினுள் செல்வாள். ஐரோப்பா விஷயத்திலும் இதேபோல நிகழாதா என்ன?

அவள் மௌனமாக பிரார்த்தனை செய்து மீண்டும் கன்னிமேரியின் அறிவுரையைக் கேட்டாள். சில நொடிகளுக்குப் பின், முன்னேறிச் செல்வதென்ற தனது முடிவைக் குறித்து மிகவும் திருப்தியடைந்தவள் போல் தோன்றினாள். ஏனெனில் அவள் பாதுகாக்கப்பட்டவளாக உணர்ந்தாள். அவள் எப்போது வேண்டுமானாலும் திரும்பிவரலாம், ஆனால் இதுபோன்ற இன்னொரு வாய்ப்பு அவசியம் கிடைக்குமென்பது நிச்சயமில்லை. குளிர்சாதன வசதியில்லாத பேருந்தில் நாற்பத்தெட்டு மணி நேரம் பிரயாணம் செய்து வீடு திரும்பும் வரை இந்தக் கனவு நீடித்தால், அதுவரை அந்த ஸ்விஸ் நாட்டுக்காரன் தனது மனதை மாற்றிக்கொள்ளாதிருந்தால், இது ஆபத்தை எதிர் கொள்ளத் தகுதியுடையதுதான்.

அவன் திரும்பவும் அவளை வெளியே இரவுணவுக்கு அழைத்த போது அவள் அத்தகையதொரு நல்ல மனநிலையில் இருந்தாள். அவள் வசீகரமானவளாக காட்சியளிக்க விரும்பி, அவனது கையை தன் கைகளுக்குள் எடுத்துக்கொண்டாள். ஆனால் அவன் உடனடியாக தன் கையை விலக்கிக்கொண்டான். ஒருவித பயமும் ஆறுதலும் கலந்த உணர்வோடு, அவன் தான் சொன்னதில் உறுதியாக இருக்கிறான் என்பதை அறியவந்தாள்.

"சம்பா நட்சத்திரம், அழகிய பிரேஸிலிய நட்சத்திரம்! அடுத்த வாரம் பயணம் கிளம்புகிறோம்." என்றான் அவன்.

இதெல்லாம் நல்லது, சிறப்பானதுதான், ஆனால் அடுத்தவாரம் பயணம் என்பதுதான் அவன் இதுவரை சொல்லாதது. மரியா, முதலில் தன் குடும்பத்தைக் கலந்தாலோசிக்காமல் அவளால் முடிவெடுக்க முடியாதென விளக்கினாள். இதனால் வெகுண்ட அந்த ஸ்விஸ் நாட்டுக்காரன் அவள் கையெழுத்திட்ட ஒப்பந்த நகலொன்றை அவளிடம் காட்டினான். முதல் முறையாக அவள் பயத்தை உணர்ந்தாள்.

“ஒப்பந்தம்” என்றான் அவன்.

அவள் வீட்டுக்குத் திரும்புவதென தீர்மானித்தபோதும், முதலில் அவளது முகவரான மேய்ல்சனுடன் ஆலோசிப்பதென தீர்மானித்தாள். அனைத்துக்கும் மேலாக அவளுக்கு அறிவுரை கூறுவதற்காகத்தான் அவனுக்கு பணம் தரப்பட்டிருந்தது.

எனினும், மேய்ல்சன் அப்போதுதான் ஹோட்டலுக்கு வந்து, கடற்கரையில் அரைநிர்வாணமாக சூரியக் குளியல் எடுத்துக் கொண்டிருந்த ஜெர்மானிய சுற்றுலா பெண்ணொருத்தியின் கவனத்தை ஈர்ப்பதில் மிகவும் அக்கறையுடையவனாய்க் காணப்பட்டான். உலகிலேயே பிரேஸில் மிகவும் சுதந்திரமான நாடு என அவளை ஏற்றுக்கொள்ளச் செய்ய முயன்று கொண்டிருந்தான். (கடற்கரையில் தனது மார்புகள் தெரிய இருந்த ஒரே பெண் அவள் மட்டுமே என்பதையும் அங்கிருந்த மற்ற அனைவரும் பெரிதும் அமைதியின்றி அவளையே பார்த்தபடி இருந்ததையும் அவன் கவனிக்கத் தவறியிருந்தான்). மரியா தான் என்ன சொல்கிறோம் என்பதை அவனைக் கவனிக்க வைப்பது சிரமமாக இருந்தது.

“ஆனால் நான் என் மனதை மாற்றிக்கொண்டால் என்னாகும்?” என விடாப்பிடியாகக் கேட்டாள்.

“ஒப்பந்தத்தில் என்ன இருக்கிறதென எனக்குத் தெரியாது. ஆனால் அவன் உன்னைக் கைதுசெய்ய ஏற்பாடு செய்வான் என்று நான் நினைக்கிறேன்.”

“ஆனால் என்னை அவனால் ஒருபோதும் கண்டுபிடிக்க முடியாது”

“நிச்சயமாக, பிறகென்ன கவலை?”

இன்னொருபுறம், அந்த ஸ்விஸ் நாட்டுக்காரன் - ஐநூறு டாலர்கள், அதே போல ஒரு ஆடைக்கும் ஒரு ஜோடி ஷூக்களுக்கும் பணம், இரு இரவுணவுகள், தூதரகத்தில் பல்வேறு ஆவண வேலைகளுக்காக கட்டணங்களைச் செலுத்திய அவன் கவலைப்பட ஆரம்பித்திருந்தான். மேலும், மரியா தனது குடும்பத்திடம் பேசவேண்டிய அவசியம் குறித்து தொடர்ந்து வலியுறுத்தியதால், அவன் விமானத்தில் செல்ல இரு பயணச் சீட்டுகள் வாங்கி அவளுடன் அவளது பிறந்த இடத்துக்குச் செல்வதெனத் தீர்மானித்தான். நாற்பத்தெட்டு மணி நேரத்தில் இவையனைத்தையும் தீர்க்கமுடியும் எனில், ஒப்பந்தப்படி அவர்கள் இப்போதும் அடுத்த வாரம் ஐரோப்பாவுக்கு பயணம் செல்லமுடியும். அவ்வப்போது புன்னகை செய்து, அவள் கையெழுத்திட்ட ஆவணங்களில் இவையெல்லாம் இருந்தன

என்பதையும் அத்தோடு காதலுணர்வைத் தூண்டுவது, உணர்வுகள், ஒப்பந்தம் என்று வரும்போது ஒருவர் அதில் எப்போதும் விளையாடக்கூடாது என்பதையும் புரிந்துகொள்ளத் தொடங்கினாள்,

மரியா, அவளை ஐரோப்பாவில் பெரிய நட்சத்திரமாக மாற்ற விரும்பிய வெளிநாட்டுக்காரனுடன் சேர்ந்து வந்தபோது, அந்தச் சிறுநகரம் தன் அழகிய மகளான மரியாவை ஒருவித பெருமிதத்துடனும் ஆச்சரியத்துடனும் பார்த்தது. அண்டை அயலார்கள் அனைவரும் இதை அறிய வந்தனர். அவளது பழைய பள்ளித் தோழியர் இது எப்படி நடந்தது எனக் கேட்டனர்.

"நான் அதிர்ஷ்டசாலி அவ்வளவுதான்"

அவர்கள் இத்தகைய விஷயங்கள் எப்போதும் ரியோ டி ஜெனிரோவில் நடந்துகொண்டிருக்கிறதா என அறியவிரும்பினர். ஏனெனில் அவர்கள் இதுபோன்ற சில நிகழ்வுகளை தொலைக்காட்சித் தொடர்களில் பார்த்திருந்தனர். தனது அந்தரங்க அனுபவம் பெரிதும் மதிக்கப்படவேண்டும் என விரும்பிய மரியா, அதற்குத் தெளிவாகப் பதிலளிக்காமல், தான் சிறப்பான ஒருத்தி என தனது தோழிகளை சமாதானம் செய்தாள்.

அவளும் அந்த நபரும் அவளது வீட்டுக்குச் சென்றனர். அவன் பிரேஸில் என்ற வார்த்தையில் *S* க்குப் பதில் *Z* என அச்சிடப்பட்ட, வட்டவடிவமான பிரசுரங்களை அவன் வீட்டிலுள்ளோரிடம் கொடுக்க, அவள் தனக்கென ஒரு முகவர் இருப்பதாகவும் தான் ஒரு நடிகையாக வாழ்வை மேற்கொள்ள நினைத்திருப்பதாகவும் கூறினாள். அந்த வெளிநாட்டுக்காரன் தன்னிடம் காட்டிய புகைப்படங்களில் மிகச் சிறிய நீச்சலுடைகளுடன் கூடிய பெண்களைக் கண்ட மரியாவின் அம்மா அதை அவனிடம் உடனே திருப்பிக்கொடுத்ததுடன், கேள்வியே கேட்காமலிருப்பதென தீர்மானித்தாள். மொத்தத்தில் அவளைப் பொறுத்தவரை, அவளது மகள் பணக்காரியாய் மகிழ்ச்சியுடன் இருப்பாள், அல்லது குறைந்தபட்சம் மகிழ்ச்சியின்றி பணக்காரியாய் இருப்பாள் என்பதுதான் விஷயம்.

"அவனது பெயர் என்ன?"

"ரோஜர்."

"ரோஜரியோ! எனக்கு ரோஜரியோ எனும் உறவினன் இருந்தான்."

அந்த நபர் புன்னகைத்து, கைதட்டினான். அவர்கள் அவனால் ஒரு வார்த்தைகூட புரிந்துகொள்ள முடியவில்லை என்பதை உணர்ந்தனர். மரியாவின் தந்தை, "அவனுக்கு கிட்டத்தட்ட என் வயது இருக்கும்." என்றார்.

அவளது அம்மா, தன் மகளின் சந்தோஷத்தில் குறுக்கிட வேண்டாமென அவரிடம் சொன்னாள். அனைத்து தையற்காரிகளும் தங்களது வாடிக்கையாளர்களிடம் நிறைய பேசி, காதல், திருமணம் பற்றி பெரிதும் தெரிந்து வைத்திருப்பர் என்பதால், மரியாவுக்கு அவளது அறிவுரை இதுதான்.

"என் செல்லமே, ஒரு ஏழைகூட சந்தோஷமா வாழ்றதைவிட பணக்காரன்கூட சந்தோஷமில்லாம வாழ்றது நல்லது. நீ போற இடத்துல சந்தோஷமில்லாத பணக்கார பெண்ணா இருக்கிறதுக்கான வாய்ப்பு நிறைய இருக்கு. ஒருவேளை அப்படி எதுவும் நடக்க வில்லையென்றாலும் நீ பேருந்தைப் பிடித்து வீட்டுக்குத் திரும்பி வந்துவிடலாம்."

மரியா உள்ளடங்கிய பகுதியைச் சேர்ந்த பெண்ணாக இருக்கலாம். ஆனால் அவளது தாயையோ அல்லது அவளது தாய் எதிர்கால கணவனாக நினைத்தவனைவிடவோ அவள் மிகவும் புத்திசாலிதான். தன் எதிர்ப்பைத் தெரிவிக்கும்விதமாக அவள் சொன்னாள்.

"அம்மா, ஐரோப்பாவிலிருந்து பிரேஸிலுக்கு பேருந்தெல்லாம் கிடையாது. அத்தோட நான் ஒரு நடிகையா ஆகணும்னு விரும்பறனே தவிர, கல்யாணத்துக்காக ஏங்கிக்கிட்டு இருக்கலை."

அவளது அம்மா, அவளை பரிதாபமாக ஒரு பார்வை பார்த்தாள்.

"உன்னால் அங்கே செல்லமுடிந்தால், எப்போதும் திரும்பியும் வரமுடியும். நடிகையா இருக்கிறது ஒரு இளம்பெண்ணுக்கு நல்ல விஷயமா இருக்கலாம். ஆனா உன்னோட அழகிருக்கிறவரைக்கும்தான் அது நீடிக்கும். உனக்கு முப்பது வயதாகும்போது உன்னோட தொழில்வாய்ப்பு மங்க ஆரம்பிக்கும். அதனால இப்பவே பெரும்பாலான விஷயங்களைச் செய்துமுடித்துவிடு. நேர்மையான, அழகான ஒருத்தனைக் கண்டுபிடித்து திருமணம் செய்துகொள். காதல் அத்தனை முக்கியமல்ல, நான் முதலில் உங்கப்பாவை நேசிக்கவில்லை. ஆனால் பணம் உண்மையான காதல் உட்பட எல்லாத்தையும் வாங்கும். உங்கப்பாவைப் பாரு, அவர் பணக்காரர் கூட இல்ல."

பாவ்லோ கொய்லோ

அது நண்பன் சொல்லியிருக்கும் பட்சம் மோசமான அறிவுரை. ஆனால் தாயிடமிருந்து வந்ததால் நல்ல அறிவுரை. நாற்பத்தெட்டு மணி நேரத்துக்குப்பின், மரியா மீண்டும் ரியோவுக்குத் திரும்பினாள். அதற்குமுன், அவள் முன்பு வேலைசெய்த பழைய கடைக்கு தனியாகச் சென்று தனது பணிவிலகல் கடிதத்தைக் கொடுக்கவும் அந்தக் கடைமுதலாளி என்ன சொல்கிறார் எனத் தெரிந்துகொள்ளவும் சென்றாள்.

"ம், பெரிய ஃபிரெஞ்ச் கேளிக்கை ஏற்பாட்டாளர் ஒருவர் உன்னை பாரிசுக்கு கூப்பிட்டுப் போகப்போறதா கேள்விப்பட்டேன். சந்தோஷத்தைத் தேடிப்போகும் உன்னை நான் தடுக்கப் போறதில்லை, ஆனால் கிளம்புறதுக்கு முன்னால நீ சில விஷயங்களைத் தெரிஞ்சுக்கணும்னு ஆசைப்படறேன்."

அவன் தனது பையிலிருந்து சங்கிலியில் கோர்த்திருந்த பதக்கம் ஒன்றை எடுத்தான்.

"இது நம்மோட கருணைமிகு மாதாவின் அற்புத பதக்கம். பாரிசில் மாதாவுக்கு ஒரு தேவாலயம் இருக்கு. நீ அங்கே போய் அவள்கிட்ட பாதுகாப்பு கேட்டு பிரார்த்தனை செய். கன்னிமேரியைச் சுற்றி சில வார்த்தைகள் பொறிக்கப்பட்டிருக்கு பார்."

மரியா அதை வாசித்தாள் - "பரிசுத்தமான வழியில் கருத்தரித் தவளே! உன்னிடம் அடைக்கலமாகும் எங்களுக்காக பிரார்த்தனை செய். ஆமென்".

"நாளுக்கு ஒரு முறையாவது அந்த வார்த்தைகளை ஞாபகப் படுத்திக்க. அதோட..."

அவன் தயங்கினான். ஆனால் ஏற்கெனவே தாமதமாகிக் கொண்டிருந்தது.

"ஒருநாள் நீ திரும்பிவரும்போது, நான் உனக்காகக் காத்துக் கிட்டிருப்பேன். நான் உன்னை நேசிக்கிறேன்கிற எளிய விஷயத்தை உன்கிட்ட சொல்றதுக்கான வாய்ப்பை நான் தவறவிட்டுட்டேன். இப்ப சொல்றது ரொம்ப தாமதமாகூட இருக்கலாம். இருந்தாலும் நீ தெரிஞ்சுக்கணும்னு நான் விரும்பினேன்."

தவறவிடப்பட்ட வாய்ப்புகள். அதற்கான அர்த்தத்தை அவள் வெகுமுன்னதாகவே அறிந்திருந்தாள். அவளது இருபத்தியிரண்டு வருடங்களில் "நான் உன்னை நேசிக்கிறேன்" எனும் இந்த மூன்று வார்த்தைகளை நிறையவே கேட்டிருந்தபோதும் தற்போது அவை

முழுக்க அர்த்தமிழந்து போனதாக அவளுக்குத் தோன்றியது. ஏனெனில் அவை ஒருபோதும் முக்கியமான, ஆழமான எதுவொன்றாகவுமோ அல்லது நீடித்த உறவாகவோ மாறவில்லை. மரியா, அவனது வார்த்தைகளுக்கு நன்றி தெரிவித்ததுடன், அவற்றை தன் நினைவில் வைத்துக்கொள்வதாகக் கூறி, (வாழ்க்கை நமக்கு என்ன வைத்திருக்கிறதென்பதை ஒருவர் எப்போதும் அறிந்திருப்பதில்லை, எனவே அவசரவழி எங்கே இருக்கிறதென தெரிந்து வைத்திருப்பது எப்போதும் நல்லது). அவனது கன்னத்தில் கற்பு முத்தம் வழங்கி, திரும்பிப் பாராமல் கிளம்பிவந்தாள்.

அவர்கள் ரியோவுக்குத் திரும்பினர். ஒரே நாளில் அவளுக்கு கடவுச்சீட்டு கிடைத்தது. (ஒரு சில போர்த்துக்கீசிய வார்த்தைகளையும் நிறைய சைகைகளையும் பயன்படுத்தி, "பிரேஸில் உண்மையிலேயே மாறிவிட்டது." என்றான் ரோஜர், மரியா அதனை, "முன்பெல்லாம் இதற்கு நிறைய நாட்களாகும்" என்பதாகப் புரிந்துகொண்டாள்.) பாதுகாப்பு அதிகாரியும் மொழிபெயர்ப்பாளரும் முகவருமான மேய்ல்சன் உதவியுடன் மற்ற பிற முக்கியமான கொள்முதல்களை (ஆடைகள், ஷூக்கள், ஒப்பனை சாதனங்கள் மற்றும் அவளைப் போன்ற பெண்கள் வேண்டுமென்று விரும்பக்கூடிய அனைத்தையும்) செய்தாயிற்று. ஐரோப்பாவுக்கு கிளம்புவதற்கு முந்தைய நாள் அவர்கள் இரவு விடுதியொன்றுக்குச் சென்றனர். ரோஜர் அவளது நடனத்தைப் பார்த்தான், தனது தேர்வை எண்ணி திருப்தியடைந்தான். அவன் உண்மையில், வெளுத்த விழிகளையும் கிரானா எனும் பறவையின் (கறுநிற கூந்தலை வர்ணிக்க உள்ளூர் எழுத்தாளர்களால் அடிக்கடி குறிப்பிடப்படும் பிரேஸிலியப் பறவை) இறகைப் போன்ற கரிய கூந்தலையும் கொண்ட இந்த கறுப்புப் பெண்ணின், காபரே காலனியின் எதிர்கால மகத்தான நட்சத்திரத்தின் முன்னிலையில் இருந்தான் என்பது திண்ணம். ஸ்விஸ் தூதரகத்திலிருந்து வேலைக்கான அனுமதிச் சீட்டும் தயார், எனவே அவர்கள் தங்கள் உடைமைகளை தயார் செய்தனர். மறுநாள் அவர்கள் பாலாடைக்கட்டி, கடிகாரம், சாக்லேட்டுக்குப் பெயர்போன அந்தத் தேசத்துக்குப் போகப் போகிறார்கள். மரியா ரகசியமாக தன்மீது அவனை காதலில் விழவைக்க திட்டம் தீட்டியபடி இருந்தாள். அனைத்துக்கும் மேலாக அவள் வயதானவனோ, அழகற்றவனோ, ஏழையோ அல்ல, அதற்குமேல் அவள் ஆசைப்பட என்ன இருக்கிறது?

அவள் வந்து சேர்ந்ததும் களைப்பாக உணர்ந்தாள், விமான நிலையத்தில் இருக்கும்போதே அவளது இதயத்தில் பயமெழுந்தது. அந்த நாட்டைப் பற்றியோ, மொழியைப் பற்றியோ அல்லது அங்கு நிலவும் குளிரைக் குறித்தோ அவளுக்கு எந்த விவரமும் தெரியாததால், தனது அருகிலிருந்த நபரையே தான் முழுவதும் சார்ந்திருக்கவேண்டும் என்பதை அவள் உணரவந்தாள். நேரம் செல்லச் செல்ல ரோஜரின் நடத்தை மாறியது. இனியும் இனிமையானவனாய் காட்சியளிக்க அவன் எந்த முயற்சியும் செய்யவில்லை. அவன் அவளை முத்தமிடவோ, அவளது மார்புகளைத் தொடவோ முயற்சிக்காதபோதும் அவனது பார்வையில் தென்பட்ட இடைவெளி கொஞ்சம் கொஞ்சமாக அதிகரித்தபடியே போனது. அவன் அவளை ஒரு சிறிய ஹோட்டலில் தங்கவைத்தான், அவளை விவியன் எனும் வருந்தத்தக்க ஜென்மமான மற்றொரு இளம் பிரேஸிலியப் பெண்ணுக்கு அறிமுகம் செய்தான். அவள்தான் மரியாவை வேலைக்கு தயார் செய்ய பொறுப்பேற்றுக்கொண்டவள்.

விவியன் உணர்ச்சியேதுமின்றி, இதற்குமுன்பு வெளிநாடு வந்திராதவள் எனத் தெளிவாகத் தெரிந்த ஒருவரிடம் காட்டவேண்டிய குறைந்தபட்ச இரக்கம்கூட இன்றி, அவளை ஏற இறங்கப் பார்த்தாள். எப்படி உணர்கிறாள் என அவளைக் கேட்பதற்குப் பதில், நேரடியாக விஷயத்துக்கு வந்தாள்.

"உன்னை நீயே ஏமாற்றிக்கொள்ளாதே, அவனது நடனக்காரிகளில் ஒருத்திக்கு எப்போதெல்லாம் திருமணமாகிறதோ, அப்போதெல்லாம் அவன் பிரேஸிலுக்கு விமானமேறுவான். அது இங்கே அடிக்கடி நிகழ்வதுதான். உனக்கு என்ன தேவையென அவன் அறிவான், நீயும் அறிந்திருப்பாயென நான் நினைக்கிறேன். சாகசம், பணம் அல்லது கணவன் இந்த மூன்றில் ஒன்றைத்தானே நீ தேடி வந்திருக்கிறாய்."

இவளுக்கு எப்படித் தெரியும்? அனைவரும் இதையேதான் எதிர்பார்த்தார்களா? இல்லை விவியனால் மற்றவர்களின் எண்ணங்களை வாசிக்க முடியுமா?

பதினொரு நிமிடங்கள்

"இங்குள்ள எல்லா பெண்களுமே இந்த மூன்றில் ஒன்றைத்தான் தேடி வந்திருக்கிறார்கள்" என்றபடி விவியன் தொடர, தன்னுடைய எண்ணங்களை அவளால் உண்மையிலே வாசிக்கமுடியுமென மரியா நம்பத் தொடங்கினாள். "சாகசத்தைப் பொறுத்தவரையில், எதுவும் செய்ய இயலாத அளவுக்கு மிகவும் குளிர்ச்சியான பகுதி இது, தவிரவும் வெளியே பயணம் செய்யுமளவுக்கு போதுமான அளவுக்கு நீ சம்பாதிக்கப் போவதில்லை. பணத்தைப் பொறுத்தவரையில், அறைக்கான தொகையையும் உன் பயணத்துக்கான செலவையும் பிடித்துக்கொண்டால், நீ வீடு திரும்ப விமானத்துக்காகும் கட்டணத்துக்கே கிட்டத்தட்ட ஒரு வருடம் வேலைசெய்ய வேண்டியிருக்கும்."

"ஆனால்..."

"நீ ஒப்புக்கொண்டது இதுவல்ல என்பது எனக்குத் தெரியும். ஆனால் உண்மை இதுதான், மற்ற எல்லாரையும் போலவே நீயும் கேள்வி கேட்பதை மறந்துவிடவேண்டும். கொஞ்சம் கூடுதல் கவனமுடன், நீ கையெழுத்திட்ட ஒப்பந்தத்தை வாசித்திருந்தால், நீ எதற்கு ஒப்புக்கொண்டிருந்தாய் என்பதை அறிந்திருப்பாய். ஏனெனில் ஸ்விஸ்லாந்துக்காரர்கள் பொய்சொல்வதில்லை. அவர்கள் தங்களுக்கு உதவியாய் மௌனத்தையே நம்பியிருக்கிறார்கள்."

தன் காலடி நிலம் நழுவுவதுபோல மரியா உணர்ந்தாள்.

"நீ கணவனைத் தேடிவந்திருப்பாயெனில், பெண்கள் திருமணம் செய்துகொள்ளும் ஒவ்வொருமுறையும் அது ரோஜருக்கு பெரும் இழப்பேயாகும். ஆகவே நாம் வாடிக்கையாளர்களுடன் பேசத் தடை செய்யப்பட்டுள்ளோம். உன்னுடைய ஆர்வம் அந்தத் திசையில் செல்லுமெனில், உனக்கு பெரும் ஆபத்தை உருவாக்கிக்கொள்வாய். ரூ டி பெர்னே போல இது ஒன்றும் தேர்வு செய்வதற்கான இடமல்ல."

ரூ டி பெர்னே?

"தங்கள் மனைவிகளுடன் வரும் ஆண்கள், சில சுற்றுலாப் பயணிகள் இங்கே குடும்பச் சூழலை அனுபவிக்க வந்துவிட்டு, பெண்களைத் தேர்வுசெய்ய வேறெங்காவது செல்கிறார்கள். உனக்கு நடனம் ஆடத் தெரியுமென நான் நினைக்கிறேன். நல்லது, ஒருவேளை உனக்கு நன்றாகப் பாடவும் தெரிந்திருந்தால், உன் ஊதியம் அதிகரிக்கும். ஆனால் அதேபோல மற்ற பெண்களுக்கு உன் மீதான பொறாமையும் அதிகரிக்கும். அதனால் நான் சொல்வது

என்னவெனில், நீ பிரேஸிலிலியே பெரிய பாடகியாக இருந்தாலும் அதெல்லாவற்றையும் மறந்துவிடு. பாடுவதற்கு முயற்சி செய்து பார்க்கலாம் என்று கூட நினைக்காதே. எல்லாவற்றுக்கும்மேல் போனைப் பயன்படுத்தாதே, நீ சம்பாதிக்கிற குறைந்த காசு அனைத்தும் அதற்கே செலவாகிவிடும்."

"ஒரு வாரத்துக்கு ஐநூறு டாலர்கள் தருவதாக அவர் உறுதியளித்திருந்தார்."

"ஓ அப்படியா."

ஸ்விட்சர்லாந்து சென்ற இரண்டாவது வாரத்தில் மரியாவின் நாட்குறிப்பேட்டில்:

நான் இரவுவிடுதிக்குச் சென்று, மொராக்கோ எனும் இடத்திலிருந்து வந்திருக்கும், நடன இயக்குநரைச் சந்தித்தேன். பிரேஸிலில் காலையே வைத்திராத அவனிடமிருந்து, அவன் சம்பாவென நினைக்கும் ஒவ்வொரு அசைவையும் கற்கவேண்டிவந்தது. நீண்ட தூர விமானப் பயணத்திலிருந்து மீளக்கூட நேரமில்லாமல் அன்றிரவே புன்னகைக்கவும் நடனமாடவும் வேண்டியிருந்தது. அங்கே நாங்கள் ஆறு பேர் இருந்தோம். எங்களில் ஒருவர்கூட மகிழ்ச்சியாகவோ இங்கே என்ன செய்துகொண்டிருக்கிறோம் என அறிந்திருக்கவோ இல்லை. வாடிக்கையாளர்கள் குடித்துக் கைதட்டி, முத்தங்களைப் பறக்கவிட்டு... அந்தரங்கமாக எவ்வளவு முடியுமோ அவ்வளவு, ஆபாச சைகை செய்தனர்.

நேற்று நாங்கள் ஒப்புக்கொண்டதில் வெறுமனே பத்தில் ஒரு பங்கே எனக்கு ஊதியம் அளிக்கப்பட்டது. மற்றவை ஒப்பந்தத்தில் கூறப்பட்டபடி எனது பயணச் செலவுக்காகவும் இங்கே தங்கியிருப்பதற்காகும் செலவுக்காகவும் எடுத்துக் கொள்ளப்படும். விவியனின் கணிப்பின்படி, அது தீர்வதற்கு ஒரு வருடம் பிடிக்கும், அதாவது அந்தக் காலகட்டம்வரை தப்பிக்க வழியே இல்லை.

அத்தோடு இனி தப்பிப்பதில் என்ன பொருள்? நான் இப்போதுதான் வந்து சேரவே செய்திருக்கிறேன். இன்னும் எதனையும் பார்க்கவே இல்லை. வாரத்தின் ஏழுநாட்களும் நடனமாடுவதில் பெரிதாய் வருத்தப்பட என்ன இருக்கிறது? சந்தோஷத்துக்காக நான்

நடனமாடுவது வழக்கம்தான். தற்போது பணத்துக்காகவும் புகழுக்காகவும் ஆடுகிறேன். என் கால்கள் வலிக்கவில்லை, ஒரே சிரமமான விஷயம் அந்த மாறாத புன்னகையைப் பேணுவதுதான்.

இந்த உலகத்தின் பலிகடாவாக இருப்பது அல்லது புதையலைத் தேடித் திரியும் சாகசக்காரியாக இருப்பது இரண்டிலொன்றை நான் தேர்வு செய்யலாம். இதெல்லாம் நான் வாழ்க்கையை எப்படிப் பார்க்கிறேன் என்பதைப் பொறுத்தது.

மரியா, புதையலைத் தேடிச் செல்லும் சாகசக்காரியாக இருப்பதென தீர்மானித்தாள். அவள் தனது உணர்வுகளைப் புறந்தள்ளி, தினந்தோறும் இரவுகளில் அழுவதை நிறுத்தினாள். அவள் இதுவரை எப்படி இருந்துவந்தாளோ அவையனைத்தையும் மறந்தாள். தான் இப்போதுதான் பிறந்ததுபோலவும் எனவே யாருடைய அருகாமையையும் தவற விடுவதற்கான காரணம் எதுவுமில்லை என்றும் பாவனை செய்வதற்குப் போதுமான மனஉறுதி தன்னிடம் இருப்பதை அவள் கண்டுகொண்டாள். தற்போது அவள் செய்யவேண்டியதெல்லாம் பணம் சம்பாதிப்பது, இந்த நாட்டைப்பற்றி தெரிந்துகொள்வது, பின் வெற்றிகரமானவளாக வீடு திரும்புவதுதான், அதுவரை உணர்வுகள் காத்திருக்கும்.

தவிரவும், அவளைச் சுற்றியுள்ள அனைத்தும் பொதுவாக பெரிதும் பிரேஸிலைப் போன்றும், குறிப்பாக அவளது சிறிய, சொந்தக் கிராமத்தைப் போன்றும் காணப்பட்டன. பெண்கள் போர்த்துக்கீசிய மொழி பேசியபடியும், ஆண்களைக் குறித்து குறை கூறியபடியும், சத்தமாகப் பேசிக்கொண்டும், தங்களது வேலை நேரம் குறித்துப் புலம்பியபடியும், விடுதிக்கு தாமதமாக வந்தபடி, முதலாளியை எதிர்த்துப் பேசிக்கொண்டும், உலகிலேயே தாம்தான் மிகவும் அழகான பெண்ணென நினைத்துக்கொண்டும், தங்களது அழகு இளவரசனைப் பற்றிய கதைகளைப் பேசியபடியும் காணப்பட்டனர். அந்த அழகு இளவரசர்கள் வழக்கமாக பல மைல் தொலைவில் வாழ்பவர்களாகவோ, திருமணமானவர்களாகவோ, அல்லது பணமில்லாதவர்களாகவோ அதனாலேயே இவர்களை ஒட்டுண்ணிபோல் உறிஞ்சி வாழ்பவர்களாகவோ இருந்தனர். ரோஜர் தன்னுடன் கொண்டுவந்த பிரசுரங்களைப் பார்த்து அவள் கற்பனைசெய்தது போலன்றி, அந்த விடுதி மிகச்சரியாக விவியன் சொன்னதுபோலவே ஒருவித குடும்பச் சூழலைக் கொண்டிருந்தது. தங்கள் வேலைக்கான அனுமதி ஆவணத்தில் சம்பா நடனக்காரிகள் என்று குறிப்பிடப்பட்டிருந்த அந்தப் பெண்கள், அழைப்புகளை ஏற்கவோ வாடிக்கையாளர்களுடன் வெளியே செல்லவோ அனுமதிக்கப்படவில்லை. அவர்கள் யாரிடமிருந்தாவது, அவர்களது

தொலைபேசி எண்ணுடன் கூடிய குறிப்பைப் பெறும்போது பிடிபட்டால், முழுமையாக இரண்டு வாரங்களுக்கு பணிநீக்கம் செய்யப்பட்டனர். உற்சாகமான, மிகவும் ஆர்வத்தைத் தூண்டக்கூடிய ஏதோ ஒன்றை எதிர்பார்த்திருந்த மரியா, மெதுமெதுவாக சோகத்துக்கும் அலுப்புக்கும் ஆட்பட்டாள்.

முதல் இரண்டு வார காலத்தில், குறிப்பாக அவள் அனைத்தையும் மிகவும் மெதுவாக உச்சரித்தபோதும், ஒருவரும் அவளது மொழியைப் பேசவில்லை என்பதைக் கண்டுபிடித்தபோது, அவள் தங்கியிருந்த வீட்டைவிட்டு அபூர்வமாகவே வெளியே சென்றாள். மேலும் அவளது சொந்த நாட்டைப் போலன்றி அவள் வசித்துவரும் நகரத்துக்கு இருவேறு பெயர்கள் உண்டு என்பதை அறியவந்தபோது ஆச்சரியப்பட்டாள். அங்கே வசித்து வந்தவர்களுக்கு அது ஜெனிவே, பிரேஸில்காரர்களுக்கு அது ஜெனிப்ரா.

தொலைக்காட்சியில்லாத அவளது சிறிய அறையில் அலுப்பூட்டும் நீண்ட நெடிய நேரங்களைச் செலவிட்டபின், இறுதியில் அவள் ஒரு முடிவுக்கு வந்தாள்:

(அ) தன்னை வெளிப்படுத்திக் கொள்ளவில்லையெனில் அவள் தேடிக்கொண்டிருப்பதை ஒருபோதும் அடையப்போவதில்லை. அதற்கு, அவள் உள்ளூர் மொழியைப் பயிலவேண்டியது அவசியம்.

(ஆ) அவளது சக பணியாளர்கள் அனைவருமே அதே விஷயத்தையே தேடிவந்திருப்பதால், அவள் மற்றவர்களிடமிருந்து மாறு பட்டவளாக இருக்கவேண்டியது அவசியம். இந்தக் குறிப்பிட்ட பிரச்சினைக்கு, ஒரு வழிமுறையோ, அல்லது தீர்வோ அவளிடம் இதுவரை இல்லை.

ஜெனிவோ/ ஜெனிப்ரா வந்துசேர்ந்த நான்கு வாரங்களுக்குப் பின் மரியாவின் நாட்குறிப்பிலிருந்து:

எனக்கு அந்த மொழியைப் பேசத்தெரியாது, நாளெல்லாம் வானொலியில் இசையைக் கேட்டுக்கொண்டும், என் அறையைப் பார்த்தபடியும் பிரேஸிலைப் பற்றி நினைத்தபடியும், வேலை

எப்போது தொடங்குமென ஏங்கியபடியும், வேலையிலிருக்கும்போது வீட்டுக்கு எப்போது திரும்புவோமென ஏங்கியபடியும் ஏற்கனவே நான் இங்கே யுகயுகமாக இருந்துவருவதுபோல் உணர்கிறேன். வேறுவிதமாகச் சொன்னால், நான் நிகழ்காலத்தில் வாழவில்லை எதிர்காலத்தில் வாழ்கிறேன்.

கொஞ்ச நாட்களுக்குப் பின் ஒருநாள் நான் வீடு திரும்புவதற்கான பயணச் சீட்டைப் பெறுவேன். பிரேஸிலுக்குத் திரும்பிச்சென்று, அந்த ஜவுளிக் கடை முதலாளியை திருமணம் செய்துகொள்வேன். ஒருபொழுதும் ஆபத்தை எதிர்கொள்ளாத, மற்றவர்களின் தோல்வியை மட்டுமே பார்க்கக்கூடிய நண்பர்களின் குரோதமான விமர்சனங்களைக் கேட்பேன். இல்லை, நான் அந்த விதத்தில் திரும்பிச்செல்ல மாட்டேன். அதைவிட, விமானம் கடலைக் கடக்கும்போது அதிலிருந்து குதித்துவிடுவதே மேல்.

ஆனால் நீங்கள் விமானத்தின் ஜன்னல்களைத் திறக்க முடியாது என்பதால் நான் இங்கேயே இறந்துபோவேன். (நான் அதை ஒருபோதும் எதிர்பார்க்கவில்லை. தூய காற்றை சுவாசிக்கக்கூட இயலாதென்பது என்ன ஒரு அவமானம்!) ஆனால் நான் இறப்பதற்கு முன்னால், வாழ்க்கையில் போராட விரும்புகிறேன். என்னால் மட்டும் என் விருப்பம்போல் உலாவமுடிந்ததெனில், விரும்பிய இடத்துக்கெல்லாம் செல்வேன்.

மறுநாள், அவள் காலையில் நடைபெற்ற ஃபிரெஞ்ச் வகுப்பொன்றில் சேர்ந்தாள். அங்கு அவள் எல்லா வயதையும் சேர்ந்த, அனைத்து மதங்களையும், நம்பிக்கைகளையும் சேர்ந்த நபர்களையும், பளிச்சென்ற நிறத்தில் ஆடையும் நிறைய தங்கத்தாலான காப்புகளையும் அணியும் ஆண்களையும், எப்போதும் தலைக்கு முக்காடிட்ட பெண்களையும் சந்தித்தாள். வளர்ந்தவர்கள் சிறுவர்களைவிட அதிக அனுபவங்களை உடையவர்களாக இருக்க, அதை ஈடுசெய்யும் விதத்தில் சிறுவர்கள் வளர்ந்தவர்களைவிடவும் மிக விரைவாகக் கற்றனர். அனைவரும் அவளது நாட்டைப் பற்றி - கார்னிவல் எனும் கிறித்துவத் திருவிழா, சம்பா நடனம், கால்பந்து விளையாட்டு, உலகிலேயே மிகப் பிரபலமான பீலே பற்றியெல்லாம் அறிந்திருப்பதைக் கண்டு அவள் பெருமிதமாக உணர்ந்தாள். ஆரம்பத்தில் விரும்பத்தக்கவளாகத் திகழ விரும்பிய அவள், அவர்களது உச்சரிப்பைத் திருத்த முயன்றாள் (அது பீலே! பீலே!). ஆனால் அனைவரும் அவளைத் தொடர்ந்து மாரி என்றே அழைத்ததால், கொஞ்ச நாட்களுக்குப்பின் அதனைக் கைவிட்டுவிட்டாள். ஆர்வம் காரணமாக வெளிநாட்டவர்கள் அனைத்து வெளிநாட்டுப் பெயர்களையும் மாற்றி உச்சரிப்பதோடல்லாமல், தாங்கள் உச்சரிப்பதே சரியென எப்போதும் நம்பவும் செய்கின்றனர்.

மதிய வேளைகளில், மொழியைப் பேசிப் பழகுவதற்காக இருபெயர்கள் கொண்ட அந்த நகரைச் சுற்றி வருவதற்கான முதலடியை அவள் எடுத்துவைத்தாள். சில சுவைமிகுந்த சாக்லேட்கள், முன்பு எப்போதும் சுவைத்திராத பாலாடைக்கட்டி, ஏரியின் நடுவே காணப்பட்ட பிரம்மாண்டமான நீருற்று, (அவளது சொந்த ஊரைச் சேர்ந்த எவரும் ஸ்பரிசித்திராத) உறைபனி, நாரைகள், கணப்புகளுடன் கூடிய உணவகங்கள் (அவள் ஒருபோதும் உள்ளே சென்றிராதபோதும், வெளியேயிருந்து கொழுந்துவிட்டெரியும் நெருப்பைப் பார்ப்பதே அவளுக்கு ஓர் இனிய நலமளிக்கும் உணர்வைக் கொடுத்தது) போன்றவற்றைக் கண்டுபிடித்தாள். அனைத்துக் கடைகளின் விளம்பரப் பலகைகளும் கடிகாரம் குறித்து விளம்பரம் செய்யவில்லை என்பதைக் கண்டு அவள் மேலும்

ஆச்சரியமடைந்தாள். அங்கே வங்கிகளும் இருந்தன, எனினும் குறைவான மக்களைக் கொண்ட அந்நாட்டில் ஏன் இத்தனை வங்கிகள் என்பதையோ, அவற்றினுள் அபூர்வமாகவே ஆட்களைக் காணமுடிவது ஏன் என்பதையோ அவளால் சரிவரப் புரிந்துகொள்ள முடியவில்லை. ஆனாலும் கேள்விகள் எதுவும் கேட்பதில்லை என அவள் தீர்மானித்தாள்.

வேலையில் தன்னைத்தானே முழுக் கட்டுப்பாட்டுடன் அவள் ஈடுபடுத்திக்கொண்ட மூன்று மாதங்களுக்குப் பின் - உணர்ச்சிகரமானதும் வேட்கை மிக்கதும் என அனைவரும் நினைக்கும் - அவளது பிரேஸிலிய ரத்தம் தன் வேலையைக் காட்டியது. தன்னுடன் அதே ஃபிரெஞ்ச் வகுப்பில் படித்துக்கொண்டிருந்த ஒரு அரேபியன்மீது அவள் காதல் கொண்டாள். இந்த உறவு மூன்று வார காலம், ஒருநாள் இரவு அவனுடன் நேரம் ஒதுக்கி ஜெனிவாவின் எல்லையிலிருந்த மலையொன்றுக்கு சென்றுவரும் வரை நீடித்தது. இது அடுத்த நாள் அவள் வேலைக்கு வந்ததும், ரோஜரின் அலுவலகத்தில் ஆஜராக உத்தரவிட காரணமானது.

அவள் கதவைத் திறந்த அடுத்த நிமிடம், அங்கே பணிபுரியும் மற்ற பெண்களுக்கு தவறான முன்னுதாரணத்தை ஏற்படுத்தியதாகக் கூறி உடனடியாக பணிநீக்கம் செய்யப்பட்டாள். தன்னிலை இழந்து காணப்பட்ட ரோஜர், மீண்டுமொருமுறை தான் ஏமாந்து போனதாகவும், பிரேஸிலியப் பெண்களையே நம்பக்கூடாதெனவும் கூறினான் (ஆஹா, அனைத்தையும் பொதுமைப்படுத்தும் இந்த பித்து இருக்கிறதே). அவள், பருவ நிலையில் ஏற்பட்ட திடீர் மாறுதலால் தனக்கு கடும் காய்ச்சல் வந்ததாக அவனிடம் சொல்ல முயற்சித்தாள். ஆனால் அவன் அவளைப் பேச அனுமதிக்காததுடன், அவளுக்குப் பதில் இன்னொருத்தியைத் தேடி, தான் திரும்பவும் பிரேஸில் செல்லவேண்டி வருமெனவும், பெரிதும் அழகும் நம்பிக்கையும் மிக்க யூகோஸ்லாவிய நடனக்காரிகளையும் யூகோஸ்லாவிய இசையையும் வைத்து அவன் நிகழ்ச்சியை நடத்தியிருந்தால் இன்னும் நல்ல நிலையில் இருந்திருப்பான் எனவும் கூறினான்.

மரியா வயதில் இளையவளாக இருக்கலாம், ஆனால் முட்டாளல்ல. முக்கியமாக அவளது அரேபியக் காதலன் ஒருமுறை அவளிடம், ஸ்விஸ் வேலைவாய்ப்புச் சட்டங்கள் மிகவும் கடுமையானவை, எனவே அவளது இரவு விடுதி அவளது ஊதியத்தில் பெரும்பகுதியைத் தரவில்லை எனவும் தான் கொத்தடிமையாகப் பணிபுரிந்து வருகிறாள் எனவும் எளிதாக குற்றம் சுமத்தமுடியும் என சொல்லியிருந்தான்.

பதினொரு நிமிடங்கள் 59

ஓரளவுக்கு சரியாக ஃபிரெஞ்ச் பேசத் தெரிந்தவளாக, "வழக்கறிஞர்" எனும் வார்த்தையைத் தெரிந்தவளாக அவள் ரோஜரின் அலுவலகத்துக்குத் திரும்பவும் சென்றாள். கொஞ்சம் அவமதிப்புகளுடனும், நஷ்ட ஈடாக ஐந்தாயிரம் டாலர்களுடனும் - அவளது பெரும் கனவுகளுக்கும் அப்பாற்பட்ட தொகை - திரும்பினாள். அனைத்தும் வழக்கறிஞர் எனும் வார்த்தையின் மாயத்தால். இப்போது அரேபிய காதலனுடன் சுதந்திரமாக நேரம் செலவிடவும், பனிக்காட்சிகள் சிலவற்றை படம் எடுக்கவும், சில அன்பளிப்புகளை வாங்கவும், வெற்றிகரமாக வீடு திரும்பவும் அவளால் முடியும்.

அவளது அம்மாவின் அண்டை வீட்டாரை தொலைபேசியில் அழைத்து, தான் மகிழ்ச்சியாக இருப்பதாகவும், ஒரு அற்புதமான தொழில்வாய்ப்பு தனக்கு முன்னிருப்பதாகவும், அவளது குடும்பம் கவலைப்படத் தேவையில்லை எனவும் சொன்னதுதான் அவள் செய்த முதல் விஷயம். பின் ரோஜர் அவள் தங்குவதற்கென ஏற்பாடு செய்திருந்த வீட்டைவிட்டு வெளியேற வேண்டுமென்பதால், அவளுக்கு அவளது அரேபியக் காதலனிடம் செல்வதைத் தவிர வேறு மாற்று எதுவும் இல்லை. அவனிடம் சென்று மாறாக் காதல் கொண்டிருப்பதாக உறுதியளித்து, அவனது மதத்துக்கு மாறி அவனைத் திருமணம் செய்துகொள்ள வேண்டியதுதான். அவள் அந்த விநோதமான முக்காடுகளில் ஒன்றை அணியவேண்டிக்கூட வரலாம். அனைத்துக்கும் மேலாக, அரேபியர்கள் மிகவும் பணக்காரர்கள் என்பது அனைவருக்குமே தெரியும். அதுபோதும்.

எனினும், அந்த அரேபியன் ஏற்கெனவே வெகுதொலைவு சென்றிருந்தான். ஒருவேளை மரியா இதற்குமுன் கேள்விகூட பட்டிராத அரேபியாவில்கூட இருக்கலாம். தனது மதத்துக்கு துரோகம் செய்யாமல் காப்பாற்றியதற்காக, உள்ளூர அவள் கன்னி மேரிக்கு நன்றி கூறினாள். அப்போது அவளுக்கு ஓரளவுக்கு பிரெஞ்சு மொழி பேசத்தெரியும், அவள் திரும்பிச் செல்வதற்கான பயணச்சீட்டு வாங்கப் போதுமான பணமும், சம்பா நடனக்காரியாக பணிபுரிவதற்கான அனுமதியும், நடப்பு விசாவும் இருந்தன. எனவே, அவள் எப்போது வேண்டுமானாலும் திரும்பிச் சென்று அவளது முன்னாள் முதலாளியை திருமணம் செய்துகொள்ளலாம் என அறிந்திருந்தாள். எனவே தனது அழகை வைத்து பணம் சம்பாதிக்க முயற்சிப்பதென அவள் தீர்மானித்தாள்.

அவள் பிரேஸிலில் இருக்கும்போது, மேய்ப்பன் ஒருவன் புதையலைத் தேடிச்சென்று, பல்வேறு சிரமங்களை எதிர்கொண்டதையும், அந்த சிரமங்கள் விரும்பியதை அடைய அவனுக்கு துணைசெய்தது பற்றியும் புத்தகமொன்றை வாசித்திருந்தாள். அவளும் மிகச் சரியாக அதே நிலையில்தான் இருந்தாள். பணிநீக்கம் செய்யப்பட்டதற்கான காரணத்தை இப்போது அவளறிவாள். எனவே ஒரு மாடல் அழகியாக தன் உண்மையான தலையெழுத்தைக் கண்டுகொள்வதெனத் அவள் தீர்மானித்தாள்.

ஒரு சிறிய அறையை அவள் வாடகைக்கு எடுத்தாள் (தொலைக்காட்சி இல்லாத அறை, நிறைய சம்பாதிக்கும்வரை அவள் சிக்கனமாக வாழ்ந்தாக வேண்டும்), மறுநாள் மாடல் நிறுவனங்களுக்கு அவள் சென்றுவர ஆரம்பித்தாள். அவர்கள் அனைவரும், கனவுகள் அத்தனை எளிதாகப் பலிப்பதில்லை, ஆகவே அவள் திறமைவாய்ந்த புகைப்படக்காரர்களிடம் சென்று புகைப்படம் எடுக்கவேண்டுமென்றும் இது அவளது தொழிலுக்கான ஒரு முதலீடேயாகும் என்றும் கூறினர். அவள் தன் பணத்தில் பெரும்பகுதியை குறைவாகப் பேசும், நிறைய உழைப்பைக் கோரும் ஒரு சிறந்த புகைப்படக்காரனுக்குச் செலவழித்தாள். அவன் தனது புகைப்பட நிலையத்தில் பல்வேறு விதமான ஆடைகளைக் கொண்டிருந்தான். அவள் அவற்றையணிந்து அவன் முன் அமைதியாக, ஆடம்பரமாக என பல்வேறு முஸ்தீபுகளில் காட்சிகொடுத்தாள். ரியோ டி ஜெனிரோவில் அவளுக்குத் தெரிந்த ஒரே நபரான - மொழிபெயர்ப்பாளரும் பாதுகாப்பு அதிகாரியும் முகவருமான மேய்ல்சனே பெருமிதப்படும் விதத்திலான நீச்சலுடையில்கூட காட்சிகொடுத்தாள். சில கூடுதல் பிரதிகளை அவள் கேட்டுப்பெற்று, ஸ்விட்சர்லாந்தில் தான் எத்தனை மகிழ்ச்சியாக இருக்கிறாள் என்று கடிதத்துடன் அந்த புகைப்படங்களை வைத்து தனது குடும்பத்தினருக்கு அனுப்பினாள். அவர்கள் அனைவரும் அவளைப் பணக்காரி எனவும், பொறாமைப்படத்தக்க ஆடை அலமாரிக்கு சொந்தக்காரியெனவும் அவளது நகரத்தின் பெரிதும் முன்னுதாரணம் காட்டக்கூடிய பெண்ணாக அவள் மாறிவிட்டாள் எனவும் நினைக்கவேண்டும். எல்லாம் திட்டமிட்டபடி நடந்தால், (நம்பிக்கையுடன் இருந்தால் வெற்றி நிச்சயம் எனச் சொல்லும், "ஆக்கபூர்வ சிந்தனை" நூல்களை அவள் நிறைய வாசித்திருக்கிறாள்), அவள் ஊர் திரும்பும்போது பேண்ட் வாத்தியம் முழங்க வரவேற்கப்படுவதோடு, அவள் பெயரில் சதுக்கம் அமைக்கவேண்டுமென நகர்மன்றத் தலைவரை வலியுறுத்துவாள்.

நிரந்தர முகவரியில்லாத காரணத்தால் அவள் ப்ரீபெய்ட் கார்டு பயன்படுத்தும் வகையிலான மொபைல் போன் ஒன்று வாங்கினாள். அதைத் தொடர்ந்த நாட்களில் வேலைவாய்ப்புகளுக்காகக் காத்திருந்தாள். அவள் சீன உணவகங்களில் (அங்கேதான் இருப்பதிலேயே விலைமலிவு) சாப்பிட்டாள், பொழுது போக்குவதற்காக தீவிரமாகப் படித்தாள்.

ஆனால் நாட்கள் போனதே தவிர தொலைபேசி மணி அழைக்க வில்லை. ஏரியின் அருகில் அவள் நடந்து சென்றபோது, அழகிய, பழைய பொதுமக்கள் பூங்காவை நகரின் புதிய பகுதியுடன் இணைக்கும் பாலங்களின் ஒன்றின் கீழ் எப்போதும் சுற்றித் திரியும் போதைப் பழக்கமுடையவர்கள் சிலரைத் தவிர, எவருமே அவளைக் கண்டுகொள்ளாதது ஆச்சரியமளித்தது. அவள் தன் அழகை சந்தேகிக்கத் தொடங்கினாள். காப்பிக் கடை ஒன்றில் தற்செயலாக அவள் மீது மோதிய அவளது முன்னாள் சக ஊழியைதான் அது அவளது தவறல்ல, ஸ்விஸ் நாட்டவர்களின் தவறு என்றும், பாலியல் தொந்தரவுக்காக கைது செய்யப்படுவோமோ என எப்போதும் பயத்துடன் இருக்கும் அவர்கள் இதர வெளிநாட்டவர்களையோ, எவரொருவரையுமோ எப்போதும் தொந்தரவு செய்வதை வெறுத்தனர் என்றாள். பெண்களை எல்லா இடங்களிலும் தமக்குத் தாமே மோசமாக உணரச் செய்ய கண்டுபிடிக்கப்பட்ட கருத்தாக்கமே பாலியல் தொந்தரவு.

வெளியே செல்லவோ, வாழவோ அல்லது வரவே வராத போனின் அழைப்புக்காகவோ, தொடர்ந்து காத்திருக்கவோ தைரியமற்ற ஓரிரவில், மரியா எழுதிய நாட்குறிப்பிலிருந்து:

இன்று நான் ஒரு கண்காட்சிக்கு வெளியே பொழுது போக்கினேன். என் பணத்தை வீணாகச் செலவழிக்க இயலாத நிலையிலிருந்ததால், மற்றவர்களைப் பார்த்தபடி இருப்பதே சிறந்தது என நான் நினைத்தேன். ஒரு ரோலர் கோஸ்டர் அருகே நான் நீண்ட நேரமாக நின்றுகொண்டிருந்தேன், எதிர்பார்ப்பும் ஆவலுமாய் அதில் ஏறிய பலரும், அது இயங்கத் தொடங்கியதும் பீதியடைந்து, அதனை நிறுத்தவேண்டுமென விரும்பியதைக் கவனித்தேன்.

அவர்கள் என்ன எதிர்பார்க்கிறார்கள்? அவர்களே தேர்வுசெய்த சாகசத்தில், முழுவதுமாகப் போய்வரத் தயாராக இருக்கக்கூடாதா?

அல்லது அவர்கள், மேடு பள்ளங்களைத் தவிர்ப்பதும் ஒரே இடத்தில் சுற்றிச் சுற்றிவரும் களியாட்டத்தில் தங்களது நேரமனைத்தையும் செலவிடுவதுதான் புத்திசாலித்தனமான செயலென நினைக்கிறார்களா?

இந்தக் கணத்தில் காதலைப் பற்றி நினைக்கவியலாத அளவுக்கு மிகவும் தனிமையாக உணர்ந்தபோதும், அது நிகழும் என்றே நான் நம்புகிறேன். நான் ஒரு வேலையைக் கண்டுபிடிப்பேன். நான் இங்கே இருக்கிறேனென்றால் காரணம் அதைத் தேர்ந்தெடுத்தது நான்தான். இந்த ரோலர்கோஸ்டர் தான் என் வாழ்க்கை, வாழ்க்கை ஒரு விரைந்தியங்கும், தலை கிறுகிறுக்கும் விளையாட்டு, வாழ்க்கை பாரசூட் அணிந்து குதிப்பது, அது வாய்ப்புகளை முயற்சிசெய்து பார்ப்பது, விழுந்து மீண்டும் எழுவது, வாழ்க்கை மலையேறுவது. அது உங்களின் ஆக உயர்ந்த சிகரத்தை எட்டுவதை விரும்புகிறது. உங்களால் அதைச் சாதிக்க முடியாதபோது அதிருப்தியாகவும் கோபமாகவும் உணர்வது.

என் குடும்பத்திலிருந்து வெகுதொலைவில் இருப்பதும், எனது அனைத்து உணர்வுகளையும் மன எழுச்சிகளையும் வெளிப்படுத்த முடியும் தாய்மொழியிலிருந்து நான் விலகியிருப்பதும் எளிதாக இல்லை. ஆனால், இப்போது முதல் எப்போதெல்லாம் சோர்வாக உணர்கிறேனோ அப்போதெல்லாம் இந்தக் கண்காட்சியை நான் நினைவு கூர்வேன். நான் ஆழ்ந்த தூக்கத்திலாழ்ந்து எழுந்து பார்க்கையில், திடீரென ஒரு ரோலர் கோஸ்டரில் இருந்தால் எப்படி உணர்வேன்?

நான் சிறைப்பட்டதாகவும் நோய்வாய்ப்பட்டதாகவும் உணர்வேன், ஒவ்வொரு திருப்பத்திலும் பீதியடைந்து, அதிலிருந்து இறங்கவே விரும்புவேன். எனினும், நான் அதுதான் என் விதி எனவும் கடவுளே இந்த இயந்திரத்துக்கு பொறுப்பு எனவும் நம்பினால், பின் அந்த கொடுங்கனவு சிலிர்ப்பூட்டும் ஒன்றாக மாறும். அது மிகச் சரியாக ஒரு ரோலர் கோஸ்டராக, கெடுதலில்லாத, நம்பகமான விளையாட்டுப் பொருளாக மாறும். அதேபோல அது நிற்கவும் செய்யும்... அதன் பயணம் முடியும்போது. நான் நிச்சயம் அதைச் சுற்றியுள்ள நிலக்காட்சிகளை பரவசத்தில் ஊளையிட்டபடியே பார்ப்பேன்.

அவள் மிகவும் அறிவுபூர்வமான சிந்தனைகளை எழுதக் கூடியவளாக இருந்தபோதும், தனது சொந்த அறிவுரையை சிறிதும் பின்பற்ற இயலாதவளாக இருந்தாள். அடிக்கடி மனச்சோர்வுக்கு ஆளானாள். அவளது போனோ இன்னும் அழைக்க மறுத்தது. இந்த வெறுமையான பொழுதுகளிலிருந்து தனது கவனத்தை திசைதிருப்பவும், தனது ஃபிரெஞ்ச் அறிவை வளர்ப்பதற்காகவும் அவள் பிரபலங்கள் பற்றிய செய்திகளடங்கிய பத்திரிகைகளை வாங்கத் தொடங்கினாள், ஆனால் உடனடியாக தான் அதிகமாக பணத்தைச் செலவழித்துக்கொண்டிருந்ததை உணரவந்தாள். எனவே அருகில் வாடகை நூலகம் இருக்கிறதா என்று தேடினாள். அந்த நூலகத்தின் பொறுப்பிலிருந்த பெண்மணி, தாங்கள் பத்திரிகைகளை வாடகைக்கு விடுவதியெல்லையென்றும், ஆனால் அவளால் மரியாவின் ஃபிரெஞ்ச் அறிவை மேம்படுத்த உதவும் சில புத்தகங்களை பரிந்துரைக்க முடியும் என்றும் கூறினாள்.

“எனக்கு புத்தகங்கள் வாசிக்க நேரம் இல்லையே.”

“உனக்கு நேரமில்லை என்பதன் மூலம் என்ன சொல்ல வருகிறாய்? நீ என்ன செய்து கொண்டிருக்கிறாய்?”

“நிறைய விஷயங்கள், ஃபிரெஞ்ச் படித்துக் கொண்டிருக்கிறேன், நாட்குறிப்பு எழுதிக் கொண்டிருக்கிறேன், மேலும்...”

“மேலும் என்ன...”

அவள், ‘போன் அழைப்பிற்காகக் காத்திருக்கிறேன்’ எனச் சொல்வதற்கிருந்தாள், ஆனால் எதுவும் சொல்லாமலிருப்பதே நல்லதென நினைத்தாள்.

“என் கண்ணே, நீ இன்னும் ரொம்பவும் சின்னவள்தான், இன்னும் உனக்கு முன்னால் முழுவாழ்வும் காத்திருக்கிறது. புத்தகங்களைப் பற்றி நீ சொன்னதையெல்லாம் மறந்துவிட்டு படிக்க ஆரம்பி.”

“நான் கட்டுக் கட்டாக புத்தகங்கள் படித்திருக்கிறேன்.”

திடீரென, பாதுகாப்பு அதிகாரியான மேய்ல்சன், "அதிர்வுகளைப்" பற்றி கூறியதை மரியா நினைவுகூர்ந்தாள். அவள் முன்னிருந்த நூலகர் மிகவும் இனிமையானவராய், கூருணர்ச்சி மிக்கவராய், மற்ற அனைத்தும் தவறிவிட்ட போதிலும்கூட உதவக்கூடிய ஒருவராகத் தோன்றினாள். மரியா அவளின் விருப்பத்துக்குரியவளாவது அவசியம். அவளது உள்ளுணர்வு, இந்தப் பெண்மணி அவளது தோழியாக இருப்பாள் எனச் சொல்லியது. உடனடியாக அவள் பேச்சின் போக்கை மாற்றினாள்.

"இருந்தாலும், நான் நிறைய வாசிக்க விரும்புகிறேன். சில புத்தகங்களைத் தேர்வுசெய்ய நீங்கள் எனக்கு உதவமுடியுமா?"

அந்தப் பெண்மணி அவளுக்காக 'குட்டி இளவரசனை' எடுத்து வந்தாள். அன்றிரவே அவள் அதனைப் புரட்டத் தொடங்கினாள். முதல் பக்கத்தில், தொப்பியைப் போன்று காணப்பட்ட சித்திரங்களைக் கண்டாள். ஆனால் ஆசிரியரின் கூற்றுப்படி, அது யானையைத் தன்னுள் கொண்டிருந்த ஒரு பாம்பின் சித்திரம், அதனை அனைத்துக் குழந்தைகளும் உடனடியாக அடையாளம் கண்டுகொள்வார்கள். "நல்லது, எப்போதாவது ஒரு குழந்தையாக இருக்கமுடியுமென நான் நினைக்கவில்லை" என அவள் நினைத்தாள். "என்னளவில் இது பெரிதும் தொப்பியைப்போன்றே தோன்றுகிறது." பார்ப்பதற்கு தொலைக்காட்சி எதுவும் இல்லாததால், இளவரசனின் பயணத்தில் அவளும் சேர்ந்துகொண்டாள். தனக்கே பாதகமாக உணரும் அபாயமிருந்த காரணத்தால் காதலைக் குறித்து யோசிக்கவே அவள் தனக்குத்தானே தடை விதித்திருந்தாள், எனவே கதையில் நேசம் என்ற வார்த்தை வரும்போதெல்லாம் அவள் சோகமாக உணர்ந்தாள். எனினும் இளவரசன், நரி, ரோஜா இவற்றுக்கிடையிலான அன்புணர்வுமிக்க, துயரமான காட்சிகள் தவிர்த்து, அந்தப் புத்தகம் உண்மையிலேயே சுவாரசியமாக இருந்தது. அத்தோடு ஒவ்வொரு ஐந்து நிமிடத்துக்கு ஒருமுறையும், தனது மொபைல் போனின் பேட்டரி இன்னும் முழு சார்ஜுடன் இருக்கிறதா என தொடர்ந்து சோதிப்பதைக்கூட கதையின் சுவராசியத்தில் அவள் மறந்துபோனாள். (கவனமாக இல்லாத ஒரே காரணத்தால் தனது மாபெரும் வாய்ப்பை இழந்துவிடுவோமோ என அவள் பயந்துபோயிருந்தாள்).

மரியா அந்த நூலகத்துக்கு வழக்கமாக வந்துசெல்லும் ஒருத்தியானாள். அங்கே தன்னைப்போலவே தனிமையாகத் தோன்றிய அந்தப் பெண்மணியுடன், தனது பணம் கிட்டத்தட்ட

தீர்ந்துபோகும்வரை, இன்னுமதிக புத்தகங்களை பரிந்துரைக்கச் சொல்லியும் வாழ்க்கையைப் பற்றியும் நூலாசிரியர்களைப் பற்றியும் உரையாடினாள். இன்னும் இரண்டு வாரங்களில், பிரேஸிலுக்குத் திரும்பிச் செல்ல பயணச்சீட்டு வாங்கக்கூட அவளிடம் பணமிருக்காது.

எனினும் வாழ்க்கை எப்போதும் தன் ஒளிமயமான பக்கத்தைக் காட்டுவதற்கு, மிகவும் சிக்கலான நிலை வரும்வரை காத்திருக்கும். இறுதியில் மொபைல்போன் அழைத்தது.

வழக்கறிஞர் எனும் வார்த்தையைக் கண்டறிந்து மூன்று மாதங்களுக்குப் பின், அவள் பெற்ற நஷ்டஈட்டுத் தொகையில் இரண்டு மாதங்கள் வாழ்க்கை நடத்திய பிறகு, மாடல் ஏஜென்சி ஒன்றிலிருந்து ஒருவர், சென்ஹோரா மரியா இன்னும் இதே எண்ணில்தான் இருக்கிறாரா எனக் கேட்டார். பதிலானது, மிகவும் ஆவலுடன் இருப்பதாகக் காட்டிக்கொள்ளாத, பலமுறை ஒத்திகை செய்யப்பட்ட, பதற்றமில்லாத ஆம் என்பதேயாகும். தனது நாட்டில் பேஷன் துறையில் பணிபுரியும் ஒரு அரேபியக் கனவான், அவளது புகைப்படங்களால் மிகவும் ஈர்க்கப்பட்டதாகவும், அழகுக் கண்காட்சியில் பங்குபெற அவளை அழைக்க விரும்புவதாகவும் அவள் அறியவந்தாள். மரியா தனது சமீபத்திய ஏமாற்றங்களையும், அதேசமயம் அவளுக்கு மிகவும் தேவையான பணத்தையும் நினைத்துப் பார்த்தாள்.

மிகவும் நேர்த்தியான உணவகம் ஒன்றில் அவர்கள் சந்திக்க ஏற்பாடு செய்திருந்தனர். அழகான, ரோஜரைவிடவும் வயதான, மிகவும் வசீகரமான ஓர் மனிதரின் முன் தான் இருக்கக்கண்டாள். அவர் அவளிடம்:

“அங்கே இருக்கும் ஓவியத்தைத் தீட்டியது யாரென உனக்குத் தெரியுமா? அது மிரோவினுடையது. நீ ஜான் மிரோ பற்றி கேள்விப்பட்டிருக்கிறாயா?”

மரியா, தான் வழக்கமாகச் சாப்பிடும் சீன உணவகத்திலிருந்து பெரிதும் மாறுபட்ட, உணவில் கவனமாயிருந்ததால் அவள் எதுவும் சொல்லவில்லை. அதேசமயம், அடுத்தமுறை நூலகம் செல்லும்போது, அவள் மிரோவைப் பற்றிய புத்தகத்தைக் கேட்க வேண்டுமென மனதில் குறித்துக்கொண்டாள்.

ஆனால் அந்த அரேபியர் தொடர்ந்து பேசியபடி போனார்:

“இதுதான் எப்போதும் பெலினி அமரும் மேஜை. அவரது படங்கள் குறித்து ஏதாவது தெரியுமா?”

அவர்களை தான் மதிப்பதாக அவள் கூறினாள். அந்த மனிதன் இன்னும் நிறைய துருவும் கேள்விகளை கேட்கத் தொடங்கவே, தான் அந்தச் சோதனையில் தோல்வியடைவோம் என்று அறிந்திருந்த மரியா, அவரிடம் வெளிப்படையாக இருப்பதெனத் தீர்மானித்தாள்.

“நான் இந்த மாலைப்பொழுதை உங்களிடம் நடித்தே கழிக்க விரும்பவில்லை. என்னால் வெறுமனே கோகோ கோலாவுக்கும் பெப்ஸிக்குமான வித்தியாசங்களைப் பற்றிதான் சொல்லமுடியும். ஆனால் அதைவிடுங்கள். நாம் இங்கே அழகுக் கண்காட்சி பற்றி பேச வந்திருக்கிறோம் என நான் நினைத்தேன்.”

அவர் அவளது வெளிப்படைத் தன்மையை பாராட்டுவதுபோல் தோன்றினார்.

“நமது இரவுணவுக்கு பின்பான மதுவை முடித்தபின் நாம் அதைப் பேசுவோம்.”

அங்கே ஒரு இடைவெளி விழுந்தது. அவர்கள் ஒருவரையொருவர் பார்த்தபடி இருக்கையில், மற்றவர் என்ன நினைக்கிறாரென ஒருவருக்கொருவர் யூகிக்க முயற்சித்தபடியிருந்தனர்.

“நீ மிகவும் அழகாக இருக்கிறாய்,” என்றார் அந்த மனிதர். “நீ என்னோடு என் ஹோட்டல் அறைக்குவந்து கொஞ்சம் மதுவருந்தினால், நான் உனக்கு ஆயிரம் ப்ராங்குகள் தருவேன்.”

மரியா உடனடியாகப் புரிந்துகொண்டாள். இது அந்த மாடல் ஏஜென்சியின் தவறா? அல்லது அவளது தவறா? இந்த இரவுணவு அழைப்பின் தன்மையை அவள் பெரிதும் கண்டுகொண்டிருக்க வேண்டாமா? இது அந்த ஏஜென்சியின் தவறோ அல்லது அந்த மனிதரின் தவறோ, அவளது தவறோ அல்ல. இதுதான் விஷயங்கள் நடக்கும்விதம். திடீரென அவள் தனது சொந்த ஊரை, பிரேஸிலை, தாயின் அணைப்பை நினைத்து ஏங்கினாள். கடற்கரையில் மேய்ல்சன், முன்னூறு டாலர்கள் கட்டணம் என குறிப்பிட்டது அவள் நினைவுக்கு வந்தது. அந்நேரத்தில் அதை வேடிக்கையாக, ஒரு ஆணுடன் இரவைச் செலவிடுவதற்கு அவள் எதிர்பார்த்திருந்ததைவிட அதிகமான தொகையாக நினைத்தாள். ஆனால் இந்தக் கணத்தில் அவளுக்கென யாரும் இல்லையென, அவள் பேசுவதற்கென இந்த உலகத்தில் ஒரேயொருவர்கூட இல்லை என உணர்ந்தாள். அவள் ஒரு புதிய நகரத்தில் தன்னந்தனியாக,

இருபத்தியிரண்டு வயதானவள் அனுபவப்படக்கூடியதை எல்லாம் அனுபவித்த, ஆனால் அவளது எந்த ஒரு அனுபவமும் எது சிறந்த பதிலாக இருக்கும் என்று தீர்மானிக்க அவளுக்கு உதவாததாக இருந்தது.

"தயவுசெய்து, நீங்கள் இன்னும் கொஞ்சம் ஒயின் ஊற்றமுடியுமா?"

அந்த அரேபியன் அவளது குவளையை நிரப்பினான். குட்டி இளவரசன் தனது பயணத்தில் அனைத்து கோள்களுக்குப் பயணித்து வந்ததைவிடவும் அவளது சிந்தனை வேகமாகப் பயணித்தது. அவள் சாகசம், பணம் மற்றும் சாத்தியமாகக்கூடிய கணவனைத் தேடி வந்திருக்கிறாள். இத்தகைய கோரிக்கைகளை சந்திக்க நேருமென அவள் முன்பே அறிந்திருக்கவேண்டும், ஏனெனில் அவள் விவரம் தெரியாதவளோ, ஆண்களின் சுபாவம் அறியாதவளோ இல்லை. நட்சத்திர அந்தஸ்து, மாடல் ஏஜென்சி, பணக்கார கணவன், குடும்பம், குழந்தைகள், பேரன் பேத்திகள், நல்ல உடைகள், தான் பிறந்த இடத்துக்கு வெற்றிகரமானவளாகத் திரும்பிச்செல்வது இவற்றில் அவள் இன்னும் நம்பிக்கை வைத்திருந்தாள். தனது சொந்த புத்திசாலித்தனம், அழகு, மனஉறுதி இவற்றின் சக்தியால் மட்டுமே அனைத்துச் சிரமங்களையும் வெற்றிகொள்வது குறித்து கனவுகண்டு வந்தாள்

ஆனால் அப்போதுதான் யதார்த்தத்தை அவள் எதிர்கொண்டாள். அந்த நபர் ஆச்சரியப்படும்படியாக, அவள் அழத்தொடங்கினாள். பழிச்சொல்லுக்கு ஆளாகிவிடுவோமே என்ற பயம் மற்றும் அவளைப் பாதுகாக்கும் உள்ளார்ந்த விருப்பம் இவற்றிற்கிடையில் மாட்டிக்கொண்டு அவர் என்ன செய்வதெனத் தெரியாமல் திகைத்தார். பணத்தைக் கொடுப்பதற்காக அவர் வெய்ட்டரை அழைக்கப்போக மரியா அவரைத் தடுத்தாள்.

"வேண்டாம், அப்படிச் செய்யாதீர்கள், எனக்கு இன்னும் கொஞ்சம் ஒயினை ஊற்றுங்கள். கொஞ்ச நேரத்துக்கு என்னை அழவிடுங்கள்."

மரியா, அவளிடம் பென்சில் இரவல் கேட்ட பையன், அவளை முத்தமிட்ட வாலிபன், அப்போது அவள் எப்படி வாயை மூடியபடி இருந்தாள், முதன் முறையாக ரியோவைப் பார்த்தபோது அவளடைந்த பரவசம், அவளைப் பயன்படுத்திக்கொண்டு பதிலுக்கு எதுவுமே திருப்பித் தராத ஆண்கள், இத்தனை நாட்களில் நீடித்த காதல்கள், ஆசைகள், அனைத்தையும் நினைத்துப் பார்த்தாள். அவள் முழுக்க சுதந்திரமானவளாக இருந்தபோதும், அவளது வாழ்க்கை - புத்தகங்களில் வாசித்த, திரைப்படத்தில் பார்த்த அதே

இன்பகரமான முடிவுகளுடன் கூடிய சாகசங்களுக்கு, உண்மையான காதலுக்கு, அற்புதங்களுக்கு முடிவில்லாமல் மணிக்கணக்கில் காத்திருப்பதாகவே அமைந்தது. எழுத்தாளர் ஒருவர் ஒருசமயம், மனிதனை மாற்றுவது அறிவோ, காலமோ அல்ல, ஒருவரின் மனதை மாற்றக்கூடிய ஒரே விஷயம் காதலே என்று கூறியுள்ளார். என்ன மடத்தனம்! அதனை எழுதியுள்ள நபர், நாணயத்தின் ஒருபக்கத்தை மட்டுமே அறிந்தவர் என்பது தெளிவு.

ஒரு கணத்திலிருந்து மறுகணத்திற்குள் ஒருவரின் முழு வாழ்க்கையையும் மாற்றக்கூடிய திறன்வாய்ந்த விஷயங்களில் காதலும் ஒன்று என்பதில் சந்தேகமில்லை. ஆனால் நாணயத்தின் மறுபக்கம் ஒன்று இருக்கிறது. ஒருவனோ அல்லது ஒருத்தியோ திட்டமிட்டதற்கு மாறாக, முற்றிலும் மாறுபட்ட விதத்தில் மனிதனை மாற்றும் இன்னொரு விஷயமும் இருக்கிறது. அது அவநம்பிக்கை. ஆம், ஒருவேளை காதல் உண்மையிலேயே ஒருவரை மாற்றக்கூடியதாக இருக்கலாம், ஆனால் அவநம்பிக்கை அந்தப் பணியை மிக விரைவாகச் செய்யும். அவள் என்ன செய்யவேண்டும்? பிரேஸிலுக்குத் திரும்பிச்சென்று, ஃபிரெஞ்ச் ஆசிரியையாகி, அவளது முன்னாள் முதலாளியைத் திருமணம் செய்துகொள்ளவேண்டுமா? அல்லது ஒரு சிறிய அடிவைப்பை முன்னாலெடுத்து வைக்கவேண்டுமா? அனைத்துக்கும்மேல் இது ஒரேயொரு இரவுக்கு மட்டும்தான், அவள் யாரையும் அறியாத, அவளை யாருமறியாத நகரத்தில். அந்த ஒரு இரவும் அதனால் சிரமமின்றிக் கிடைக்கும் பணமும், தவிர்க்க இயலாதவாறு அதே பாதையில் அவள் திரும்பிவர முடியாத கட்டம் வரும் வரைக்கும் இட்டுச் செல்லுமா? இங்கே என்ன நடந்துகொண்டிருக்கிறது - ஒரு மகத்தான வாய்ப்பா அல்லது கன்னிமேரியால் உருவாக்கப்பட்ட சோதனையா?

அந்த அரேபியன், ஃபெலினி வழக்கமாக உணவருந்தும் இடத்தில் சுற்றிலுமுள்ள ஜோன் மிரோவின் ஓவியங்களையும் வந்துசெல்லும் வாடிக்கையாளர்களின் கோட்டுகளை வாங்கிவைக்கும் பெண்ணைப் பார்த்தபடியும் இருந்தார்.

"நீ இன்னும் முடிவுபண்ணவில்லை?"

"இன்னும் கொஞ்சம் ஒயின்," இப்போதும் கண்ணீருடன் கேட்டாள் மரியா.

அவள் வெய்ட்டர் வந்துவிடக்கூடாதென்றும் என்ன நடந்து கொண்டிருந்தது என்று உணர்ந்துவிடக்கூடாது என்றும் பிரார்த்தித்தபடி

இருந்தாள். வெய்ட்டரும் இவையனைத்தையும் சற்று தூரத்திலிருந்து தனது ஓரவிழிகளில் கவனித்தபடி, இந்த நபரும் பெண்ணும் சீக்கிரம் பணத்தைச் செலுத்திவிட்டுக் கிளம்பவேண்டுமென பிரார்த்தித்தான். ஏனெனில் அந்த உணவகம் ஆட்களால் நிறைந்து காணப்பட்டதுடன், ஆட்கள் வேறு காத்துக்கொண்டிருந்தனர்.

கடைசியில், ஒரு யுகம் போலத்தோன்றிய நேரத்துக்குப்பின் அவள் பேசினாள்:

"ஒருமுறை சேர்ந்து மதுவருந்துவதற்கு ஆயிரம் பிராங்குகள் என்றா சொன்னீர்கள்?"

தனது குரலின் தொனியைப் பார்த்து மரியா வியப்படைந்தாள்.

"ஆமாம்," அவ்வாறு முதலில் சொன்னதற்காக வருத்தம் தொனிக்க அந்த நபர் சொன்னார். "ஆனால் நான் உண்மையில் அதை விரும்பவில்லை..."

"பில்லைச் செலுத்துங்கள், உங்களுடைய ஹோட்டலுக்குச் சென்று நாம் அந்த மதுவைப் பருகுவோம்."

திரும்பவும் அவள் தனக்கே அந்நியமானவள் போலத் தோன்றினாள், இதுநாள் வரை அவள் இனிய, உற்சாகமான, நன்கு வளர்க்கப்பட்ட பெண்ணாக இருந்துவந்தாள். அந்நியர் ஒருவரிடம் அவள் ஒருபோதும் இப்படிப் பேசியதில்லை. ஆனால் அந்தப் பெண் எப்போதைக்குமாக இறந்துபோனதாக அவளுக்குத் தோன்றியது. அவளுக்கு முன்னிருந்தது இன்னொரு வாழ்க்கை, அதில் ஒருமுறை சேர்ந்து மதுவருந்துவதற்கு ஆயிரம் ஃபிராங்குகள் அல்லது பெரிதும் உலகளவிலான பணமாக இருந்தால் கிட்டத்தட்ட அறுநூறு டாலர்கள்.

அனைத்தும் எதிர்பார்த்தது போலவே நடந்தன. அவள் அந்த அரேபியனின் ஹோட்டலுக்குச்சென்று ஷாம்பெய்ன் அருந்தினாள். கிட்டத்தட்ட தன்னை முழுக்க மதுவுக்கு ஆட்படுத்தி, தனது கால்களை விரித்து, அவர் உச்சகட்டத்தை அடையும்வரை காத்திருந்து (தானும் உச்சகட்டம் அடைந்ததாக பாவனை செய்யவேண்டும் என்றுகூட அவளுக்குத் தோன்றவில்லை), மார்பிளில் கட்டப்பட்ட குளியலறையில் தன்னைச் சுத்தம் செய்துகொண்டு, பணத்தை எடுத்துக்கொண்டு, சொகுசாக டாக்ஸியில் வீடுதிரும்பினாள்.

மறுநாள் மரியாவின் டைரியில் காணப்பட்டதிலிருந்து:

நான் அந்த முடிவை எடுத்த கணத்தை தவிர, அனைத்தையும் எனக்கு நினைவிருக்கிறது. இதில் பெரிதும் விநோதம், எனக்கு எந்தக் குற்ற உணர்வும் இல்லை என்பதுதான். பணத்துக்காக ஆண்களுடன் படுக்கைக்குச் செல்லும் பெண்கள், வேறுவழியே இல்லாதவர்கள் என்றே நான் நினைத்து வந்திருக்கிறேன். ஆனால் அது அப்படியல்ல என்பதை இப்போது நான் பார்க்கிறேன். ஆம் அல்லது இல்லை எது வேண்டுமானாலும் என்னால் சொல்லியிருக்கமுடியும், யாரும், எதையும் ஒப்புக்கொள்ளுமாறு என்னை வற்புறுத்தவில்லை.

நான் தெருக்களில் நடந்தபடி அனைத்து நபர்களையும் பார்த்து, அவர்கள் தங்கள் வாழ்வை அவர்களேதான் தேர்வு செய்தார்களா என்று வியப்படைகிறேன். அல்லது அவர்களும் என்னைப்போல் விதிவசத்தால் தேர்வுசெய்தார்களா? மாடல் அழகியாக கனவு கண்டவள் இல்லத் தலைவியாகவும், இசைக் கலைஞனாக விரும்பியவன் வங்கி அதிகாரியாகவும், புத்தகம் எழுதவேண்டும், இலக்கியத்துக்குத் தன்னை அர்ப்பணிக்க வேண்டுமென நினைத்தவன் பல் மருத்துவனாகவும், ஒரு தொலைக்காட்சி நட்சத்திரமாகத் திகழ்வதை விரும்பிய பெண், சூப்பர் மார்க்கெட் ஒன்றில் வெளியே செல்லும் பொருட்களைச் சரிபார்ப்பவளாகவும் இருக்கிறாள்.

நான் எனக்காக ஒருசிறிதும் வருத்தப்படவில்லை. நான் இப்போதும்கூட பலிகடா இல்லை, ஏனெனில் நான் அந்த உணவகத்தைவிட்டு என் கௌரவத்துக்குச் சிறிதும் பங்கம் வராமல் என் பர்ஸ் காலியாக, வெளியேறியிருக்க முடியும். எனக்கெதிரே அமர்ந்திருந்த நபருக்கு ஒழுக்கம் குறித்து பாடம் கற்பித்திருக்கவோ அல்லது அவருக்கு முன் அமர்ந்திருப்பது ஒரு இளவரசி, அவளை காதல் செய்ய இயலுமே தவிர விலைக்கு வாங்கமுடியாது என்பதை உணரச் செய்ய முயற்சி எடுத்திருக்கவோ முடியும். நான் அனைத்து விதத்திலும் பதிலளித்திருக்க முடியும், ஆனால் – பெரும்பாலான நபர்களைப் போலவே – எந்தப் பாதையைத் தேர்ந்தெடுப்பது என்பதை விதியைத் தேர்ந்தெடுக்க விட்டுவிட்டேன்.

என்னைச் சட்டத்துக்கும் சமூகத்துக்கும் வெளியே நிறுத்தியது எனது விதியே என்றபோதும் அவ்வாறு நிற்பது நான் ஒருத்தி மட்டுமல்ல. எனினும் மகிழ்ச்சியின் தேடலில் நாமெல்லாரும் சமம். நம்மில் ஒருவரும் – இசையமைப்பாளராக விரும்பிய வங்கியாளரோ, எழுத்தாளராக விரும்பிய பல் மருத்துவரோ, நடிகையாக விரும்பிய சரிபார்க்கும் பெண்ணோ அல்லது மாடலாக விரும்பிய இல்லத் தலைவியோ – ஒருவரும் மகிழ்ச்சியாக இல்லை.

பதினொரு நிமிடங்கள்

ஆக, அது நடந்தது இப்படித்தான். எத்தனை எளிதாய் முடியுமோ அத்தனை எளிதாய். அவள் யாரையுமே அறியாத, புதிய நகரத்தில் இருந்தாள். ஆனால் நேற்றுவரை அவளுக்குத் தொந்தரவாக இருந்த அந்த விஷயம், இன்று அவளுக்கு ஒரு மகத்தான சுதந்திர உணர்வைத் தந்தது. ஏனெனில் அவள் தன்னைக் குறித்து யாருக்கும் விளக்கம் தரத் தேவையில்லை.

இத்தனை வருடங்களில் முதன்முறையாக, அந்த நாள் முழுவதையும் தன்னைப் பற்றி சிந்திப்பதற்கென செலவிடுவதென அவள் தீர்மானித்தாள். அதுநாள் வரை மற்றவர்கள் - அவளது அம்மா, பள்ளித் தோழர்கள், அப்பா, மாடல் ஏஜென்சிகளைச் சேர்ந்த நபர்கள், ஃபிரெஞ்ச் ஆசிரியர்கள், பரிசாரகன், நூலகர், தெருவில் எதிர்ப்படும் சற்றும் அறிமுகமில்லாத அந்நியர்கள் - என்ன நினைப்பார்கள் என்பதைக் குறித்தே சிந்தித்துக் கொண்டிருந்தாள். உண்மையில், ஒருவரும் எதைக் குறித்தும் நினைத்துக் கொண்டிருக்கவில்லை, நிச்சயமாக பரிதாபத்துக்குரிய வெளிநாட்டவளான அவளைப் பற்றி நினைத்துக் கொண்டிருக்கவில்லை. நாளை அவள் காணாமல் போனால், காவலர்கள்கூட அவள் தொலைந்துபோனதை அறிய மாட்டார்கள்.

நல்லது, சீக்கிரமே வெளியே கிளம்பி, அவள் வழக்கமாகச் சாப்பிடும் உணவகத்தில் காலை உணவை முடித்துக்கொண்டு, ஏரியைச் சுற்றி ஒரு நடை போய்வந்தாள். அங்கே அகதிகளால் நடத்தப்பட்ட ஒரு ஆர்ப்பட்டத்தைக் கண்டாள். ஒரு சிறிய நாயுடன் நடைபயின்று கொண்டிருந்த ஒரு பெண்மணி அவளிடம், அவர்கள் குர்துக்கள் என்றாள். மற்றவர்கள் நினைப்பதைவிடவும் தான் மிகவும் நாகரீகமானவள், புத்திசாலி என்று நிரூபிப்பதற்காக, தனக்குத் தெரியும் என்பதுபோல் பாவனை செய்வதற்குப் பதில், மரியா, "குர்துக்கள் எந்த நாட்டைச் சேர்ந்தவர்கள்" எனக் கேட்டாள்.

அவள் ஆச்சரியப்படும்படியாக, அந்தப் பெண்மணிக்கு பதில் தெரிந்திருக்கவில்லை. ஆக, உலகம் இப்படித்தான் போல, மக்கள் எல்லாம் தெரிந்ததுபோல பேசுகிறார்கள், ஆனால் நீங்கள் துணிந்து ஒரு கேள்வி கேட்டால், அவர்களுக்கு எதுவும் தெரிவதில்லை. அவள்

இன்டர்நெட் சென்டர் ஒன்றினுள் சென்று, தற்போது துருக்கி மற்றும் ஈராக்கால் பிரித்துக் கொள்ளப்பட்டு, உலகில் தற்போது இல்லாத தேசமாக விளங்கும் குர்திஸ்தானிலிருந்து வந்தவர்கள் குர்துக்கள் எனக் கண்டுபிடித்தாள். அந்தப் பெண்மணியையும் அவளது நாயையும் மரியா தேடிச்சென்றபோது அவள் அந்த இடத்தைவிட்டுப் போயிருந்தாள். அரைமணி நேரமாக பதாகைகளுடன் காணப்பட்ட மனிதக் கும்பலையும் தலைப்பாகைகளையும், இசையையும் மற்றும் வினோதமான கூச்சல்களையும் பார்த்து அந்த நாய் சலித்துப் போயிருக்கவேண்டும்.

"நான் உண்மையில் அந்தப் பெண்ணைப் போன்றவள்தான். அல்லது நான் பெரிதும் அதுபோலத்தான் இருந்து வந்திருக்கவேண்டும். அந்த அரேபியர் என்னைத் எரிச்சலூட்டும்வரை, எல்லாம் தெரிந்ததாய் பாவனைசெய்யும் ஒருத்தி எனது மௌனத்துக்குப்பின் மறைந்து இருந்திருக்க வேண்டும், கடைசியில் இருவேறு குளிர்பானங்களுக்கு இடையிலான வித்தியாசங்களை மட்டுமே எனக்குச் சொல்லத் தெரியும் என்று சொல்லும் தைரியம் வந்திருக்கவேண்டும். அவர் அதிர்ந்துபோனாரா? அவர் என்னைப் பற்றிய தனது அபிப்ராயத்தை மாற்றிக் கொண்டாரா? நிச்சயமாக இல்லை, எனது நேர்மையைப் பார்த்து அவர் அவசியம் திகைப்படைந்திருக்கவேண்டும். எப்போதெல்லாம் நான் இயல்புக்குமீறி புத்திசாலித்தனமாய் காட்டிக்கொள்ள முயல்கிறேனோ அப்போதெல்லாம் தோல்வியடைகிறேன். சரி நடந்தது நடந்ததுதான்.

அவள் அந்த மாடல் ஏஜென்சியைப் பற்றி நினைத்தாள். அந்த அரேபியன் உண்மையிலேயே என்ன விரும்பினான் என்பதை அவர்கள் அறிந்திருந்தார்களா அல்லது அவர்கள் உண்மையிலேயே அந்த நபர் அவளுக்குத் தன் நாட்டில் வேலைதேடித் தரப்போகிறார் என நினைத்தார்களா - அறிந்திருந்தாலும் அறியாவிட்டாலும், அவள் மீண்டும் ஒருமுறை முட்டாளாக்கப்பட்டிருக்கிறாள்.

அந்த விஷயத்தில் உண்மை என்னவாக இருந்தபோதும், ஜீரோவுக்கு நெருக்கமாகக் குளிர் காணப்பட்ட, ஜெனிவாவின் அந்த சாம்பல்நிற காலைப்பொழுதில் மரியா பெரிதும் தனிமையாய் உணரவில்லை. குர்துக்களின் ஆர்ப்பாட்டம், ஒவ்வொரு நிறுத்தத்துக்கும் உரியநேரத்தில் வந்துசெல்லும் ட்ராம்கள், நகைகளை பார்வைக்குப் புலனாகும் விதத்தில் மீண்டும் அடுக்கிக் கொண்டிருந்த கடைகள், திறந்துகொண்டிருந்த வங்கிகள், உறங்கிக்கொண்டிருந்த பிச்சைக்காரர்கள் என ஸ்விஸ் வேலைக்கு ஆயத்தமாகிக் கொண்டிருந்தது. மரியா பெரிதும் தனிமையை

உணராத காரணம், அவளுக்குப் பக்கத்தில் மற்றொரு பெண் இருந்ததேயாகும். ஒருவேளை அவளைக் கடந்துசெல்பவர்கள் கண்ணுக்கு அவள் புலப்படாமலிருந்திருக்கலாம். அவளது இருப்பை மரியா முன்பு எப்போதும் உணராதபோதும், அவள் அருகில் இருந்திருக்க வேண்டும்.

தன்னருகில் இயேசுவின் தாயான கன்னிமேரியைப் போல் காணப்பட்ட, புலனாகாத பெண்ணைப் பார்த்து அவள் புன்னகைத்தாள். அந்தப் பெண்ணும் பதிலுக்குப் புன்னகை செய்ததோடு, அவள் நினைப்பதுபோல் விஷயங்கள் அத்தனை எளிதானதில்லை, எச்சரிக்கையாக இரு என்று கூறினாள். மரியா அந்த அறிவுரையைப் புறக்கணித்ததோடு, தான் பெரியவள், தனது முடிவுகளுக்கு பொறுப்பானவள் என்றும், தனக்கு எதிராக இந்த உலகமே சதித்திட்டம் தீட்டுகிறது என்பதை அவள் நம்பப்போவதில்லை எனவும் பதிலளித்தாள். ஒரு இரவில் அரைமணி நேரம் அவள் கால்களுக்கிடையில் செலவிடுவதற்காக தனக்கு ஆயிரம் ஸ்விஸ் ப்ராங்குகள் தர ஆட்கள் இருக்கிறார்கள் என்பதை அவள் அறியவந்திருந்தாள். அடுத்த சில நாட்களில் அவள் முடிவுசெய்ய வேண்டியதெல்லாம், தன்னிடமிருக்கும் ஆயிரம் ப்ராங்குகளைக் கொண்டு ஒரு விமானப் பயணச்சீட்டு வாங்கி தனது பிறந்த நகரத்துக்குத் திரும்பிச்செல்வதா அல்லது தனது பெற்றோருக்கு ஒரு வீடு, தனக்கு கொஞ்சம் அழகிய ஆடைகள், ஒருநாள் அவள் பார்க்கவேண்டுமென்று கனவுகண்ட இடங்கள் அனைத்துக்கும் செல்வதற்கான பயணச் செலவுகளுக்கான தொகை இவற்றை சம்பாதிக்கும்வரை கொஞ்ச நாட்கள் தங்கியிருப்பதா என்பதைத் தீர்மானிப்பதுதான்.

அவளது அருகிலிருந்த பார்வைக்குப் புலப்படாத பெண் மணி மீண்டும், விஷயங்கள் அத்தனை எளிதானதல்ல என்றாள். ஆனால் மரியா, இந்த எதிர்பாராத தோழமையால் மகிழ்ச்சியடைந்தபோதும், தான் சில முக்கியமான முடிவுகளை எடுக்கவேண்டிய அவசியமிருப்பதால் அவளது சிந்தனையை இடையூறு செய்யவேண்டாமென கேட்டுக்கொண்டாள்.

இம்முறை மிகவும் கவனமுடன் அவள் பிரேஸிலுக்குத் திரும்பச் செல்வதற்கான வாய்ப்புகளை ஆராயத் தொடங்கினாள். தாங்கள் பிறந்த நகரைவிட்டு வெளியே எங்கும் செல்லாத அவளது பள்ளித்தோழிகள் அனைவரும், ஒரு சர்வதேச நட்சத்திரமாக இருப்பதற்கான திறமை அவளுக்கு எப்போதும் இருந்ததில்லை எனவும் அவள் வேலையிலிருந்து நீக்கப்பட்டாள் எனவுமே கூறுவர். மரியா, தன்

கடிதங்களில் அவள் அனுப்பிய பணத்தை தபால் அலுவலகம்தான் திருடியிருக்கவேண்டும் என அவள் உறுதிபடக் கூறியிருந்தபோதும், தான் மாதந்தோறும் அனுப்பித் தருவதாக உறுதியளித்திருந்த பணம் கிடைக்காததற்காக அவளது அம்மா வருத்தமடையலாம். அவளது அப்பா அதன்பின் எப்போதைக்குமாக, "நான்தான் அப்பவே சொன்னேனே" என்கிற தோரணை வெளிப்பட அவளைப் பார்க்கலாம். விமானத்தில் பயணம் செய்து, ஸ்விஸ் பாலாடைக்கட்டி சாப்பிட்டு, ஃபிரெஞ்ச் மொழியைக் கற்று, உறைபனியில் நடந்த அவள், திரும்பவும் கடைக்குச்சென்று துணிகளை விற்பனை செய்து, அந்த முதலாளியைத் திருமணம் செய்துகொள்வதா?

அதற்கு மாறாக, அவளுக்கு ஆயிரம் ஸ்விஸ் ப்ராங்குகளைச் சம்பாதித்து தரும் அந்த மதுபானங்கள் இருந்தன. இது நீண்ட காலத்துக்கு நீடிக்காது - அனைத்துக்கும் மேலாக, அழகு காற்றைப் போல விரைவாக மாறக்கூடியது - ஆனால் ஒரு வருடத்தில் அவள் சொந்தக் காலில் நிற்கும் அளவுக்குப் போதுமான பணத்தைச் சம்பாதித்து ஊருக்குத் திரும்பிவிடலாம். இம்முறை அவளது ஊர் திரும்புதல் அவளது எண்ணப்படி இருக்கும். உண்மையான பிரச்சினை என்ன செய்வது, எப்படித் தொடங்குவதென அவள் அறிந்திருக்கவில்லை என்பது மட்டுமே. அவள் முதலில் "குடும்ப இரவு விடுதியில்" பணிபுரிந்த நாட்களில் ஒரு பெண் ரூ டி பெர்னே பற்றி எப்போதோ குறிப்பிட்டதை நினைவு கூர்ந்தாள். உண்மையில், மரியா அவளது சூட்கேஸ்களை எங்கே வைப்பது என காட்டுவதற்கு முன்பே, அந்தப் பெண் முதலில் சொன்ன விஷயம் அதுதான்.

நகரங்களில் சுற்றுலா வாசிகளுக்கு மிகவும் இணக்கமானதும், சுற்றுலா வாசிகள் வழிதவறுவதைத் தாங்கமாட்டாததுமான ஜெனிவாவில், எங்கும் காணப்படும் பெரிய அளவிலான விளம்பரப் பலகைகளின் ஒருபக்கம் விளம்பரங்களும் மறுபுறம் வரைபடமும் காணப்படும். அவள் அத்தகைய விளம்பரப் பலகையொன்றின் அருகில் சென்றாள்.

அங்கே ஒருநபர் நின்றுகொண்டிருக்க, அவனிடம் அவள் ரூ டி பெர்னே எங்கிருக்கிறதென கேட்டாள். அவன் அவளை யோசனையாகப் பார்த்தபடி, அவள் தேடிக்கொண்டிருப்பது ஸ்விஸின் தலைநகரான பெர்னேவுக்குச் செல்லும் சாலையா அல்லது தெருவா எனக் கேட்டான். இல்லை, எனக்குத் தெரியவேண்டியது ஜெனிவாவில் இருக்கும் தெரு என்றாள் மரியா. அந்த நபர் அவளை ஏறஇறங்கப் பார்த்துவிட்டு, ஒரு வார்த்தைகூட பேசாமல் அகன்றான். மக்களை முட்டாளக்கி சந்தோஷப்படும் தொலைக்காட்சி நிகழ்ச்சிகளில் ஒன்றிற்காக தான்

படம்பிடிக்கப்படுகிறோம் என அவன் நம்பியிருக்கவேண்டும். அதுவொன்றும் பெரிய நகரமில்லை என்பதால் மரியா அந்த வரைபடத்தை பதினைந்து நிமிடங்கள் ஆய்வுசெய்து, கடைசியில் அவள் தேடிக்கொண்டிருந்த இடத்தைக் கண்டுகொண்டாள்.

அவள் வரைபடத்தில் தேடிக்கொண்டிருக்கையில் அமைதியாக இருந்த கண்ணுக்கு புலப்படாத அவளது தோழி இப்போது, இது ஒழுக்கத்தைப் பற்றிய கேள்வியல்ல, மாறாக திரும்பிவர முடியாத பாதையில் பயணம் கிளம்புவது எனச் சொல்லி அவளுக்குப் புரியவைக்க முயன்று கொண்டிருந்தாள்...

தான் வீடு திரும்பத் தேவையான பணத்தை அவளால் சம்பாதிக்க முடியுமெனில் பின் எந்தச் சூழலில் இருந்து வெளியேறவும் போதுமான அளவுக்கும் சம்பாதிக்க முடியுமென மரியா கூறினாள். தவிரவும், அவள் கடந்துசென்ற நபர்களில் எவரும், அவர்கள் செய்யவிரும்பிய வேலையைச் செய்துகொண்டிருக்கவில்லை. இதுதான் வாழ்க்கையின் உண்மைநிலவரம்.

"நாம் கண்ணீர் பள்ளத்தாக்கில் வசிக்கிறோம்." என அவள் தனது புலப்படாத தோழியிடம் சொன்னாள். "நாம் விரும்பிய படியெல்லாம் கனவு காணலாம். ஆனால் வாழ்க்கை கடினமானது, இரக்கமில்லாதது, துயரகரமானது. நீ என்ன சொல்ல முயல்கிறாய் இந்த மக்கள் என்னை நிந்திப்பார்கள் என்கிறாயா? என் வாழ்க்கையின் அம்சங்களில் இதுவும் ஒன்று என்பதை எவரும் எப்போதும் அறியப் போவதில்லை."

துயரம் தோய்ந்ததொரு இனிய புன்னகையுடன், கண்ணுக்குப் புலப்படாத அந்தத் தோழி மறைந்துபோனாள்.

மரியா கண்காட்சிக்குச் சென்று, ரோலர் கோஸ்டருக்கு ஒரு நுழைவுச் சீட்டு வாங்கினாள். இவையனைத்தும் வெறும் விளையாட்டு, இதில் உண்மையாக எந்த அபாயமும் இல்லை என அறிந்திருந்தும், மற்ற அனைவருடனும் சேர்ந்து கத்தினாள். தான் சாப்பிடுவது என்ன என்பதை சற்றும் அறிந்திராதபொழுதும், அவள் சாப்பிடுவது மிகவும் விலைகூடுதலானது என்பதை மட்டுமே அவள் அறிந்திருந்தும், அனைத்து ஆடம்பரத்தையும் அனுபவிக்கும் மனநிலையில் இருந்த அவள் ஜப்பானிய உணவகத்தில் சாப்பிட்டாள். அவள் மகிழ்ச்சியாக இருந்தாள். இப்போது அவள் தொலைபேசி அழைப்பை எதிர்பார்த்தோ செலவழிக்கும் ஒவ்வொரு பைசாவுக்கும் கவனமாக இருக்கவேண்டியதோ தேவையில்லை.

அன்றைய நாளின் பிற்பொழுதில், அவள் அந்த ஏஜென்சிக்கு நன்றி கூறியும், சந்திப்பு சிறப்பாகப் போனதென தெரிவித்தும் செய்தியனுப்பினாள். அவர்கள் உண்மையானவர்களாக இருந்தாள் புகைப்படங்கள் குறித்து கேட்பர், மாறாக பெண்களை ஏற்பாடு செய்பவர்களாக இருந்தால் இன்னும் பல சந்திப்புகளுக்கு ஏற்பாடு செய்வர்.

தனது சிறிய அறைக்குத் திரும்பும் வழியில் அவள் பாலத்தைக் கடந்துசென்றாள். அவள் எவ்வளவு பணம் சம்பாதித்தபோதிலும், எவ்வளவு எதிர்காலத் திட்டங்கள் வைத்திருந்தாலும், சிந்திப்பதும், அனைத்து நேரத்தையும் சிந்தனையில் செலவிடவேண்டியதும் அவசியமென நினைத்ததால் நிச்சயமாக தொலைக்காட்சி மட்டும் வாங்கக்கூடாதென தீர்மானித்தாள்.

அன்றிரவு மரியா எழுதிய நாட்குறிப்பிலிருந்து (ஓரத்தில் நிச்சயமில்லை என்ற குறிப்புடன்):

ஓர் ஆண் பெண்ணுக்குச் செலவிடுவது ஏன் என்ற காரணத்தைக் கண்டுபிடித்திருக்கிறேன். காரணம், அவன் மகிழ்ச்சியாக இருக்க விரும்புகிறான்.

ஒருமுறை உச்சகட்ட இன்பத்தைப் பெறுவதற்காக அவன் ஆயிரம் பிராங்குகள் கொடுக்கமாட்டான். அவன் மகிழ்ச்சியாக இருக்க விரும்புகிறான். நானும்கூட, ஒவ்வொருவரும் மகிழ்ச்சியாக இருக்க விரும்புகின்றனர். இருந்தும், யாரும் மகிழ்ச்சியாக இல்லை. கொஞ்ச காலத்துக்கு நான் ஒரு .... இருக்க தீர்மானித்தால், நான் இழக்க என்ன இருக்கிறது? சிந்திக்கவோ எழுதவோ இது சிரமமான வார்த்தைதான். ஆனாலும் நாம் வெளிப்படையாக இருப்போம்... கொஞ்ச காலத்துக்கு நான் ஒரு விலைமகளாக இருக்க தீர்மானித்தால், நான் இழக்க என்ன இருக்கிறது?

புகழ், கௌரவம், சுயமரியாதை பற்றி நான் சிந்தித்திருந்தபோதும், அவற்றில் எதையும் எப்போதும் நான் கொண்டிருந்ததில்லை. பிறப்பதற்கு முன் என்னைக் கேட்கவில்லை, என்னை யாரும், எப்போதும் நேசித்துப் பார்த்தில்லை, நான் எப்போதும் தவறான முடிவுகளையே எடுத்து வந்திருக்கிறேன். இப்போது எனக்காக வாழ்க்கையே தீர்மானிக்கட்டுமென விட்டுவிட்டேன்.

அந்த ஏஜென்சிக்கு ஒவ்வொரு வேலையிலும் குறிப்பிட்ட சதவிகிதம் பங்கு கிடைத்து வந்ததால், மறுநாள் தொலைபேசியில் அழைத்து, அந்த அழகுக் கண்காட்சி எப்போது நடைபெற உள்ளதெனவும் புகைப்படங்கள் குறித்தும் கேட்டது. நடந்தது எதனையும் அவர்கள் அறியவில்லை என்பதை உணர்ந்துகொண்ட மரியா, அந்த அரேபியக் கனவான் அதுகுறித்து அவர்களுடன் தொடர்பு கொள்வார் என்று கூறினாள்.

அவள் நூலகத்துக்குச் சென்று பாலுறவு பற்றிய சில புத்தகங்கள் தரும்படி கேட்டாள். அவள் தனக்கு எதுவும் தெரியாத ஒரு துறையில் வேலைசெய்வதற்கான சாத்தியங்கள் பற்றி அக்கறையாக பரிசீலித்துக் கொண்டிருந்ததால் - ஒரு வருடத்திற்கு மட்டும் என அவள் தனக்குத் தானே சொல்லிக்கொண்டாள் - எப்படி நடந்துகொள்வது, எப்படி இன்பம் தருவது பதிலுக்கு பணம் பெறுவது எப்படி போன்றவற்றை முதலில் அறிந்துகொள்ள வேண்டியது அவசியம்.

அந்த நூலகம் அரசு நிதியில் இயங்குவது என்பதால், அவர்களிடம் பாலுறவின் தொழில்நுட்பம் சார்ந்த சில புத்தகங்கள் மட்டுமே இருக்கின்றன என நூலகர் அவளிடம் கூறியபோது, அவள் மிகுந்த ஏமாற்றமடைந்தாள். மரியா, அந்தப் புத்தகங்களிலொன்றின் பொருளடக்கத்தை வாசித்துப் பார்த்தாள். அவை பாலுறவு இன்பம் பற்றி எதுவும் கூறாமல், விரைப்பு, உட்செலுத்துதல், ஆண்மைக் குறைவு, முன்னெச்சரிக்கை நடவடிக்கைகள் போன்ற சலிப்பூட்டும் விஷயங்களைப்பற்றி மட்டுமே பேசியதால் உடனே அதைத் திருப்பித் தந்துவிட்டாள்... பெண்களுக்கு செக்ஸில் ஆர்வமில்லாததன் உளவியல் புத்தகத்தை இரவல் வாங்கலாமா என ஒரு கணம் யோசித்தாள். ஏனெனில், அவள் ஆண்களால் ஆதிக்கம் செலுத்தப்படுவதையும் அவர்களுடன் உடலுறவு கொள்வதையும் பெரிதும் அனுபவித்தாலும், அவள் எப்போதும் சுயஇன்பத்தின் மூலம் மட்டுமே உச்சகட்ட உணர்வை அடைந்தாள்.

அவள் அங்கு வந்திருப்பது வேலைநிமித்தமாகவே தவிர, இன்பத்தைத் தேடியல்ல. அவள் நூலகருக்கு நன்றி சொல்லிவிட்டு

கடையொன்றுக்குச் சென்றாள். அடிவானில் பிரம்மாண்டமாக காட்சியளிக்கும் சாத்தியமான வாழ்க்கைத் தொழிலுக்கான முதல் முதலீட்டை அந்தக் கடையில் செய்தாள். ஆண்களின் ஆசையைத் தூண்டப் போதுமான கவர்ச்சியுடையதெனக் கருதிய ஆடைகளை வாங்கினாள். பின் வரைபடத்தில் அவள் பார்த்த இடத்துக்கு நேராகச் சென்றாள். தெருவின் முனையில் ஒரு தேவாலயம் இருந்தது. (முந்தைய நாள் இரவு அவள் சாப்பிட்ட ஜப்பானிய உணவகத்துக்கு மிகவும் அருகில் அது காணப்பட்டது பெரிதும் விநோதமாகப்பட்டது), அதையடுத்து விலைமலிவான கைக்கடிகாரங்கள், சுவர்க் கடிகாரங்கள் விற்கும் சில கடைகள், அந்தத் தெருவின் கடைசியில் அவள் கேள்விப்பட்ட விடுதிகள் இருந்தன. அவையனைத்தும் பகல்பொழுதான அந்நேரத்தில் மூடிக்காணப்பட்டன. ஏரியைச் சுற்றி அவள் மீண்டுமொருமுறை நடந்தாள். தர்மசங்கடமோ நடுக்கமோ எதுவுமின்றி - அவள் தான் செய்யவேண்டியிருக்கும் விஷயத்தைப் பற்றி அறிந்துகொள்ள ஐந்து மஞ்சள் பத்திரிகைகளை வாங்கினாள். இருள் விழும்வரை காத்திருந்து திரும்பவும் ரூ டி பர்னேவுக்குச் சென்றாள். அங்கே கோபாகேபனா எனும் வசீகரமான பிரேஸிலியப் பெயரைக் கொண்ட மதுக்கூடமொன்றை தற்செயலாகத் தேர்ந்தெடுத்தாள்.

தான் எதையும் இன்னும் முடிவுசெய்து விடவில்லையென அவள் தனக்குத்தானே கூறிக்கொண்டாள். இது வெறுமனே ஒரு பரிசோதனை முயற்சிதான். அவள் இதுநாள்வரை ஸ்விட்சர்லாந்திலிருந்த காலகட்டம் முழுவதும் சுதந்திரமாகவோ, நலமாகவோ உணர்ந்ததில்லை.

அவள் மதுக்கூடத்தின் பின்னால் கண்ணாடிக் குவளைகளைக் கழுவிக் கொண்டிருந்த, முதலாளியிடம், "நான் வேலை தேடிக் கொண்டிருக்கிறேன்" என்றாள். அந்த இடம் வரிசையான மேஜைகள், சுவரருகில் சில சோபாக்கள், மூலையில் ஒருவிதமான நடன அரங்கம் போன்றவற்றைக் கொண்டிருந்தது. "செய்வதற்கு ஒன்றுமில்லை. நீ இங்கே சட்டபூர்வமாக பணிபுரிய விரும்பினால், உன்னிடம் வேலைசெய்வதற்கான அனுமதி ஆவணம் இருக்கவேண்டும்."

மரியா தன்னுடைய ஆவணத்தை அவனிடம் காட்ட அந்த நபரின் மனநிலை மேம்பட்டதாகத் தோன்றியது.

"அனுபவம் ஏதும் இருக்கிறதா?"

அவளுக்கு என்ன சொல்வதெனத் தெரியவில்லை: ஆமெனச் சொன்னால் இதற்கு முன்பு எங்கே வேலைசெய்தாளென அவர் கேட்பார். இல்லை எனச் சொன்னாள் அவர் அவளை நிராகரிக்கக்கூடும்.

"நான் ஒரு புத்தகம் எழுதிக்கொண்டிருக்கிறேன்."

கண்ணுக்குப் புலப்படாத குரலொன்று அவளது உதவிக்கு வந்தது போல், திடீரென அந்த யோசனை எங்கிருந்தோ வந்தது. அந்த நபர் தான் பொய் சொல்வதை அறிந்திருந்தும் தன்னை நம்புவதுபோல் பாவனை செய்வதைக் கண்டாள்.

"நீ முடிவு ஏதும் எடுப்பதற்கு முன்பு மற்ற பெண்களிடம் கொஞ்சம் பேசு. தினமும் இரவில் குறைந்தபட்சம் ஆறு பிரேஸிலியப் பெண்களாவது எங்களிடம் வருகின்றனர். அதன்மூலம் உன்னிடம் மிகச்சரியாக என்ன எதிர்பார்க்கப்படுகிறது என நீ தெரிந்துகொள்ளலாம்."

மரியா தனக்கு யாருடைய அறிவுரையும் தேவையில்லையென்றும், தவிரவும் அவள் இன்னும் ஒரு முடிவுக்கு வரவில்லை என்றும் சொல்லவிருந்தாள். ஆனால் அதற்குள் அந்த நபர் குடிப்பதற்கு ஒரு குவளை நீர்கூடத் தராமல் ஏற்கனவே அவளைத் தனியே விட்டுவிட்டு மதுக்கூடத்தின் மறுபக்கத்திற்கு சென்றிருந்தான்.

பெண்கள் வரத் தொடங்கினர். முதலாளி சில பிரேசிலியப் பெண்களை அழைத்து புதிதாக வந்திருப்பவளிடம் பேசுமாறு கேட்டுக்கொண்டார். அவர்களில் எவரும் பெரிதும் விருப்பமுடன் காணப்பட்டதாகத் தெரியவில்லை. போட்டி பயம் என மரியா யூகித்தாள். ஒலியமைப்பு போடப்பட்டு, சில பிரேஸிலியப் பாடல்கள் இசைக்கப்பட்டன. (அந்த இடம் கோபாகேபனா எனப்பட்டது சரிதான்). பின் ஆசியத் தோற்றமுள்ள சில பெண்கள் உள்ளே வந்தனர். மற்றவர்களுக்கு நடுவே அவர்கள், ஜெனிவாவைச் சுற்றிக் காணப்பட்ட அழகிய, பனிபடர்ந்த மலைகளிலிருந்து நேரே இறங்கிவந்தவர்களைப் போல் தோன்றினர். அவள் அங்கே கிட்டத்தட்ட இரண்டு மணி நேரமாக, குடிக்க எதுவுமின்றி சில சிகரெட்டுகளைப் புகைத்தபடி நின்றுகொண்டிருந்தாள். அவள் நிச்சயம் தவறான முடிவை எடுத்துக்கொண்டிருந்தாள் எனும் உணர்வு அதிகரித்தபடியே செல்ல - "நான் இங்கே என்ன செய்துகொண்டிருக்கிறேன்" எனும் வார்த்தைகள் அவளது தலைக்குள் தொடர்ந்து திரும்பத் திரும்ப ஒலிக்க - முதலாளி மற்றும் இதர பெண்களின் பக்கம் இருக்கவேண்டிய ஆர்வம் சற்றும்

இல்லாததால் எரிச்சலுணர்வு அதிகரித்தபடியே போக, கடைசியில் அந்த பிரேஸிலியப் பெண்களில் ஒருத்தி அவளிடம் வந்தாள்.

"நீ இந்த இடத்தைத் தேர்ந்தெடுக்க காரணம் என்ன?"

மரியா, புத்தகம் எழுதுகிறேன் என்ற கதையையே சொல்லி யிருக்கலாம் அல்லது குர்துக்கள், மிரோ, பெலினி விஷயத்தில் நடந்துகொண்டதைப் போல் உண்மையைச் சொல்லலாம்.

"மிகவும் நேர்மையாகச் சொல்வதானால், நான் இதில் ஈடுபட விரும்பினாலும், எங்கேயிருந்து தொடங்குவதென எனக்குத் தெரியவில்லை."

இத்தகையை வெளிப்படையான, நேரடிப் பதிலால் அந்தப் பெண்மணி ஆச்சரியமடைந்தவளாகத் தோன்றினாள். விஸ்கியைப் போல காட்சியளித்த பானத்தை ஒரு வாய் பருகியபடி, அவர்கள் இசைத்த பிரேஸிலிய பாடலைக் கேட்டபடி, தனது வீட்டைப் பிரிந்து இருப்பது குறித்து சில சொல்லாடல்களை மேற்கொண்டாள், பின் ஜெனீவாவுக்கு அருகில் நடக்கவிருந்த பெரிய சர்வதேச மாநாடு ரத்தாகிவிட்டதால், அங்கே நிறைய வாடிக்கையாளர்கள் இருக்கப்போவதில்லை என்றாள். முடிவில், மரியா இன்னும் போகவில்லை என்பதைக் கண்டதும் அவள் சொன்னாள்.

"கவனி, இது ரொம்ப எளிமையானது, நீ மூன்று அடிப்படை விதிகளை பின்பற்றினால்போதும், முதலாவதாக நீ பாலுறவு வைத்துக்கொள்ளும் அல்லது சேர்ந்து வேலைசெய்யும் யார்மீதும் காதல் வசப்படக்கூடாது, இரண்டாவது எந்த வாக்குறுதியையும் நம்பாதே, எப்போதும் முதலிலியே பணத்தைப் பெற்றுக்கொள். மூன்றாவதாக போதைப் பொருட்களைப் பயன்படுத்தாதே."

அங்கே அமைதி நிலவியது.

"இப்போதிருந்து தொடங்கு. நீ இன்றிரவு உன்னுடைய முதல் வாடிக்கையாளரைப் பெறாமல் வீடு திரும்பினால், அதைக் குறித்த ரெண்டாவது சிந்தனைகள் வரலாம். திரும்பி வருவதற்கான தைரியம் இல்லாமல் போகலாம்."

மரியா, பெரிதும் தற்காலிக வேலையைக் கண்டடைவதற்கான வாய்ப்புகள் குறித்த ஆலோசனைக்காகவே அங்கே போயிருக்க வேண்டும். பல சயங்களில் மனிதர்களை அவசர முடிவெடுக்கத் தூண்டும் அவநம்பிக்கை உணர்வு தன்னை எதிர்கொள்வதைக் கண்டாள்.

"சரி, நான் இன்றிரவே துவங்குவேன்."

உண்மையில், நேற்றே அவள் தொடங்கிவிட்டாள் என்பதைக் குறிப்பிடவில்லை. அவள் மிலன் என்று அழைத்த முதலாளியிடம் சென்றாள், அவர் மரியாவிடம் பேசுவதற்காக வந்தார்.

"நீ நல்ல உள்ளாடை அணிந்திருக்கிறாயா?"

அவளது ஆண் நண்பர்கள், அந்த அரேபியன், தோழிகள், எந்தவொரு அந்நியனும்கூட ஒருபொழுதும் அவளிடம் அந்தக் கேள்வியைக் கேட்டதில்லை. ஆனால் அவ்விடத்தில் வாழ்க்கை அப்படித்தான், நேரடியாக விஷயத்திற்கு வருவதாக இருந்தது.

"நான் வெளிர்நீல பேண்ட் அணிந்திருக்கிறேன்" என்றாள். மேலும் "அத்தோடு பிரா அணியவில்லை" என்றாள் கோபமூட்டும் விதமாக. ஆனால் அவள்தான் நிந்தனைக்கு ஆளானாள்.

"நாளை கறுப்பு நிறத்தில் பேண்ட், ப்ரா, காலுறை அணிந்துகொள். உன்னுடைய ஆடையை நீ களைவதுகூட சம்பிரதாயத்தின் ஒரு பகுதியாகும்."

பெரிதும் ஆர்ப்பாட்டமின்றி, தற்போது வேலையைத் தொடங்கப்போகும் ஒருத்தியிடம் பேசும் தோரணையில், மிலன் மிச்சமுள்ள சடங்குகளை அவளுக்கு அறிமுகம் செய்தான். கோபாகேபனா நேரத்தை இனிமையாகச் செலவிடுவதற்கான இடமாக இருக்கவேண்டுமேயன்றி விலைமகள் இல்லமாக இருக்கக்கூடாது. இந்த மதுக்கூடத்தினுள் வரும் ஆண்கள் தங்களது விருப்பப்படி ஒரு பெண்ணைக் கண்டடைய முடியுமென நம்ப விரும்புகின்றனர். ஒரு பெண்ணின் மேஜைக்கு வரும் ஒருவர் வழியில் இடைமறிக்கப்படக்கூடாது. (ஏனெனில் சில வாடிக்கையாளர்கள் 'பிரத்யேகமாக சில குறிப்பிட்ட பெண்களுக்காகவே' வருவர்).

அவர் "நீங்கள் ஏதாவது பருக விரும்புகிறீர்களா?" என்று கேட்கக் கூடும்.

அதற்கு மரியா ஆம் அல்லது இல்லை எனச் சொல்லலாம். யாருடன் செல்வது என்பதைத் தேர்வுசெய்யும் சுதந்திரம் அவளுக் கிருந்தாலும், ஓர் இரவில் ஒரு முறைக்குமேல் இல்லை எனச் சொல்வது விரும்பத்தக்கதல்ல. அவளது பதில் உடன்பாடானதாக இருந்தால், பானங்களின் பட்டியலில் மிகவும் விலையுயர்ந்த பழரசக் கலவையை அவள் கேட்கவேண்டும். மதுபானம் எதையும்

சொல்லக்கூடாது அல்லது அவளுக்காக வாடிக்கையாளரே தேர்ந்தெடுக்கட்டும் என விட்டுவிடவேண்டும்.

பின்பு நடனமாட அவர் அழைப்பேதும் விடுத்தால் ஏற்றுக்கொள்ளவேண்டும். சிறப்பு வாடிக்கையாளர்களைத் தவிர பெரும்பான்மையான வாடிக்கையாளர்கள் பழக்கமான நபர்கள்தான். அவர்களில் யாராலும் எந்த ஆபத்துமில்லை. சிறப்பு வாடிக்கையாளர்களைப் பற்றி அவன் விரிவாகப் பேசவில்லை. காவலர் மற்றும் சுகாதாரத் துறையிலிருந்து, பாலுறவால் பரவும் நோயெதையும் அவர்கள் கொண்டிருக்கவில்லை என்பதை உறுதிப்படுத்த மாதந்தோறும் மாதிரி ரத்தம் கேட்பார்கள். இந்த விதி பின்பற்றப்பட்டதா இல்லையா என சோதிக்க வழியில்லை என்றபோதும் ஆணுறை பயன்பாடு கட்டாயம். மிலன் திருமணமான மதிப்புக்குரிய மனிதன், அவனது விடுதியின் நல்ல பெயர் மற்றும் அவனது கண்ணியம் குறித்து அக்கறைப்படுபவன் என்பதால் எப்போதும், எக்காரணத்தை முன்னிட்டும் எந்தவிதமான பழிச்சொல் வரவும் அவள் காரணமாகக்கூடாது.

அவன் தொடர்ந்து சம்பிரதாயங்களை விவரித்தபடி சென்றான்: நடனம் முடிந்து, அவர்கள் மேஜைக்குத் திரும்புவர், வாடிக்கையாளர் தான் மிகவும் அசலான ஒன்றைச் சொல்வதுபோல், அவளை தனது ஹோட்டலுக்கு தன்னுடன் வரும்படி அழைப்பார். வழக்கமான விலை முந்நூற்றைம்பது ப்ராங்குகள், அதில் ஐம்பது ப்ராங்குகள் மேஜைக்கான வாடகையாக மிலனுக்குப் போய்விடும் (பொருளாதார நலனுக்காக பாலுறவு ரீதியாகப் பயன்படுத்திக்கொள்கிறான் என்ற குற்றச்சாட்டையும் எதிர்கால சட்டச் சிக்கல்களையும் தவிர்ப்பதற்கான யுக்தி).

மரியா, "ஆனால் நான் ஆயிரம் ப்ராங்குகள்..." என்று ஏதோ சொல்ல முயன்றாள்.

முதலாளி விலகிச்செல்ல முயல, உரையாடலைக் கவனித்துக் கொண்டிருந்த அந்த மற்ற பிரேஸிலியப் பெண், "அவள் சும்மா ஜோக்கடிக்கிறாள்" என்றாள்.

மரியாவின் பக்கம் திரும்பி, போர்த்துக்கீசிய மொழியில் சத்தமாக, தெளிவாகச் சொன்னாள்:

"ஜெனீவாவிலேயே மிகவும் விலையதிகமான இடம் இதுதான். இனியெப்போதும் அப்படிப் பேசாதே. தற்போதைய நடப்புவிலை என்ன என அவர் அறிவார். மேலும் சிறப்பு வாடிக்கையாளர்களைத்

தவிர எவரொருவரும் யாருடன் படுக்கைக்குச் செல்வதற்கும் ஆயிரம் ப்ராங்குகள் தரமாட்டார். உனக்கு அதிர்ஷ்டமிருந்தால், சரியான தகுதிகள் இருந்தால் நீ சிறப்பு வாடிக்கையாளரைச் சந்திப்பாய்."

மிலனின் கண்களில் சந்தேகத்தின் எந்த அறிகுறியும் இல்லை. பின்னால், அவன் ஒரு யூகோஸ்லாவியன் எனவும் அங்கே இருபது வருடங்களாக வாழ்ந்து வருகிறான் எனவும் மரியா தெரிந்துகொண்டாள்.

"விலை முந்நூற்று ஐம்பது ப்ராங்குகள்."

"சரி" என்றாள் மரியா பணிவாக.

முதலில், அவன் அவளது உள்ளாடையின் நிறம் குறித்து கேட்டான். இப்போது அவளது உடலின் மதிப்பு என்னவென தீர்மானித்துக் கொண்டிருந்தான்.

ஆனால் அவளுக்கு யோசிக்க நேரமில்லை, அந்த நபர் இன்னும் விதிகளைக் கூறியபடி இருந்தான். ஐந்து நட்சத்திர ஹோட்டலுக்குக் கீழான இடங்களுக்கோ அல்லது எவரொருவருடைய வீட்டுக்கோ அழைக்கப்பட்டால், அத்தகைய அழைப்புகளை அவள் அவசியம் ஏற்கக்கூடாது. வாடிக்கையாளர் அவளை அழைத்துச்செல்வதற்கு இடம் எதுவும் இல்லையெனில், அங்கிருந்து ஐந்து வரிசை தள்ளியுள்ள ஹோட்டலுக்குச் செல்லவேண்டும், மேலும் எப்போதும் டாக்ஸியிலேயே செல்லவேண்டும். அப்போதுதான் ரூ டி பெர்னேயின் இதர விடுதிகளில் வேலைசெய்யும் பெண்கள் அவளது முகத்தை அறியமாட்டார்கள். மரியா, இந்தக் கடைசி காரணத்தை நம்பவில்லை. உண்மையான காரணம், வேறொரு விடுதியில், இதைவிட சிறப்பான வேலைச்சூழலில் வாய்ப்புக் கிடைத்துவிடும் என்பதே என அவள் நினைத்தாள். என்னதான் விலை மிகவும் குறைவானது என அவள் தொடர்ந்து தனக்குள் விவாதித்தபோதும், தனது எண்ணங்களை வெளியே காட்டிக்கொள்ளவில்லை.

"திரைப்படத்தில் வரும் காவலனைப்போல், நான் இதை மீண்டும் மீண்டும் சொல்வேன். வேலையிலிருக்கும்போது மதுவருந்தாதே, நீ இப்போது போகலாம். சீக்கிரம் இந்த இடம் பரபரப்பாகும்."

"நன்றி சொல்" அந்த மற்ற பிரேஸிலியப் பெண் போர்த்துக்கீசிய மொழியில் கூறினாள்.

மரியா அவனுக்கு நன்றி தெரிவித்தாள். அவன் புன்னகைத்தான், ஆனால் அவனது பரிந்துரைப் பட்டியல் இன்னும் முடிந்திருக்க வில்லை.

“நான் சில விஷயங்களைச் சொல்ல மறந்துவிட்டேன். ஒரு பானத்தை உத்தரவிடுவதற்கும், விடுதியைவிட்டுக் கிளம்பிச் செல்வதற்குமான நேர இடைவெளி எந்தச் சூழ்நிலையிலும் நாற்பத்தைந்து நிமிடங்களைத் தாண்டக்கூடாது. எல்லா இடங்களிலும் கடிகாரங்கள் காணப்படுகின்ற ஸ்விட்சர்லாந்தில், யூகோஸ்லாவியர்களும் பிரேஸிலியர்களும்கூட அவசியம் நேர உணர்வோடு இருக்கக் கற்றுக்கொள்ளவேண்டும். நீ தரும் பங்குத்தொகையில்தான் என் குழந்தைகளுக்கு உணவிட்டுக் கொண்டிருக்கிறேன் என்பதை நினைவில் வை.”

அவள் ஞாபகத்தில் வைத்திருப்பாள்.

அவன் அவளுக்கு ஒரு துண்டு எலுமிச்சை பழத்துடன் கூடிய ஒரு குவளை பிரகாசமான மினரல் நீர் - ஜின் அல்லது டானிக்குடன் எளிதாகக் கலக்கக்கூடியது - கொடுத்து அவளைக் காத்திருக்கும்படிக் கேட்டுக்கொண்டான். மெதுமெதுவாக அந்த விடுதி நிறையத் தொடங்கியது. ஆண்கள் உள்ளே வந்து, சுற்றிலும் பார்த்தபடி, அவர்களாகவே சென்றமர்ந்துகொண்டனர். உடனடியாக அந்தப் பெண்களில் ஒருத்தி, ஏதோ அவர்கள் விருந்தில் இருப்பதுபோலவும், அனைவரும் ஒருவரையொருவர் பல நாட்களாக அறிந்தவர்கள் போன்றும், நாள் முழுக்க மேற்கொண்ட கடின உழைப்புக்குப்பின் சந்தோஷமாய் இருப்பதற்காக கொஞ்ச நேரம் வெளியே செல்வதுபோன்றும், அவர்களிடம் செல்வாள். இப்போது மரியா மிகவும் வசதியாக உணர்ந்தபோதும், ஒவ்வொரு முறையும் ஒரு ஆண் ஒரு துணையைக் கண்டுகொள்ளும்போது, அவள் நிம்மதிப் பெருமூச்சுவிட்டாள். ஒருவேளை அது ஸ்விட்சர்லாந்து என்பதனாலோ, சீக்கிரமோ தாமதமாகவோ அவள் எப்போதும் கனவுகண்டுவந்தது போல கணவனையோ, பணத்தையோ அல்லது சாகசத்தையோ அவள் கண்டுகொள்வாள் என்பதனாலோ இருக்கலாம். அவள் திடீரென உணர்ந்தாள் - ஒருவேளை பல வாரங்களுக்குப்பின் முதன்முறையாக இரவில் இசை ஒலிக்கும், அவ்வப்போது யாராவது போர்த்துக்கீசிய மொழி பேசுவதைக் கேட்கும் இடத்துக்கு அவள் வந்திருந்ததனால் இருக்கலாம். அவளைச் சுற்றியுள்ள பிற பெண்கள் சிரித்தபடியும் பழக்கலவை

காக்டெய்லைப் பருகியபடியும், மகிழ்ச்சியாக பேசியபடியும் இருந்ததைக் கண்டு குதூகலமடைந்தாள்.

அவர்களில் எவரும் அவளிடம் வந்து ஹலோ சொல்லவோ, புதிய தொழிலில் அவள் வெற்றிபெற வாழ்த்தவோ இல்லை. ஆனால் அது மிகவும் இயல்பானதுதான். அனைத்துக்கும் மேலாக, அவள் ஒரு எதிரி, தொழில் போட்டியாளர், அதே பரிசுக்காக போட்டி போட்டுக்கொண்டு இருந்தவள். மனச்சோர்வாக உணர்வதற்குப் பதில், அவள் தனக்காகப் போராடிக் கொண்டிருக்கிறோம், தான் அநாதரவான நபரல்ல என்பதில் பெருமிதமாக உணர்ந்தாள். அவள் விரும்பினால் தன்னால் கதவைத் திறந்து கொண்டு அந்த இடத்தைவிட்டு விலகி நல்லதை நோக்கி நகர முடியும். ஆனாலும் தன் வாழ்வில் முன்னெப்போதும் சிந்திக்கக்கூடாத துணிந்திராத விஷயங்களை விவாதிக்கவும் பேசவும், குறைந்தபட்சம் இத்தனைதூரம் வருவதற்குமான தைரியம் தன்னிடம் உண்டு என்பதை அவள் இனியெப்போதும் அறிந்திருப்பாள். தான் விதியின் பலிகடா இல்லையென அவள் தொடர்ந்து தனக்குத்தானே சொல்லிக்கொண்டாள். விஷயங்களை அனுபவப்படுவதற்காக தனது எல்லைகளை மீறிச்சென்று, இழப்புகளை எதிர்கொள்ளவும் தயாராக இருந்தாள். ஒருநாள் தனது இதயத்தின் மௌனத்தில், முதுமையின் சலிப்பில், அவை எத்தனை அபத்தமாகத் தோன்றியபோதும் பழையதையெல்லாம் நினைத்துப் பார்ப்பாள்.

யாரும் தன்னை அணுகப்போவதில்லை என அவள் நிச்சயமாக இருந்தாள். ஒரு இரவுக்கு ஆயிரம் ப்ராங்குகள் தருவதெல்லாம் ஒருமுறை மட்டுமே நிகழும் என உணரவந்ததைப் போல, நாளை இவையனைத்தும் ஒருபோதும் நினைத்துப்பார்க்க விரும்பாத பைத்தியக்காரத்தனமான கனவாகத் தோன்றும். அவள் பிரேஸிலுக்குத் திரும்பிச்செல்ல விமானத்துக்கான பயணச்சீட்டு வாங்குவது நல்லது. நேரத்தை மிகவிரைவாகப் போக்குவதற்காக, அங்கிருந்த ஒவ்வொருத்தியும் எவ்வளவு சம்பாதிப்பாளென கணக்கிடத் தொடங்கினாள். அவர்கள் இரவொன்றுக்கு மூன்றுமுறை வெளியேசென்றால், ஒவ்வொரு நான்குமணி நேரத்திலும், அவள் துணிக்கடையில் இருமாத காலம் வேலைபார்த்து சம்பாதிப்பதற்கு சமமாக சம்பாதிப்பர்.

அது ஒரு பெருந்தொகையாக அல்லவா? அவள் ஒரு இரவுக்கு ஆயிரம் ப்ராங்குகள் சம்பாதித்தாள், ஒருவேளை அது ஆரம்ப அதிர்ஷ்டமாக இருக்கலாம். எப்படி பார்த்தாலும், ஒரு சாதாரண விலைமகள், அவள் சொந்த ஊரில் ஃபிரெஞ்ச் கற்பித்து

சம்பாதிப்பதைவிட அதிகமாக, வெகு அதிகமாகவே சம்பாதிப்பாள். அவர்கள் செய்யவேண்டியதெல்லாம், மதுக்கூடத்தில் கொஞ்சம் நேரம் செலவிடவேண்டியது, நடனமாடவேண்டியது, கால்களை விரிக்கவேண்டியது அவ்வளவுதான். பேசக்கூடத் தேவையில்லை.

பணம் ஒரு தூண்டுதல் என்றாலும், ஆனால் அதுவேதானா அனைத்தும் - அவள் சிந்தித்தாள். அல்லது அங்கிருந்த நபர்கள், வாடிக்கையாளர்கள், பெண்கள் அனைவரும் ஏதோ ஒருவிதத்தில் அதைத் தமக்குத்தாமே ரசித்தார்களா? அவளுக்கு பள்ளியில் கற்றுத் தரப்பட்டதிலிருந்து உலகம் மிகவும் மாறுபட்டதா? நீங்கள் ஒரு ஆணுறையைப் பயன்படுத்தினால், அபாயம் எதுவுமில்லை. அல்லது யாராலும் அடையாளம் கண்டுகொள்ளப்படும் ஆபத்து எதுவும் இருந்ததா? அவளது ஃப்ரெஞ்ச் வகுப்பில் ஒருமுறை அவளிடம், ஜெனிவாவுக்கு வருகை தருபவர்கள் வங்கிகளுக்குச் செல்வதில் ஆர்வமுடையவர்கள் மட்டுமே என சொல்லப்பட்டிருந்தது. எனினும், ஷாப்பிங் செய்வதில் விருப்பமுள்ள பெரும்பாலான பிரேஸில்காரர்கள் பாரிஸையோ, மியாமியையோதான் தேர்வு செய்வார்கள்.

ஒருநாளைக்கு முன்னூறு ப்ராங்குகள் என வாரத்துக்கு ஐந்து நாட்கள் என்றால் - அது ஒரு பெருந்தொகை! அங்குள்ள பெண்கள் ஒரு மாதத்தில் வீடு திரும்பவும், தங்களது தாயாருக்கு புதிய வீடு வாங்கவும் போதுமான பணம் சம்பாதித்துவிட முடியுமெனும்போது அவர்கள் ஏன் அங்கே தொடர்ந்து பணிபுரியவேண்டும்? அல்லது அவர்கள் அங்கே சமீபமாகத்தான் பணிபுரிந்து கொண்டிருந்தார்களா?

அல்லது - மரியா தனது கேள்வியை எண்ணித் தானே பயந்தாள் - அவர்கள் அதை விரும்பினார்களா?

அவள் நன்கு குடித்திருக்கலாமென மீண்டும் விரும்பினாள் - முந்தைய இரவு ஷாம்பெய்ன் பெரிதும் துணையாய் இருந்திருந்தது.

"நீங்கள் ஏதாவது பருக விரும்புகிறீர்களா?"

அவள் முன் முப்பதுகளில் காணப்பட்ட, ஏதோ ஒரு விமான நிறுவனத்தைச் சேர்ந்த சீருடை அணிந்திருந்த ஒரு நபர் நின்றிருந்தான்.

உலகம் மெதுவாக இயங்கத் தொடங்கியது. மரியா தனது உடலிலிருந்து வெளியேறி தன்னை வெளியிலிருந்து உற்றுக் கவனிப்பதுபோல் உணர்ந்தாள். பெரிதும் திகைப்படைந்து, அதேநேரம் தனது நாணத்தைக் கட்டுப்படுத்த போராடியபடி, சம்மதமென தலையசைத்துப் புன்னகைத்தாள். அந்தக் கணம் முதல்

அவளது வாழ்க்கை எப்போதைக்குமாக மாறிவிடுமென்பதை அவள் அறிந்திருந்தாள்.

ஒரு பழரசக் கலவை, கொஞ்சம் பேச்சு, நீங்கள் இங்கே என்ன செய்து கொண்டிருக்கிறீர்கள், இங்கே குளிர்ச்சியாக இருக்கிறதில்லையா?, எனக்கு இந்த இசை பிடித்திருக்கிறது, ஓ, என்னளவில் பிதாவே என் தேர்வு, ஸ்விஸ் குளிர்ச்சியான இடம், நீங்கள் பிரேஸிலைச் சேர்ந்தவரா? உங்கள் நாட்டைப் பற்றி எனக்கு கொஞ்சம் சொல்லுங்கள். நல்லது, அங்கு கார்னிவல் கிறித்துவ திருவிழா நடக்கிறதுதானே. பிரேஸிலியப் பெண்கள் உண்மையிலே அழகானவர்கள் தெரியுமா.

புன்னகையுடன், ஒருவேளை கொஞ்சம் கூச்சமான தோற்றத்துடன் அவனது புகழ்ச்சியை ஏற்றுக்கொண்டாள். நடன அரங்குக்கு சென்றபோதும், அனைத்துச் சமயங்களிலும் அவள் மிலனின் மீது ஒரு கண் வைத்தபடியிருந்தாள். சமயங்களில் அவன் தலையைச் சொறிந்தபடியும் கடிகாரத்தில் தட்டியபடியும் காணப்பட்டான். ஆண்கள் பயன்படுத்தும் திரவியத்தின் வாசனை. அவள் உடனடியாக, தான் அனைத்துவிதமான வாசனைகளுக்கும், குறைந்தபட்சம் வாசனைத் திரவியத்துக்காவது. பழகிக்கொள்ள வேண்டுமென்பதை உணர்ந்தாள். அவர்கள் மிகவும் நெருக்கமாக நடனமாடினர். மீண்டுமொருமுறை பழரசக் கலவை. நேரம் கடந்து கொண்டிருந்தது. மிலன் அதிகபட்சம் நாற்பத்தைந்து நிமிடங்கள் என்று சொல்லவில்லை? அவள் தனது கடிகாரத்தைப் பார்க்க, அவள் யாரையும் எதிர்பார்க்கிறாளா என அவன் கேட்டான். தனது நண்பர்கள் சிலர் இன்னும் ஒருமணி நேரத்தில் வரவுள்ளார்கள் என்றாள் அவள். அவன் அவளை தனது ஹோட்டலுக்கு அழைத்தான். ஹோட்டல் அறை, முன்னூற்று ஐம்பது ப்ராங்குகள், பாலுறவுக்குப் பின் ஒரு குளியல், (கிளர்ச்சியடைந்திருந்த, அந்த நபர் எவரும் முன்னெப்போதும் இதுபோல என்னை இன்பமூட்டியதில்லை எனக் குறிப்பிட்டான்). அது மரியா அல்ல. அவளது உடலினுள் இருந்த இன்னொருத்தி, எதையும் உணராத, இயந்திரத்தனமாக சடங்கு ரீதியான அசைவுகளுக்குள் சென்று வருகிறாள். அவள் ஒரு நடிகை. மிலன் அவளுக்கு வாடிக்கையாளரிடம் எப்படி விடைபெறுவது என்பது உட்பட, அனைத்தையும் கற்பித்திருக்கிறான். அவள் அவனுக்கு நன்றி தெரிவித்தாள். அவனும் அசௌகரியாகமாகவும் தூக்கமாகவும் உணர்ந்தான்.

அவள் விடுதிக்குச் செல்ல விரும்பவில்லை, வீடு செல்ல விரும்பினாள். ஆனால் அவள் ஐம்பது ப்ராங்குகளைக்

கொடுப்பதற்காக திரும்பவும் அங்கு சென்றாக வேண்டும். பின் இன்னொரு ஆண், இன்னொரு பழரசக் கலவை, பிரேஸிலைப் பற்றி மேலும் கேள்விகள், ஹோட்டல், குளியல் (இம்முறை எதுவும் கருத்து சொல்லப்படவில்லை), மதுக்கூடத்துக்குத் திரும்பி, அங்கே முதலாளி தனது பங்குத்தொகையைப் பெற்றுக்கொண்டு, அன்றிரவு நிறைய வாடிக்கையாளர்கள் இல்லையென்பதால் அவள் போகாலாமெனக் கூறினான். அவள் வாடகைக் கார் பிடிக்கவில்லை, ரூ டி பெர்னே முழுவதும் நடந்தபடி, இதர விடுதிகள், கடைகளில் பார்வைக்கு வைக்கப்பட்டிருந்த கடிகாரங்கள், சுவர்க் கடிகாரங்கள், பார்முனையிலிருந்த தேவாலயம் (மூடியபடி, எப்போதும் மூடியபடி...) ஆகியவற்றைப் பார்த்தபடி வந்தாள். எப்போதும்போல், எவரும் அவளைப் பார்க்கவில்லை.

அவள் குளிரினூடே நடந்தாள். உறையச் செய்யும் வெப்பநிலையை உணராததுபோல் காணப்பட்டாள், அவள் அழவில்லை, தான் சம்பாதித்த பணத்தைப் பற்றி நினைக்கவில்லை, அவள் ஒருவித தன்னுணர்வற்ற நிலையில் இருந்தாள். நல்லதோ கெட்டதோ சிலர் வாழ்க்கையைத் தனியாக எதிர்கொள்ளப் பிறந்தவர்கள். அதுதான் வாழ்க்கை. மரியா அத்தகையவர்களுள் ஒருத்தி.

என்ன நடந்ததென சிந்திப்பதற்கு முயற்சிசெய்யத் தொடங்கினாள். அவள் இன்றுதான் வேலையைத் தொடங்கினாள், இருந்தும் ஆண்டுகள் பலவாக, தன் வாழ்க்கை முழுவதும் இதனைச் செய்துவருவதுபோல் தன்னை ஏற்கனவே தொழிலில் திறமைவாய்ந்தவளாக கருத ஆரம்பித்திருந்தாள். அவள் விநோதமான ஒருவகை பெருமிதத்தை உணர்ந்தாள். தான் பயந்து ஓடிப்போகாததில் அவளுக்கு மகிழ்ச்சிதான்.. இப்போது அவள் இதனைத் தொடர்ந்து செய்வதா வேண்டாமா எனத் தீர்மானிக்கவேண்டும். தொடர்ந்து செய்வதெனில், அவள் முன்னெப்போதும் இருந்திராதபடிக்கு, அவள்தான் சிறந்தவள் என்பதை உறுதிப்படுத்தவேண்டும்.

வாழ்க்கை வலுவுள்ளதே வாழும் என மிக விரைவாகக் கற்றுக்கொடுத்திருந்தது. வலுவுள்ளவளாக இருக்க, அவள் அவசியம் சிறந்தவளாக இருக்கவேண்டும். வேறு மாற்றே இல்லை.

ஒரு வாரத்துக்குப் பின் மரியாவின் நாட்குறிப்பிலிருந்து:

நான் ஆன்மாவுடன் கூடிய ஒரு உடலல்ல. நான் ஒரு ஆன்மா அதன் கண்ணுக்குப் புலனாகும் பகுதியே உடல். இந்த வாரமெல்லாம், ஒருவர் எதிர்பார்ப்பதற்கு மாறாக, நான் ஆன்மாவின் இருப்பை வழக்கத்தைவிடவும் அதிகமாகக் கொண்டிருக்கிறேன். அது என்னிடம் எதுவும் சொல்லவில்லை. என்னை விமர்சிக்கவோ, எனக்காக வருந்தவோ இல்லை வெறுமனே அது என்னைக் கவனித்து வந்தது.

இன்று, ஏன் இது நிகழ்கிறதென உணர்ந்தேன். காதல் அல்லது காதலெனச் சொல்லப்படும் எதுவொன்றைக் குறித்தும் நான் சிந்தித்து வெகுகாலமாகிறது. அது இனியும் முக்கியமில்லாதது போலவும், வரேவேற்பாக உணராதது போலவும், என்னிடமிருந்து விலகியோடுவதாகத் தோன்றுகிறது. ஆனால் நான் காதலைப் பற்றி நினைக்கவில்லையெனில் ஒன்றுமில்லாதவளாக இருப்பேன்.

ரெண்டாவது நாள் நான் கோபாகேபனாவுக்குள் திரும்பச் சென்றபோது, கூடுதல் மரியாதையாக நடத்தப்பட்டேன். வெளிப்படையாக நிறைய பெண்கள் அந்த வேலையை ஒரு இரவுக்கு மேற்கொள்வார்கள், ஆனால் அதற்குமேல் தாங்கமாட்டார்கள். அப்படி தாக்குப்பிடிக்கும் எவரொருவரும் ஒருவித இணையாக, சக பணியாளராக ஆகின்றனர். ஏனெனில் இவ்வித வாழ்வைத் தேர்ந்தெடுத்ததற்கான காரணங்கள், அல்லது காரணமின்மைகள் இதிலுள்ள சிரமங்கள் அவளுக்கு தெரியும்.

அவர்கள் அனைவரும், தங்களுடன் துணையாக வரும், தம்முள் உண்மையானதொரு பெண்ணை, தோழியை, காதல் துணையைக் காணக்கூடிய ஒருவரைப் பற்றி கனவுகண்டனர். ஆனால் ஒவ்வொரு புதிய சந்திப்பின் முதல் கணத்திலிருந்தும், இது நடக்கப்போவதில்லை என்பதனை அவர்களனைவருமே அறிந்திருந்தனர்.

நான் காதலைப் பற்றி எழுதவேண்டியது அவசியம். காதலைப்பற்றி மேலும் மேலும் சிந்திக்க, எழுதவேண்டியது அவசியம் – இல்லையெனில் எனது ஆன்மா நீடித்திருக்காது.

மரியா காதலை எத்தனை முக்கியமானதென நினைத்தபோதும், முதல்நாள் இரவன்று தனக்குச் சொல்லப்பட்ட அறிவுரையை மறக்கவில்லை. தனது நாட்குறிப்பேட்டின் பக்கங்களுக்குள் காதலை அடக்க தன்னாலானதைச் செய்தாள். அதுதவிர தன் தொழிலில் சிறந்தவளாகத் திகழவும், குறுகிய காலத்துக்குள் நிறைய பணம் சம்பாதிக்கவும், குறைவாகச் சிந்திக்கவும், அவள் இந்தத் தொழிலைச் செய்வதற்கான சரியான காரணத்தைக் கண்டுபிடிக்கவும் மிகத் தீவிரமாக முயற்சி செய்தாள்.

அதுதான் மிகவும் சிரமமான பகுதி. இந்தத் தொழிலைச் செய்வதற்கான உண்மையான காரணமென்ன?

அவளுக்கு பணத்தேவை, அதனால் இதைச் செய்கிறாள். இது முழுக்க உண்மையல்ல - எல்லோருக்கும்தான் பணம் சம்பாதிக்கவேண்டிய தேவையிருக்கிறது. ஆனால் அனைவரும் சமூகத்தின் விளிம்புநிலையில் வாழும் வாழ்க்கையைத் தேர்ந்தெடுப்பதில்லை. புதிதாக ஒன்றை அனுபவப்பட விரும்பும் காரணத்தால் அவள் இதைச் செய்கிறாள். இல்லை, அதுவும் உண்மையல்ல. இந்த உலகம் புதிய அனுபவங்களால் நிறைந்தது. உதாரணத்துக்கு பனிச்சறுக்கு, ஜெனிவா ஏரியில் படகு செலுத்துவது போன்று எத்தனையோ இருக்கிறது. ஆனால் இவற்றிலெல்லாம் அவள் ஒருபோதும் ஆர்வம் காட்டியதில்லை. இழப்பதற்கு எதுவும் இல்லை என்பதால் அவள் இதில் ஈடுபடுகிறாள். ஏனெனில் அவள் வாழ்க்கை தொடர்ந்த, அனுதின ஏமாற்றங்களைக் கொண்டது.

இல்லை, இதில் எந்தப் பதிலும் உண்மையில்லை. எனவே இதையெல்லாம் மறந்துவிட்டு, அவளது பாதையில் இருக்கும் விஷயங்களை மட்டும் எதிர்கொள்வது சிறந்தது. அவள் வாழ்க்கையில் அறிந்த மற்ற அனைத்துப் பெண்கள், பிற விலைமகள்கள் ஆகியோருக்கும் அவளுக்கும் நிறைய பொதுவான விஷயங்கள் உண்டு. இவர்களது மகத்தான கனவு திருமணம் செய்துகொள்வது, பாதுகாப்பான வாழ்க்கையைக் கொண்டிருப்பது. இதுபோன்று சிந்திக்கத் தெரியாதவர்கள் கணவனை

உடையவர்களாக இருந்தனர் (அவளது சக பணியாளர்களில் மூன்றில் ஒரு பங்கினர் திருமணமானவர்கள்) அல்லது சமீபத்தில் விவாகரத்தானவர்களாக இருந்தனர். இதன் காரணமாகவும் தன்னைப் புரிந்துகொள்வதற்காகவும் முடிந்தவரை சாமர்த்தியமாக, அவளது சகபணியாளர்கள் ஏன் இந்தத் தொழிலை தேர்வுசெய்தனர் என்று புரிந்துகொள்ள முயற்சிசெய்தாள்.

அவள் புதிதாக எதையும் கேள்விப்படாதபோதும், அவர்களது பதில்களடங்கிய ஒரு பட்டியலை தயார்செய்தாள். தங்களது கணவனுக்கு உதவ (அவன் பொறாமைப்படவில்லையா? அவளது கணவனின் நண்பர்களில் ஒருவன் ஒருநாள் இரவு விடுதிக்கு வந்தால் என்னவாகும்? ஆனாலும் இத்தகைய கேள்விகளை அவள் கேட்கத் துணியவில்லை), தங்களது அம்மாவுக்காக ஒரு வீடுவாங்க விரும்பினர் (அவளது சாக்குப்போக்கும் இதுதான், வெளிப்படையாகவே சிறப்பானதும் மிகப்பொதுவான காரணங்களில் ஒன்றும்கூட), குடும்பம் நடத்தப் போதுமான பணத்தைச் சம்பாதிக்க (கொலம்பியர்கள், தாய்லாந்து நாட்டவர்கள், பெரு நாட்டவர்கள், பிரேஸில் நாட்டவர்கள் அனைவரும் இந்தக் காரணத்தை விரும்பினர். அவர்கள் எதிர்பார்த்திருந்ததைவிட சில மடங்கு அதிகமாக அவர்கள் சம்பாதித்தபோதும் உடனடியாக அதைச் செலவு செய்துவிட்டனர், தங்கள் கனவு நனவாவதைக் குறித்து பயந்தனர்), சந்தோஷத்துக்காக (விடுதியில் காணப்பட்ட சூழலுடன் இந்தக் காரணம் பொருந்திப் போகாததோடு, எப்போதும் தவறாகவே பட்டது), தங்களுக்கு வேறு வேலை எதுவும் கிடைக்கவில்லை (இதுவும்கூட சரியான காரணமில்லை, ஸ்விட்சர்லாந்தில் சுத்தம் செய்பவர்கள், ஓட்டுநர்கள், சமையல்காரர்கள் ஆகியோருக்கு நிறைய தேவை இருந்தது).

அவர்களில் ஒருவரும் ஒரேயொரு சரியான காரணத்தைக் கூறவில்லை. எனவே அவள் தனது பிரத்யேக உலகத்தை விளக்க முயற்சிசெய்வதை நிறுத்திக்கொண்டாள்.

தனது முதலாளியான மிலன் சொன்னது முழுக்க சரி என அவள் கண்டுகொண்டாள். அதன்பின் எவரொருவரும், மீண்டும் அவளுடன் சிலமணி நேரங்கள் செலவிடுவதற்காக ஆயிரம் ப்ராங்குகள் தரும் சிறப்பைத் தரவில்லை. அதற்கு மாறாக, அவள் முந்நூற்றைம்பது ப்ராங்குகள் கேட்டபோது எவரொருவரும் புகார் செய்யவில்லை. அவர்களுக்கு முன்பே தெரியும் என்பது போலவோ, அவளை அவமதிப்பதற்காக மட்டுமே கேட்டது போலவோ அல்லது எந்த

ஒரு தேவையற்ற திகைப்பைத் தவிர்க்க விரும்பியோ மட்டுமே கேட்டனர்.

அந்தப் பெண்களுள் ஒருத்தி, "விபச்சாரம் மற்ற தொழில்களைப் போன்றதில்லை, இதில் புதியவர்கள் அதிகம் சம்பாதிக்க, அனுபவம் மிக்கவர்கள் குறைவாகச் சம்பாதிக்கின்றனர். எனவே எப்போதும் நீ தொழிலுக்கு புதியவள் போன்றே காட்டிக்கொள்" என்றாள்.

மரியா இன்னும் "சிறப்பு வாடிக்கையாளர்கள்" யார் என அறிந்திருக்கவில்லை. அவர்களைப் பற்றி முதல்நாள் இரவு குறிப்பிடப்பட்டதோடு சரி, பின் யாரும் அவர்களைப் பற்றி பேசவில்லை. படிப்படியாக, அந்தத் தொழிலின் முக்கியமான யுக்திகளில் - எப்போதும் அந்தரங்க கேள்விகளைத் தவிர்ப்பது, சாத்தியமானவரை நிறைய சிரித்து குறைய பேசுவது, விடுதிக்கு வெளியே எவரொருவரையும் சந்திக்காமலிருப்பது போன்றவற்றில் - தேர்ந்தவளானாள். எனினும் மிக முக்கியமான அறிவுரை நியா என்னும் ஃபிலிப்பைன் பெண்ணிடமிருந்து வந்ததேயாகும்.

"உன்னுடைய வாடிக்கையாளர் உச்சகட்டத்தை அடையும்போது, நீயும் உச்சகட்டத்தை அடைவதுபோல எப்போதும் முனகவேண்டும். அது வாடிக்கையாளர்களின் விசுவாசத்திற்கு உத்திரவாதம் அளிக்கிறது."

"ஏன், அவர்கள் தங்கள் திருப்திக்காகத்தானே பணம் கொடுக்கின்றனர்?"

"இல்லை, அங்கேதான் நீ தவறுசெய்கிறாய். ஆணுறுப்பு விரைப்படைவதால் மட்டுமே ஒருவன் ஆணென்று நிரூபித்துவிட முடியாது. அவன் ஒரு பெண்ணை சந்தோஷப்படுத்தினால் மட்டும்தான் உண்மையான ஆண்மகன். அதுவும் அவனால் ஒரு விலைமகளைச் சந்தோஷப்படுத்த முடியுமெனில் அவன் அந்தப் பகுதியிலேயே சிறந்த காதலன் என்று நினைத்துக் கொள்வான்."

இவ்வாறாக ஆறு மாதங்கள் கடந்தன. கோபாகேபனா எப்படிச் செயல்பட்டது என்பது போன்று, மரியா அத்தியாவசியமான பாடங்கள் அனைத்தையும், அறிந்துகொண்டாள். ரூ டி பெர்னேவில் மிகவும் விலையுயர்ந்த விடுதிகளில் ஒன்றாக அது இருந்ததனால், அதன் வாடிக்கையாளர்கள் பிரதானமாக செயல் அலுவலர்களாகவே இருந்தனர். அவர்கள் வாடிக்கையாளர்களுடன் இரவுணவு அருந்த வெளியில் செல்லவேண்டியிருந்ததால், வீட்டுக்குத் தாமதமாகத் திரும்ப அனுமதி உடையவர்களாக இருந்தனர். ஆனாலும் இந்த 'இரவுணவு' எப்போதும் இரவு பதினொரு மணியைத் தாண்டி நீடிப்பதில்லை. அங்கே பணிபுரிந்த பெரும்பாலான விலைமகளிர் பதினெட்டு முதல் இருபத்தியிரண்டு வயதுடையவர்கள். சராசரியாக இரண்டு ஆண்டுகள் பணிபுரிந்தனர். பின், அவர்களிடத்திற்கு புதிய நபர்கள் நியமனம் செய்யப்பட்டனர். தொடர்ந்து அவர்கள் நியோனுக்கும் ஜெனியத்துக்கும் நகர்ந்தனர். பெண்ணின் வயது ஏற ஏற அவளது விலை இறங்கியபடியே செல்லும். பணிசெய்யும் நேரமும் குறைந்தபடியே வரும். முப்பது வயதுக்கு மேற்பட்டவர்களை அனுமதித்த ட்ராபிக் எக்டஸியோடு அவர்கள் கிட்டத்தட்ட முடித்துக்கொள்வர். ஆனால் ஒருமுறை அங்கே சென்றவர்கள், நாளொன்றுக்கு ஒன்று அல்லது இரண்டு மாணவர்களுடன் வெளியே செல்வதன் மூலம், அவர்களது உணவுக்கும் வாடகைக்கும் மட்டுமே சம்பாதிக்க முடியும். (ஒரு வாடிக்கையாளருக்கான சராசரி கட்டணம், விலை மலிவான ஒரு பாட்டில் ஒயின் வாங்கப் போதுமான அளவாகவே இருக்கும்.)

பல நபர்களுடன் அவள் படுக்கைக்குச் சென்றாள். அவர்கள் எத்தனை வயதானவர்களென்றோ, எப்படி உடையணிந்திருக்கிறார்களென்றோ அவள் கவலைப்படவில்லை, அவர்கள் மீதான வாசனையைப் பொறுத்தே அவள் அவர்களுக்கு ஆம் அல்லது இல்லை எனச் சொன்னாள். சிகரெட் வாசனை குறித்து அவளுக்குக் கவலையில்லை. ஆனால் விலைமலிவான ஆப்டர் சேவ் லோஷன் உபயோகித்தவர்கள், குளிக்காதவர்கள், குடிவாசனை வீசும் உடையணிந்தவர்களை அவள் வெறுத்தாள். கோபாகேபனா அமைதியான இடம், மேலும் நீங்கள்

தங்குவதற்கான அனுமதி, வேலை செய்வதற்கான அனுமதி பெற்று உங்களது ஆவணங்களை எல்லாம் முறையாக வைத்திருந்து, உங்களது சமூக பாதுகாப்புக்கான தொகையை முறையாகச் செலுத்தி வரும்வரை, விலைமகளாகப் பணிபுரிய உலகிலேயே சிறந்த நாடு ஸ்விட்சர்லாந்துதான். மிலன் எப்போதும், தன் குழந்தைகள் தனது பெயரை மஞ்சள் பத்திரிகையில் காண்பதை தான் விரும்பவில்லையென சொல்லிக்கொண்டிருப்பான். அதேபோல, அவன் தனது ஊழியர்களின்மீது ஒரு கண் வைத்திருப்பதிலும் காவலனைப் போல் கண்டிப்பானவன்.

முதல்நாள் இரவு அல்லது இரண்டாம் நாள் இரவு என்கிற தடையை ஒருமுறை கடந்துவிட்டால், மற்றெந்த தொழிலையும் போல இதுவும் ஒரு தொழிலே. இதில் கடுமையாக உழைக்கலாம், தரத்தை நிலைநிறுத்த முயற்சிக்கலாம், அத்தியாவசியமான நேரங்கள் அங்கிருந்து, சற்றே களைப்படைந்து, உங்களது வேலைச்சுமை குறித்து புகார் செய்யலாம், ஞாயிறுகளில் ஓய்வெடுக்கலாம். பெரும்பாலான விலைமகளிர் ஏதோ ஒருவித மத நம்பிக்கையைக் கொண்டிருந்தனர். தத்தமக்குரிய தேவாலயங்களுக்குச் சென்று அப்பமும் ஒயினும் சாப்பிட்டனர். கடவுளுடனான தமது சந்திப்பை நிகழ்த்தி பிரார்த்தனைகளைச் செய்தனர்.

எனினும் மரியா, தனது ஆன்மாவை இழக்காமலிருக்க தனது நாட்குறிப்பேட்டின் பக்கங்களுடன் போராடினாள். ஐந்திலொரு வாடிக்கையாளர் அவளுடன் பாலுறவு கொள்வதற்காக அன்றி வெறுமனே சிறிது நேரம் பேசுவதற்காக வந்தனர் எனக் கண்டுகொண்டபோது அவள் ஆச்சரியமடைந்தாள். அவர்கள் மதுக்கூடத்தின் மேஜைக்காகவும் ஹோட்டல் அறைக்காகவும் பணம் செலவழித்தனர், அவர்கள் இருவரும் ஆடை களையும் நேரம் வரும்போது அந்த நபர் சொல்வார், இல்லை அது அவசியமில்லை. அவர்கள் தமது வேலை நெருக்கடி, தங்களது விசுவாசமற்ற மனைவி, தாங்கள் எத்தனை தனிமையாக உணர்ந்தனர் என்பது குறித்து பேசுவதற்கு யாருமே இல்லாத நிலை (இதுகுறித்து அவள் மிக நன்றாக அறிவாள்) குறித்து பேச விரும்பினர்.

முதலில் அவளுக்கு இது மிக விநோதமாகப்பட்டது. பின், ஒரு இரவு அவள் தற்பெருமைமிக்க, முன்னணி செயல் அலுவலர்களை வேலைக்குத் தேடிப்பிடிப்பதில் பிரதானமான ஒரு ஃபிரெஞ்சுக்காரனுடன் ஹோட்டலுக்குச் சென்றாள். (அவன் இதை, உலகத்திலேயே மிகவும் வசீகரமான ஒரு விஷயத்தைச் சொல்வதுபோல் சொன்னான்), அவன் சொன்னது இதுதான்:

"இந்த உலகத்திலேயே மிகவும் தனிமையான நபர் யாரென உனக்குத் தெரியுமா? வெற்றிகரமான தொழில் வாய்ப்புடைய ஒரு செயல் அலுவலர்தான். பெருந்தொகையைச் சம்பளமாக வாங்குகிற, தனக்கு மேலுள்ளவர்களாலும் கீழுள்ளவர்களாலும் நம்பப்படுகிற, குடும்பத்துடன், விடுமுறையில் அவர்களுடன் வெளியில் செல்கிற, தனது குழந்தைகளின் வீட்டுப்பாடம் செய்ய உதவுகிற நபர்தான், அதேசமயம் என்னைப் போன்ற ஒருவரால் பின்வரும் கேள்வி கேட்கப்படும்பொழுது, "நீ வேலையை மாற்றிக்கொண்டு, இரு மடங்கு சம்பாதிப்பது பற்றி என்ன நினைக்கிறாய்?"

தேவையுள்ளவனாகவும் மகிழ்ச்சியுள்ளவனாகவும் உணர்வதற்கான அனைத்து நியாயங்களையும் உடைய அந்தச் செயல் அலுவலர், இந்த உலகிலேயே மிகவும் துயரகரமான பிராணியாகிவிடுகிறான். ஏன்? ஏனென்றால் இதுபற்றி அவன் யாரிடமும் பேசமுடியாது. எனது அழைப்பை ஏற்றுக்கொள்ளும் ஆவல் அவனிடம் இருக்கும், ஆனால் இதுபற்றி சகபணியாளர்களிடம் அவன் பேசமுடியாது. ஏனெனில் அவன் அங்கிருந்து போகாமலிருக்க அவர்களால் முடிந்த அனைத்தையும் செய்வார்கள். தன் மனைவியிடம் அவன் இதைப் பற்றி பேசமுடியாது. அவன் தனது வெற்றிப்படியில் ஏறிவரும்போது அவள் அவனது துணைவியாக இருந்து வந்திருப்பாள். பாதுகாப்பு குறித்து நிறைய புரிந்துவைத்திருக்கும் அவள், சவாலை எதிர்கொள்வது பற்றி எதுவும் அறிந்திருக்கமாட்டாள். தன் வாழ்வின் மாபெரும் முடிவை எதிர்கொண்டு இருக்கும் அவன், இதுபற்றி யாரிடமும் பேசமுடியாது. அவன் எப்படி உணர்வான் என உன்னால் கற்பனை செய்யமுடிகிறதா?

இல்லை, உலகிலேயே மிகவும் தனிமையான நபர் அந்த மனிதனல்ல. இந்த உலகிலேயே மிகவும் தனிமையான நபர் யாரென அவள் அறிவாள். அது அவள்தான். எனினும் நல்ல இனாம் கிடைக்கும் எனும் நம்பிக்கையில் தனது வாடிக்கையாளனுடன் உடன்பட்டாள். அதுபோலவே கிடைக்கவும் செய்தது. ஆனால் அவனது வார்த்தைகள், பெரும் இறுக்கத்தின் கீழிருப்பதுபோல் காணப்படும் அவளது வாடிக்கையாளர்கள் அனைவரையும் அதிலிருந்து விடுவிக்க, அவள் சில வழிகளைக் காணவேண்டுமென உணரச் செய்தது. இது அவளது சேவையின் தரத்தையும் கொஞ்சம் கூடுதலாகப் பணம் சம்பாதிப்பதற்கான வாய்ப்பையும் மேம்படுத்துவதாகும்.

உடலிலிருக்கும் இறுக்கத்தைப் போலவே ஆன்மாவிலிருக்கும் இறுக்கத்தைப் போக்குவதும் லாபகரமானதென அவள் உணரவந்தாள்.

அப்படி லாபகரமாக இல்லாதபோது, அவள் திரும்பவும் நூலகத்துக்குச் செல்ல ஆரம்பித்தாள். அவள் திருமணப் பிரச்சினைகள், உளவியல், அரசியல் குறித்த புத்தகங்களை கேட்கத் தொடங்கினாள். அவளிடம் மிக பிரியம் கொண்டிருந்த அந்த நூலகர், அந்த இளம்பெண் பாலுறவு பற்றி சிந்திப்பதை நிறுத்திவிட்டு, இப்போது இன்னும் முக்கியமான விவகாரங்களில் கவனம் செலுத்தத் தொடங்கியிருப்பதுகண்டு அவள் ஆனந்தமடைந்தாள். மரியா செய்தித்தாள்களை தொடர்ந்து படிக்கத் தொடங்கினாள். முக்கியமாக பொருளாதாரம் சார்ந்த பக்கங்களை வாசித்தாள். ஏனெனில் அவளது பெரும்பாலான வாடிக்கையாளர்கள் விற்பனைச் செயல் அலுவலர்கள். கிட்டத்தட்ட அவளது வாடிக்கையாளர்கள் அனைவருமே அவளிடம் யோசனை கேட்டதால், அவள் சுயமுன்னேற்ற நூல்களைத் தேடிப் படித்தாள். அவளது வாடிக்கையாளர்கள் அனைவருமே ஏதாவதொரு உணர்ச்சிபூர்வமான பிரச்சினையைக் கொண்டிருந்ததால், மனித உணர்வுகள் சார்ந்த ஆராய்ச்சிக் கட்டுரைகளைப் படித்தாள். ஆறு மாதங்களுக்குப் பின் மரியா மரியாதைக்கு உரியவளாக, பெரிதும் வழக்கத்துக்கு மாறான விலைமகளாய்த் திகழ்ந்தாள். அவள் நிறைய நம்பிக்கைக்குரிய, பெரிதும் தேர்வுசெய்த வாடிக்கையாளர்களைக் கொண்டிருந்தாள். இது அவளது சக பணியாளர்களிடையே பொறாமையையும் அதேசமயம் வியப்பையும் தோற்றுவித்தது.

பாலுறவைப் பொறுத்தவரையில், அது அவளது வாழ்வில் எதையும் புதிதாகக் கொண்டுவந்துவிடவில்லை. அது வெறுமனே கால்களை அகட்டும் விஷயமாய், ஆணுறை பயன்படுத்தும்படி கேட்டுக்கொள்வதாய், நல்ல டிப்ஸ் கிடைக்கும் என்ற நம்பிக்கையில் கொஞ்சம் முனகும் விஷயமாய் (அந்த ஃபிலிப்பைனிய பெண்ணான நியாவுக்கு நன்றி! மரியா, உணர்ச்சியில் முனகுவதால் அவளுக்கு இன்னும் ஐம்பது ப்ராங்குகள் கிடைக்குமென அறிந்துகொண்டாள்) நீர் அவளது ஆன்மாவை கழுவிச் சுத்தப்படுத்துமென்ற நம்பிக்கையில் எல்லாம் முடிந்ததும் குளியல்போடும் விஷயமாய் இருந்தது. வழக்கமான விஷயங்களைத் தவிர அசாதாரணமாய் வேறெதுவும் செய்வதோ, முத்தமிடுவதோ கிடையாது. உறங்கும் அழகிகள் கதையில் வருவதுபோல் அவளது முத்தங்களை அவளது காதலனுக்காக பத்திரப்படுத்துமாறு நியா கூறியிருந்தாள். ஒரு முத்தம் அவளைத் தூக்கத்திலிருந்து எழுப்பி ஸ்விட்சர்லாந்து மீண்டுமொருமுறை சாக்லேட், பசுக்கள், கடிகாரங்களுக்கான நாடாக இருக்கும் பொய்யான உலகத்திற்கு அவள் திரும்பக் காரணமாகிவிடக்கூடும்.

அத்தோடு உச்சகட்ட இன்பமோ, சுகமோ, கிளர்ச்சியோ எதுவும் இல்லை. மிகச் சிறந்தவளாகத் திகழவேண்டுமென்ற அவளது தேடலின் காரணமாக மரியா தனது தொழிலுக்காக சில யோசனைகள் கிடைக்குமென்ற நம்பிக்கையில் சில நீலப் படங்கள்கூட பார்த்தாள். அதில் பல சுவாரசியமான விஷயங்களைப் பார்த்தபோதும், அவை நீண்ட நேரம் எடுக்குமென்பதால் அவற்றிலெதையும் தனது வாடிக்கையாளர்களிடம் பயன்படுத்தவில்லை. அவள் நாளொன்றுக்கு சராசரியாக மூன்றுபேரைச் சந்தித்தபோது மிலன் பெரிதும் மகிழ்ச்சியடைந்தான்.

ஆறு மாதங்களின் முடிவில், மரியா வங்கிக் கணக்கில் அறுபதாயிரம் ஸ்விஸ் ப்ராங்குகளைக் கொண்டிருந்தாள். அவள் நல்ல உணவகங்களில் சாப்பிட்டாள், ஒரு தொலைக்காட்சி வாங்கியிருந்தாள் (அவள் அதை ஒருபோதும் பார்த்திராதபோதும், அது அங்கிருப்பதை விரும்பினாள்). மேலும் அப்போது இன்னும் சிறப்பான குடியிருப்புக்கு மாறுவது பற்றி தீவிரமாக யோசித்துக் கொண்டிருந்தாள். அவள் புத்தகங்கள் வாங்கிப் படிக்குமளவு வசதியுடனிருந்தபோதும், தொடர்ந்து நூலகம் சென்றுவந்தாள். அதுதான் திடமான, நீடித்த, நிஜ உலகுடனான அவளது பாலம். அவள் நூலகருடன் உரையாடுவதை ரசித்தாள். ஏனெனில், மரியா ஒருவேளை ஆண் நண்பனை அடைந்திருக்கலாம் என்றெண்ணி அவளைக் குறித்து நூலகர் மகிழ்ச்சியடைந்தாள். எனினும் ஸ்விஸ் நாட்டவர்கள் இயல்பாகவே எளிதில் உணர்ச்சிவசப்படாதவர்கள் என்பதால் அவள் அதுகுறித்து எதுவும் கேட்கவில்லை. (இது முற்றிலும் தவறான கருத்து, ஏனெனில் கோபாகேபனாவிலும் படுக்கையிலும் எந்த ஒரு தேசத்தவரையும் போலவே அவர்களும் தயக்கமற்றவர்களாக, குதூகலமானவர்களாக, எளிதில் உணர்ச்சி வசப்படுபவர்களாக இருந்தனர்.)

ஒரு இனிய ஞாயிற்றுக்கிழமை மாலையில் மரியா தன் நாட்குறிப்பேட்டில் எழுதியதிலிருந்து:

உயரமோ குட்டையோ, தற்பெருமைக்காரனோ யூகிக்க இயலாதவனோ, நட்பார்ந்தவனோ இறுக்கமானவனோ, அனைத்து ஆண்களும் பொதுவாக ஒரு குணத்தைக் கொண்டிருக்கின்றனர். அவர்கள் விடுதிக்கு வரும்போது பயமுடையவர்களாக இருக்கினறனர். அவர்களில் அதிக அனுபவமுடையவர்கள் சத்தமாகப் பேசுவதன்

மூலம் தங்கள் பயத்தை மறைத்துக் கொள்கின்றனர். பயத்தை மறைக்கவியலாத தயக்க சுபாவமுடையவர்கள் மதுவருந்தி பயத்தை விரட்ட முடியுமா எனப் பார்க்கின்றனர். ஆனால் மிகச் சில விதிவிலக்குகளைத் தவிர அவர்கள் அனைவருமே பயப்படுகின்றனர் என்பது தெளிவு. – மிலன் இன்னும் அறிமுகம் செய்யாத சிறப்பு வாடிக்கையாளர்களைப் பற்றித் தெரியவில்லை.

எதைக்குறித்துப் பயம்? நான் தான் பயந்து நடுங்க வேண்டியவள். நான் தான் விடுதியைவிட்டு ஹோட்டலுக்குச் செல்லவேண்டியவள். ஆயுதங்களோ பெரும் உடல்பலமோ இல்லாதவள். ஆண்கள் மிகவும் விநோதமானவர்கள், நான் கோபாகேபனாவுக்கு வருபவர்களைப் பற்றி மட்டும் சொல்லவில்லை. இதுவரை நான் சந்தித்த எல்லா ஆண்களையும்தான் சொல்கிறேன். அவர்களால் உங்களை அடித்து வதைக்கமுடியும், திட்டித் தீர்க்கமுடியும், அச்சுறுத்தமுடியும், இருந்தும் உண்மையிலேயே அவர்கள் பெண்களைக் கண்டு பயந்து சாகிறார்கள். ஒருவேளை அவர்கள் திருமணம் செய்துகொண்ட பெண்ணைக் கண்டு பயப்படாமலிருக்கலாம். ஆனால் அவர்களை அச்சுறுத்தும், தன்னுடைய விருப்பம்போல் ஆட்டுவிக்கும் பெண்ணொருத்தி எப்போதும் இருக்கிறாள். ஒருவேளை அது அவர்களது அம்மாவாகக்கூட இருக்கலாம்.

ஜெனீவா வந்ததிலிருந்து அவள் சந்தித்த ஆண்களெல்லாம், தங்கள் வாழ்வின் மீதும் உலகின் மீதும் முழுக் கட்டுப்பாடு வைத்திருப்பதுபோல், தங்களைத் தன்னம்பிக்கையுடன் காட்டும் அனைத்துச் செயல்களையும் செய்துவந்தனர். எனினும் மரியாவால், அவர்கள் தங்கள் மனைவியைக் குறித்து பயப்படுவதையும், தங்களால் எழுச்சியை அடைய முடியாமல் போய்விடுமோ என்றும், தங்கள் பணம் செலுத்தும் சாதாரண விலைமகளின் கண்களில்கூட தாங்கள் ஆண்மைமிக்கவர்களாகத் தோன்றாமல் போய்விடுவோமோ என்பதுபோன்ற பீதியைக் காணமுடிந்தது. அவர்கள் கடைக்குப்போய் வாங்கிய ஷூவை பிடிக்கவில்லையெனில், அதற்கான ரசீதுடன் திரும்பச்சென்று பணத்தைத் திரும்பப்பெற முழு ஆயத்தமாக இருப்பர். ஆனால், ஒரு பெண்ணின் தோழமைக்காக அவர்கள் பணம்செலுத்தி, அவர்களால் எழுச்சியை அடைய முடியாமல்போனால், அதே விடுதிக்குச் திரும்பச்செல்ல அவர்கள் வெட்கப்படுவர். ஏனெனில், அங்குள்ள மற்ற அனைத்துப் பெண்களுக்கும் அந்த விஷயம் தெரியவந்திருக்குமென்று அவர்கள் கற்பனைசெய்து கொள்வதுதான்.

'அவர்களைக் கிளர்ந்தெழச் செய்யமுடியாமல் போனதற்காக வெட்கப்பட வேண்டியது நான்தான், இருந்தும் நான் வெட்கப் படுவதில்லை. அவர்கள் எப்போதும் தம்மையே குற்றம் சொல்லிக் கொள்வர்.'

இத்தகைய தர்மசங்கடங்களைத் தவிர்க்க, மரியா எப்போதும் ஆண்களை பதற்றமின்றி இருக்கச்செய்வதற்கு முயன்றாள். ஒருவர் குடிகாரராகவோ அல்லது வழக்கத்தைவிடவும் பலவீனமானவராகவோ பட்டால், அவள் முழுமையான பாலுறவைத் தவிர்த்துவிட்டு அதற்குப் பதில் அன்பான வருடல்கள், மற்றும் சுயஇன்பம் செய்துவிடுவது போன்றவற்றில் கவனம் செலுத்துவாள். அவர்கள் சுயமாகவே சிறப்பாக சுயஇன்பம் செய்துகொள்ள முடியும் என்பதால் இது பார்ப்பதற்கு அர்த்தமில்லாததாகத் தோன்றினாலும், அது அவர்களை எப்போதும் பெருமளவு இன்பமூட்டியதாகபட்டது.

அவள், அவர்கள் அவமானகரமாக உணரவில்லை என்பதை உறுதிப்படுத்திக் கொண்டாள். இதே ஆண்கள், வேலை என்று வரும் போது மிகவும் அதிகாரமிக்கவர்கள், தற்பெருமை வாய்ந்தவர்கள். தொடர்ந்து பணியாளர்கள், வாடிக்கையாளர்கள், விநியோகஸ்தர்கள், நஷ்டங்கள், ரகசியங்கள், தோரணைகள், பாசாங்குகள், பயம் மற்றும் அடக்குமுறைகளைக் கையாள்பவர்கள். கடைசியில் அவர்கள் அன்றைய பொழுதை ஒரு இரவு விடுதிக்குச் சென்று, ஓர் இரவுக்கு அவர்கள் தம்மை மறப்பதற்கு முந்நூற்று ஐம்பது ஸ்விஸ் ப்ராங்குகள் செலவழிப்பதைப் பொருட்படுத்தாதவர்கள்.

"ஓர் இரவுக்கா? எங்கே சொல் மரியா, நீ மிகைப்படுத்திக் கொண்டிருக்கிறாய். இது உண்மையில் நாற்பத்து ஐந்து நிமிடங்கள் மட்டுமே. உடைகளைக் களைவது, ப்ரியத்தை வெளிக்காட்டும் போலியான பாவனைகளைச் செய்வது, சற்று நேரம் உரையாடுவது, மீண்டும் ஆடை அணிவது இவற்றுக்காகும் நேரத்தை விட்டுவிட்டால் உண்மையில் பாலுறவுக்கு ஆகும் நேரம் பதினொரு நிமிடங்களே."

பதினொரு நிமிடங்கள். இந்த உலகம் பதினொரு நிமிடங்கள் மட்டுமே ஆகும் விஷயத்தைச் சுற்றியே சுற்றிவருகிறது.

இருபத்தி நான்கு மணிநேரம் கொண்ட ஓர் நாளில், இந்த பதினொரு நிமிடங்களுக்காகவே எவரொருவரும் திருமணம் செய்து கொள்கின்றனர் (அவர்களனைவரும் தங்களது மனைவியருடன் தினமும் காதல் செய்வதாக வைத்துக்கொள்வோம், இது வெளிப்படையாகவே மடத்தனம் மற்றும் முழுப்பொய் என்றபோதும்கூட), குடும்பம் நடத்துகின்றனர், வீறிடும் குழந்தைகளைச் சகித்துக்கொண்டு, வீட்டுக்குத் தாமதமாக வருவதற்கு பைத்தியக்காரத்தனமான சாக்குகளை யோசித்தபடி, நூற்றுக்கணக்கான இதர பெண்களை கடைக்கண் பார்வை பார்த்து அவர்களுடன் ஜெனீவா ஏரியைச் சுற்றி ஒரு நடை போய்வர விரும்பியபடி, தங்களுக்கு விலையுயர்ந்த ஆடைகளையும் மனைவிக்கு இன்னும் விலையுயர்ந்த ஆடைகளை வாங்கியபடி, தாங்கள் இழந்திருப்பதை தமக்களிக்கும் முயற்சியாக விலைமகளிருக்கு பணம் கொடுத்தபடி, இவ்வாறாக அழகுத்துறை, டயட் ஃபுட்ஸ், உடற்பயிற்சி, போர்னோகிராபி மற்றும் அரசியல் என பெருந்துறைகள் நீடிக்க உதவினர், இருந்தும் அவர்கள் இன்னொரு ஆணுடன் இருக்கும்போது பொதுவான நம்பிக்கைக்கு மாறாக அவர்கள் பெண்களைப் பற்றிப் பேசுவதில்லை. அவர்கள் வேலை, பணம் மற்றும் விளையாட்டு பற்றியே பேசினர்.

இந்த சமூகத்தில் ஏதோ பெரிய தவறு இருக்கவேண்டும். அது செய்தித்தாள்கள் கூறுவதுபோல அமேசான் மழைக்காடுகள்

அழிவோ, ஓஸோன் அடுக்கில் ஏற்படும் சேதமோ, பண்டாக் கரடிகள் மரணமோ, சிகரெட்டுகளோ, புற்றுநோய் உண்டாக்கும் உணவுகளோ அல்லது சிறைச்சாலை நிலவரங்களோ இல்லை.

அது முக்கியமாக அவள் செயல்பட்டுக்கொண்டிருக்கும் தொழில் சார்ந்ததுதான்: பாலுறவு

ஆனால் மரியா அங்கிருந்தது மனித சமூகத்தைக் காப்பாற்றுவதற்காக அல்ல, இன்னுமொரு ஆறுமாத தனிமையைத் தாக்குப்பிடித்து, அவளது வங்கியிருப்பை அதிகப்படுத்துவதற்காக. அவள் இன்னொரு ஆறுமாதம் இருப்பதென முடிவுசெய்தது, மாதம்தோறும் முறையாக அவளது அம்மாவுக்கு பணம் அனுப்பவும் (முன்பு பணம் வராமல் போனது, பிரேஸில் தபால்துறையை விடவும் திறன் குறைந்த ஸ்விஸ் தபால்துறையால்தான் என்பதை அறிந்து அவளது அம்மா உற்சாகமானாள்), அவளிடம் இல்லாத, வாங்கவேண்டுமென கனவுகண்ட அனைத்தையும் வாங்குவதற்காகத்தான். அவள் (ஏற்கெனவே கோடைகாலம் தொடங்கியிருந்தும்கூட), சென்ட்ரல் ஹீட்டிங் வசதியுள்ள இன்னும் சிறப்பான குடியிருப்புக்கு மாறினாள், மேலும் அவளது வீட்டின் ஜன்னலிலிருந்து அவளால் தேவாலயம், ஜப்பானிய உணவகம், சூப்பர் மார்க்கெட் மற்றும் மிகச் சிறந்ததொரு சிற்றுண்டியகத்தைப் பார்க்கமுடியும். அந்தச் சிற்றுண்டிக் கடையில்தான் அவள் அமர்ந்து செய்தித்தாள்களைப் படிப்பது வழக்கம். அவள் தனக்குத்தானே உறுதிமொழி அளித்துக் கொண்டதைத் தவிர்த்து, அது அதே பழைய வழக்கத்தை சகித்துக் கொள்வதைப் பற்றியதேயாகும். கோபாகேபனா செல்வது, பழரசம் அருந்தியபின் நடனமாடுவது, பிரேஸிலைப் பற்றி என்ன நினைக்கிறாய், பின் ஹோட்டலுக்குச் செல்வது, பணத்தை முன்கூட்டியே பெற்றுக்கொள்வது, சற்றுநேரம் உரையாடுவது மற்றும் உடலிலும் ஆன்மாவிலும் - பிரதானமாக ஆன்மாவில் எந்தப் புள்ளியில் தொடுவதென அறிந்து வைத்திருப்பது - அந்தரங்க பிரச்சினைகளில் ஆலோசனை தருவது, ஒரு அரைமணி நேரம் அவனது நண்பனாக இருப்பது, அதில் பதினொரு நிமிடங்கள் அவள் கால்களை விரித்துவைப்பதில், கால்களை மூடிக்கொண்டு இன்ப வேதனையில் முனகுவதுபோல் பாவனை செய்வதில் செலவாகிவிடும். மிகவும் நன்றி, அடுத்தவாரம் சந்திக்கிறேன். நீங்கள் உண்மையிலே மிகவும் ஆண்மை மிக்கவர் தெரியுமா, அடுத்தவாரம் நாம் சந்திக்கும்போது விஷயங்கள் எப்படிப் போனதென எனக்குச் சொல்லுங்கள், ஓ நீங்கள் தாராளமானவர் இது தேவையே இல்லை, உங்களுடன் நேரம் செலவிடுவதே இன்பகரமான விஷயமாக இருந்தது.

எல்லாவற்றுக்கும் மேலாக, எப்போதும் காதல் வசப்படக்கூடாது. அதுதான் அந்த பிரேஸிலியப் பெண் விலகிச் செல்லுமுன் தந்த மிக முக்கியமான, மிக உணர்வுப்பூர்வமான அறிவுரை. ஒருவேளை அவளே காதல்வசப்பட்டதால் இதைச் சொல்லியிருக்கலாம். ஏனெனில் நம்ப முடியாததாகத் தோன்றிய போதும், அங்கு பணிபுரிந்த இரு மாதங்களிலேயே மரியாவிடம் ஒருசிலர் கல்யாணம் செய்துகொள்வதாகக் கூறியிருந்தனர். அவர்களுள் மூவர் தீவிரத்துடன் காணப்பட்டனர்: வரவுசெலவு தணிக்கை செய்யும் நிறுவனத்தின் இயக்குநர், முதல்நாள் இரவு அவளை வெளியில் அழைத்துச்சென்ற விமானி, பிரத்யேகமாக கத்திகளுக்கெனவே கடை நடத்திவந்த கடை உரிமையாளர் ஆகியோரே அம்மூவர். மூவரும் அந்த வாழ்விலிருந்து அவளை வெளியே கொண்டுவருவதாகவும் அவளுக்கு அழகியதொரு வீடு தருவதாகவும், நல்ல எதிர்காலத்தை அளிப்பதாகவும் குழந்தைகளையும் பேரன் - பேத்திகளையும் தருவதாகவும் கூறினர்.

இவையெல்லாம் நாளொன்றுக்கு பதினொரு நிமிடங்களுக் காகவா? அது சாத்தியமில்லை. கோபாகேபனாவில் அவளுக்கு ஏற்பட்ட அனுபவத்துக்குப் பிறகு, தனிமையாக உணர்வது தான் மட்டுமல்ல என்பதை அவள் உணர்ந்து கொண்டாள். மனிதர்கள் தண்ணீரில்லாமல் ஒரு வாரம் வாழலாம், இரண்டு வாரங்கள் உணவில்லாமல் வாழலாம், வீடில்லாமல் பல வருடங்கள் வாழலாம், ஆனால் தனிமையில் மட்டும் வாழமுடியாது. அது இருப்பதனைத்திலும் மோசமான சித்திரவதை, துயரங்களனைத்திலும் கொடுந்துயரம். அவளைப் போலவே, அவளது துணையை நாடிய இந்த மூன்றுபேரும் இன்னும் நிறைய பேரும், தங்களைப் பற்றி அக்கறைப்பட இந்த உலகில் ஒருவர்கூட இல்லை எனும் அழிவு பயக்கும் உணர்வால் சித்திரவதைக்கு ஆளாகினர்.

காதலால் தூண்டப்படுவதைத் தவிர்ப்பதற்காக, அவள் தன் இதயத்தை நாட்குறிப்பேடுக்கெனவே ஒதுக்கிவைத்தாள். அவள் கோபாகேபனாவிற்குள், அனைத்து நேரங்களிலும் மிகவும் கூர்மையாகவும், உணர்ச்சிமிக்கதாகவும் ஆகிக்கொண்டிருந்த தனது மூளை மற்றும் உடலுடன் மட்டுமே நுழைந்தாள். அவள் ஜெனீவா வந்ததற்கும் ரூ டி பெர்னேவைச் சென்றடைந்ததற்கும் ஏதோ முக்கியமான காரணம் இருந்ததென தன்னை நம்பச் செய்வதில் வெற்றி பெற்றிருந்தாள். மேலும் ஒவ்வொரு முறை நூலகத்திலிருநது புத்தகமொன்றை இரவல் பெறும்போதும், ஒரு நாளின் மிக முக்கியமான பதினொரு நிமிடங்களைப் பற்றி

யாருமே சரியாக எழுதவில்லை எனும் அவளது எண்ணத்தை உறுதி செய்துகொண்டாள். ஒருவேளை - அந்த நிமிடத்தில் அது எத்தனை சிரமமாய்த் தெரிந்தபோதும் - தன்னுடைய கதையை, சாகசத்தை புத்தமாக எழுதுவதுதான் அவளது விதிப்பயனோ.

ஆம், அதுதான் அவளது சாதனை. எவரொருவரும் பேசத்துணியாத தடைசெய்யப்பட்ட வார்த்தையாக அது இருந்தபோதும், பெரும்பாலான நபர்கள் தொலைக்காட்சியில் பார்ப்பது அதைத்தான், திரைப்படங்களில் இரவும் பகலும் அனைத்து நேரங்களில் திரும்பத் திரும்ப காட்டப்படுவது அதுதான், அதுதான் அவள் தேடிக்கொண்டிருப்பதும். நன்மைகளுக்கு பரிசளிப்பதும், அறியாத இடங்களுக்கு பயணம் செய்யத்தூண்டுவதும், ஆற்றின் நடுவில் படகில்செல்லும் அறியாத நபர்களை உரையாடலில் ஈடுபடுத்துவதும், விமானப் பயணம், திரைப்பட படப்பிடிப்பு நிலையம், செவ்விந்தியர்கள், பனியாறு, ஆப்பிரிக்கா இவற்றைக் கண்டறிய காரணமானதும் இந்த வார்த்தைதான்.

அவள் புத்தகம் எழுதும் யோசனையை விரும்பியதோடு, அதற்கு ஒரு தலைப்பைக் கூட யோசித்தாள். பதினொரு நிமிடங்கள்.

அவள் வாடிக்கையாளர்களை மூன்று பிரிவுகளாக வகைப் படுத்தினாள்: நாசகாரர்கள் (The Exterminators) (அவள் பெரிதும் ரசித்த படமொன்றுக்கு மரியாதையாக) - குடிவீச்சத்தோடு வந்து, யாரையும் பார்க்காததுபோல் பாவனைசெய்து, ஆனால் அனைவரும் தம்மையே பார்ப்பதாக நம்புபவர்கள். பெயருக்கு நடனம் ஆடிவிட்டு உடனடியாக நேரே ஹோட்டலுக்குத் திரும்பும் ஆசாமிகள் இந்த வகையினர், இனிமையான பெண் (The Pretty Woman) வகையினர் (இதுவும் ஒரு திரைப்படத்தின் பெயரைத் தழுவியதுதான்) நேர்த்தியாக, கனவான் தன்மையோடு அன்புமிக்கவர்களாக காட்சியளிக்க முயல்பவர்கள். என்னவோ இவர்களது இத்தகைய கருணையால்தான் உலகம் தன் அச்சைவிட்டு விலகாமல் சுற்றிக்கொண்டிருப்பதுபோல, அவர்கள் தெருவில் நடந்து வந்துகொண்டிருந்தபோது தற்செயலாக விடுதிக்குள் நுழைந்ததுபோல நடந்துகொள்பவர்கள். இவர்கள் எப்போதும் முதலில் இனிமையாகவும், எப்போது ஹோட்டலுக்குத் திரும்பவேண்டும் என்பது குறித்த நிச்சயமில்லாதவர்களாகவும், அதன் காரணமாகவே, அவர்கள் நாசகாரர்களை விடவும் அதிகம் எதிர்பார்ப்புடையவர்களாக இருப்பார்கள். கடைசியாக ஆற்றல்மிக்க தலைவர் வகையினர் (The Godfather) (மீண்டுமொருமுறை திரைப்படத் பெயரைத் தழுவிய பெயர்) இவர்கள் பெண்ணின் உடலை வியாபாரப் பொருளாக நடத்துபவர்கள். இவர்கள் தான் மிகவும் அசலானவர்கள்.

இவர்கள் நடனமாடுவர், உரையாடுவர், ஒருபோதும் இனாம் தரமாட்டார்கள், தாங்கள் தேர்வுசெய்யும் பெண் கூறும் எதையும் பொருட்படுத்தமாட்டார்கள், இவர்கள் மட்டுமே மிக நுட்பமான விதத்தில் "சாகசம்" எனும் வார்த்தையின் பொருளறிந்தவர்கள்.

மரியா மாதவிலக்காகி வேலைக்குச் செல்ல முடியாமலிருந்த நாளொன்றில் எழுதிய நாட்குறிப்பிலிருந்து:

எனது இன்றைய வாழ்க்கையைப் பற்றி யாரிடமாவது நான் சொல்லவேண்டி வந்திருந்தால், அவர்கள் என்னை தைரியமான, மகிழ்ச்சியான, தன்னிச்சையான பெண் என்று உணரும் விதத்தில் சொல்லியிருப்பேன். அபத்தம்: பதினொரு நிமிடங்களை விடவும் மிகவும் முக்கியமான ஒரே வார்த்தையான – காதல் – என்பதைக்கூட குறிப்பிட நான் அனுமதிக்கப்படவில்லை.

என் வாழ்க்கை முழுவதும், நான் காதலை ஒருவித, தானாகவே விருப்பத்துடன் ஏற்கும் அடிமைத்தனம் என்றே எண்ணிவந்தேன். நல்லது, அதுபொய். காதல் இருக்கும்போது மட்டுமே சுதந்திரம் இருக்கும். ஆணோ, பெண்ணோ தன்னை முழுமையாக கொடுப்பவரே, சுதந்திரமாக உணரும் நபரே முழு இதயத்துடன் நேசிக்கிறவராவர்.

மேலும் யார் முழு மனதுடன் நேசிக்கிறாரோ அவர் சுதந்திரமாக உணர்வார்.

அதனால்தான் நான் என்னதான் அனுபவப்பட்டாலும், செயல்பட்டாலும் அறியவந்தாலும், எதுவும் அர்த்தமுள்ளதாக இல்லை. இந்தக் காலகட்டம் விரைவாகச் சென்றுவிடுமென நான் நம்புகிறேன். எனவே – என்னைப் புரிந்துகொள்ளும், என்னை வேதனைப்படச் செய்யாத ஆணின் வடிவில் எனது சுயத்துக்கான தேடலை நான் தொடரமுடியும்.

நான் என்ன சொல்லிக்கொண்டிருக்கிறேன். காதலில் யாரும் யாருக்கும் தீங்குசெய்ய முடியாது. நாம் ஒவ்வொருவருமே நமது சொந்த உணர்வுகளுக்கு பொறுப்பானவர்கள், நாம் உணர்வதற்கு மற்றொருவரைக் குற்றம் சொல்லக்கூடாது.

இதுதான் சுதந்திரத்தின் உண்மை அனுபவம். உலகின் மிகமுக்கியமான ஒன்றை – அதை உடைமையாக்கிக் கொள்ளாமலே கொண்டிருப்பது.

மேலும் மூன்று மாதங்கள் கடந்தன. நாட்காட்டியில் குறித்த தேதியில் இலையுதிர்காலம் வந்தது. அவள் வீடு திரும்ப பயணம் மேற்கொள்ள தொண்ணூறு நாட்கள் இருந்தன. அனைத்தும் மிக விரைவாகவும் மெதுவாகவும் நடந்ததாக அவள் நினைத்தாள். ஒருவரின் மனநிலையைப் பொறுத்து காலம் இருவேறு பரிமாணங்களில் செயல்படுவதாக அவள் கருதினாள். ஆனால் இருவிதமான காலத்திலும் அவளது சாகசமானது முடிவை நெருங்கிக் கொண்டிருந்தது. நிச்சயமாக, அவள் தொடரவும் செய்யலாம், ஆனால் ஏரியைச் சுற்றி அவள் நடந்தபோது அவளுடன் துணையாக வந்த அந்த கண்ணுக்குப் புலப்படாத பெண்ணின் துயரத்தையும், விஷயங்கள் அத்தனை எளிதானதில்லை என்று கூறியதையும் அவளால் மறக்கமுடியாது. அவள் எத்தனைதான் அதைத் தொடர்வதற்கு ஆசைப்பட்டபோதும், தன் வழியில் சந்தித்த சவால்களுக்கு என்னதான் ஆயத்தமாக இருந்தபோதும், இத்தனை மாத தனிமை வாசம், எப்போதும் ஒரு விஷயத்தை நிறுத்துவதற்கான சரியான நேரம் இருக்கிறதென்பதை அவளுக்குக் கற்பித்திருந்தது. இன்னும் தொண்ணூறு நாட்களில் பிரேஸிலின் உள்ளடங்கிய பகுதிக்கு அவள் திரும்புவாள். அங்கே ஒரு சிறிய பண்ணை (எதிர்பார்த்திருந்ததை விடவும் அவள் அதிகம் சம்பாதித்திருந்தாள்), கொஞ்சம் பசுக்கள் (ஸ்விஸ் பசுக்களல்ல, பிரேஸிலியன் பசுக்கள்) வாங்கி, தனது தாய் - தந்தையை தன்னுடன் வந்திருக்கும்படி அழைப்பாள். சில வேலைக்காரர்களை பணிக்கமர்த்தி, தொழிலைத் தொடங்குவாள்.

காதல்தான் சுதந்திரத்துக்கான ஒரே உண்மை அனுபவம், யாரும் எவரையும் உடைமைகொள்ள முடியாது என அவள் நம்பிய போதும், இன்னும் அவளிடம் பழிவாங்குவதற்கான ரகசிய விருப்பம் இருந்தது. இதுவும் அவள் வெற்றிகரமாக பிரேஸிலுக்குத் திரும்பவேண்டுமென நினைப்பதற்கான காரணங்களில் ஒன்றாக அமைந்தது. பண்ணையை அமைத்தபின்பு, அவள் சொந்த ஊருக்குச் சென்று அவளது இருவேறு காலத்திலும் சிறந்த நண்பனாக இருந்துள்ள, அந்தப் பையன் பணிபுரியும் வங்கியில் ஸ்விஸ்

ப்ராங்குகளாலான பெருந்தொகையைச் சேமித்துவைப்பாள். "ஹாய், எப்படி இருக்கிறாய்? என்னை உனக்கு ஞாபகமில்லையா?" என அவன் கேட்பான். அவள் அவனை நினைவுகூர பெரிதும் முயற்சிசெய்வாள், எனினும் கடைசியில், இல்லை ஞாபகம் வரவில்லையே, ஐரோப்பாவில் ஒரு வருடம் இருந்துவிட்டு தான் இப்போதுதான் திரும்பியிருக்கிறேன் என்றோ, (அவள் இதனை மிகமெதுவாக, அவனது சக பணியாளர்கள் அனைவரும் கேட்கும்படிச் சொல்லுவாள்) அல்லது உலகிலேயே சிறந்த வங்கிகளைக் கொண்ட ஸ்விட்சர்லாந்திலிருந்து திரும்பியிருக்கிறேன் என்றோ (ஃப்ரான்ஸ் என்று சொல்வதைவிடவும் அது பெரிதும் வழக்கத்துக்கு மாறானதாகவும் சாகசமானதாகவும் இருக்கும்) சொல்லுவாள். யார் அவன்? அவன் தங்களுடைய பள்ளிநாட்களை ஞாபகப்படுத்தக்கூடும். 'ஆம் ஞாபகத்துக்கு வருகிறதென நினைக்கிறேன்...' என்பாள். ஆனால் அவளது முகத்திலிருந்து ஞாபகத்துக்கு வரவில்லை என்பது தெளிவாகும். இது அவளது பழிவாங்குதலாக இருக்கும். அதன்பிறகு அது கடினமாக உழைப்பதைப் பற்றிய விவகாரம், அவள் எதிர்பார்த்ததுபோல் பண்ணை சிறப்பாகச் செயல்படும்போது, அவளது வாழ்வின் மிகவும் முக்கிய விஷயமான, தனது உண்மையான காதலைத் தேடுவதற்கு, இத்தனை வருடங்களாக அவளுக்காகக் காத்திருக்கும் அவள் இதுவரையிலும் சந்திப்பதற்கான வாய்ப்புக் கிடைக்காத அந்த ஆண்மகனைத் தேடுவதற்கு அவள் தன்னை அர்ப்பணித்துக்கொள்ள முடியும்.

மரியா, பதினொரு நிமிடங்கள் எனும் தலைப்பிலான அந்தப் புத்தகத்தைப் பற்றி எழுதுவதை முற்றிலும் மறப்பதென முடிவு செய்தாள். இப்போது அவள் பண்ணையின் மீதும் தனது எதிர்காலத் திட்டங்கள் மீதும் கவனம் செலுத்த வேண்டியது அவசியம். இல்லையெனில், அவள் தனது பயணத்தைத் தள்ளிப் போடுவதில் சென்று முடியக்கூடிய பெரும் அபாயமிருக்கிறது.

அன்று மதியம், அவள் தனது ஒரே சிறந்த தோழியான நூலகரை சந்திக்கக் கிளம்பினாள். அவள் கால்நடை வளர்ப்பு மற்றும் பண்ணை நிர்வாகம் பற்றிய புத்தகங்களைக் கேட்டாள். அதற்கு நூலகர்:

"உனக்குத் தெரிந்திருக்கலாம், சில மாதங்கள் முன்பு நீ பாலுறவு பற்றிய புத்தகத்தைத் தேடிவந்தபோது, நான் உன்னை எண்ணிப் பயந்தேன். ஒருநாள் தமக்கு வயதாகும், தங்களது வாழ்வின் காதலுக்குரிய நபரைச் சந்திக்கும் வாய்ப்பைத் தவறவிட நேரும்

என்பதனை மறந்து நிறைய அழகிய இளம்பெண்கள் எளிதாகக் கிடைக்கும் பணத்தின் மீதான கவர்ச்சியால் தூண்டப்படுவதையும், தங்களது கற்பை இழக்க தாங்களே காரணமாகிவிடுகின்றனர்."

"நீங்கள் விபச்சாரத்தைச் சொல்கிறீர்களா?"

"அது ரொம்ப கடுமையான வார்த்தை."

"முன்பே சொன்னதுபோல், இறைச்சியை ஏற்றுமதி இறக்குமதி செய்யும் நிறுவனத்துக்காக நான் வேலை செய்கிறேன். ஆனால் ஒரு விபச்சாரியாக ஆகியிருந்து, சரியான சமயத்தில் அதை நான் நிறுத்தியிருந்தால் அதன் விளைவுகள் மிக மோசமாக இருக்கும் என்கிறீர்களா? எல்லாவற்றுக்கும் மேலாக இளமை என்றாலே தவறுகள் தவிர்க்க முடியாதுதானே."

"போதை மருந்துக்கு அடிமையான எல்லோரும் சரியாக எப்போது நிறுத்தவேண்டுமென தெரியுமென்றுதான் சொல்கின்றனர். ஆனால் யாரும் நிறுத்துவதில்லை."

"நீங்கள் இளமையில் மிகவும் அழகாக இருந்திருக்கவேண்டும். மேலும் தனது குடிமக்களை மதிக்கும் ஒரு தேசத்தில் நீங்கள் வளர்ந்தீர்கள். நீங்கள் மகிழ்ச்சியாக இருக்க அது போதுமானதாக இருந்ததா?"

"என் வாழ்வின் எந்த ஒரு பிரச்சினையையும் நான் கையாண்ட விதம் குறித்து பெருமிதமாகவே உணர்கிறேன்."

இன்னும் கொஞ்சம் பேசலாமா என நூலகர் யோசித்தார். ஆம், இந்தப் பெண் ஏன் வாழ்க்கையைப் பற்றி கொஞ்சம் தெரிந்து கொள்ளக்கூடாது?

"என் இளமைப் பருவம் மகிழ்ச்சியானது. நான் பெர்னேவின் சிறந்த பள்ளிகளில் ஒன்றில் படித்தேன். பின் ஜெனீவாவுக்கு வேலைசெய்வதற்கு வந்தேன். அங்குதான் நான் காதலித்து, திருமணம் செய்துகொண்ட நபரைச் சந்தித்தேன். அவருக்காக நான் அனைத்தையும் செய்தேன். அவரும் எனக்காக எல்லாமும் செய்தார். காலம் கடந்தது, அவர் ஓய்வுபெற்றார். தனது நேரத்தை விருப்பம்போல் செலவிடும் சுதந்திரம் அவருக்கு கிடைத்தபோது, அவரது கண்கள் வருத்தம்மிக்கதாக மாறின. ஏனெனில் அவர் தன் வாழ்க்கை முழுவதும் தன்னைப் பற்றி உண்மையாகவே ஒருபோதும் சிந்தித்திருக்கவில்லை. எங்களுக்கிடையில் எப்போதும் பெரிய வாக்குவாதம் நேர்ந்ததோ பெரும் குதூகலம் வாய்த்ததோ இல்லை.

அவர் எப்போதும் எனக்கு உண்மையற்றவராக நடந்துகொண்டதோ, வெளியிடங்களில் அநாகரீகமாக நடந்துகொண்டதோ இல்லை. நாங்கள் மிகவும் சாதாரணமான வாழ்க்கை வாழ்ந்தோம். அவ்வளவில், செய்தவதற்கு எந்த வேலையுமின்றி, பயனற்றவராக, முக்கியமில்லாதவராக உணர்ந்து, அவர் ஒரு வருடத்துக்குப் பின் புற்றுநோயால் இறந்துபோனார்.''

உண்மையைச் சொல்லிக்கொண்டிருந்தபோதும், தனக்குமுன் நின்று கொண்டிருந்த பெண்ணிடம் எதிர்மறைத் தாக்கத்தை ஏற்படுத்துகிறோம் என்பதை அவள் உணர்ந்திருக்கவேண்டும்.

“ஆச்சரியங்களில்லாத வாழ்க்கையை வாழ்வதே சிறந்தது என நான் இப்போதும் நம்புகிறேன். அப்படி நாங்கள் வாழ்ந்திருக்காவிட்டால், என் கணவர் முன்பாகவே கூட இறந்திருக்கலாம். யாருக்குத் தெரியும்.''

மரியா விவசாயம் குறித்து அனைத்தையும் அறிந்துகொள்வதெனத் தீர்மானத்துடன் கிளம்பினாள். மதியவேளையில் அவளுக்கு எந்த வேலையும் இல்லாததால், அவள் சும்மா ஒரு நடை போய்வருவதெனத் தீர்மானித்து நகரின் மேற்குப் பகுதிக்கு சென்றாள். அங்கு ஒரு சிறிய மஞ்சள் பெயர்ப்பலகை சூரியனின் ஓவியத்துடனும் “சான்டியாகோ செல்லும் சாலை'' என்று அறிவிக்கும் எழுத்துகளுடனும் காணப்பட்டது. இதற்கு என்ன பொருள்? சாலையின் மறுபுறத்தில் பானங்கள் விற்கும் கடையொன்று காணப்பட்டது. தற்போது அவள் புரிந்துகொள்ளாத எதனையும் கேள்வி கேட்கப் பழகியிருந்ததால், அதனுள் சென்று கேட்டறிவதென முடிவு செய்தாள்.

“எனக்கு தெரியவில்லை'' என்றாள் பாரினுள் வேலை செய்து கொண்டிருந்த பெண். அது மிகவும் விலையதிகமான இடமாக இருந்தது, காபிக்கு அதன் இயல்பான விலையைவிட மூன்று மடங்கு விலை ஆனது. அவளிடம் பணம் இருந்ததாலும் தற்போது அதனுள் வந்திருப்பதாலும் அவள் காபிக்கு சொல்லிவிட்டு அடுத்த ஒரு மணி நேரத்தையோ அல்லது பண்ணை நிர்வாகம் குறித்து அறிய வேண்டியதனைத்தையும் அறியும்வரையோ அங்கே செலவிடுவதெனத் தீர்மானித்தாள். அவள் புத்தகத்தை ஆர்வமுடன் பிரித்தாள், எனினும் அது மிகவும் அலுப்பூட்டுவதாக இருந்ததால் கவனம் செலுத்துவது சாத்தியமற்ற ஒன்றாக இருந்ததைக் கண்டாள். அதைவிட அவளது வாடிக்கையாளர்களில் ஒருவரிடம் பேசுவது இன்னும் சுவாரசியமானதாக இருந்திருக்கும். அவர்கள்

பணத்தை சிறப்பாகக் கையாள்வது எப்படியென்பதை எப்போதும் அறிந்தவர்கள். அவள் காபிக்கு பணம் செலுத்திவிட்டு, எழுந்து தனக்கு பரிமாறிய பெண்ணுக்கு நன்றி கூறிவிட்டு, ஒரு பெரிய டிப்ஸ் கொடுத்துவிட்டு (எவ்வளவு அதிகம் டிப்ஸ் கொடுக்கிறாயோ அத்தனை அதிகமாகப் பெறுவாய் எனும் மூடநம்பிக்கையை அவள் கண்டுபிடித்திருந்தாள்), கதவை நோக்கிச் சென்றாள். அவளது திட்டங்களை, எதிர்காலத்தை, அவளது பண்ணை மற்றும் மகிழ்ச்சி குறித்த எண்ணங்களை, அவளது பெண் ஆன்மாவை, வாழ்க்கை குறித்த ஆண்பிள்ளைத்தனமான அணுகுமுறையை, உலகில் அவளுக்கான இடத்தை எப்போதைக்குமாக மாற்றப்போகும் வார்த்தைகள் மற்றும் அந்தக் கணத்தின் முக்கியத்துவத்தை உணராமல் கதவை நோக்கிச் சென்றாள்.

"ஒரு நிமிடம் பொறுங்கள்."

ஆச்சரியமடைந்தவளாக, ஒருபுறமாக அவள் திரும்பிப் பார்த்தாள்: இது கோபாகேபனா அல்ல, மரியாதைக்குரிய பார். "இல்லை, நான் கிளம்பிக்கொண்டிருக்கிறேன், உங்களால் என்னை நிறுத்தமுடியாது" எனச் சொல்ல ஆண்களுக்கு உரிமை இருக்குமானால் பெண்களும்கூட அப்படிச் சொல்லமுடியும்.

அவள் அந்த வார்த்தைகளைப் புறக்கணிக்க இருந்தாள், எனினும் அவளது ஆவல் அவளை வென்றது, அந்தக் குரல்வந்த திசைநோக்கி திரும்பினாள். அவள் மிக விநோதமானதொரு காட்சியைக் கண்டாள். முப்பதுகளில் இருந்த நீளமான தலைமுடியைக் கொண்ட இளைஞன் (அல்லது அவள் முப்பதுகளில் இருந்த ஒரு பையன் என்று சொல்லியிருக்க வேண்டுமோ) தன்னைச் சுற்றிலும் ஓவியத் தூரிகைகள் கலைந்துகிடக்க, தரையில் மண்டியிட்டபடி, தன்னருகில் பெருஞ்சீரகத்திலிருந்து தயாராகும் ஒரு குவளை அனிசிட்டியுடன் நாற்காலியொன்றில் அமர்ந்திருந்த கனவான் ஒருவரை ஓவியமாக்குவதில் முனைந்திருந்தான். அவள் உள்ளே வந்தபோது அவர்களைக் கவனித்திருக்கவில்லை.

"போகாதீர்கள், நான் கிட்டத்தட்ட இந்த ஓவியத்தை முடித்து விட்டேன், இதேபோல உங்களையும் வரைய விரும்புகிறேன்."

"இல்லை, எனக்கு ஆர்வமில்லை" என்றாள் மரியா - அவ்வாறு சொன்னதன் மூலம், இந்த உலகத்தில் குறைவுபட்டிருந்த ஒரு தொடர்பை அவள் உருவாக்கினாள்.

“உங்களைச் சுற்றி சிறப்பானதொரு ஒளி காணப்படுகிறது. நான் வரிச் சித்திரமாக வரைந்துகொள்ளவாவது அனுமதியுங்கள்.”

வரிச் சித்திரம் என்பது என்ன? சிறப்பு ஒளி என்பதன் மூலம் அவன் என்ன சொல்ல வருகிறான்? தவிரவும், இறுக்கமாகத் தோன்றும் ஒரு ஓவியரால் தன் உருவத்தை வரைந்துகொள்ள ஆசைப்படுமளவுக்கு அவள் தற்பெருமை மிக்கவளல்ல. அவளது கற்பனை வேக மெடுத்தது. அவன் உண்மையிலேயே பிரபலமானவராக இருந்தால் என்னாகும்? சல்வடார் டா பாஹியாவிலோ பாரிஸிலோ நிரந்தரமாக கண்காட்சிக்கு வைக்கப்படும் ஒரு ஓவியத்தால், அவள் சாஸ்வதமானவளாகி விடுவாள். அவள் புகழ்பெற்றவளாகிவிடுவாள்.

அதற்கு மாறாக, வழக்கமாக கூட்டமாகவே காணப்படும், விலையதிகம் பிடிக்கும் சிற்றுண்டியகம் ஒன்றில், எல்லா குப்பைகளும் சூழ அந்த மனிதன் செய்துகொண்டிருந்தது என்ன?

அவளது சிந்தனையைக் கண்டுகொண்டு, அந்த பரிசாரகி மென்மையாகச் சொன்னாள்: “இவர் மிகவும் நன்கறியப்பட்ட ஓவியர்.”

அவளுது உள்ளுணர்வு சரிதான். மரியா தனது உணர்வுகளை வெளிக்காட்டாமல் அமைதியாக இருக்கமுயன்றாள்.

“இவர் இங்கே அவ்வப்போது வருவார், எப்போதும் தன்னுடன் முக்கியமான வாடிக்கையாளரை அழைத்து வருவார். இந்தச் சூழல் அவருக்கு உத்வேகம் தருவதால் அவர் இதை விரும்புவதாகக் கூறுகிறார். இந்த நகரத்தை பிரதிநிதித்துவப்படுத்தும் நபர்களின் ஓவியங்களை வரைந்து கொண்டிருக்கிறார். இந்த வேலை நகர்மன்றத்தால் ஒப்படைக்கப்பட்டுள்ளது.”

மரியா ஓவியம் தீட்டப்படுபவரைப் பார்த்தாள். திரும்பவும் பரிசாரகி அவளது எண்ணங்களைக் கண்டுகொண்டாள்.

“அவர் ஒரு வேதியலறிஞர். உண்மையிலேயே சில புரட்சிகரமான கண்டுபிடிப்புகளை நிகழ்த்தியவர். நோபல் பரிசு பெற்றவர்.”

“போகாதீர்கள்” அந்த ஓவியன் மீண்டும் கூறினான். “இதை ஐந்து நிமிடங்களில் நான் முடித்துவிடுவேன். உங்களுக்கு என்ன விருப்பமோ அதை வாங்கிக்கொண்டு அதை எனது பில்லில் சேர்த்து விடுங்கள்.”

வசியம் செய்யப்பட்டதுபோல், அவள் அந்த பாரில் அமர்ந்து அனிசிட்டிக்கு சொல்லிவிட்டு, (அவள் அதை முன்பு

குடித்ததில்லை, நோபல் பரிசு வென்றவர் சாப்பிடும் அதே பானத்தை கேட்கவேண்டுமென்ற ஒரே எண்ணம்தான் காரணம்!) அவன் வேலை செய்வதைக் கவனித்தாள். "நான் இந்த நகரத்தைப் பிரதிபலிப்பவளல்ல. எனவே இவன் நிச்சயம் வேறெதிலோ ஆர்வமுடையவனாய் இருக்கவேண்டும். ஆனால் இவன் உண்மையில் என்னைப் போன்றவனல்ல" என தன்னிச்சையாக நினைக்கத் தொடங்கினாள். அவள் கோபாகேபனாவுக்கு வேலைக்கு வந்ததிலிருந்து, எப்போதும் தனக்குத்தானே சொல்லிக்கொள்வதை திரும்பத் திரும்ப சொல்லத் தொடங்கினாள். அவளது இதயத்தால் உருவாக்கப்படும் பொறிகளிலிருந்து, அவளைக் காப்பதாக அது இருந்தது. அதிலிருந்து தெளிவடைந்தவுடன், சிறிது நேரம் காத்திருப்பதை அவள் பொருட்படுத்தவில்லை. ஒருவேளை அந்தப் பரிசாரகி சொன்னது சரியாக இருக்கலாம், ஒருவேளை அவள் எதுவுமறியாத ஒரு உலகிற்கான கதவுகளை அந்த நபர் திறக்கக்கூடும்.

அவன் கடைசிகட்ட சீர்படுத்துதல்களை எத்தனை விரைவாகவும் லாவகமாகவும் செய்தான் என்பதைக் கவனித்தாள். வெளிப்படையாகவே மிகப்பெரிய திரைச்சீலையான அது, சுருட்டி வைக்கப்பட்டிருந்ததால் அவன் வரைந்திருந்த மற்றவர்களின் முகங்களை அவளால் பார்க்கமுடியவில்லை. இது ஒரு புதிய வாய்ப்புக்கான தொடக்கமாக இருந்தால் என்ன ஆகும்? அந்த நபர் (அவள் அவனை பையனல்ல நபர் என்றே முடிவுசெய்தாள், இல்லாவிடில் அவள் தன் வயதுக்கும்மேலாக பெரியவளாக தன்னை உணரவேண்டிவரும்) அவளுடன் இரவைக் கழிப்பதற்காக, காதலிப்பதாகச் சொல்லும் வகையாகத் தெரியவில்லை. உறுதியளித்தது போலவே, ஐந்தே நிமிடங்களில் அவன் தனது வேலையை முடித்திருந்தான், மரியா பிரேஸிலைப் பற்றியும் அங்கே தனது எதிர்காலம் பற்றியும் அவளது திட்டங்கள் அனைத்தையும் ஆபத்துக்குள்ளாக்கும் அபாயமிருப்பதால் புதிய நபர்களைச் சந்திப்பதில் சற்றும் ஆர்வமில்லாததையும் பற்றி ஆழ்ந்து சிந்தித்தபடி இருந்தாள்.

"நன்றி நீங்கள் இப்போது போகலாம்," ஓவியன் சொன்னான், கனவிலிருந்து விழித்தெழுந்ததைப் போல் காணப்பட்டார் வேதியலறிஞர்.

பின் மரியாவிடம் திரும்பி, சுருக்கமாக அவன், "அந்த மூலையில் வசதியாக அமர்ந்து கொள்ளுங்கள், ஒளி அற்புதமாக இருக்கிறது."

விதிப்படியே அனைத்தும் தீர்மானிக்கப்படுவதுபோல், அது உலகிலேயே மிகவும் இயல்பான விஷயம்போல், தன் வாழ்நாளெல்லாம் இவனை அறிந்தவள்போல், இந்த தருணத்தை ஏற்கனவே கனவில் வாழ்ந்தது போலவும் இப்போது யதார்த்தத்தில் என்ன செய்யவேண்டுமென அறிந்தவள்போலவும் மரியா தனது ஒரு குவளை அனிசிட்டி, தனது கைப்பை, பண்ணை நிர்வாகம் குறித்த புத்தகங்களை எடுத்துக்கொண்டு அவன் சுட்டிக்காட்டிய இடத்துக்கு - ஜன்னலுக்கு அருகிலுள்ள மேஜைக்குச் சென்றாள். அவன் தனது தூரிகைகள், அந்தப் பெரிய திரைச்சீலை, பல்வேறு வண்ணங்கள் நிறைந்த சிறிய கண்ணாடி பாட்டில்கள் மற்றும் ஒரு பாக்கெட் சிகரெட்டை எடுத்துக்கொண்டு, அவளது அருகே மண்டியிட்டான்.

"இனி அசையாதீர்கள்."

"இது ரொம்ப அதிகம், என் வாழ்க்கையே தொடர் அசைவுகளால் ஆனது."

மரியா தான் பெரிதும் நகைச்சுவையாக பேசியதாக நினைத்தாள். ஆனால் அவன் அவளது பேச்சைக் கண்டுகொள்ளவில்லை. அவன் தன்னைப் பார்க்கும் விதம் மிகவும் இடையூறு செய்வதாக உணர்ந்த அவள் இயல்பாக இருக்க முயற்சிசெய்து, சாலையின் எதிர்புறமிருந்த அறிவிப்புப் பலகையைக் காட்டி "சான்டியாகோ செல்லும் சாலை என்பதற்கு என்ன அர்த்தம்?" என்று கேட்டாள்.

"இது ஒரு புனிதத் தலத்துக்கான பாதை. மத்திய காலகட்டங்களில் ஸ்பெயினிலுள்ள சான்டியாகோ டி கம்போஸ்டலா எனும் நகரத்துக்கு ஐரோப்பா முழுவதிலுமிருந்து செல்லும் நபர்கள் இந்தத் தெருவின் வழியாகப் போவார்கள்."

அவன் திரைச்சீலையின் ஒரு பக்கத்தை மடித்துக்கொண்டு, தனது தூரிகைகளைத் தயார் செய்தான். மரியா இப்போதும் என்ன செய்வதென சற்றும் அறிந்திருக்கவில்லை.

"நான் இந்தத் தெருவின் வழியாகச் சென்றால் ஸ்பெயினைச் சென்றடைவேன் என்று நீங்கள் சொல்கிறீர்களா?"

"ஆமாம், இரண்டு அல்லது மூன்று மாத காலத்தில். நான் உங்களிடம் ஒன்று கேட்டுக்கொள்ளவா, இது பத்தே நிமிடங்கள் மட்டுமே பிடிக்கும். அந்தப் பொதியை மேஜைமீது வையுங்களேன்."

அதிகாரத் தொனியுடன் காணப்பட்ட அவனது குரலில் சற்றே எரிச்சலுற்ற மரியா, "அவை புத்தகங்கள்" என்றாள்.

அவன் மண்டியிட்டிருப்பது தனது நேரத்தை கடைகளில்லாமல், நூலகங்களில் செலவிடும் ஒரு பெண்ணின் முன்னால் என அவன் அறிந்துகொள்ள வேண்டுமென விரும்பினாள். ஆனால் அவன் தானே அந்தப் பொதியை எடுத்து சாதாரணமாக தரையில் வைத்தான்.

அவள் அவனை ஈர்ப்பதில் தோல்வியுற்றிருந்தாள். நிச்சயமாக, அவனை கவர்வதில் அவள் பெரிதும் அக்கறை காட்டவில்லை என்றில்லை. அவள் இப்போது பணியில் இல்லை, தவிரவும் தாமதமாக, அவளது முயற்சிகளுக்குப் பணம் தரக்கூடிய ஆண்களுக்கென தனது வசீகர சக்தியை சேர்த்து வைத்திருக்கவேண்டும். அவளுக்கு காப்பி வாங்கித் தரக்கூட போதுமான பணமில்லாத ஒரு ஓவியனுடன் உறவை ஏற்படுத்துவதைக் குறித்து அவள் ஏன் கவலைப்படவேண்டும்? முப்பதுகளிலுள்ள ஒரு ஆண் தனது முடியை இத்தனை நீளமாக வளர்க்கக்கூடாது, இது பரிகசிக்கத்தக்கதாகத் தோன்றுகிறது. அவனிடம் பணமிருக்காதென அவள் நினைத்தது ஏன்? பரிசாரகி பிரபலமானவன் என்று சொன்னது அவனையா அல்லது அந்த வேதியலறிஞரையா? அவனது ஆடைகளை அவள் கவனித்தாள், ஆனால் அதனால் பயனேதும் இல்லை. இந்த ஓவியனைப் போன்று தனது தோற்றம் குறித்து பெரிதும் அக்கறை எடுத்துக்கொள்ளாத ஆண்கள் - நல்ல ஆடை, கழுத்துப் பட்டையணிந்த நபர்களைவிடவும் அதிக வசதியுடன் இருப்பதை அவளுக்கு வாழ்க்கை உணர்த்தியிருக்கிறது.

‘நானென்ன இந்த நபரைப் பற்றி சிந்தித்துக் கொண்டிருக்கிறேன்? என் ஆர்வம் ஓவியத்தில்தான்.’

ஒரு ஓவியத்தில் சாஸ்வதமாய் நிலைக்கும் வாய்ப்பொன்றுக்காக அவளது நேரத்தில் பத்து நிமிடங்களைச் செலவிடுவது ஒன்றும் அத்தனை பெரிய விஷயமல்ல. அவள் அந்த நோபெல் பரிசு வென்ற விஞ்ஞானியின் அருகில், தன்னை அவன் வரைவதைக் கண்டு ஆச்சரியமடைந்து, அனைத்துக்கும் மேலாக அவன் ஏதோ ஒருவித லாபம்பெற விரும்புகிறானோ என நினைத்தாள்.

“ஜன்னல் பக்கமாக திரும்புங்கள்.”

அதை அவள் சிறிதும் விரும்பாதபோதும், கேள்வியின்றி அதற்கு இசைந்தாள். அவள் அந்தச் சாலையின் பெயரைத் தாங்கியிருந்த பெயர்ப் பலகையையும், அதைக் கடந்துசெல்லும் மக்களையும் பார்த்தபடி அமர்ந்தாள். அந்தச் சாலை அங்கே நூற்றாண்டுகளாக இருந்து வருவதையும், உலகிலும் மனித இனத்திலும் நடைபெற்று வந்த முன்னேற்றங்களையும் மாற்றங்களையும் தாண்டி எப்படி

அது நீடித்தது என சிந்தித்தபடி அமர்ந்திருந்தாள். ஒருவேளை அது ஒரு நல்ல சகுனமாக இருக்கலாம், அந்த ஓவியமும்கூட ஒருவேளை அதேபோல அரும்பொருள் காட்சியகமொன்றில் ஐந்து நூற்றாண்டுகளாக காட்சிக்கு வைக்கப்பட்டு நீடிக்கலாம்.

அவன் வரையத் தொடங்கியிருந்தான், வேலை வளர்ந்தபடி செல்ல அவளது ஆரம்பகட்ட பதற்றம் மறைந்து, முழுக்க முக்கியத்துவ மற்றவளாய் உணர்ந்தாள். அவள் அந்த சிற்றுண்டியகத்தில் நுழைந்த போது மிகவும் தன்னம்பிக்கையுடையவளாய், அவளுக்கு பெரும் பணம் சம்பாதித்துத் தந்த வேலையை விட்டுவிட்டு அவளது சொந்த நாட்டில் பண்ணையை நடத்தும் இன்னும் அதிக சிரமமான சவாலை கையிலெடுக்கக்கூடிய மிகச் சிரமமான முடிவினை எடுக்கக்கூடிய திறனுடையவளாய்த் திகழ்ந்தாள். இப்போது, - எந்த ஒரு விலைமகளும் தனக்கு அனுமதிக்கக்கூடாத சொகுசான - உலகைப் பற்றிய அவளது நிச்சயமற்ற உணர்வனைத்தும் மீண்டும் மேலுக்கு வந்ததுபோல, உணர்ந்தாள்.

கடைசியில், அவள் ஏன் அத்தனை அசௌகரியமாய் உணர்கிறாள் என்பதைக் கண்டறிந்தாள். இத்தனை மாதங்களில் முதன்முறையாக அவளை ஒருவர் ஒரு பொருளாய் பார்க்காமல், ஏன் பெண்ணாய்க்கூட பார்க்காமல், அவளால்கூட புரிந்துகொள்ளமுடியாத ஒன்றாகப் பார்த்ததுதான் காரணம். அதனை அவளால் ஆனமட்டும் வார்த்தைப்படுத்திப் பார்த்ததில்: ‘அவன் என் ஆன்மாவைப் பார்க்கிறான், என் பயத்தை, வலுவின்மையை, நான் எதுவும் அறியாத அதேசமயம் அனைத்துமறிந்ததாக பாவனைசெய்யும் உலகத்தைக் கையாள்வதில் என்னுடைய இயலாமையைப் பார்க்கிறான்.’

கேலிக்கூத்து, முழுக் கற்பனை.

“நான்....”

“தயவுசெய்து பேசாதீர்கள்” என்றான் அவன். “என்னால் இப்போது உங்கள் ஒளியைக் காணமுடிகிறது.”

அவளிடம் இதற்குமுன்பு எவரும் இதுபோல் எதுவும் சொன்னதில்லை. “என்னால் உங்களது திடமான மார்புகளைக் காணமுடிகிறது”, “என்னால் உங்களது அழகிய திரண்ட தொடைகளைக் காணமுடிகிறது.” “என்னால் வெப்பமண்டல பிரதேசத்தின் கவர்ச்சிகரமான அழகைக் காணமுடிகிறது.” அல்லது அதிகபட்சமாக, “நீ இந்த வாழ்க்கையைவிட்டு விலக விரும்புவதை

நான் காண்கிறேன். உன்னை ஒரு குடியிருப்பில் வைத்துக்கொள்ள எனக்கு அனுமதிகொடு.'' இதுபோன்ற சொல்லாடல்கள் அவளுக்கு பழக்கம். ஆனால் அவளது வெளிச்சம் பற்றி? அவன் மாலைநேர வெளிச்சம் பற்றி சொன்னானோ?

''உங்களது பிரத்யேக ஒளி'' அவன் எதைப் பற்றிச் சொல்கிறான் என்பதை அவள் அறிந்திருக்கவில்லை என்பதை உணர்ந்து சொன்னான்.

அவளது பிரத்யேக ஒளி. நல்லது, அவன், அந்த பரிதாபத்துக்குரிய ஓவியன், எத்தனை தவறானவனாக இருக்கிறான். தன்னுடைய முப்பதுக்கும் மேலான ஆண்டுகளில் அவன் வெளிப்படையாகவே வாழ்க்கை பற்றி எதுவும் அறியாதவனாக இருக்கவேண்டும். ஆனால், ஆணைவிடவும் பெண் சீக்கிரமாகவே முதிர்ச்சி பெற்றவளாகிவிடுகிறாள் என்பது அனைவருக்கும் தெரியும். மரியா, தனது குறிப்பிட்ட உளவியல் பிரச்சினைகள் குறித்து இரவெல்லாம் விழித்து சிந்திக்கவில்லை என்றபோதும், அந்த ஓவியன் ''ஒளி''யென்று சொன்ன விஷயம் தன்னிடம் இல்லை என்று அவளுக்கு தெரியும். அதை அவள் ஒரு பிரத்யேக மினுமினுப்பு என்று எடுத்துக் கொண்டாள். அவள் மற்ற அனைவரையும் போன்றவள்தான். தனது தனிமையை மௌனமாகச் சகித்துக்கொண்டு, தான் செய்த அனைத்தையும் நியாயப்படுத்த முயற்சித்தபடி, அவள் பலவீனமாக உணரும்போது பலமாக இருப்பதாகவும், பலமாக இருப்பதாக உணரும்போது பலவீனமாக இருப்பதாகவும் பாவனை செய்தபடி, காதலைத் துறந்து அபாயகரமான தொழிலைக் கையிலெடுத்து, அந்த வேலை முடிவுக்குவரும் தருணத்தை நெருங்குகையில், நடந்ததைக் குறித்த வருந்தவும் எதிர்காலம் குறித்து திட்டங்களும் போடும்போது, பிரத்யேக மினுமினுப்பு கொண்டிருக்க வேண்டாமெனவே ஒருவர் விரும்புவார். அது அவளை அமைதியாகவும் அசையாமலும், அங்கிருப்பதில் மகிழும்படியும், முட்டாளாக அடிக்கவும் அவன் கண்டுபிடித்த வழியாக இருக்கலாம்.

உண்மையாகவே பிரத்யேக ஒளியா, ''நீ அழகிய தோற்றத்தைக் கொண்டுள்ளாய்'' என்பதுபோல் வேறெதாவது சொல்லியிருக்கலாம்.

ஒரு வீட்டினுள் ஒளி எப்படி நுழையும்? திறந்த ஜன்னல்களின் வழியாக. ஒரு நபரினுள் ஒளி எப்படி நுழையும்? காதல் எனும் திறந்த கதவுகளின் வழியாக. அவளது கதவுகளோ இறுகச் சாத்தப்பட்டிருந்தது. அவன் நிச்சயமாக பயங்கரமான ஓவியனாக

இருக்கவேண்டும். அவன் ஒன்றையும் புரிந்துகொண்டவனாக இல்லை.

"முடித்துவிட்டேன்," என்று சொல்லியபடி அவனது பொருட்களைச் சேகரிக்கத் தொடங்கினான்.

மரியா நகரவில்லை, அவள் அந்த ஓவியத்தைப் பார்க்கலாமா என கேட்கவேண்டும்போல உணர்ந்தாள், ஆனால் அவனது வேலையை நம்பாததுபோல், அநாகரீகமாக இருக்கும். எனினும் அவளது ஆவலே வெற்றி பெற்றது. அவள் கேட்கவும் அவன் சம்மதித்தான். அவன் அவளது முகத்தை மட்டுமே வரைந்திருந்தான். அது அவளைப்போல் தோன்றினாலும், ஒருநாள் அதற்கு மாடலாக இருந்தது யார் என்று அறியாமல் அந்த ஓவியத்தைப் பார்த்திருந்தால், கண்ணாடியின் பிரதிபலித்துக் காணாத ஒருவகை ஒளிநிறைந்த, பெரிதும் வலிமைமிக்க ஒருத்தி என்று சொல்லியிருப்பாள்.

"என் பெயர் ரால்ப் ஹார்ட். நீங்கள் விரும்பினால் உங்களுக்கு இன்னொரு முறை குடிக்க ஏதாவது சொல்லட்டுமா?"

"வேண்டாம், நன்றி."

அந்தச் சந்திப்பு, இப்போது பெண்ணைக் கவர முயலும் ஆண் எனும் எதிர்பார்க்கக்கூடிய வருத்தகரமான திருப்பத்தை நெருங்குவதுபோல் தோன்றியது.

"இன்னும் இரண்டு அனிசிட்டி, ப்ளீஸ்" மரியாவின் பதிலைக் கண்டுகொள்ளாமல் அவன் சொன்னான்.

அவள் செய்வதற்கு வேறென்ன இருக்கிறது? பண்ணை நிர்வாகம் குறித்த சலிப்பூட்டும் புத்தகமொன்றை வாசிக்கலாம். நூற்றுக்கணக்கான முறை முன்பு வலம் வந்ததைப்போல், ஏரியைச் சுற்றி நடந்து வரலாம் அல்லது அவளது "அனுபவம்" முடிவுக்கு வரும் நாளின் தொடக்கத்தை நாட்காட்டியில் குறித்த அதே தினத்தில், அவள் எதுவும் அறியாத, அவளில் ஒளியைக் கண்ட ஒருவனுடன் பேசலாம்.

"நீங்கள் என்ன செய்துகொண்டிருக்கிறீர்கள்?"

அதுதான் அவள் கேட்கவிரும்பாத கேள்வி.. அவள் மற்றவர்களை அணுகுவதைத் தவிர்க்கச் செய்வது இந்தக் கேள்வி தான், ஏதோ ஒரு காரணத்தால் யாராவது அவளை அணுகிக் கேட்டால், (ஸ்விஸ்காரரர்களின் இயல்பான ஜாக்கிரதை குணம்

காரணமாக இவ்வாறு அபூர்வமாகவே நடந்துள்ளது) என்ன பதில் சொல்லமுடியும்?

"இரவு விடுதியொன்றில் வேலைசெய்கிறேன்."

சரி, ஒரு கடும் சுமையொன்று அவளது தோளிலிருந்து இறங்கியது. ஸ்விட்சர்லாந்து வந்ததுமுதல் இன்றுவரை தான் கற்றதனைத்தும் குறித்து அவள் மகிழ்ச்சியடைந்தாள். கேள்விகள் கேட்பது (குர்துக்கள் யார்?, சான்டியாகோவுக்கு செல்லும் சாலை என்பதன் பொருளென்ன?) மற்றும் மற்றவர்கள் என்ன நினைப்பார்கள் என்பதுபற்றி கவலைப்படாமல் பதில் சொல்வது (இரவு விடுதியொன்றில் நான் வேலை செய்கிறேன்).

"முன்பே நான் உங்களைப் பார்த்ததுபோல் உணர்கிறேன்."

அவன் விஷயத்தை மேலும் நீட்டிக்க விரும்புகிறான் என மரியாவுக்குத் தோன்றியதால், அவள் தனது சிறிய அளவிலான வெற்றியை அனுபவித்தாள். ஒரு நிமிடம் முன்பு, உத்தரவிட்டபடியும் தனக்கு என்ன தேவையென்பது குறித்து மிகத் தெளிவோடும் காணப்பட்ட அந்த ஓவியன், அவன் அறியாத பெண்ணொருத்தியை எதிர்கொண்டதும் மற்றெல்லா ஆண்களையும்போலவே, முழுக்க நிச்சயமற்றவனாக மாறியதுபோல் தோன்றினான்.

"அந்தப் புத்தகங்கள் எதைப் பற்றியவை?"

அவற்றை அவனிடம் காண்பித்தாள். பண்ணை நிர்வாகம். அவன் இன்னும் நிச்சயமற்றவனாக உணர்ந்ததுபோல் தோன்றினான்.

"நீங்கள் ஒரு பாலியல் தொழிலாளியா?"

அவன் தன்னுடைய துருப்புச் சீட்டைக் காட்டினான். அவள் ஒரு விலைமகளைப் போலவா உடையணிந்திருக்கிறாள்? எப்படியோ, அவளுக்கு அவகாசம் தேவை. அவள் தன்னைத்தானே கவனித்துக் கொண்டிருந்தாள். ஒரு சுவாரசியமான விளையாட்டென நம்பக்கூடிய ஒன்றின் தொடக்கமாக அது தெரிந்தது, மேலும் அவள் இழப்பதற்கென்று நிச்சயம் எதுவுமில்லை.

"ஆண்களெல்லாம் எப்போதும் இதையேதான் நினைத்துக் கொண்டிருப்பீர்களா?"

அவள் புத்தகங்களை மீண்டும் கைப்பையில் வைத்தாள்.

"செக்ஸ் - பண்ணை நிர்வாகம் எவ்வளவு போர்."

என்ன! இதை இத்தோடு நிறுத்தவேண்டுமென அவள் திடீரென உணர்ந்தாள். அவளது தொழிலைப்பற்றி மோசமாகப் பேச அவனுக்கு என்ன துணிச்சல்? அவள் என்ன வேலை பார்க்கிறாள் என்று அவனுக்கு இன்னும் உறுதியாகத் தெரியாது. அவன் ஒரு யூகத்தில் பேசிப்போகிறான். அவள் அவனுக்குப் பதில் சொல்லியாகவேண்டும்.

“நல்லது, ஓவியம் வரைவதைவிடவும் போரடிக்கும் எதையும் என்னால் யோசிக்கமுடியவில்லை. நிலையான ஒன்று, காலத்தில் உறைந்துபோன ஓர் இயக்கம், ஒரு புகைப்படம் எப்போதும் அசல் அளவுக்கு நம்பகமானதில்லை. ஓவியர்களைத் தவிர எவரொருவரும் சிறிதும் ஆர்வம் காட்டாத உயிரற்ற விஷயம். தங்களை முக்கியமானவர்களாகவும் நாகரீகமானவர்களாகவும் கருதும் ஓவியர்கள், உலகின் மற்ற நபர்களோடு சேர்ந்து வளர்ச்சி அடையதாவர்கள். நீங்கள் எப்போதாவது ஜோன் மிரோ பற்றி கேள்விப் பட்டதுண்டா? நல்லது, ஒரு உணவகம் ஒன்றில் அரேபியர் ஒருவர் சொல்லும்வரை நான் கேள்விப்பட்டதே இல்லை. ஆனால், அந்தப் பெயரை அறிந்ததால் என் வாழ்க்கையில் எதுவும் மாறிவிடவில்லை.”

தான் அதிகம் பேசிவிட்டோமா என அவள் நினைத்தாள். ஆனால் அவர்களுக்கான பானம் வந்ததால் அந்த உரையாடல் தடைப்பட்டது. அவர்கள் பேச்செதுவுமின்றி சிறிது நேரம் அமர்ந்திருந்தனர். கிளம்புவதற்கு இதுதான் சரியான நேரமென மரியா நினைத்தாள். ஒருவேளை ரால்ப் ஹார்ட்டும் அப்படியே நினைத்திருக்கலாம். ஆனால் அவர்களுக்கு முன்னால் இரு குவளை நிறைய அந்த வெறுக்கத்தக்க பானம் இருந்தது, அவர்கள் தொடர்ந்து அங்கு ஒன்றாக இருக்க அது காரணமாயிருந்தது.

“பண்ணை நிர்வாகம் பற்றிய புத்தகம் எதற்கு?”

“நீங்கள் என்ன சொல்ல வருகிறீர்கள்?”

“நான் ரூ டி பெர்னே போயிருக்கிறேன். நீங்கள் இரவு விடுதியில் வேலை செய்வதாகச் சொன்னபோது, மிகவும் விலையுயர்வான அந்த இடத்தில் நான் உங்களை முன்பே பார்த்திருக்கிறேன் என்பது என் ஞாபகத்துக்கு வந்தது. உங்களுடைய “ஒளி” மிகவும் அதிகமாக இருந்ததால் நான் ஓவியம் வரைந்தபோது அதைப் பற்றி நினைத்துப் பார்க்கவில்லை.”

மரியா தன் காலடிநிலம் நழுவுவதுபோல உணர்ந்தாள். முதன் முறையாக அவள் செய்துவந்தது குறித்து அவள் வெட்கப்பட்டாள், அப்படி அவள் உணர எந்தக் காரணமில்லையென்றபோதும். அவள் தன்னையும் தன் குடும்பத்தையும் கவனித்துக் கொள்வதற்காக உழைக்கிறாள். ரூ டி பெர்னே சென்றதற்காக வெட்கப்படவேண்டியது அவன்தான். அந்தச் சந்திப்பின் சாத்தியமான வசீகரமனைத்தும் திடீரென மறைந்திருந்தது.

"கவனியுங்கள், திரு. ஹார்ட், நான் பிரேஸில்காரியாக இருக்கலாம், ஆனால் இப்போதுதான் ஒன்பது மாதங்களாக ஸ்விட்சர்லாந்தில் வசித்துவருகிறேன். ஸ்விஸ் நாட்டவர்கள் மிகவும் புத்திசாலிகள் என நான் அறிந்திருக்கிறேன், ஏனெனில் அவர்கள் சிறிய நாட்டில் வசிப்பதால் கிட்டத்தட்ட ஒவ்வொருவரும் மற்றெல்லாரையும் அறிந்திருப்பர், எப்படி நாம் இப்போது கண்டுகொண்டாமோ அதுபோல. அதனால்தான் எவரும் மற்றவர்கள் என்ன செய்கிறார்கள் எனக் கேட்பதில்லை. உங்களுடைய பேச்சு முறையற்றது, அநாகரீகமானது, என்னை இழிவுபடுத்தி அதன் மூலம் உங்களை உயர்வாக நினைத்துக்கொள்வது உங்களது நோக்கமெனில் நீங்கள் உங்கள் நேரத்தை வீணடித்துக் கொண்டிருக்கிறீர்கள். வெறுக்கத்தக்க அனிசிட்டிக்கு நன்றி, இருந்தாலும் அதனை நான் கடைசிச் சொட்டுவரை குடிப்பேன். அதன்பின் ஒரு சிகரெட் குடித்துவிட்டு கடைசியாக நான் கிளம்புவேன். நீங்கள் விரும்பினால் இப்போதே கிளம்பலாம். நாம் சேர்ந்தமர முடியாது, பிரபல ஓவியர்கள் அமரும் அதே மேஜையில் விலைமகளோடு சேர்ந்தமர நீங்கள் விரும்பமாட்டீர்கள். ஏனெனில் நான் ஒரு விலைமகள்தான். நான் முழுக்க, முழுக்க தலை முதல் கால்வரை ஒரு விலைமகள்தான். அதை யார் அறிந்தாலும் எனக்குக் கவலையில்லை. என்னுடைய ஒரே மகத்தான ஒழுக்கம் உங்களையோ அல்லது என்னையோ ஏமாற்றிக் கொள்ளாதிருப்பதுதான். ஏனெனில் அதற்கு எந்த மதிப்பும் இல்லை, பொய்சொல்லுமளவுக்கு நீங்கள் தகுதியானவர் இல்லை. அங்கிருக்கும் பிரபல வேதியியல் அறிஞர் நான் யார் என்பதை அறிந்தால் என்னாகும் என்று யோசித்துப் பாருங்கள்."

அவள் மிகவும் சத்தமாகப் பேசத் தொடங்கினாள்.

"ஆம், நான் விலைமகள்தான்! அதன் அர்த்தம் என்னவென்று உங்களுக்குத் தெரியுமா? அது என்னை சுதந்திரமானவளாக்குகிறது. இன்னும் தொண்ணூறு நாட்களில் அந்த இடத்திலிருந்து, கட்டுக் கட்டாக பணத்துடனும், இன்னும் அதிக அறிவுடனும், நல்ல ஒயின் பாட்டிலைத் தேர்வு செய்யும் தகுதியுடனும் என் கைப்பை முழுக்க

பனிமலைகள் குறித்த புகைப்படங்களுடனும், மேலும் ஆண்களைக் குறித்து அறியவேண்டியது அனைத்தையும் அறிந்துகொண்டு கிளம்பிச் செல்வேன்."

பரிசாரகி அச்சத்துடன் கவனித்துக் கொண்டிருந்தாள். அந்த வேதியியல் அறிஞர் இதைக் கவனிக்காததுபோல காணப்பட்டார். ஒருவேளை அது குடிவெறிப் பேச்சாக இருக்கலாம், அல்லது அந்த உணர்வு விரைவில் வடிந்துபோக அவள் மீண்டும் பிரேஸிலின் உள்ளடங்கிய பகுதியிலிருந்து வந்த பெண்ணாக மாறக்கூடும், ஒருவேளை அவள் என்ன செய்துவந்தாள் என்பதைச் சொல்லமுடிந்ததாலும் அதிர்ச்சியடைந்த எதிர்வினைகள், விமர்சனப் பார்வைகள், அவதூறான சைகைகளைக் கண்டு சிரிக்க முடிந்ததாலும் ஏற்பட்ட தனிக் குதூகலமாக இருக்கலாம்.

"திரு. ஹார்ட் புரிகிறதா? நான் தலைமுதல் கால்வரை முழுக்க முழுக்க விலைமகள்தான் - அது ஒன்றுதான் எனது பெரும் பண்பு, ஒழுக்கம்!"

அவன் எதுவும் சொல்லவில்லை, அசையக்கூட இல்லை. மரியா தனது தன்னம்பிக்கை திரும்புவதுபோல் உணர்ந்தாள்.

"ஆனால் நீங்கள் உங்களது மாடல்கள் பற்றிய எந்தப் புரிதலு மில்லாத ஓவியர். ஒருவேளை அங்கே அமர்ந்து உலகையே மறந்து அரைத் தூக்கத்திலிருக்கும் வேதியலறிஞர், உண்மையில் ஒரு ரயில்வே ஊழியராக இருக்கலாம். ஒருவேளை உங்கள் ஓவியங்களில் இருக்கும் மற்ற அனைவரும், அவர்கள் எப்படித் தோன்றுகிறார்களோ அவர்களாக இல்லாமலிருக்கலாம். மற்றபடி ஓவியம் தீட்டும்போதே, நீங்கள் வரைந்துகொண்டிருப்பது ஒரு விலைமகளன்றி வேறில்லை என்று அறியவந்திருந்தால், உங்களால் "சிறப்பு ஒளியை" காண முடிந்ததாகச் சொல்ல முடிந்திருக்குமா என்பதை என்னால் புரிந்துகொள்ளமுடியவில்லை."

விலைமகள் என்பதை மிக நிதானமாகவும் சத்தமாகவும் சொன்னாள். அந்த வேதியியல் அறிஞர் விழித்துக்கொள்ள, பரிசாரகி பில்லைக் கொண்டுவந்தாள்.

"நீ ஒரு விலைமகள் என்பதற்கும் இதற்கும் எந்த சம்பந்தமுமில்லை. ஆனால் ஒரு பெண்ணாக சம்பந்தமிருக்கிறது." ரால்ப் கொடுக்கப்பட்ட பில்லைப் புறக்கணித்தபடி அதேயளவு நிதானமாகவும் ஆனால் அமைதியாகவும் பதிலளித்தான். "உன்னிடம் ஒரு பிரகாசம் இருக்கிறது. திடமான மனஉறுதியால் பிறக்கும் ஒளி,

தான் முக்கியமானதெனக் கருதும் விஷயங்களுக்காக அவசியமான தியாகங்களைச் செய்த ஒருத்தியிடமிருந்து வரும் ஒளி. அது உன் கண்ணில் இருக்கிறது. அந்த ஒளி உன் கண்களில் இருக்கிறது."

மரியா நிராயுதபாணியாக உணர்ந்தாள். அவன் அவளது சவாலை ஏற்கவில்லை. அவன் வெறுமனே தன்னை அழைத்துச்செல்ல விரும்புகிறான் என்றே நம்ப அவள் விரும்பினாள். - அதிகபட்சம் இன்னும் தொண்ணூறு நாட்களுக்கு மட்டுமாவது - பூமியில் சுவாரசியமான ஆண்கள் இருந்தார்கள் என நினைக்க அனுமதிக்கக் கூடாதென அவள் கருதினாள்.

"உன் முன்னாலிருக்கும் குவளை அனிசிட்டியை நீ பார்க்கிறாயா?" அவன் தொடர்ந்து பேசினான். "நீ இப்போது வெறுமனே அனிசிட்டியைத் தான் பார்க்கிறாய். மாறாக நான் அந்தச் செடி எங்கிருந்து வந்தது, அது எதிர்கொண்டு தாக்குப்பிடித்த புயல்கள், அதன் விதையைப் பறித்த கை, கப்பல் மூலம் இன்னொரு நாட்டுக்கு அது மேற்கொண்ட பயணம், ஆல்ஹகாலில் ஊறப்போடப்படும்முன் அதன் நிறம், மணம் அனைத்தையும் பார்க்கிறேன். ஏனெனில் நான் செய்வதனைத்தையும் ஆழ அறிந்துகொள்வது அவசியம். நான் இந்தக் காட்சியை வரைந்திருக்கும் பட்சத்தில் அந்த அனைத்து விஷயங்களையும் வரைந்திருப்பேன். இருந்தும் நீங்கள் அந்த ஓவியத்தைப் பார்க்கும்போது, வெறுமனே ஒரு குவளை அனிசிட்டியை மட்டுமே பார்ப்பதாக நினைத்துக்கொள்வீர்கள்.

அதேபோலத்தான், நீங்கள் தெருவைப் பார்த்தபடி சான்டியாகோ செல்லும் சாலையைப் பற்றி நினைத்துக் கொண்டிருந்தபோது - நீங்கள் நினைத்துக் கொண்டிருந்தீர்கள் என்பது எனக்குத் தெரியும் - நான் உங்களது குழந்தைப் பருவம், பதின்பருவம், உங்களது தோல்வியுற்ற முறிந்த கனவுகள், எதிர்காலம் குறித்த உங்களது கனவுகள், உங்களது மனஉறுதி அனைத்தையும் வரைந்துகொண்டிருந்தேன். அந்த மன உறுதிதான் என்னைப் பெரிதும் ஈர்த்தது. நீங்கள் உங்களது உருவப் படத்தைப் பார்க்கும்போது..."

மரியா தனது கேடயத்தைத் தாழ்த்தினாள்.. ஏனெனில் பின்னால் அதை இறக்குவதென்பது மிகச் சிரமமென்பதை அவள் அறிவாள்.

"...நான் அந்த ஒளியைக் கண்டேன்... என் முன்னாலிருந்ததெல்லாம் உன்னைப் போல் தோற்றமுள்ள ஒரு பெண் என்றபோதும்."

மீண்டும் நிர்ப்பந்தமான மௌனம் நிலவியது. மரியா தனது கைக்கடிகாரத்தைப் பார்த்தாள்.

“நான் சீக்கிரம் கிளம்பவேண்டும். பாலுறவு அலுப்பானதென ஏன் சொன்னீர்கள்?”

“என்னை விடவும் நீங்கள் சிறப்பாக அறிந்திருப்பீர்கள்.”

“ஆமாம், ஆனால் அது என் வேலை. நான் தினமும் அதையே செய்துவருகிறேன். ஆனால் நீங்கள் முப்பது வயது இளைஞர்...”

“இருபத்தொன்பது.”

“...இளமையான, வசீகரமான, பிரபலமான, இதுபோன்ற விஷயங்களில் ஆர்வத்துடன் இருக்கக்கூடிய, ரூ டி பெர்னேவுக்கு துணை தேடி போகத் தேவையில்லாதவர் நீங்கள்.”

“ஆமாம். நான் போனதுண்டு, நான் உன்னுடைய சக பணியாளர்கள் சிலருடன் படுக்கைக்குச் சென்றிருக்கிறேன், ஆனால் பெண் துணை கிடைக்காத காரணத்தாலல்ல, பிரச்சினை என்னிடம்தான்.”

மரியா பொறாமையாக உணர்ந்ததோடு திகைப்பும் அடைந்தாள். அவள் உண்மையிலேயே கிளம்பியாகவேண்டும்.

“அது எனது கடைசி முயற்சி. இப்போதெல்லாம் அதை விட்டு விட்டேன்” தரையில் சிதறிக் கிடந்த ஓவியம் வரைவதற்கான உபகரணங்களைச் சேகரிக்கத் தொடங்கியபடி சொன்னான் ரால்ப்.

“உங்களுக்கு உடல்ரீதியாக எதுவும் பிரச்சினை இருக்கிறதா?”

“இல்லை, எனக்கு ஆர்வமில்லை அவ்வளவுதான்.”

இது சாத்தியமில்லாதது.

“பணத்தைச் செலுத்திவிட்டு நாம் ஒரு நடை போய்வரலாம். நிறைய பேர் இதேபோல ஆர்வமில்லாமல் இருக்கின்றனர். ஆனால் எவரும் அதை வெளியில் சொல்வதில்லையென நினைக்கிறேன். மிகவும் நேர்மையான ஒருவரிடம் பேசுவது நல்லது.”

அவர்கள் சான்டியாகோ செல்லும் பாதையில் கிளம்பினர். அது முதலில் மேல்நோக்கி ஏறி பின் நதியை நோக்கி கீழிறங்கியது. பின் ஏரியை நோக்கிச் சென்று, மலையை நோக்கிப் போய், தொலை தூரத்திலுள்ள ஸ்பெயினில் ஓரிடத்தில் சென்று முடிவடைந்தது. மதிய உணவுக்குப்பின் வேலைக்குத் திரும்பிய நபர்கள், சிறு கைவண்டியுடன் எதிர்ப்பட்ட அம்மாக்கள், ஏரியின் நடுவில் காணப்பட்ட பிரம்மாண்ட ஊற்றைப் புகைப்படமெடுத்த சுற்றுலாவாசிகள், முகத்திரையணிந்த முஸ்லிம் பெண்கள், குதிநடையிட்டுக் கொண்டிருந்த பையன்கள், பெண்கள் ஆகியோரை

அவர்கள் கடந்துசென்றனர். அவர்களனைவரும் சான்டியாகோ டி கம்போஸ்டலா எனும் இருந்திராத, மக்கள் தங்கள் வாழ்க்கையை அர்த்தபூர்வமானதாக நம்பவேண்டும் என்பதற்காக உருவாக்கிய கட்டுக்கதையாக இருக்க வாய்ப்புள்ள புராதன நகரைத் தேடிச் சென்றுகொண்டிருந்தனர். பல்லாண்டு காலங்களாக பல நூறாயிரம் பேர் நடந்த அந்தச் சாலையில், நீண்ட முடியுடன் கூடிய அவன் கான்வாஸ், பென்சில்கள், தூரிகைகள் நிறைந்த கனமான பையைச் சுமந்தபடி செல்ல, கொஞ்சம் இளையவளான அவள் தனது கைப்பை முழுக்க பண்ணை நிர்வாகம் குறித்த புத்தகங்களைச் சுமந்தபடி சென்றாள். ஏன் அவர்கள் அந்த புனிதப் பயணத்தைச் சேர்ந்து மேற்கொண்டிருந்தனர் என்று அவர்களில் ஒருவருக்குக்கூட கேட்கத் தோன்றவில்லை. உலகிலேயே மிகவும் இயல்பான விஷயம் என்பதைப்போல அது அவர்களுக்குத் தோன்றியது. அவள் அவனைப் பற்றி எதுவுமறியாதபோதும், அவன் அவளைப் பற்றி அனைத்தையும் அறிந்திருந்தான்.

இப்போது அவளது கொள்கை எப்போதும் கேள்வி கேட்பது என்பதால், அவள் கேட்பதென தீர்மானித்தாள். முதலில் அவன் தயக்கமாக உணர்ந்தாலும், ஆண்களிடமிருந்து எப்படி விஷயத்தைக் கறப்பதென அறிந்தவள் என்பதால் முடிவில் அவன் அவளிடம், தான் இருமுறை மணம் செய்துகொண்டவன் (இருபத்தொன்பது வயதுக்கு இது ஒரு சாதனைதான்!) நெடுந்தொலைவு பயணம் செய்தவன், பிரபல நடிகர்களையும், அரசர்களையும் அரசிகளையும் சந்தித்தவன், மறக்கமுடியாத விருந்துகளுக்குச் சென்றுவந்து கொண்டிருப்பவன் என்று சொல்ல ஆரம்பித்தான். அவன் ஜெனீவாவில் வசித்துவந்தாலும், முன்பு மாட்ரீட், ஆம்ஸ்டர்டாம், நியூயார்க், ஃபிரான்சின் தென்பகுதியைச் சேர்ந்த, வழக்கமாக சுற்றுலா பயணிகள் பயணம் செல்லுமிடங்கள் எதன்கீழும் வராத டார்பேஸ் எனும் கிராமம் ஆகிய இடங்களில் வசித்தவன். அவன் அந்தக் கிராமத்தை மிகவும் நேசித்தான். ஏனெனில் அங்குள்ள மக்கள் மிகவும் நல்லிதயம் கொண்டவர்கள் என்பதோடு மலைகளுக்கு நெருக்கமாகவும் அந்தக் கிராமம் அமைந்திருந்ததுதான். ஒருமுறை ஜெனீவாவில், அவனது படைப்புகளால் அலங்கரிக்கப்பட்டிருந்த ஜப்பானிய உணவகத்துக்கு வந்த ஜப்பானிய கலை வணிகர் அவற்றைப் பார்த்தபோது, இருபது வயதில் அவன் ஒரு ஓவியனாகப் பெயர்பெற்றான். அவன் நிறைய சம்பாதித்தான். இளமையாகவும் ஆரோக்கியமாகவும் இருந்தான், அவனால் எதுவும் செய்யுமுடியும், எங்கும் செல்லமுடியும், அவன் விரும்பிய எவரையும் சந்திக்கமுடியும். ஒரு ஆண் அறிந்துகொள்ளவேண்டிய

அனைத்து இன்பங்களையும் அறிந்தான், தான் எதையெல்லாம் செய்வதற்கு மிகவும் ஆசைப்பட்டானோ அதையெல்லாம் செய்தான். பணம், புகழ், பெண், பயணம் அனைத்துமிருந்தும் அவன் மகிழ்ச்சியற்றவனாகத் திகழ்ந்தான். அவனது வாழ்வின் ஒரே மகிழ்ச்சி - அவனது வேலைமட்டும்தான்.

"பெண்களால் பெரிதும் பாதிக்கப்பட்டீர்களா?" என்று கேட்டாள். கேட்டவுடனேயே, "*பெண்கள் தங்களுக்குப் பிடித்தமான ஆணை அடைய அறிந்துகொள்ள வேண்டிய விஷயங்கள்*" எனும் தலைப்பையுடைய நூலிலிருந்து நேரடியாகக் கேட்கப்பட்டதுபோல் அது எத்தனை முட்டாள்தனமான கேள்வியென உணர்ந்தாள்.

"இல்லை அவர்கள் ஒருபோதும் என்னைப் புண்படுத்தவில்லை. என் இரண்டு திருமண வாழ்விலும் நான் மிகவும் மகிழ்ச்சியாகவே இருந்தேன். எந்த ஒரு இயல்பான தம்பதியைப் போலவும் நான் உண்மையற்றவனாகவே இருந்தேன், அதுபோலவே அவர்களும் இருந்தார்கள். கொஞ்ச நாட்களுக்குப்பின் நான் பாலுறவில் ஆர்வமிழந்தேன். நான் இப்போதும் காதலை உணர்கிறேன். இப்போதும் துணை தேவையாக இருக்கிறது. ஆனால் பாலுறவு... நாம் ஏன் பாலுறவைப் பற்றி பேசிக்கொண்டிருக்கிறோம்?"

"ஏனெனில், நீங்கள் சொன்னதுபோல், நான் ஒரு விலைமகள்..."

"எனது வாழ்க்கை உண்மையில் மிகவும் சுவாரசியமானதாக இல்லை. நான் மிகவும் இளவயதிலேயே வெற்றிபெற்ற கலைஞன். அது மிக அபூர்வம். அதுவும் ஓவிய உலகில் இன்னும் அபூர்வம். என்னால் இப்போது எதையும் வரைய இயலும், அது எனக்கு ஒரு பெருந்தொகையைப் பெற்றுத்தரும், அது விமர்சகர்களை சினமூட்டுகிறது. கலையைப் பற்றி அறிந்தவர்கள் தாங்கள் மட்டுமே என அவர்கள் நினைக்கின்றனர். மற்றவர்களோ எனக்கு எல்லாம் தெரியுமென நினைக்கின்றனர். சுருக்கமாகச் சொன்னால், நான் எத்தனை புத்திசாலியோ அதைவிட பெரிய புத்திசாலியென அவர்கள் நினைக்கின்றனர்."

அவன் தன் வாழ்க்கையைப் பற்றி பேசியபடியே சென்றான். தான் ஒவ்வொரு வாரமும் உலகின் ஓரிடத்துக்கு, ஏதோ ஒரு நிகழ்வுக்கு அழைக்கப்படுவது பற்றிக் கூறினான். அவனுக்கு பார்சிலோனாவில் ஒரு முகவர் இருக்கிறாள் - அது எங்கிருக்கிறதென அவள் அறிந்திருந்தாளா? ஆம், ஸ்பெயினில் இருந்ததென மரியாவுக்கு தெரிந்திருந்தது. அந்த முகவர் பணம், அழைப்புகள், கண்காட்சிகள் அனைத்தையும் கவனித்துக்கொண்டு அவன் விரும்பாத எதுவும்

அவனை நிர்ப்பந்திக்காதபடிக்குப் பார்த்துக்கொண்டாள். பல ஆண்டு உழைப்புக்குப்பின், இப்போது அவனது ஓவியங்களுக்கு நிலையான தேவை இருந்தது.

"என் கதை உங்களுக்கு சுவாரசியமாகப் படுகிறதா?" என அவன் கேட்டான், அவனது குரலில் நிச்சயமின்மை தெரிந்தது.

"நிச்சயமாக, இது வழக்கத்துக்கு மாறான ஒன்று. உங்களது இடத்தில் தாங்கள் இருந்திருக்கக்கூடாதா என நிறைய பேர் விரும்புவர்."

ரால்ப் மரியாவைப் பற்றி அறிந்துகொள்ள விரும்பினான்.

"நல்லது, உண்மையில் நான் யாருடன் இருக்கிறேன் என்பதைப் பொறுத்து என்னுள் மூன்றுபேர் இருக்கின்றனர். ஆண்களை ஆர்வத்துடன் பார்க்கும் ஒரு அறியாச் சிறுமி, அவனது புகழாலும் அதிகாரத்தாலும் கவரப்பட்டதாக பாவனைசெய்ய விரும்புபவள், அடுத்தது அபாயத்தைப் பொருட்படுத்தாதவள், மிகவும் பாதுகாப்பற்றவர்களாக இருப்பவர்கள் நடுவே குதித்து, நிலைமையைக் கட்டுக்குள் கொண்டுவந்து அவர்களை அவர்களது கடமையிலிருந்து விடுவிப்பவள், அதன்பிறகு அவர்கள் எதைப் பற்றியும் கவலைப்படத் தேவையில்லை. கடைசியாக, புரிதலுள்ள ஒரு அன்னை, அறிவுரை தேவைப்படுபவர்களைக் கவனித்துக்கொண்டும், அனைத்தும் அறிந்தவள்போல் கதைகளை ஒரு காதில் வாங்கி மறு காதின் வழியாக வெளியேற்றுபவள், இந்த மூவரில் நீங்கள் யாரைச் சந்திக்க விரும்புகிறீர்கள்?"

"உங்களைத்தான்."

மரியா அவனிடம் அனைத்தையும் கூறினாள். ஏனெனில் அவள் பிரேஸிலிலிருந்து கிளம்பிவந்தது முதல் தன் கதையைக் கூறுவது அதுவே முதல் முறை. அவளுக்கும் அது பெரும் அத்தியாவசியமாக இருந்தது. அவளது வேலை வழக்கமான எந்தவொரு வேலையைப்போன்றும் இல்லாதபோதிலும் ரியோவில் இருந்த அந்த ஒரு வாரத்தையும் ஸ்விட்சர்லாந்தில் அவளது முதல் மாதத்தையும் தவிர்த்து மிகவும் உற்சாகமூட்டும்படி எதுவும் நடக்கவில்லை என்பதை அவள் உணர்ந்திருந்தாள். மற்றபடி வீடு வேலை, வீடு வேலை - வேறெதுவும் நிகழவில்லை.

அவள் சொல்லி முடித்தபோது அவர்கள் வேறொரு பாரில் அமர்ந்திருந்தனர். இம்முறை சான்டியாகோ செல்லும் சாலையிலிருந்து

தொலைவில், நகரின் மறுபக்கத்தில், இருவரும் மற்றவரை விதி என்ன செய்ய தீர்மானித்திருக்கிறதென சிந்தித்தபடி அமர்ந்திருந்தனர்.

"நான் எதையும் சொல்லாமல் விட்டேனா?" அவள் கேட்டாள்.

"குட்பை எப்படிச் சொல்வது என்பதை"

ஆம், அது மற்ற எந்த மதியப் பொழுதையும் போன்றதில்லை. எப்படி மூடுவதெனத் தெரியாததொரு கதவை திறந்துவிட்டாள் என்பதால் அவள் இறுக்கமாகவும் கவலையாகவும் உணர்ந்தாள்.

"மொத்த ஓவியங்களையும் நான் எப்போது பார்க்கமுடியும்?"

ரால்ப் பார்சிலோனாவிலுள்ள தனது முகவரின் அட்டையை அவளுக்குத் தந்தான்.

"இன்னும் ஆறுமாத காலத்துக்குப் பின்பும் நீங்கள் ஐரோப்பாவில் இருந்தால், அவளை தொலைபேசியில் அழையுங்கள். ஜெனீவாவின் முகங்கள், பிரபலங்கள் மற்றும் அறியப்படாதவர்கள் இது முதல் முறையாக பெர்லினில் உள்ள கலைக்கூடமொன்றில் கண்காட்சிக்கு வைக்கப்படும். பின் ஐரோப்பாவெங்கும் கண்காட்சி நடக்கும்."

மரியா தனது நாட்காட்டியில் நாடு திரும்ப தொண்ணூறு நாட்கள் மிச்சமிருந்ததையும், எந்தவொரு உறவாலும், தொடர்பாலும் உருவாகும் அபாயங்கள் குறித்தும் நினைத்துக்கொண்டாள். அவள் நினைத்தாள்.

'வாழ்க்கையில் மிக முக்கியமானது எது? வாழ்வதா அல்லது வாழ்வதுபோல நடிப்பதா? நான் துணிந்து, இங்கே செலவிட்ட அனைத்துப் பொழுதுகளிலும் இதுதான் அருமையான மதியவேளை என்று சொல்லிவிடலாமா? விமர்சனமோ கருத்தோ இன்றி நான் சொன்னதைக் கேட்டதற்கு அவனுக்கு நன்றி கூறலாமா? அல்லது பெண்ணுக்கே உரிய தற்காப்பு ஆயுதங்களுடன், மனஉறுதியுடனும், அந்த 'சிறப்பு ஒளியுடனும்' எதுவுமே சொல்லாமல் கிளம்பிவிடலாமா?'

அவர்கள் சான்டியாகோ செல்லும் சாலையில் நடந்தபொழுதும், அவனுக்கு தன் வாழ்க்கையைப்பற்றி சொல்லியபடி அதைத் தானும் கேட்டுக்கொண்டு நடந்தபொழுதும் அவள் மகிழ்ச்சியானவளாக இருந்திருந்தாள். அவள் அத்தோடு திருப்திப்பட்டுக் கொள்வாள். அது வாழ்க்கையிடமிருந்து கிடைத்த நிறைவான பரிசு.

"நான் வந்து உன்னை பார்ப்பேன்" என்றான் ரால்ப் அவளிடம்.

"இல்லை, வேண்டாம். நான் விரைவில் பிரேஸில் திரும்ப விருக்கிறேன். நாம் ஒருவருக்கொருவர் பரிமாறிக்கொள்ள இனி எதுவும் இல்லை."

"நான் ஒரு வாடிக்கையாளராக வந்து உன்னைப் பார்ப்பேன்."

"அது என்னை இழிவுபடுத்துவதாக இருக்கும்."

"நீ என்னைக் காப்பாற்ற வேண்டுமென்பதற்காக, நான் வந்து உன்னைப் பார்ப்பேன்."

பாலுறவில் தனது ஆர்வமின்மையைப் பற்றி முன்பு குறிப்பிடும் போதே, அவன் அந்தக் கருத்தை உருவாக்கிக்கொண்டிருக்க வேண்டும். அவளும் அப்படியே உணர்வதாக அவனிடம் சொல்ல விரும்பினாள். ஆனால் "இல்லை" என்று பலமுறை சொல்லியதன் காரணமாக, அவள் அவ்வாறு சொல்லாமல் தன்னையே தடுத்துக்கொண்டாள். எதுவுமே சொல்லாமலிருப்பதே சிறந்தது.

அந்தோ பரிதாபம், அவள் மீண்டும் அந்தச் சிறுவனுடன் காணப்பட்டாள், இப்போது அவன் அவளிடம் பென்சில் மட்டுமே கேட்கவில்லை. மாறாக கொஞ்சம் துணையாக இருக்கும்படி கேட்டான். அவள் தனது இறந்தகாலத்தை திரும்பிப் பார்த்து, முதன்முறையாக அவள் தன்னைத் தானே மன்னித்தாள். அது அவளது தவறல்ல, தனது முதல் முயற்சியிலேயே தோல்வியை ஒப்புக்கொண்ட, பாதுகாப்பாக உணராத சிறுவனின் தவறு. அவர்கள் குழந்தைகள், சிறுவர்கள் அப்படித்தான் இருப்பார்கள் - அவள் மீதோ, அந்தப் பையன் மீதோ தவறில்லை, அது அவளுக்கு பெரும் விடுதலை உணர்வைத் தந்தது, அவளை பெரிதும் நிம்மதியாக உணரச் செய்தது. வாழ்க்கை அவளுக்குத் தந்த முதல் வாய்ப்புக்கு துரோகம் இழைத்துவிடவில்லை. நாம் அனைவருமே அதையேதான் செய்கிறோம். ஒவ்வொரு மனிதனும் தன்னுடைய மற்றொரு பாதியைத் தேடிச் செல்லும் முயற்சியில் இதுவும் ஒரு அங்கம். இத்தகைய விஷயங்கள் நடக்கவே செய்யும்.

எனினும் இப்போது நிலைமை வேறாக இருந்தது. என்னதான் அவள் காரணங்களைக் கூறியபோதிலும் (நான் பிரேஸிலுக்குத் திரும்பப் போகிறேன், ஒரு இரவு விடுதியில் பணிபுரிகிறேன், நாம் ஒருவரையொருவர் அறியாதவர்கள், எனக்கு பாலுறவில் ஆர்வமில்லை, எனக்கு காதலில் விருப்பமில்லை, பண்ணை நிர்வாகம் குறித்து கற்றுக்கொள்ளவேண்டிய அவசியம் எனக்கிருக்கிறது,

என்னால் ஓவியத்தைப் புரிந்துகொள்ள முடியவில்லை, நம் இருவரின் உலகங்களும் வெவ்வேறு) வாழ்க்கை ஒரு சவாலை ஏற்படுத்தியுள்ளது. அவள் இனியும் குழந்தையல்ல, அவள் முடிவு செய்தாக வேண்டும்.

எதுவும் சொல்வதில்லையென அவள் முடிவுசெய்தாள். அங்குள்ள மரபுப்படி அவனுடன் கைகுலுக்கி, வீடு திரும்பினாள். அவன்தான் அவளுக்கான ஆணாக இருக்கும்பட்சத்தில், அவளது மௌனத்தால் அவன் தடைப்பட்டு நின்றுவிடமாட்டான்.

அன்று மரியா நாட்குறிப்பில் எழுதியதன் சாராம்சம்:

இன்று நாங்கள் ஏரியைச் சுற்றி, அந்த சான்டியாகோ செல்லும் விநோத சாலையில் நடந்து வரும்போது – என்னுடன் இருந்த அந்த நபர் – என் வாழ்க்கையிலிருந்து முற்றிலும் மாறுபட்ட வாழ்க்கையைக் கொண்ட அந்த ஓவியன் – நீரினுள் கல்லொன்றை எறிந்தான். கல் விழுந்த இடத்தில் சிறிய வட்டங்கள் தோன்றி, பெரிதாகியபடியே சென்று, தற்செயலாக அங்கே சென்றுகொண்டிருந்த கூழாங்கல்லுடன் சம்பந்தம் ஏதுமில்லாத வாத்தொன்றைச் சென்று தொட்டன. அந்த எதிர்பாராத அலையைக் கண்டு பயப்படாமல் வாத்து அதனுடன் விளையாடத் தீர்மானித்தது.

அது நடந்த சில மணி நேரங்களுக்கு முன்பு, நான் சிற்றுண்டியகம் ஒன்றில் குரலொன்றைக் கேட்டேன். கடவுள் அந்த இடத்தில் கல்லொன்றை எறிந்ததால் உருவானது போன்ற அந்தக் குரலால் எழுந்த அலைகளின் ஆற்றல் என்னையும் ஒரு மூலையில் ஓவியம் தீட்டிக் கொண்டிருந்த அவனையும் தொட்டது. நான் உணர்ந்தது போலவே அவனும் அந்தக் கூழாங்கல்லின் அதிர்வுகளை உணர்ந்தான். இனி என்ன?

ஒரு ஓவியன், தான் ஒரு மாடலை சந்திக்கும்போது தான் மாடலைக் கண்டுபிடித்துவிட்டோம் என அறிந்திருப்பான், ஒரு இசைக் கலைஞன் தனது இசைக்கருவி எப்போது நன்றாக சுருதி சேர்ந்தது என்பதை தெரிந்து வைத்திருப்பான், இங்கே என்னுடைய நாட்குறிப்பேட்டில் சில வாக்கியங்கள் என்னால் அல்லாமல், முழுக்க தன்னுள் ஒளியைக் கொண்ட பெண்ணால் எழுதப்பட்டது என்பதை

அறிந்திருக்கிறேன். நான்தான் அந்தப் பெண் என்றபோதும், அதை ஒப்புக்கொள்ள மறுக்கிறேன்.

நான் இப்படியே தொடர்ந்திருக்கமுடியும். மேலும் ஏரியில் காணப்பட்ட வாத்தைப்போல் நீரின் மேல் திடீரென உண்டான சிற்றலைகளில் மகிழ்ந்தும் குதூகலம் கொண்டும் இருக்கமுடியும்.

அந்தக் கல்லுக்கு ஒரு பெயர் உண்டு, காதல். இரு நபர்களுக்கிடையிலான புவியதிரும் சந்திப்பின் அழகை விவரிக்க அதைப் பயன்படுத்தலாம். ஆனால் அது, அது மட்டுமேயல்ல. எதிர்பாராததில் எழும் பரவசத்தில், உண்மையான ஆர்வத்துடன் ஏதோ ஒன்றைச் செய்யும் விருப்பத்தில், ஒருவர் தனது கனவு நனவாகப் போகிறது என்றுணரும் நிச்சயத்தில் அது இருக்கிறது. நம்மை நம் வாழ்வு முழுவதும் வழிநடத்த காதல் சைகைகளை அனுப்புகிறது. ஆனால் அந்த சைகைகளை நான் எப்படிப் புரிந்துகொள்கிறேன் என்பது என்னைப் பொறுத்தது.

நானறியாத, என் திட்டங்களில் சற்றும் இடம்பெறாத ஒருவருடன் நான் காதல் வசப்பட்டிருக்கிறேன் என நம்ப விரும்புகிறேன். – இத்தனை மாதங்களாக மேற்கொண்டுவந்த சுய கட்டுப்பாடு, காதல் மறுப்பு, மிகச் சரியாக எதிர்மறை விளைவையே ஏற்படுத்தியுள்ளது. என்னை சற்று வித்தியாசமாக நடத்திய முதல் நபரே, என்னைக் கொள்ளை கொண்டுபோகும்படி நான் விட்டுவிட்டேன்.

அதேபோல அவரது தொலைபேசி எண்ணோ, எங்கே வசிக்கிறார் என்பதோ எனக்குத் தெரியாது. அதனால் மற்றொரு வாய்ப்பைத் தவறவிட்டேன் என என்னை நானே குற்றம் சொல்லக்கூட வழியின்றி அவரை நான் இழந்துவிடவும் கூடும்.

நிகழ்வது அதுதான் எனில், நான் ஏற்கெனவே அவரை இழந்துவிட்டேன். குறைந்தபட்சம் என் வாழ்வில் மகிழ்ச்சிமிக்க ஒரு நாளையாவது சம்பாதித்துள்ளேன். உலகம் இருக்கும் இருப்பைப் பார்த்தால், ஒருநாள் மகிழ்ச்சியாக இருப்பதென்பது கிட்டத்தட்ட ஒரு அற்புதமே.

அன்றிரவு அவள் கோபாகேபனா வந்து சேர்ந்தபோது, அவன் அங்கே அவளுக்காகக் காத்துக்கொண்டிருந்தான். அங்கிருந்த ஒரே வாடிக்கையாளர் அவன் மட்டுமே. அவளது வாழ்க்கையை ஏதோவொரு சுவாரசியத்துடன் பின்தொடர்ந்துகொண்டிருந்த மிலன், அவள் அந்தச் சமரில் தோல்வியுற்றிருந்ததைக் கண்டான்.

"நீங்கள் ஏதும் பருக விரும்புகிறீர்களா?" அவன் கேட்டான்.

"எனக்கு வேலையிருக்கிறது. வேலையிழக்கும் ஆபத்துக்கு நான் ஆளாக முடியாது."

"நான் இங்கே வாடிக்கையாளராக வந்துள்ளேன். தொழில்ரீதியாக அழைப்பு விடுத்துக் கொண்டிருக்கிறேன்."

அந்தச் சிற்றுண்டிச் சாலையில், அன்று மதியம் தன்னைக் குறித்து அத்தனை நிச்சயத்துடன் காணப்பட்ட அவன், தூரிகையை அத்தனை திறமையாகக் கையாண்ட அவன், முக்கியமான நபர்களை சந்திப்பவனும், பார்சிலோனாவில் முகவரைக் கொண்டவனும் சந்தேகமின்றி ஏராளமான பணம் சம்பாதித்தவனுமான அவன், இப்போது தன்னுடைய பலவீனத்தை வெளிப்படுத்திக்கொண்டிருந்தான். அவன் தான் நுழைந்திருக்கக்கூடாத ஒரு உலகத்தில் நுழைந்திருந்தான். அவன் இப்போது சான்டியாகோ செல்லும் சாலையிலமைந்த காதல் சாகசத்திற்கேற்ற சிற்றுண்டியகத்தில் இல்லை. மதியவேளையில் காணப்பட்ட அந்த வசீகரம் மறைந்திருந்தது.

"அப்படியானால், நீ ஏதாவது பருக விரும்புகிறாய்?"

"இன்னொரு சமயம் பருகுகிறேன். இன்றிரவு எனக்காகக் காத்திருக்கும் வாடிக்கையாளர்கள் இருக்கிறார்கள்."

மிலன் இந்த கடைசி வார்த்தைகளைக் கேட்டான். அவள் காதல் உறுதிமொழி எனும் பொறியில் சிக்குவதற்கு தன்னை அனுமதித் திருக்கக்கூடாதென அவன் தவறாகக் கருதினான். எனினும், பெரிதும் மந்தமான அந்த இரவின் முடிவில் அலுப்பூட்டும் கணக்காளரும்

காப்பீட்டு விற்பனையாளருமான ஒரு வயோதிகரின் துணையை ஏன் அவள் தேர்ந்தெடுத்தாளென அவன் வியப்படைந்தான்.

நல்லது. அது அவளது பிரச்சினை. அவளது பங்குத்தொகையை செலுத்தும் வரையில், அவள் யாருடன் படுக்கைக்குப் போகலாம், போகக்கூடாதென தீர்மானிப்பது அவன் வேலையல்ல.

கணக்காளரும் காப்பீட்டு விற்பனையாளருமான வயோதிகருடன் அன்றிரவு சென்றுவந்த பின்பு மரியா நாட்குறிப்பில் எழுதியதிலிருந்து:

இந்த ஓவியன் என்னிடமிருந்து என்ன விரும்புகிறான்? இருவரும் வெவ்வேறு நாடுகள், கலாச்சாரங்கள், பாலினங்களைச் சேர்ந்தவர்கள் என்பதை அவன் அறியவில்லையா? அவனைவிட நான் இன்பத்தைக் குறித்து அதிகம் அறிந்தவளென நினைத்து என்னிடமிருந்து இன்பம் குறித்து ஏதும் கற்றுக்கொள்ள விரும்புகிறானா?

"நான் இங்கே வாடிக்கையாளனாக வந்திருக்கிறேன்" என்பதைத் தவிர்த்து, அவன் வேறெதையாவது ஏன் சொல்லியிருக்கக்கூடாது? "நான் உன் பிரிவை உணர்கிறேன்", "நாம் ஒன்றாகக் கழித்த அந்த மதியவேளையை உண்மையிலேயே நான் ரசித்தேன்" என்று சொல்வது அவனுக்கு மிகவும் எளிதாகவே இருந்திருக்கும். நானும் அதேவிதத்தில் பதிலளித்திருக்க முடியும், (நான் ஒரு நிபுணத்துவமிக்க தொழில்காரி) ஆனால் அவன் எனது பாதுகாப்பின்மையை உணர்ந்திருக்க வேண்டும். ஏனெனில் நான் ஒரு பெண், பலவீனமானவள் மேலும் இந்த இடத்தில் இருக்கும்பொழுது, நான் மாறுபட்ட நபராக இருக்கிறேன்.

அவன் ஒரு ஆண், ஓவியன், ஒவ்வொரு மனிதனின் மகத்தான லட்சியம், முழுமையான காதலின் அர்த்தத்தைப் புரிந்துகொள்வது என்பதை அவன் அறிந்திருக்கவேண்டும். காதலைக் கண்டுகொள்ள வேண்டியது நம்மிடத்திலேயன்றி மற்றவரிடத்தில் அல்ல. நாம் அதை வெறுமனே தட்டியெழுப்பவேண்டும். ஆனால் அதைச் செய்வதற்குத்தான் நமக்கு இன்னொரு நபர் தேவை. நமது உணர்வுகளைப் பகிர்ந்துகொள்ள மற்றொருவர் இருக்கும்போதே உலகம் அர்த்தமுள்ளதாகிறது.

அவன் பாலுறவு குறித்து சலித்துப் போனதாகக் கூறுகிறான். நானும் அப்படியேதான், இருந்தும் எங்களில் ஒருவரும் அதன் அர்த்தமென்ன

என உண்மையில் அறிந்திருக்கவில்லை. நாங்கள் வாழ்வின் மிகமுக்கியமான விஷயங்களில் ஒன்றை அழியவிடுகிறோம் – அவனால் என்னை காப்பாற்ற இயலக்கூடும், என்னால் அவனைக் காப்பாற்ற முடியக்கூடும், ஆனால் அவன் நான் தேர்வுசெய்ய எதையுமே விட்டுவைக்கவில்லை.

அவள் பயந்துபோனாள். பல மாத சுயகட்டுப்பாட்டுக்குப் பின்பு இறுக்கத்தை, நிலநடுக்கத்தை, தனது ஆன்மாவின் எரிமலை வெடித்துச் சீறுவதற்கான அறிகுறிகளைக் காட்டுவதை அவள் உணரத் தொடங்கியிருந்தாள். அது நடந்த அடுத்த கணத்தில், அவள் தன் உணர்ச்சிகளைக் கட்டுப்படுத்துவதற்கு எந்த வழியும் இருக்காது. யார் இந்த வெறுக்கத்தக்க ஓவியன் - அவனுடன் அவள் சில மணி நேரங்களே இருந்திருக்கிறாள், அவன் தன் வாழ்க்கை குறித்து பொய் சொல்லியிருக்கலாம், அவன் அவளைத் தொட்டதோ, உணர்வைத் தூண்ட முயற்சிசெய்ததோ இல்லை - இதைவிட மோசமானது எதுவும் இருக்கிறதா?

ஏன் அவளது இதயத்தில் எச்சரிக்கை மணி அடிக்கிறது? இதே விஷயம் அவனுள்ளும் நடக்கிறது என்பதை அவள் கண்டுகொண்டதாலா - ஆனால் அவள் நினைப்பது தவறாகவும் இருக்கலாம். ரால்ப் ஹார்ட் கிட்டத்தட்ட தன்னுள் அணைந்துபோன நெருப்பை, மீண்டும் எழுப்பக்கூடிய பெண்ணை கண்டடைய விரும்பியிருக்கலாம். அவளது சிறப்பு ஒளியின் துணையுடன், அவள் அவனைக் கையைப் பிடித்து வாழ்க்கைக்கான சாலைக்கு மீண்டும் இட்டுவரும் ஒருவித பாலுறவு தேவதையாக அவளை மாற்ற விரும்பியிருக்கலாம் (அதுகுறித்து அவன் நேர்மையாக இருந்து வந்தான்). மரியாவும் அதே ஆர்வமின்மையை, தனக்கேயுரிய பிரச்சினைகளைக் கொண்டிருந்தாள் என அவன் கற்பனைசெய்துகூட பார்த்திருக்கமாட்டான். (எத்தனையோ ஆண்களுடன் சென்றபிறகும், இயல்பான ஆணுறுப்பு ஊடுருவும் பாலுறவில் இதுவரை அவள் உச்சகட்டத்தை ஒருபோதும் அடைந்ததில்லை), அன்று காலைப்பொழுதில்தான் அவள் தனது சொந்த நாட்டுக்கு வெற்றிகரமாகத் திரும்ப திட்டமிட்டுக் கொண்டிருந்தாள்.

அவள் ஏன் அவனைப் பற்றி நினைத்துக் கொண்டிருந்தாள்? அந்தக் கணத்தில், மற்றொரு பெண்ணை ஓவியம் தீட்டியபடி அவளிடம் சிறப்பு ஒளி இருப்பதாகவும், அவள் அவனது பாலுறவுத் தேவதையாக

இருக்கக்கூடும் என்று சொல்லிக்கொண்டிருக்க சாத்தியமுள்ள ஒருவனைப் பற்றி அவள் ஏன் நினைத்துக்கொண்டிருந்தாள்?

"என்னால் அவனுடன் பேச முடிந்ததென்பதால் அவனைப் பற்றி நினைத்துக்கொண்டிருக்கிறேன்."

என்ன மடத்தனம்? அவள் நூலகரைப் பற்றி நினைத்தாளா? இல்லை, கோபாகேபனாவில் பணிபுரியும் அனைத்துப் பெண்களிலும் அவள் தனது உணர்வுகளில் சிலவற்றையாவது பகிர்ந்துகொள்ளக்கூடிய ஒரேயொரு நபரான, அந்த ஃபிலிப்பைன் பெண் நியாவைப் பற்றி நினைத்தாளா? இல்லை, அவள் நினைக்கவில்லை. அவர்கள், அவள் அடிக்கடி பேசக்கூடியவர்கள், அவர்களுடன் இயல்பாக இருக்கலாம்.

அவள், எத்தனை வெப்பமாக இருந்தது, நேற்று போக இயலாமல் போன சூப்பர் மார்க்கெட் போன்றவற்றில் தனது சிந்தனையைத் திருப்புவதற்கு முயன்றாள். தனது குடும்பத்தை மகிழ்ச்சிப்படுத்தும் விதமாக, அவள் தான் வாங்கவிரும்பும் நிலத்தைப் பற்றிய முழு விவரங்களுடன் தனது தந்தைக்கு நீண்ட கடிதம் எழுதினாள். அவள் எப்போது திரும்புவாள் என தேதி குறிப்பிடாதபோதும், விரைவில் திரும்புவாள் என்ற குறிப்புடன் எழுதியிருந்தாள். அவள் திரும்பத் திரும்ப தூங்குவதும் எழுவதுமாக இருந்தாள். பண்ணை நிர்வாகம் குறித்த அந்த நூல் ஸ்விஸ்காரர்களுக்கு வேண்டுமானால் பொருத்தமாக இருக்கலாம், ஆனால் பிரேஸில்காரர்களுக்கு முற்றிலும் பயனற்றது - இரண்டும் முற்றிலும் மாறுபட்ட உலகங்கள் என அவள் உணர்ந்தாள்.

மதியவேளை வந்ததும் அவளது ஆன்மாவின் நிலநடுக்கம், இறுக்கம், எரிமலைச் சீற்றம் தணியத் தொடங்கியது. அவள் பெரிதும் இறுக்கம் தளர்ந்தவளாக உணர்ந்தாள், இதுபோன்ற திடீர் மனவெழுச்சி முன்பு நிகழ்ந்தபோது, எப்போதும் மறுநாளுக்குள் தணிந்துவிடும். - நல்லது, அவளது உலகம் மாற்றமின்றித் தொடர்ந்தது. அவளை நேசிக்கும் குடும்பமொன்று அவளுக்கு இருந்தது. அவளுக்காக ஒருவன் காத்துக்கொண்டிருந்ததோடு, அந்தத் துணிக்கடை விரிவுபடுத்தப்பட்டு வருவதாக அவளுக்கு அடிக்கடி கடிதமெழுதி வந்தான். அன்று இரவு அவள் விமானமேறத் தீர்மானித்தால்கூட, ஒரு சிறு பண்ணை வாங்கப் போதுமான பணம் அவளிடமிருக்கிறது. அவள் மொழிப் பிரச்சினை, தனிமை, அரேபியனுடன் உணவகமொன்றில் சந்திக்க நேரிட்ட அந்த முதல் இரவு, அவள் தன் உடலை வைத்து செய்துகொண்டிருப்பதைக் குறித்து குறை சொல்லாதபடிக்கு தனது ஆன்மாவை நிர்ப்பந்தித்தது

என பலவற்றைக் கடந்து வந்திருக்கிறாள். தன் கனவென்ன என்று அவளறிவாள், அதனைச் சாதிக்க அவள் எதுவும் செய்ய ஆயத்தமாக இருந்தாள். அந்தக் கனவில் ஆண்கள் கிடையாது, குறைந்தபட்சம் அவளது சொந்த ஊரில் வசிக்காத, அவளது தாய்மொழியைப் பேசாத ஆண்கள் கிடையாது.

அவளுள் அந்த நிலநடுக்கம் குறைந்ததும், தானும் ஓரளவு குற்றச்சாட்டுக்குரியவளென மரியா உணர்ந்தாள். "நான் தனிமையாக உணர்கிறேன். நானும் உன்னளவுக்குத் துயரமானவள்தான். நேற்று நீ எனது 'ஒளி'யைக் கண்டாய். நான் இங்கே வந்ததிலிருந்து ஒரு ஆண் என்னிடம் சொல்லிய முதல் நேர்மையான, அருமையான விஷயம் அதுதான்" என்று ஏன் அவள் அவனிடம் சொல்லியிருக்கக்கூடாது.

வானொலியில் பழைய பாடலொன்றை ஒலிபரப்பிக் கொண்டிருந்தனர். 'என் காதல் பிறப்பதற்கு முன்பே இறந்துவிடுகிறது.' ஆம், அதுதான் அவள் விஷயத்தில் நடந்துகொண்டிருந்தது. அதுதான் அவளது விதி.

இரண்டு நாட்களுக்குப் பின், எல்லாம் இயல்பு நிலைக்குத் திரும்பியபின் மரியா நாட்குறிப்பில் எழுதியதிலிருந்து:

காதல் ஒருவர் சாப்பிடுவதை, உறங்குவதை, வேலைசெய்வதை, அமைதியாக உணர்வதை தடைசெய்கிறது. காதல் வந்ததும் நிறையப பேர் பயந்துபோகக் காரணமிருக்கிறது. ஏனெனில் அது தன் பாதையிலுள்ள பழைய விஷயங்கள் அனைத்தையும் நிர்மூலமாக்கி விடுகிறது.

எவருமே தன் வாழ்க்கை குழப்பத்துக்காளாகுவதை விரும்புவதில்லை. அதனால்தான் பெரும்பாலோர் காதலைக் கட்டுக்குள் வைக்க விரும்புகின்றனர், ஏற்கெனவே சீரழிந்த அமைப்பையோ வீட்டையோ எப்படியோ சகித்துக் கொள்ளக்கூடியவர்களாய் இருக்கின்றனர். அவர்கள் தவிர்ப்பதின் பொறியாளர்கள்.

இன்னும் சிலர் இதற்கு நேரெதிராக நினைக்கின்றனர். அவர்கள் இரண்டாவது யோசனையின்றி தங்களது அனைத்துப் பிரச்சினைகளுக்கும் காதலே தீர்வு என்று நம்பியபடி காதலைச் சரணடைந்துவிடுகின்றனர். அவர்கள் தங்கள் சந்தோஷத்துக்கும் சந்தோஷமின்மைக்கும் அடுத்தவரைப் பொறுப்பாக்குகின்றனர்.

ஒன்றா அவர்கள் ஏதோ அற்புதமானது நிகழ்ந்திருக்கிறதென சுபிட்ச மனநிலையில் இருக்கின்றனர், அல்லது ஏதோ எதிர்பாராதது அனைத்தையும் பாழாக்கியிருக்கிறது என மனந்தளர்ந்து போய்விடுகின்றனர்.

காதலை – சற்றுத் தள்ளியே வைப்பது அல்லது குருட்டுத் தனமாக சரணடைவது எனும் இந்த இரண்டு மனநிலையில் எது குறைந்த அழிவு பயப்பது?

எனக்குத் தெரியவில்லை.

மூன்றாவது நாள் ரால்ப் ஹார்ட் உயிர்த்தெழுந்து வந்ததுபோல், கிட்டத்தட்ட மிகவும் தாமதமாக, மரியா ஏற்கெனவே மற்றொரு வாடிக்கையாளருடன் பேசிக்கொண்டு இருக்கும்பொழுது, திரும்பவும் வந்தான். அவள் அவனைக் கண்டதும், அந்த மற்ற நபரிடம் வினயமாக, அவள் வேறொருவருக்காகக் காத்திருப்பதால் நடனம் ஆட விரும்பவில்லையென்றாள்.

அதன் பிறகே அவள் கடந்த மூன்றுநாட்களாக அவனை எதிர் பார்த்துக் காத்திருந்தாள் என்பதனை உணர்ந்தாள். அந்தக் கணத்தில், விதி தன் பாதையில் இடம்பெறச் செய்யும் அனைத்தையும் ஏற்றுக் கொள்வதென முடிவுசெய்தாள்.

அவள் தன்மீது ஆத்திரப்படவில்லை, அவள் மகிழ்ச்சியாக இருந்தாள், ஏனெனில் ஒருநாள் அவள் இந்த நகரைவிட்டுச் செல்லப் போவதால், அந்த ஆடம்பரத்தை அனுமதிப்பதென முடிவுசெய்தாள். இந்தக் காதல் சாத்தியமில்லாதது என்றபோதும், அதிலிருந்து எதையும் எதிர்பார்க்கவில்லை என்றாலும் தன் வாழ்க்கையின் குறிப்பிட்ட அந்தக் கட்டத்தில் அனைத்தையும் அடைந்துவிட முடியும் என்றும் நம்பிக்கொண்டிருந்தாள்.

ரால்ப், அவள் எதுவும் பருகவிரும்புகிறாளா எனக் கேட்க, மரியா பழரசக் கலவையொன்று கேட்டாள். அந்த மதுக்கூடத்தின் முதலாளி, அவளது மனதை மாற்றியது எதுவென புரிந்துகொள்ளவியலாமல் அவளைப் பார்த்தபடி குவளைகளைக் கழுவுவதுபோல் பாவனை செய்தார். அவர்கள் வெறுமனே அங்கு அமர்ந்து எதையாவது பருகிக் கொண்டிருக்கமாட்டார்கள் என நம்பினார். ரால்ப் அவளை ஆட அழைத்தபோது ஆறுதலாக உணர்ந்தார். அவர்கள் சம்பிரதாயங்களைக் கடைப்பிடித்துக் கொண்டிருந்தனர். அங்கு கவலைப்படுவதற்கு எந்தக் காரணமுமில்லை.

ரால்ப்பின் கை தன் இடையைப் பற்றிக்கொண்டிருப்பதையும் அவனது கன்னம் தன் கன்னத்தோடு இழைந்திருப்பதையும் மரியா உணர்ந்தாள். மேலும் இசை அவர்கள் பேச இயலாதபடி

சத்தமாக இருந்தது. கடவுளுக்கு நன்றி. அவளுக்கு தைரியமூட்ட ஒரு பழரசக் கலவை போதுமானதல்ல, மேலும் அவர்கள் பரிமாறிக் கொண்ட சொற்ப வார்த்தைகளும் சம்பிரதாயமானவை. அவர்கள் ஹோட்டலுக்குச் செல்லவேண்டுமா? அவர்கள் பாலுறவு வைத்துக் கொள்ளவேண்டுமா? என்பதுதான் இப்போது கேள்வி. அவன் ஏற்கெனவே தனக்கு பாலுறவில் ஆர்வமில்லை எனக் கூறியிருந்ததனால், அது சிரமமான ஒன்றாக இருக்கப்போவதில்லை - அது வெறுமனே அசைவுகளுக்குள் சென்று வரும் விஷயமாகத்தான் இருக்கும். மாறாக, அந்த ஆர்வக்குறைவு மிஞ்சியிருக்கும் ஆற்றல்மிகு காமத்தின் அடிச்சுவடை அழிக்க உதவுமா - தங்களது முதல் சந்திப்புக்குப்பின் அவள் தன்னை இத்தகைய தொந்தரவுக்கு உட்படுத்திக்கொள்வது ஏனென அறிந்திருக்கவில்லை.

இன்றிரவு அவள் புரிதலுள்ள அன்னையாக இருப்பாள். ஹார்ட், லட்சக்கணக்கான இதர நபர்களைப் போன்று மற்றொரு நிராதரவான ஆணாக இருந்தான். அவள் கோபாகேபனாவில் வேலைக்குச் சேர்ந்தது முதல் தனக்குத்தானே விதித்துக்கொண்ட விதிகளைப் பின்பற்ற முடிந்ததெனில், தனது பாத்திரத்தை நன்கு செய்யமுடிந்ததெனில், கவலைப்பட எந்தக் காரணமுமில்லை. அவனின் அருகில் இருப்பது மிகவும் அபாயகரமானது என்றபோதும், இப்போது அவள் அவனது வாசத்தை அறியமுடியும் - அவனது வாசனையை அவள் விரும்பவும் செய்தாள் - இப்போது அவனது தொடுகையை உணரமுடியும் - அவனது தொடுகையை அவள் விரும்பவும் செய்தாள். அவள் அவனுக்காகக் காத்துக் கொண்டிருந்தாள் என்பதை இப்போதுதான் அவள் உணரவந்தாள் - அவள் அதை விரும்பவில்லை என்றபோதும்கூட.

நாற்பத்தைந்து நிமிடங்களுக்குள் அவர்கள் அனைத்து விதிகளையும் பூர்த்திசெய்தனர். பின் அவன் மதுக்கூடத்தின் உரிமையாளரிடம் சென்று, "நான் அவளுடன் இந்த இரவு முழுவதையும் செலவிடப்போகிறேன். மூன்று வாடிக்கையாளருக்கு இணையாக நான் உங்களுக்கு பணம் செலுத்துவேன்" என்றான்.

முதலாளி தனது தோள்களை அலட்சியமாகக் குலுக்கினான். அந்த பிரேஸிலியப் பெண் காதல் வலையில் விழுவதில்போய் இது முடியப்போகிறதென திரும்பவும் நினைத்தார். மரியா தன் பங்குக்கு, ரால்ப் ஹார்ட் இவ்வளவு நன்றாக விதிகளைத் தெரிந்து

வைத்திருப்பான் என்பது தனக்குத் தெரியாமல் போய்விட்டதே என ஆச்சரியமடைந்தாள்.

“நாம், என்னுடைய வீட்டுக்குப் போகலாம்.”

ஒருவேளை அதுதான் நல்லதென அவள் நினைத்தாள். அது மிலனின் அறிவுரைகளுக்கெல்லாம் எதிரானது என்றபோதும், இந்த விஷயத்தில் விதிவிலக்காக இருக்கட்டுமென தீர்மானித்தாள். முதலும் கடைசியுமாக அவன் திருமணமானவனா ஆகாதவனா என்று கண்டுபிடிக்க முடிவதோடு, பிரபல ஓவியர்கள் எப்படி வாழ்கிறார்கள் எனவும் அவள் அறியலாம். ஒருநாள் அவள் தனது உள்ளூர் செய்தித்தாளில் அது குறித்து கட்டுரை எழுதலாம். அதன்மூலம் அனைவரும், அவள் ஐரோப்பாவில் இருந்தபோது அறிவுஜீவி மற்றும் கலைஞர்களின் வட்டாரங்களில் வலம் வந்தவள் என அறியவரக்கூடும்.

‘என்ன ஒரு மடத்தனமான காரணம்’ அவள் நினைத்தாள்.

அரைமணி நேரத்துக்குப் பின், அவர்கள் ஜெனீவாவுக்கு அருகிலுள்ள காலனி எனப்பட்ட சிறிய கிராமத்தை வந்தடைந்தனர். அங்கே ஒரு தேவாலயம், ரொட்டிக் கடை, நகர்மன்றம் அனைத்தும் அவற்றிற்கான இடத்தில் இருந்தன. அவன் உண்மையில் தங்கியிருந்தது குடியிருப்பல்ல. இரண்டடுக்கு வீடு! முதல் எதிர்வினை: அவன் உண்மையிலே பணக்காரனாக இருக்கவேண்டும். இரண்டாவது எதிர்வினை: அவன் திருமணமானவனாக இருந்தால், இதைச் செய்யத் துணியமாட்டான், ஏனெனில் அவர்களிருவரையும் யாராவது பார்த்துவிடக்கூடும்.

ஆக, அவன் பணக்காரன், துணையின்றி இருப்பவன்.

அவர்கள் வரவேற்பறையினுள் சென்றனர், அங்கிருந்து இரண்டாவது தளத்துக்கு படிக்கட்டுகள் மேலேறிச்சென்றன. ஆனால் அவர்கள் நேராகச்சென்று பின்னால் தோட்டத்தைப் பார்த்த வண்ணம் காணப்பட்ட இரு அறைகளுக்குச் சென்றனர். அந்த அறைகளில் ஒன்றில் உணவருந்தும் மேஜை காணப்பட்டது. சுவர்கள் ஓவியங்களால் நிறைந்திருந்தன. அடுத்த அறையில் சோபாக்களும் நாற்காலிகளும், புத்தகங்கள் நிறைந்த அலமாரிகளும் நிறைந்து வழிந்த சாம்பல் கிண்ணங்களும், சுத்தம் செய்யப்பட்டு நீண்ட காலமான அழுக்குக் குவளைகளும் காணப்பட்டன்.

“காபி சாப்பிட விரும்புகிறாயா?”

மரியா மறுப்பாய் தலையசைத்தாள். இல்லை, அவளுக்கு விருப்பமில்லை. இப்போதே நீ என்னை நெருக்கமானவளாக நடத்த முடியாது. நான் எனது சொந்தப் பிரச்சினைகளை எதிர்கொண்டபடி இருக்கிறேன். நான் என்ன செய்யவேண்டுமென எனக்கு நானே உறுதியளித்துக் கொண்டேனோ அதற்கு மிகவும் எதிரானதைச் செய்துகொண்டு இருக்கிறேன். நாம் விஷயங்களை மெதுவாகக் கையாள்வோம். என்னளவில், அன்பு தேவைப்படுகிற ஒரு மகளாக என் ஆன்மா உணர்ந்தபோதும், இன்றிரவு நான் விலைமகளாகவோ, தோழியாகவோ, புரிதலுள்ள அன்னையாகவோ பாத்திரமேற்பேன். அதெல்லாம் முடிந்தபின்பு நீ எனக்கு காபி தயாரிக்கலாம்.

"தோட்டத்தின் கீழ்ப்பகுதியிலிருப்பது என் ஸ்டூடியோ, என் ஆன்மா. இங்கே, இந்தப் புத்தகங்களுக்கும் ஓவியங்களுக்கும் நடுவேதான் என் மூளை, என நான் நினைப்பது இருக்கிறது."

மரியா தனது சொந்த குடியிருப்பைப் பற்றி நினைத்தாள். அவளுக்கு வீட்டுக்குப்பின் தோட்டம் கிடையாது. நூலகத்திலிருந்து இரவல் பெற்றதைத் தவிர அவளிடம் புத்தகங்களும் கிடையாது. மேலும், அவள் இலவசமாகப் புத்தகங்களைப் பெறமுடியும் எனும்போது அதற்கு பணம் செலவழிப்பதில் அர்த்தமில்லையென அவள் நினைத்தாள். ஒருநாள் பார்க்கவேண்டுமென அவள் கனவு கண்டுகொண்டிருந்த ஷாங்காய் அக்ரோபேட்டிக் சர்க்கஸ் குறித்த சுவரொட்டியைத் தவிர, அவளது அறையில் எந்த ஓவியமும் கிடையாது.

ரால்ப் ஒரு பாட்டில் விஸ்கியை எடுத்து, அவளுக்கு ஒரு குவளை கொடுத்தான்.

"வேண்டாம், நன்றி."

அவன் தனக்கு ஒரு குவளை விஸ்கியை ஊற்றி, பனிக்கட்டி எதுவும் போடாமல், ருசித்துக்கூட பாராமல் ஒரே மூச்சில் விழுங்கினான். அறிவுஜீவித்தனமான விஷயங்களை அவன் பேசத்தொடங்கினான். ஆனால் உரையாடல் என்னதான் சுவாரசியமாக இருந்தபோதும், நிகழப்போவது குறித்து அவனும்கூட பயந்தவனாக இருந்தான் என்பதை அவள் அறிந்திருந்தாள். அவர்கள் இப்போது தனியாக வேறு இருந்தனர். அந்தச் சூழலின் மீதான கட்டுப்பாட்டை மரியா திரும்பப் பெற்றாள்.

ரால்ப் தனக்கு இன்னொரு குவளை விஸ்கியை ஊற்றிக்கொண்டு, ஏதோ முற்றிலும் விளைவைப்பற்றி கவலைப்படாத கருத்தொன்றைச் சொல்வதுபோல் அவன் கூறினான்.

"நீ எனக்கு தேவை."

ஒரு இடைவெளி. நீண்ட மௌனம், அடுத்து என்ன நடக்கிறதென பார்க்கலாமென்று அந்த மௌனத்தைத் தகர்க்க அவள் உதவவில்லை.

"மரியா, நீ எனக்குத் தேவை. ஏனெனில் உன்னிடம் ஒரு ஒளியிருக்கிறது. இப்பவும் உண்மையில் நீ என்னை நம்புவதாகக் கருதவில்லை. இருந்தாலும், என் வார்த்தைகளால் நான் உன்னைக் வசீகரிக்க முயல்கிறேன் என்று நினைக்கலாம். 'ஏன் நான், என்னிடம் அப்படியென்ன சிறப்பு' என என்னைக் கேட்காதே. உன்னிடம் அப்படி எந்த தனிச்சிறப்பும் இல்லை, குறைந்தபட்சம் இதுதான் என என்னால் விரல்நீட்டிச் சொல்லவும் முடியாது. இருந்தாலும் வாழ்க்கையின் மர்மம் இங்கேதான் இருக்கிறது - என்னால் வேறெதையும் சிந்திக்கவே முடியவில்லை."

"நான் உங்களிடம் கேட்கப்போவதில்லை" - அவள் பொய் சொன்னாள்.

"நான் விளக்கம் சொல்லவேண்டுமென்று நினைத்திருந்தால், என் முன்னால் நிற்கும் இந்தப் பெண் துயரங்களை வெற்றிகண்டு அதனை ஆக்கபூர்வமான, நேர்மறையான ஒன்றாக மாற்றியவள் எனச் சொல்லியிருப்பேன். ஆனால் அதுவே அனைத்தையும் விளக்கப்போவதில்லை."

தப்பிப்பது சிரமமாகிக்கொண்டே போனது. அவன் தொடர்ந்தான்:

"என்னைப் பற்றி என்ன சொல்ல? நான் எனக்கே உரித்தான படைப்புத்திறனைக் கொண்டிருக்கிறேன், எனது ஓவியங்கள் இருக்கின்றன, அவை உலகமெங்கும் உள்ள ஓவியக் கூடங்களால் விரும்பிக் கேட்கப்படுகின்றன, எனது கனவு நனவாகிவிட்டது. எனது கிராமம் அன்புக்குரிய பிள்ளையாக என்னை நினைக்கிறது, எனது முன்னாள் மனைவிகள் என்னிடம் ஜீவனாம்சமோ அல்லது அதுபோல் எதுவுமோ கேட்கவில்லை. ஒரு ஆண் விரும்பும் அனைத்தும் என்னிடமிருக்கிறது. நல்ல ஆரோக்கியத்தைக் கொண்டிருக்கிறேன், அழகான தோற்றம் இருக்கிறது, இருந்தும் ஒரு சிற்றுண்டியகத்தில் சந்தித்து, சில மணி நேரமே செலவிட்ட ஒரு பெண்ணிடம் 'நீ எனக்குத் தேவை' என சொல்லிக்கொண்டிருக்கிறேன். தனிமை என்றால் என்ன என்று உனக்குத் தெரியுமா?"

“தெரியும்.”

“ஆனால், எல்லா நேரங்களிலும் மற்றவர்களுடன் இருப்பதற்கான வாய்ப்பு உனக்கு இருக்கும்போது, ஒவ்வொரு இரவும் விருந்துகள், காக்டெய்ல் பார்ட்டிகள், நாடக அரங்கில் அறிமுக இரவுகள் என அழைப்புகள் வரும்போது... பெண்கள் எப்போதும் தொலைபேசியில் அழைக்கும்போது, உங்களது படைப்பை ரசிக்கும் பெண்கள், ‘உங்களுடன் இரவுணவு கொள்ள எத்தனை விரும்புகிறேன்’ என்று சொல்லும்போது - அதுவும் அழகிய, புத்திசாலித்தனமான, கற்றறிந்த பெண்கள் சொல்லும்போது தனிமையை உணர்வது என்பது எத்தகையது என்று உனக்குத் தெரியாது. ஆனாலும் ஏதோ ஒன்று உன்னை, ‘போகாதே, நீ அதை ரசிக்கப் போவதில்லை. இரவெல்லாம் நீ அவர்களைக் கவருவதிலும் உலகம் முழுவதையும் நீ எப்படி வசீகரிக்கிறாய் என உனக்கு நீயே நிரூபித்துக்கொள்வதிலும் உன் சக்தி வீணாகும்’ என்றுசொல்லி என்னைத் தடுக்கிறது.

“எனவே நான் வீட்டிலேயே இருந்துவிடுகிறேன், எனது ஸ்டூடியோவுக்குள் சென்று நான் உன்னிடம் கண்ட ஒளியைக் காண முயற்சிசெய்கிறேன். நான் வேலைசெய்யும்போது மட்டுமே அந்த ஒளியைக் காண்கிறேன்.”

“உங்களிடம் ஏற்கெனவே இல்லாத எதனை என்னால் கொடுக்க முடியும்?” மற்ற பெண்களைப் பற்றிய அவனது விமர்சனத்தால் சற்றே அவமானத்துக்கு உள்ளான உணர்வுடன் அவள் கேட்டாள். எனினும் தான் அவனருகில் இருப்பதற்காக பணம் கொடுத்திருக்கிறான் என்பதை அவள் நினைவுபடுத்திக்கொண்டாள்.

அவன் மூன்றாவதாக ஒரு குவளை விஸ்கி அருந்தினான். மரியா தனது கற்பனையில் அவனுக்குத் துணையாக மதுவருந்தினாள். மது அவனது தொண்டையை எரித்தபடி வயிற்றினுள் சென்று ரத்த ஓட்டத்தில் கலந்து அவனுக்குள் தைரியத்தை நிறைத்தது. அவன் துளிகூட அருந்தாதபோதும், அவளும் போதையேறியவள் போல் உணர்ந்தாள். மீண்டும் ரால்ப் பேச ஆரம்பித்தபோது அவனது குரல் உறுதியாக ஒலித்தது.

“என்னால் உனது காதலை வாங்கமுடியாது, ஆனால் பாலுறவைக் குறித்து எல்லாம் தெரியுமென நீயே என்னிடம் கூறியுள்ளாய். அப்படியானால் எனக்குச் சொல்லிக்கொடு. அல்லது பிரேஸிலைப் பற்றி ஏதாவது சொல்லிக்கொடு. நான் உன்னுடன் இருக்கும்வரை ஏதாவது செய்.”

அடுத்து என்ன?

"எனது சொந்த நாட்டில் எனக்கு இரண்டே இடங்கள் மட்டும் தான் தெரியும். ரியோ டி ஜெனிரோ, அடுத்து நான் பிறந்த நகரம். பாலுறவைப் பொறுத்தவரையில், நான் உனக்கு எதுவும் சொல்லித்தர முடியுமென நினைக்கவில்லை. எனக்கு இருபத்து மூன்று வயதாகப் போகிறது, நீங்கள் என்னைவிட ஆறு வயதாவது பெரியவர், மேலும் நீங்கள் உங்கள் வாழ்வை மிகத் தீவிரமாக வாழ்ந்தவர் என எனக்குத் தெரியும். காசு கொடுக்கும், தங்கள் தேவையென்ன என அறிந்த ஆண்களையே எனக்கு தெரியும், மாறாக நான் என்ன விரும்புகிறேன் எனக் கவலைப்படும் ஆண்களைத் தெரியாது."

"ஒரே நேரத்தில் ஒன்று, இரண்டு ஏன் மூன்று பெண்களுடன்கூட, ஒரு ஆண் கனவு காணும் அனைத்தையும் செய்துமுடித்துவிட்டேன். இருந்தும் நான் நிறைய கற்றுக்கொண்டதாக நினைக்கவில்லை."

மீண்டும் மௌனம் நிலவியது, இம்முறை பேசவேண்டியது மரியா என்பதைத் தவிர மாற்றம் ஏதுமில்லை. முன்பு மௌனம் நிலவியபோது மரியா துணைக்கு வராததுபோல, இம்முறை அவன் உதவிக்கு வரவில்லை.

"நீங்கள், என்னைத் தொழில்ரீதியாக விரும்புகிறீர்களா?"

"எப்படி உன்னை விருப்பப்படவேண்டுமென்று நீ விரும்பு கிறாயோ அப்படி நான் விரும்புகிறேன்."

இல்லை, அவன் அப்படிச் சொல்லியிருக்கக்கூடாது, ஏனெனில் அதுதான் முக்கியமாக அவள் கேட்க விரும்பியது. அந்த நில நடுக்கம், எரிமலைச் சீற்றம், புயல் திரும்பியது. தனது சொந்தக் கண்ணியிலிருந்து தப்பிப்பது என்பது சாத்தியமில்லாததாக ஆகப் போகிறது. அவள் அவனை அடைந்திருக்காமலே எப்போதைக்குமாக இழக்கப்போகிறாள்.

"நான் என்ன சொல்கிறேன் என உனக்குத் தெரியும் மரியா, எனக்கு கற்றுக்கொடு. ஒருவேளை அது என்னை மீட்டெடுக்கும், உன்னைக் காப்பாற்றக்கூடும். நம் இருவரையும் மீண்டும் வாழ்க்கையிடம் இட்டுச்செல்லும். நீ சொல்வது சரிதான், நான் உன்னைவிட ஆறுவயது மட்டுமே பெரியவன், இருந்தும் ஒன்றுக்கு மேற்பட்ட வாழ்க்கைக்கான அளவு வாழ்ந்துவிட்டேன். நமது அனுபவங்கள் வேண்டுமானால் வேறாக இருக்கலாம், ஆனால் நாம் இருவருமே நிராதரவானவர்கள். நமக்கு ஏதாவது அமைதியைக் கொண்டுவருமானால் அது நாம் சேர்ந்து இருப்பது மட்டும்தான்."

அவன் ஏன் இதையெல்லாம் சொல்லிக்கொண்டிருக்கிறான்? அது சாத்தியமே அல்ல. இருந்தும் அது உண்மைதான். அவர்கள் இதற்கு முன்பு ஒருமுறை மட்டுமே சந்தித்திருக்கிறார்கள். இருந்தும் அப்போதே ஒருவரையொருவர் தேவையாக உணர்ந்தனர். அவர்கள் தொடர்ந்து ஒருவரையொருவர் பார்த்துக்கொண்டிருந்தால் என்னாகுமென கற்பனை செய்தாள். அது பேரழிவு பயப்பதாக இருக்கும். இத்தனை மாதங்களில் புத்தகங்களை வாசித்தும் மனித வர்க்கத்தை உற்றுக் கவனித்தும் தற்போது மரியா ஒரு புத்திசாலிப்பெண்ணாக மாறியிருந்தாள். அவளுக்கென வாழ்க்கையில் ஓர் இலக்கு இருந்தது, கூடவே அவளுக்கென ஒரு சுயமும் இருந்தது. அவளது ஒளியைப் பற்றி கண்டறிய அந்த சுயத்தை அறிந்துகொள்வது அவசியம். அவள் கற்கவேண்டியது அனைத்தையும் கற்றிருக்காதபோதும், விரைவில் அவள் பிரேஸிலுக்குத் திரும்பவேண்டிய சவால் இருந்தும்கூட, அவள் தன்னைக்குறித்து சலிப்படையத் தொடங்கியிருந்தாள். ரால்ப் ஹார்ட் சவால்களை ஏற்கக்கூடிய, அனைத்தையும் அறிந்த ஒரு ஆண். அவனோ இப்போது அந்தப் பெண்ணிடம், அந்த விலைமகளிடம், இந்தப் புரிதலுள்ள அன்னையிடம் தன்னைக் காப்பாற்றுமாறு வேண்டிக்கொண்டிருக்கிறான். என்ன முட்டாள்தனம்!

அவளிடம், வேறு ஆண்களும்கூட இப்படி நடந்துகொண்டுள்ளனர். அவர்களில் பலர் எழுச்சியை அடையமுடியாதவர்கள், இன்னும் சிலர் தங்களைக் குழந்தைபோல நடத்தவேண்டுமென விரும்பியவர்கள், இன்னும் பலர் அவள் தங்கள் மனைவியாக நடந்துகொள்வதை விரும்பியவர்கள். அவள் பல ஆண்களைக் கண்டவள் எனும் விஷயம் அவர்களைக் கிளர்ச்சியுறச் செய்தது. அவள் இன்னும் சிறப்பு வாடிக்கையாளர்கள் எவரையும் சந்திக்கவில்லை என்றபோதும், மனிதனின் இதயத்தை நிறைத்திருக்கும் விசித்திரக் கற்பனைகளின் பரந்த உலகத்தையே கண்டுபிடித்திருக்கிறாள். ஆனால் அவர்கள் அனைவரும் தங்களது சொந்த உலகத்துக்குப் பழகியவர்கள், அவர்களில் எவரும் அவளிடம் "என்னை இங்கிருந்து வெளியே கொண்டுசெல்" என்றதில்லை. மாறாக, அவர்கள் மரியாவைத் தம்முடன் கொண்டுசெல்ல விரும்பினர்.

அந்த எண்ணற்ற ஆண்கள் எப்போதும் அவளை பணத்துடனும், சக்தியற்றவளாகவும் விட்டுச்சென்றபோதும், அவள் ஏதோ ஒன்றை நிச்சயம் கற்றுக்கொண்டிருக்கிறாள். அவர்களில் ஒருவராவது காதலைத் தேடி வந்திருந்தால், பாலுறவு என்பது உண்மையில் அதன் பகுதியாக மட்டுமே இருந்திருந்தால், தான்

எவ்வாறு நடத்தப்படவேண்டுமென அவள் விரும்பியிருப்பாள், முதல் சந்திப்பின்போது என்ன நடக்கவேண்டுமென அவள் நினைத்திருப்பாள்.

உண்மையில் அவள் என்ன நடக்கவேண்டுமென விரும்பி யிருப்பாள்?

"ஒரு பரிசு அளிக்கப்படவேண்டுமென விரும்பியிருப்பேன்," என்றாள் மரியா.

ரால்ப் ஹார்ட் புரிந்துகொள்ளவில்லை. பரிசா? அவன் அந்த இரவுக்கான தொகையை முன்கூட்டியே அவர்கள் டாக்ஸியில் இருக்கும்போதே கொடுத்திருந்தான். ஏனெனில் அவனுக்கு இதிலுள்ள சம்பிரதாயங்கள் அனைத்தும் தெரியும். அவள் என்ன சொல்ல வந்தாள்?

திடீரென மரியா அந்தக் கணத்தில் ஆணும் பெண்ணும் அவசியமாக என்ன உணர்வார்கள் என்பதை உணரவந்தாள். அவள் அவனது கையைப்பிடித்து, அங்கிருந்த வரவேற்பறை ஒன்றுக்குள் அழைத்துச்சென்றாள்.

"நாம் படுக்கையறைக்குச் செல்லப் போவதில்லை" என்றாள் அவள்.

கிட்டத்தட்ட அனைத்து விளக்குகளையும் அவள் அணைத்தாள், தரைவிரிப்பில் அவள் அமர்ந்ததுடன் அவனையும் தன்னெதிரே அமரும்படி கேட்டுக்கொண்டாள். அந்த அறையில் கணப்பு ஒன்று இருந்ததை அவள் கவனித்தாள்.

"கணப்பைப் பற்ற வையுங்கள்."

"ஆனால் இது கோடை காலம்."

"கணப்பை பற்ற வையுங்கள். இன்றிரவு நாம் செய்ய வேண்டியதென்ன என வழிகாட்டுமாறு நீங்கள் என்னைக் கேட்டுக் கொண்டீர்கள். அதைத்தான் நான் செய்துகொண்டிருக்கிறேன்."

அவள் அவனைத் தீர்க்கமாகப் பார்த்தாள். அவன் மீண்டும் தன்னுள் ஒளியைக் காணக்கூடும் என்ற நம்பிக்கையுடன். வெளிப்படையாகவே அவன் ஒளியைப் பார்த்திருக்கவேண்டும், ஏனெனில் அவன் தோட்டத்துக்குச் சென்று, மழையால் நனைந்த ஈரம்போகாத சில விறகுகளைச் சேகரித்துக்கொண்டு, விறகு காய்ந்து தீப்பற்றிக்கொள்வதற்காக கொஞ்சம் பழைய செய்தித்தாள்களையும் எடுத்துக்கொண்டுவந்தான். அவன் இன்னும் கொஞ்சம் விஸ்கி

எடுத்து வருவதற்காக சமையலறைக்குள் செல்லமுயல, மரியா அவனை திரும்ப அழைத்தாள்.

"எனக்கு என்ன வேண்டுமென கேட்டீர்களா?"

"இல்லை, கேட்கவில்லை."

"நல்லது, உங்களுடன் இருக்கும் நபருக்கும் வாழ்க்கை உள்ளது. அவளைப் பற்றியும் யோசியுங்கள. அவள் காப்பியோ, ஜின்னோ, விரும்புவதாக நினையுங்கள். அவளுக்கு என்ன தேவையெனக் கேளுங்கள்."

"நீ குடிப்பதற்கு என்ன வேண்டுமென விரும்புகிறாய்?"

"ஒயின். மேலும் எனக்கு துணையாக நீங்களும் ஒயின் அருந்த வேண்டுமென விரும்புகிறேன்."

அவன் விஸ்கி பாட்டிலை வைத்துவிட்டு ஒயின் பாட்டிலுடன் திரும்பினான். அதற்குள், நெருப்பு பற்றத் தொடங்கியிருந்தது. மரியா எஞ்சியிருந்த விளக்குகளையும் அணைத்தாள், எனவே அறையில் நெருப்பின் வெளிச்சம் மட்டுமே எஞ்சியிருந்தது. மற்றவரை அங்கீகரிப்பது மற்றும் அவனோ அல்லது அவளோ அங்கிருப்பதை அறிந்திருப்பது இதுதான் முதல் கட்டம் என எப்போதுமே அறிந்திருந்ததுபோல் அவள் நடந்துகொண்டாள்.

தன் கைப்பையைத் திறந்து அதனுள் அவள் சூப்பர் மார்க்கெட்டில் வாங்கிய பேனாவை எடுத்தாள். ஏதாவது செய்யவேண்டும்.

"இது உனக்காக. பண்ணை நிர்வாகம் குறித்த சில யோசனைகளைக் குறித்து வைப்பதற்காக நான் இதனை வாங்கினேன். இதனை இரண்டு நாட்கள் பயன்படுத்தியுள்ளேன், இனியும் வேலைசெய்ய முடியாது எனும் நிலை வரைக்கும் வேலைசெய்தேன். இதில் என் வியர்வை, எனது கவனம் படிந்துள்ளது, எனது மனஉறுதியில் சிறிதைக் கொண்டுள்ளது. இப்போது இதனை உங்களுக்குத் தருகிறேன்."

அவள் அந்தப் பேனாவை மென்மையாக அவன் கையில் வைத்தாள்.

"நீ விரும்பும் ஒன்றை வாங்குவதற்குப் பதில், நான் என்னுடையதான, உண்மையிலே என்னுடையதான ஒன்றை உங்களுக்குக் கொடுக்கிறேன். ஒரு பரிசு. என் முன்னாலிருக்கும் நபருக்கு நான் காட்டும் மரியாதையின் அடையாளம், அவரது பக்கத்தில் இருப்பது எத்தனை முக்கியமானதென அவனைப்

புரிந்துகொள்ளும்படி கேட்கிறேன். இப்போது அவன், நான் எனது சுதந்திரமான, தன்னிச்சையான விருப்பத்தால் தந்த, எனது சிறிய பகுதியை தன்னிடம் கொண்டுள்ளான்."

ரால்ப் எழுந்து, ஒரு அலமாரிக்குச் சென்று ஏதோ ஒன்றைச் சுமந்தபடி வந்தான். அவன் அதை மரியாவிடம் கொடுத்தான்.

"இது நான் குழந்தையாக இருந்தபோது நான் வைத்திருந்த மின்தொடர்வண்டியின் ஒரு பெட்டி. என் அப்பா, இது அமெரிக்காவிலிருந்து இறக்குமதி செய்யப்பட்ட விலை அதிகமான பொம்மை என்றுசொல்லி, இதனுடன் என் விருப்பப்படி விளையாட என்னை அனுமதிக்கவில்லை. அதனால், அவர் வசிப்பறையில் அந்தத் தொடர்வண்டியை ஓடவிடலாம் என நினைக்கும்வரையில் நான் காத்திருக்கவேண்டும். ஆனால் பெரும்பாலான ஞாயிறுகளில் அவர் சங்கீத நாடகம் கேட்கப் போய்விடுவார். அதனால்தான் இந்தத் தொடர்வண்டி என் குழந்தைப் பருவத்தைத் தாண்டி நீடித்திருக்கிறது. ஆனால் அது ஒருபோதும் எனக்கு சந்தோஷத்தைத் தந்ததில்லை. இப்போதும் என்னிடம் அதன் இருப்புப் பாதைகள், பொறி, பெட்டிகள், கையேடு உட்பட அனைத்தும் இருக்கிறது. ஏனெனில் எனக்குச் சொந்தமில்லாத, ஒருபோதும் நான் விளையாடாத தொடர்வண்டியைத்தான் நான் வைத்திருந்தேன்.

"நான் இன்று மறந்துபோன, எனக்குத் தரப்பட்ட அனைத்துப் பொம்மைகளையும் போலவே, இதனையும் உடைத்தழிக்கவே விரும்பினேன். ஏனெனில் அழிப்பதற்கான அந்த ஆர்வம்தான் குழந்தை உலகைக் கண்டறிய துணை செய்கிறது. ஆனால் சிறிதும் பொலிவுகுன்றாத இந்தத் தொடர்வண்டி எப்போதும் நான் அனுபவிக்காத குழந்தைப் பருவத்தின் ஒரு பகுதியை நினைவூட்டுகிறது. ஏனெனில் அது மிகவும் முக்கியமானது, அதன் அர்த்தம் என் அப்பாவின் அதிகபட்ச உழைப்பில் வாங்கப்பட்டது. ஒருவேளை எப்போதெல்லாம் அவர் அந்த தொடர்வண்டியை ஓடச்செய்ய ஆயத்தம் செய்தாரோ, அப்போதெல்லாம் என் மீதான அவரது அன்பை வெளிக்காட்ட நேரும் என அவர் பயந்திருக்கலாம்."

மரியா நெருப்பை உற்றுநோக்கத் தொடங்கினாள். ஏதோ ஒன்று நிகழத் தொடங்கியிருந்தது, அது ஒயினின் போதையோ அல்லது கதகதப்பான சூழலோ அல்ல, அது அந்தப் பரிசுகளின் பரிமாற்றம்.

ரால்பும் நெருப்பின் பக்கம் திரும்பினான். அவர்கள் எதுவும் சொல்லாமல், நெருப்பின் சடசடப்பை மட்டும் கேட்டுக் கொண்டிருந்தனர். தாங்கள் ஏதும் சொல்லாததோ, செய்யாததோ

ஒரு பொருட்டே இல்லை என்பதுபோல், அவர்கள் தம் ஒயினை அருந்தினர். அவர்கள் ஒரே திசையில் பார்த்தபடி, வெறுமனே ஒன்றாக அங்கு அமர்ந்திருந்தனர்.

சற்று நேரத்துக்குப் பின் "என் வாழ்க்கையிலும்கூட நான் நிறைய பொலிவு மாறாத பல தொடர்வண்டிகளைக் கொண்டிருந்திருக்கிறேன்." என்றாள் மரியா. "அவற்றுள் ஒன்று என் இதயம். இந்த உலகம் அதற்கு பாதைகளை அமைத்துத் தரும்போது மட்டுமே அதை வைத்து விளையாடியிருக்கிறேன். ஆனால் அது எப்போதும் சரியான நேரமாக இருந்ததேயில்லை."

"ஆனால் நீ காதலித்திருக்கிறாய்."

"ஆமாம், நான் காதலித்திருக்கிறேன். ஆழமாய் காதலித்திருக்கிறேன். என் காதல் என்னிடம் ஒரு பரிசு கேட்டபோது, பயந்து போய் ஓடிவிடுமளவுக்கு மிக ஆழமாய்க் காதலித்துள்ளேன்."

"எனக்குப் புரியவில்லை."

"உங்களுக்கு புரியத் தேவையில்லை. முன்பறியாத ஒன்றை நான் கண்டுபிடித்ததால்தான் உங்களுக்கு சொல்லித் தந்து கொண்டிருக்கிறேன். பரிசு கொடுத்தல். ஒருவருக்கே சொந்தமான ஒன்றைக் கொடுத்தல். கேட்பதை விடவும் கொடுப்பது ஏதோ ஒருவிதத்தில் முக்கியமானது. எனது கனவுகளில் சிலவற்றை குறித்துக்கொண்ட பேனாவை - என் பொக்கிஷத்தை நீங்கள் வைத்திருக்கிறீர்கள். நீங்கள் வாழாத உங்கள் குழந்தைப் பருவத்தின் ஒரு பகுதியினை, தொடர்வண்டியின் ஒரு பெட்டியினை நான் பொக்கிஷமாகக் கொண்டுள்ளேன்.

"உங்களது கடந்த காலத்தின் ஒரு பகுதியினை நான் எடுத்துச் செல்கிறேன். எனது நிகழ்காலத்தின் சிறுபகுதியினை நீங்கள் உங்களுடன் எடுத்துச் செல்கிறீர்கள். இது அற்புதமாக இல்லை?"

இவையனைத்தையும் சற்றும் கண்ணிமைக்காமல், ஆச்சர்யம் ஏதுமின்றி, இதுதான் நடந்துகொள்வதற்கான ஒரே சிறந்தவழி போலவும் இதனை பல்லாண்டு காலமாக அறிந்தவள் போலவும் கூறினாள். கோட்டுக்கான பலகையிலிருந்து தன்னுடைய மேலாடையை எடுப்பதற்காக மெதுவாக எழுந்தாள், ரால்ப்பின் கன்னத்தில் முத்தமிட்டாள். ரால்ப் எழுந்துகொள்ள எந்த முயற்சியும் செய்யாமல், நெருப்பின் வசியத்துக்குள்ளாகிக் காணப்பட்டான். ஒருவேளை தனது தந்தையைப் பற்றி யோசித்துக் கொண்டிருந்திருக்கலாம்.

பதினொரு நிமிடங்கள்

“நான் ஏன் அந்தப் பெட்டிகளை வைத்திருந்தேனென எப்போதும் புரிந்துகொண்டதில்லை. ஒருநாள் இரவு எரியும் நெருப்பின் முன்னால் உன்னிடம் கொடுப்பதற்காக என்று இப்போது புரிகிறது. இப்போது இந்த வீடு சுமை குறைந்ததாக உணரக்கூடும்.”

மறுநாள் மிச்சமிருக்கும் இருப்புப்பாதைகள், புகை வெளியேறும் பகுதி, பொறி அனைத்தையும் ஏதாவதொரு சிறுவர் இல்லத்துக்கு கொடுத்துவிடப்போவதாக அவன் கூறினான்.

“இப்போது தயாரிப்பில் இல்லாத அரிதான ஒன்றாக அது இருக்கலாம். பெரும் பணமதிப்புடையதாக இருக்கலாம்” என்றாள் மரியா. ஆனால் உடனடியாக அப்படிச் சொன்னதற்காக வருந்தினாள். விஷயம் அதுவல்ல, உங்கள் இதயத்தைப் பெரிதும் பாதித்த ஒன்றிலிருந்து நீங்கள் விடுதலை பெறுவதுதான் பெரிதும் முக்கியம்.

அந்தக் கணத்துடன் சற்றும் பொருந்திப்போகாத எதுவொன்றையும் அவள் சொல்லும்முன், மீண்டும் அவனது கன்னத்தில் முத்தமிட்டு முன்புற கதவைநோக்கிச் சென்றாள். அவன் இன்னும் நெருப்பையே உற்று நோக்கியவாறு இருந்தான். அவள் அவனிடம் மென்மையாக, தனக்காக அவன் கதவைத் திறந்துவிட முடியுமா எனக் கேட்டாள்.

ரால்ப் எழுந்துகொள்ள, அவன் நெருப்பை உற்றுநோக்குவதைக் காண்பதில் தனக்கும் மகிழச்சிதான். இருந்தாலும் பிரேஸிலியர்களுக்கு ஒரு விநோதமான நம்பிக்கையிருக்கிறது. ஒருவரை முதன் முறையாகப் பார்க்கச் சென்று திரும்பும்பொழுது கதவைத் திறக்கிற நபர் அவசியம் அவராக இருக்கக்கூடாது. அப்படித் திறந்தால் அவர் எப்போதும் அந்த வீட்டுக்குத் திரும்பவரமாட்டார் என விளக்கினாள்.

“ஆனால் நான் திரும்ப வரவிரும்புகிறேன்.”

“நாம் நம் ஆடைகளைக் களையாதபோதும், நான் உன்னுள் நுழையவோ, ஏன் தொடவோ செய்யாதபோதும், நாம் காதல் செய்திருக்கிறோம்.”

அவள் சிரித்தாள். அவன் அவளை வீட்டுக்கு அழைத்துச் செல்வதாகக்கூற, அவள் மறுத்தாள்.

“நாளை நான் உன்னை கோபாகேபனாவில் சந்திக்கிறேன்.”

“இல்லை, வேண்டாம். ஒருவாரம் பொறுங்கள். காத்திருப்பதுதான் சிரமமான ஒன்று என நான் அறிந்திருக்கிறேன். நீங்கள் என்னருகில்

இல்லாதபோதுகூட, நீங்கள் என்னோடு இருக்கிறீர்கள் எனும் உணர்வுக்கு பழக்கமாக நான் விரும்புகிறேன்."

ஜெனீவாவில் முன்பு பலமுறை அவள் இருள் மற்றும் பனி யினூடாக சென்றிருப்பதுபோலவே இப்போதும் நடந்துசென்றாள். இயல்பாக இந்த நடையானது வருத்தம், தனிமை, பிரேஸிலுக்குத் திரும்பவேண்டுமென்ற ஆசை, பொருளாதாரக் கணக்குகள், பல மாதங்களாக அவள் சுதந்திரமாக பேசமுடியாத சொந்த பாஷையைக் கேட்கவேண்டுமென்ற ஏக்கம் இவற்றோடு இணைந்ததாக இருக்கும்.

இப்போதும் அவள் தன்னை அறிந்துகொள்வதற்காகவே நடந்தபோதும், கணப்பின் அருகில் ஆணின் பக்கத்தில் நாற்பத்து ஐந்து நிமிடங்கள் அமர்ந்திருந்த முழுக்க அறிவும் ஒளியும் அனுபவமும் வசீகரமும் மிக்க அந்தப் பெண்ணைப் பற்றி கண்டுபிடிக்கவே நடையிட்டாள். அந்தப் பெண்ணின் முகத்தை வெகுகாலத்துக்குமுன் பார்த்திருக்கிறாள். அவள் ஒருநாள் மதியம் தன்னுடையதல்லாத ஒரு வாழ்க்கைக்கு தன்னை அர்ப்பணிப்பதா வேண்டாமா என ஏரியின் அருகே குழப்பத்துடன் நடந்து கொண்டிருந்தபோது பார்த்திருக்கிறாள். அன்று மதியம் அவள் முகத்தில் பயங்கரமான சோகப் புன்னகை காணப்பட்டது. அவளை இரண்டாவது முறையாக அந்த மடித்த திரைச்சீலையில் பார்த்திருந்தாள், தற்போது மீண்டும் அவள் மரியாவுடன் தென்பட்டாள். அவள் அந்த மாயத்தோற்றம் மறைந்தபிறகே, வழக்கம்போல அவளைவிட்டு பிரிந்து நெடுந்தூரம் கடந்த பிறகே டாக்ஸி பிடித்தாள்.

அவள் அனுபவப்பட்டதன் அழகு கவலையாக மாறாம லிருக்கவோ, வீணாகாமலிருக்கவோ - இவையனைத்தையும் பற்றி பெரிதும் சிந்திக்காமல் இருப்பதே நல்லது. இன்னொரு மரியா உண்மையிலேயே இருந்தால் - சரியான சமயத்தில் அவள் திரும்ப வருவாள்.

தொடர்வண்டிப் பெட்டியொன்றை பெற்ற இரவில் மரியா நாட்குறிப்பில் எழுதியதன் சாரம்:

ஆழ்ந்த விருப்பம், உண்மையான விருப்பம் என்பது ஒருவருடன் நெருக்கமாக இருப்பதற்கான ஆசைதான். அதுமுதற்கொண்டு,

விஷயங்கள் மாறுகின்றன, ஆணும் பெண்ணும் லீலைகள் புரியத் தொடங்குகின்றனர், ஆனால் அதற்குமுன் என்ன நடக்கிறது – அவர்களை ஒன்றிணைக்கும் அந்த ஈர்ப்பை – விளக்குவது சாத்தியமற்றது. அது தூயநிலையிலிருக்கும் தீண்டப்படாத ஆசை.

ஆசை இன்னும் அதன் தூயநிலையிலிருக்கும்போது ஆணும் பெண்ணும் வாழ்வுடன் காதல் வசப்படுகின்றனர். ஒவ்வொரு கணத்தையும் பூஜிக்கத் தக்கதாய், விழிப்புணர்வுடன், அடுத்த ஆசீர்வாதத்தை எப்போதும் கொண்டாட தயாராய் வாழ்கின்றனர்.

மனிதர்கள் இப்படி உணரும்போது, அவர்கள் அவசரத்தில் இருப்பதில்லை. அவர்கள் சிந்தனையின்றி கண்மூடித்தனமான செயல்களில் ஈடுபடுவதில்லை. யதார்த்தமானது எப்போதும் தன்னை வெளிப்படுத்த ஒரு வழியைக் கண்டுகொள்ளும், அவசியமானது நடந்தே தீருமென அவர்கள் அறிவர். அந்தக் கணம் வரும்போது, அவர்கள் தயங்குவதில்லை, வாய்ப்பைத் தவறவிடுவதில்லை, அற்புதமான ஒரு கணத்தைக்கூட வீணடிப்பதில்லை ஏனெனில் ஒவ்வொரு நொடியின் முக்கியத்துவக்கும் அவர்கள் மதிப்பளிக்கின்றனர்.

அதைத் தொடர்ந்துவந்த நாட்களில், மரியா தான் பெரிதும் சிரமமுடன் தவிர்க்க முயன்றுவந்த பொறியில் மீண்டும் ஒருமுறை சிக்கியிருக்கக் கண்டாள். ஆனால் அவள் அதற்காக வருத்தப்படவோ, கவலைப்படவோ இல்லை. மாறாக இப்போது அவள் இழப்பதற்கு எதுவுமில்லை, அவள் சுதந்திரமாக இருந்தாள்.

இந்தச் சூழல் எத்தனை இன்பமயமாக இருந்தபோதும், ஒருநாள் ரால்ப், அவள் சாதாரண விலைமகள் என்பதையும், அவனோ புகழ்பெற்ற ஓவியன் என்பதையும் உணர்வான் என அறிந்திருந்தாள். அவள் எப்போதும் பிரச்சினைகள் நிறைந்த, வெகுதொலைவிலுள்ள ஒரு தேசத்தைச் சேர்ந்தவள், தான் சொர்க்கம் போன்ற நாட்டில் வசிப்பவன். தனது வாழ்க்கை பிறப்புமுதலே பாதுகாக்கப்பட்டதும், முறைப்படுத்தப்பட்டதுமான ஒன்று. அவன் சிறந்த பள்ளிகளிலும் அருங்காட்சியகங்களிலும் உலகெங்குமுள்ள ஓவியக்கூடங்களிலும் தனது கல்வியைப் பெற்றவன். அவளோ வெறுமனே பள்ளி மேல்படிப்பைத் தாண்டாதவள் என அறியவருவான். அவர்களைப் போன்றவர்களின் கனவுகள் ஒருபோதும் நீடிக்காது. மேலும் வழக்கமாக மரியா தனது கனவுகளும் யதார்த்தமும் பொருந்திப் போவதில்லை என்றறியுமளவுக்கு போதுமான வாழ்க்கை அனுபவங்களைக் கண்டவள். அதுதான் இப்போது அவளது பெரும் குதூகலம். அவளுக்கும் யதார்த்தம் தேவையில்லை. இது நடந்தால்தான் மகிழ்ச்சியாக இருப்பேன் என்ற சார்புடையவளாக அவள் இல்லை.

“கடவுளே நான் எத்தனை காதலுணர்வில் இருக்கிறேன்.”

அந்த வாரமெல்லாம், ரால்ப் ஹார்ட்டை மகிழ்ச்சிப்படுத்தும் ஒன்றைப் பற்றி சிந்திக்க அவள் முயற்சித்தாள். எப்போதைக்குமாக தொலைந்து போனதாக அவள் நினைத்திருந்த ஒளியையும் கௌவரத்தையும் அவன் திரும்பக் கிடைக்கச் செய்திருந்தான். ஆனால் அவனுக்கு அவள் தன் நன்றியை அவளது சிறப்புத்தன்மையென அவன் நினைத்த பாலுறவின் மூலம் திரும்பச் செலுத்துவதுதான் ஒரே வழி, கோபாகேபனாவின் வழக்கமான விஷயங்களில் எதுவும்

அவளுக்கு உத்வேகமளிக்கவில்லை, அவள் வேறெங்காவது தேடுவதென முடிவுசெய்தாள்.

அவள் சில போர்னோ படங்களை பார்ப்பதற்குச் சென்றாள். - எத்தனை நபர்கள் ஈடுபடுகிறார்கள் என்ற எண்ணிக்கை மாறுபடுவதைத் தவிர ஆர்வமூட்டுவதாக எதுவும் இல்லையென்று திரும்பவும் கண்டுகொண்டாள். படங்களால் பயனேதுமில்லை எனக் கண்டதும், ஒருமுறை படித்தபின்பு வேறெதற்கும் பயனின்றி தன் குடியிருப்பில் குப்பையைப்போல் புத்தகங்களை நிறைத்திருப்பதில் அவள் அர்த்தம் எதையும் காணாதபோதும். ஜெனிவா வந்து இத்தனை நாட்களில் முதன்முறையாக சில புத்தகங்களை வாங்குவதென முடிவுசெய்தாள். அவளும் ரால்ப்பும் சான்டியாகோ செல்லும் சாலையில் செல்லும்போது பார்த்திருந்த புத்தகக் கடைக்குச்சென்று, செக்ஸ் பற்றி அவர்களிடம் புத்தகம் எதுவும் இருக்கிறதா எனக் கேட்டாள்.

"ஓ, நிறைய இருக்கிறது" என்றாள் அந்தக் கடை உதவியாளர். "உண்மையில், அதைப்பற்றிதான் அனைவரும் அக்கறைப்படுவது போல் தோன்றுகிறது. அதற்கென தனிப்பிரிவே ஒதுக்கியிருக்கிறோம். இருந்தும் நீங்கள் வாசிக்கும் எந்த ஒரு நாவலிலும் குறைந்தபட்சம் ஒரு பாலியல் காட்சியையாவது காணலாம். ஒன்று அவை அழகிய காதல் சிறுகதைகளாக இருக்கும் அல்லது மனித நடத்தைபற்றி தீவிரமாக விவாதிக்கும் தடிமனான புத்தகமாக இருக்கும். அதைப் பற்றி சிந்திக்கும் எவரொருவருக்கும் அதுவே அனைத்துமாகத் தோன்றும் போலிருக்கிறது." -

மரியா, தனது அனைத்து அனுபவங்களிலிருந்தும் அந்தப் பெண் சொல்வது தவறென்று அறிவாள். மக்கள் அவ்வாறு எண்ணக் காரணம், பாலியல் விவகாரம்தான் மற்ற அனைவருடைய ஒரே பிரதான கவலை என நினைப்பதுதான். அவர்கள் உணவுக் கட்டுப்பாடு, செயற்கை தலைமுடி அணிவது, முடிதிருத்துபவரிடம் அல்லது உடற்பயிற்சிக்கூடத்தில் பலமணி நேரம் செலவிடுவது, கவர்ச்சியான ஆடைகளை அணிவது இவையெல்லாம், அந்த அத்தியாவசியமான தூண்டுதலை ஏற்படுத்தும் முயற்சியாகத்தான். ஆனால் என்ன நடந்தது? ஒருவருடன் படுக்கைக்குச் செல்லும் நேரம் வந்ததும், பதினொரு நிமிடங்களில் அத்தனையும் முடிந்தது. அங்கே அவர்களை சொர்க்கத்துக்கு இட்டுச்செல்லும் படைப்புத்திறனோ, வேறெதுவுமோ இருப்பதில்லை. அந்தத் தூண்டுதலில் உண்டான பொறி சீக்கிரமே அணைந்துபோகும்.

எனினும் உலகத்தை புத்தகத்தின் பக்கங்களுக்குள் விவரித்துவிட முடியுமென நம்பும் பொன்னிறக் கூந்தலையுடைய அந்த இளம்பெண்ணிடம் வாதிப்பதில் பொருளில்லை. அந்த சிறப்பு பிரிவுக்கு தன்னை அழைத்துச்செல்லும்படி கேட்டாள், அங்கே ஆண் மற்றும் பெண் ஓரினச் சேர்க்கையாளர்கள், தேவாலயங்களில் நடைபெறும் இழிசெயல்களை வெளிப்படுத்தும் கன்னியாஸ்திரிகள், கிழக்கத்திய பாலுறவு முறைகளைக் காட்டும் சித்திரங்களுடனான புத்தகங்கள் என பல்வேறு புத்தகங்களைக் கண்டாள். அனைத்தும் மிகவும் அசௌகரியமான நிலைகளில் பாலுறவு கொள்வதுடன் தொடர்புடையவையாக இருந்தன, எனினும் அவற்றில் ஒன்றின் தலைப்பு அவளுக்கு ஆர்வமூட்டியது. புனித பாலுறவு. குறைந்தபட்சம் தலைப்பாவது வித்தியாசமாக இருந்தது.

அதை வாங்கிக்கொண்டு, வீடு திரும்பி அவள் எப்போதும் சிந்திக்க துணையாயிருந்த குறிப்பிட்ட வானொலி நிலையத்தைத் தேடியமைத்தாள் (அவர்கள் அத்தகைய அமைதியான இசையை ஒலிபரப்பினர்). புத்தகத்தைத் திறந்து ஒரு கழைக்கூத்தாடி மட்டுமே சாதிக்கக்கூடும் என்று நம்பும் வகையிலான பாலுறவு நிலைகளின் பல்வேறு சித்திரங்களைக் கண்டாள். அதன் உள்ளடக்கமும் மிகவும் அலுப்பூட்டுவதாக இருந்தது.

பாலுறவில் ஈடுபடும்போது நீங்கள் எந்தவிதமான நிலையைத் தேர்வு செய்கிறீர்கள் என்பதுமட்டுமே வாழ்க்கையில் அனைத்துமல்ல என தன் தொழிலில் போதுமான அளவுக்கு மரியா அறிந்திருந்தாள். வழக்கமாக உடலுறவு நிலையில் ஏற்படும் மாற்றம், நடனத்தின் ஸ்டெப்ஸில் ஏற்படும் மாற்றம்போல இயல்பாகவே நிகழும். அவள் வாசிப்பதில் கவனம் செலுத்த முயற்சித்தாள்.

இரண்டுமணி நேரத்துக்குப் பின்பு, அவள் இரண்டு முடிவுக்கு வந்தாள்.

முதலாவதாக, அவள் கோபாகேபனாவுக்குப் போகவேண்டு மென்பதால், இரவுணவு சாப்பிடப் போகவேண்டும்.

இரண்டாவதாக, அந்தப் புத்தகத்தை எழுதியவர் எதையும் புரிந்து கொள்ளவில்லை என்பது தெளிவு, முக்கியமாக எழுதியவர் எழுதிய விஷயம் குறித்து சுத்தமாக எதையும் புரிந்துகொள்ளவில்லை. அது கிழக்கத்திய மடத்தனங்கள், அர்த்தமற்ற சடங்குகள் என நிறைய வெற்றுக் கொள்கைகளாக இருந்தன. அந்த நூலாசிரியர் இமாலயாவில் தியானம் கற்றவர் (அது எங்கே இருக்கிறதென அவள் அவசியம் கண்டுபிடிக்க வேண்டும்), யோகா வகுப்புகளில்

பங்குபெற்றவர் (அதைப் பற்றி அவள் கேள்விப்பட்டிருக்கிறாள்), மேலும் அடிக்கடி அவள் மற்ற நூலாசிரியர்களை மேற்கோள் காட்டியதிலிருந்து எழுதிய விஷயத்தில் பரந்த வாசிப்பு உடையவள் என்பதனை மரியா கவனித்தாள் - ஆனால் அவசியமான விஷயத்தை அறிந்துகொள்ளத் தவறியிருந்தாள். பாலுறவு என்பது வெறும் கொள்கைகளோ, பாலுணர்ச்சியைத் தூண்டும் வாசனையோ, கிளர்ச்சியேற்படுத்தும் பகுதிகளோ, குனிவதோ வணக்கம் சொல்வதோ அல்ல. அந்தத் துறையிலேயே வேலைசெய்த, அதுகுறித்து ஆழமாக அறிந்த மரியாகூட எழுத நினைக்காத ஒரு தலைப்பில், அந்த நபருக்கு (அவள் ஒரு பெண்) எப்படி எழுதும் துணிச்சல் வந்தது. ஒருவேளை, எல்லாம் அந்த இமாலய மலையின் தவறாக இருக்கலாம். எளிமையிலும் காதலுணர்விலும் இருக்கிற அதன் அழகை சிக்கலாக்கவேண்டிய தேவையில் வந்த தவறாக இருக்கலாம். இத்தகைய மடத்தனமான ஒரு புத்தகத்தை அந்தப் பெண்மணி பதிப்பித்து விற்கும் தவறைச் செய்யமுடியுமானால், அவள் தனது சொந்தப் புத்தகமான, பதினொரு நிமிடங்களை எழுதுவது குறித்து தீவிரமாக திரும்ப யோசிக்கவேண்டும். அது குறையுள்ளதாகவோ அல்லது தவறானதாகவோ இருக்காது - அவளுடைய கதையாக இருக்கும்.

ஆனால் அவளுக்கு அதில் ஆர்வமோ நேரமோ இல்லை. அவள் ரால்ப் ஹார்ட்டை மகிழ்ச்சிப்படுத்துவது குறித்தும் பண்ணையை நிர்வகிப்பது குறித்தும் கற்றுக்கொள்ள சக்தியைச் செலவிடுவதில் அவள் கவனம் செலுத்தவேண்டும்.

அலுப்பூட்டும் அந்தப் புத்தகத்தை வாசிப்பதைக் கைவிட்ட பின்பு மரியா தனது நாட்குறிப்பில் எழுதியதிலிருந்து:

நான் ஒருவனைச் சந்தித்தேன். அவனிடம் காதல் கொண்டேன். காதல் வயப்பட என்னை நானே அனுமதித்த தற்கான எளிய காரணங்களில் ஒன்று நான் காதலின் மூலம் எதனையும் எதிர்பார்க்கவில்லை. இன்னும் மூன்று மாத காலத்தில் நான் வெகுதூரத்திலிருப்பேன். அவன் வெறும் நினைவாய் மட்டுமே இருப்பான் என நான் அறிவேன். ஆனால் காதலில்லாத வாழ்க்கையை இனியும் என்னால் தாங்கமுடியாது என்ற எல்லையை அடைந்துவிட்டேன்.

நான் ரால்ப் ஹார்ட்டுக்காக – அவன் பெயர் அதுதான் – ஒரு கதை எழுதிக் கொண்டிருக்கிறேன். நான் வேலைசெய்யும் விடுதிக்கு அவன் திரும்ப வருவானா என என்னால் நிச்சயமாகச் சொல்லமுடியாது. ஆனால் என் வாழ்க்கையில் முதன்முறையாக அது ஒரு பொருட்டே இல்லை. அவனைக் காதலிப்பதே போதுமானது. எனது நினைவுகளில் அவனுடன் இருப்பது, அவனது அன்பால், வார்த்தைகளால், அவனது காலடிச் சுவடுகளால் இந்த அழகிய நகரத்தை வண்ணமயமாக்குவதே போதுமானது. நான் இந்த நாட்டை விட்டுச் செல்லும்போது, அது ஒரு முகம், ஒரு பெயர், மற்றும் கணப்பின் நினைவைக் கொண்டிருக்கும். நான் எதிர்கொண்டு சமாளித்த சிரமங்களும் அனுபவப்பட்ட மற்ற அனைத்தும், அந்த ஞாபகத்துடன் ஒப்பிட ஒன்றுமே இல்லை.

அவன் எனக்குச் செய்ததற்கு பிரதியுபகாரமாக நான் ஏதாவது செய்ய விரும்புகிறேன். அதைப் பற்றி நான் நிறைய சிந்தித்துக்கொண்டிருக்கிறேன், நான் அந்தச் சிற்றுண்டியகத்தில் தற்செயலாக நுழையவில்லை என்பதை உணர்கிறேன். உண்மையில் உடல்கள் ஒன்றையொன்று காண்பதற்கு வெகுமுன்பே ஆன்மாக்களால் முக்கியமான சந்திப்புகள் திட்டமிடப்பட்டு விடுகின்றன.

பொதுவாகச் சொன்னால், இந்த சந்திப்புகள் நாம் உணர்வுரீதியாக இறந்து பிறக்கத் தேவையேற்படும்போதே, நாம் ஒரு வரம்பை எட்டும்போதே நிகழ்கின்றன. இந்தச் சந்திப்புகள் நமக்காகக் காத்திருந்தபோதும், பல சமயங்களில், அவை நிகழ்வதைத் தவிர்த்துவிடுகிறோம். நாம் நிராதரவாக உணர்கையிலோ, இழப்பதற்கு எதுவுமில்லாதபோதோ, வாழ்வின் உற்சாகம் நிறைந்து காணப்படும்போதோ அறியாதது தன்னைத் தானே வெளிப்படுத்திக் கொள்கிறது. நமது உலகம் எதிர்த்திசையில் சுழல ஆரம்பிக்கிறது.

காதலிப்பது எப்படியென அனைவரும் அறிவர், நாமனைவருமே அந்தக் கொடையுடன் பிறந்தவர்கள்தான். சிலர் காதலில் இயல்பான திறமையுடையவர்களாக இருக்க, நம்மில் பெரும்போலோர் அதனை மீண்டும் கற்க வேண்டியவர்களாக, காதலிப்பது எப்படியென மீண்டும் ஞாபகப்படுத்திக்கொள்ள வேண்டியவர்களாக இருக்கிறோம். விதிவிலக்கில்லாமல் அனைவரும் ஒவ்வொரு புதிய சந்திப்பின் பின்னாலுள்ள இணைப்புச் சரடை காணும்வரை, பழைய உணர்வுகளை பெருந்தீயில் எரித்துக்கொண்டு, சில குறிப்பிட்ட துயரம் மற்றும் சந்தோஷங்களிலிருந்து விடுதலையாகி, குறிப்பிட்ட

ஏற்றத்தாழ்வுகளைக் கடந்துவர வேண்டியிருக்கிறது. ஏனெனில் அங்கே ஒரு இணைப்புச் சரடிருக்கிறது.

பின், நமது உடல்கள் பாலுறவு எனப்படும் ஆன்மாவின் பாஷையைப் பேசக் கற்றுக்கொள்கின்றன. எனக்கு என் ஆன்மாவைத் திரும்பத் தந்த அந்த நபருக்கு, நான் தரப்போவது அந்த பாலுறவைத்தான். என் வாழ்வில் அவன் எத்தனை முக்கியமானவன் என அவன் அறியாதபோதும், அவன் என்னிடம் கேட்டதும் அவன் அடையப் போவதும் அதுதான். அவன் மிகவும் சந்தோஷமாக இருக்கவேண்டுமென நான் விரும்புகிறேன்.

சில சமயங்களில் வாழ்க்கை மிகவும் அற்பமானது, ஒருவர் நாட்கணக்கில், வாரக் கணக்கில், மாதக்கணக்கில், ஆண்டுக்கணக்கில் புதிதாக எதையும் உணராமலே நாளைக் கடத்தவேண்டிவரும். பின் ஒரு கதவு திறக்கும், மரியா ரால்ப் ஹார்ட்டைச் சந்தித்தபோது அவளுக்கு நேர்ந்ததுபோல ஆக்கபூர்வமான விஷயங்கள் பெருகி வரும். ஒருகணம், உங்களிடம் எதுவுமே இருக்காது, மறுகணம் உங்களால் சமாளிக்க முடியாத அளவுக்கு அதிகமாக இருக்கும்.

தனது நாட்குறிப்பேட்டை எழுதி இரண்டு மணி நேரத்துக்குப்பின், அவள் வேலைசெய்யுமிடத்துக்கு வந்தபோது, முதலாளி மிலன் அவளை எதிர்பார்த்தபடி வந்தார்:

"ஆக நீ அந்த ஓவியனுடன் சென்றுவந்தாய் இல்லையா?"

ரால்ப் விடுதியில் வெளிப்படையாகவே அறியப்பட்டவனாக இருந்தான். இதனை அவன் மூன்று வாடிக்கையாளர்களுக்கான தொகையை, எவ்வளவு என்று கேட்காமலே செலுத்தும்போது உணர்ந்திருந்தாள். மரியா புதிராக உணர்வதுபோல் நடிக்க முயற்சித்தவாறு வெறுமனே தலையசைத்தாள், ஆனால் மிலன் அதைக் கண்டுகொள்ளவில்லை. அவளைவிடவும் இந்த வாழ்க்கையை அவன் நன்கறிந்தவன்.

"ஒருவேளை நீ அடுத்த கட்டத்துக்கு தயாராக இருக்கலாம். நமது சிறப்பு வாடிக்கையளர் ஒருவர் அடிக்கடி உன்னைப் பற்றி கேட்டபடி இருக்கிறார். நீ இன்னும் போதுமான அளவு அனுபவப்படவில்லை என நான் சொன்னேன். நான் சொல்வதை அவர் நம்பினார். ஒருவேளை முயற்சி செய்வதற்கு இதுதான் சரியான தருணம் என நினைக்கிறேன்."

சிறப்பு வாடிக்கையாளர்?

"இதற்கும் ஓவியனுக்கும் என்ன சம்பந்தம்?"

"அவர் சிறப்பு வாடிக்கையாளரும்கூட"

ஆக ரால்ப் ஹார்ட்டுடன் அவள் செய்ததனைத்தும் அவளது சக பணியாளர் ஒருத்தியால் ஏற்கனவே செய்யப்பட்டதுதான். அவள் தனது உதட்டைக் கடித்தபடி எதுவும் சொல்லாமலிருந்தாள். அவள் ஒரு அருமையான வாரத்தை அனுபவித்திருந்தாள், அவள் அவசியம் தான் எழுதியதை மறக்கமாட்டாள்.

"நான் அவனுடன் செய்த அதே விஷயத்தைச் செய்யவேண்டுமா?"

"நீ என்ன செய்தாய் என எனக்குத் தெரியாது. ஆனால் இன்றிரவு யாராவது பருகுவதற்கு ஏதாவது வாங்கித் தருவதாகச் சொன்னால், வேண்டாம் எனச் சொல். சிறப்பு வாடிக்கையாளர்கள் கூடுதலாகப் பணம் தருவார்கள். அவர்களுடன் சென்றதற்காக நீ வருத்தப்பட நேரிடாது."

எப்போதும்போல வேலை தொடங்கியது. தாய்லாந்துப் பெண்கள் அனைவரும் ஒன்றாக அமர்ந்திருந்தனர், கொலம்பியப் பெண்கள் தங்களது எல்லாம் அறிந்த பாவனையை மேற்கொண்டனர். (அவள் உட்பட) மூன்று பிரேஸிலியப் பெண்கள், எதுவும் தங்களை ஆச்சரியப்படவோ திகைப்பூட்டவோ செய்யாது என்பதைப்போல, அவர்கள் அங்கேயே இல்லாததுபோல காணப் பட்டனர். அவர்களை தவிர்த்து ஒரு ஆஸ்திரியப் பெண், இரு ஜெர்மானியப் பெண்கள், முன்னாள் கிழக்கத்திய கூட்டணி நாடுகளைச் சேர்ந்த உயரமான, வெளுத்த கண்களையுடைய அழகிய பெண்கள் ஆகியோர் காணப்பட்டனர். இந்த உயரமான அழகிகள் எப்போதும் மற்றவர்களைவிடவும் மிகவிரைவாக கணவன்களை கண்டுகொள்வதுபோல் தோன்றியது.

ரஷ்யர்கள், ஜெர்மானியர்கள், ஸ்விஸ் நாட்டவர்கள் என ஆண்கள் வரத்தொடங்கினர். அவர்களனைவருமே உலகிலேயே அதிகமாக செலவாகும் நகரங்களில் ஒன்றில், அதிக செலவுபிடிக்கும் விலைமகள்களின் சேவையைப் பெறத்தக்க பரபரப்பான செயல் அலுவலர்கள். ஒருவர் அவளது மேஜைக்கு வந்தார், ஆனால் அவள் தொடர்ந்து மிலனின் மீது ஒரு கண் வைத்திருந்தாள், அவன் மறுப்பாகத் தலையசைத்தான். மரியா மகிழ்ச்சியடைந்தாள், இன்றிரவு அவள் தன் கால்களை விரிக்கவேண்டியதில்லை, வாசனையைச் சகிக்கவோ, சமயங்களில் நேர்வதுபோல் மோசமான குளியலறையில் குளிக்கவோ வேண்டியதில்லை. அவள் செய்யவேண்டியதெல்லாம், பாலுறவில் அலுப்படைந்த ஒருவருக்கு, பாலுறவில் எப்படி ஈடுபடுவதென கற்றுத்தர வேண்டியதுதான். அவள் அதைப் பற்றி சிந்தித்தபோது, பரிசுகளை பரிமாறிக்கொள்ளும் கதையை

உருவாக்குமளவுக்கு எல்லா பெண்களும் படைப்புத்திறனுடன் இருக்கமாட்டார்கள் என நினைத்தாள்.

அதேசமயம், அனைத்தையும் அனுபவப்பட்ட இந்த ஆண்கள் மீண்டும் ஆரம்பத்திலிருந்து தொடங்க விரும்புவது ஏன் என ஆச்சரியப்பட்டாள். அவர்கள் நன்றாக பணமளிக்கும் வரையில், அது அவள் கவலைப்பட வேண்டிய விஷயமல்ல, அவள் அவர்களுக்கு உதவவே அங்கிருந்தாள்.

ரால்ப் ஹார்ட்டைவிடவும் இளமைமிக்க ஒரு ஆண் உள்ளே நுழைந்தான். அவன் நல்ல தோற்றமும், கறுப்பு கேசமும், அளவான பற்களும் உடையவனாக இருந்ததோடு, கழுத்துப்பட்டை இல்லாத மாவோ ஜாக்கெட்போல தோற்றமளித்த ஒன்றை அணிந்திருந்தான். உயரமான காலரும் அதனுள் தூய வெள்ளை நிறத்திலான சட்டையும் அணிந்திருந்தான். அவன் மதுக்கூடத்தினுள் வந்ததும், மிலனும் அவனும் திரும்பி மரியாவை நோக்கினர். பின் அவன் அவளிடம் வந்தான்.

"நீ எதுவும் பருக விரும்புகிறாயா?"

மிலன் சம்மதமாய் தலையசைக்கக் கண்ட அவள், தனது மேஜையில் அமரும்படி அவனுக்கு அழைப்பு விடுத்தாள். அவள் பழரசக் கலவைக்கு உத்தரவிட்டுவிட்டு, அவன் அவளை நடனமாட அழைப்பதற்காகக் காத்திருந்தாள். அவன் தன்னை அறிமுகப் படுத்திக்கொண்டான்.

"என் பெயர் டெரன்ஸ், நான் இங்கிலாந்திலுள்ள இசைத்தட்டு நிறுவனத்தில் வேலைசெய்கிறேன். நான் தனிப்பட்ட நபரை நம்ப வேண்டிய இடத்தில் இருப்பதாக நினைப்பதால், இது முழுக்க உனக்கும் எனக்கும் நடுவில் மட்டுமே இருக்கும் என நம்புகிறேன்."

மரியா பிரேஸிலைப் பற்றி பேசத் தொடங்கப்போகும் நேரத்தில் அவன் குறுக்கிட்டான்.

"என் தேவையென்ன என நீ புரிந்துகொண்டிருப்பதாக மிலன் சொல்கிறார்."

"உங்களுக்கு என்ன தேவையென எனக்கு எந்த யோசனையும் இல்லை. ஆனால் என் வேலையை நானறிவேன்."

அவர்கள் வழக்கமான சம்பிரதாயத்தைப் பின்பற்றவில்லை. அவன் பழரசத்துக்கான தொகையைச் செலுத்திவிட்டு, அவளது கையைப் பற்றிக்கொண்டு வாடகைக் காரொன்றைப் பிடித்தான். காரில்

வைத்து அவன் அவளிடம் ஆயிரம் ப்ராங்குகளைக் கொடுத்தான். ஒருகணம், அந்த அரேபியனை - பிரபலங்களின் ஓவியங்கள் நிறைந்த உணவகத்துக்கு அவனுடன் சென்றதை நினைவு கூர்ந்தாள். அதேயளவு பணத்தை அவள் வாங்குவது இதுவே முதல்முறை. அது அவளை மகிழ்ச்சியாக உணரச்செய்வதற்குப் பதில் பதற்றமாக உணரச்செய்தது.

நகரின் மிகவும் விலையதிகமான ஹோட்டல்களுள் ஒன்றின் முன் கார் நின்றது. அவன் சுமைதூக்குபவனுக்கு வணக்கம் தெரிவித்ததோடு, அந்த இடத்தில் சற்றும் இறுக்கமற்றவனாக காணப்பட்டான். அவர்கள் நேராக அவனது அறைக்கு - நதியை பார்க்கும் வகையிலமைந்த அந்த சூட்டுக்குச் - சென்றனர். அவன் - அரிதான வகையைச் சேர்ந்ததாக இருக்க வாய்ப்புள்ள - ஒயின் பாட்டிலொன்றைத் திறந்து அவளுக்கு ஒரு குவளை கொடுத்தான்.

அவன் அதைப் பருகும்போது மரியா அவனைக் கவனித்தாள். பணக்காரனும், அழகிய தோற்றமுடையவனுமான அவனைப் போன்ற ஒருவன் விலைமகளிடம் என்ன எதிர்பார்த்தான்? அவன் அரிதாகவே பேசியதால், சிறப்பு வாடிக்கையாளனை என்ன செய்தால் மகிழ்ச்சிப்படுத்தலாம் என சிந்தித்தபடி அவளும் பெரிதும் மௌனமாகவே இருந்தாள். அவளாக முதலில் இறங்கக்கூடாது, ஆனால் காரியம் ஒருமுறை தொடங்கிவிட்டால், முடிந்தவரை அவனது குறிப்பையுணர்ந்து தொடர்ந்து அவள் விரைந்து செயல்படவேண்டியது அவசியம். அனைத்துக்கும் மேலாக, அவள் தினமும் இரவில் ஆயிரம் ப்ராங்குகள் சம்பாதிக்கப்போவதில்லை.

"நமக்கு நிறைய நேரமிருக்கிறது" என்றான் டெரன்ஸ். "உலகிலுள்ள அத்தனை நேரமும். நீ விரும்பினால் இங்கே படுத்துறங்கக்கூட செய்யலாம்."

அவளது அச்ச உணர்வு திரும்பியது. அவன் கொஞ்சம்கூட பயந்தவனாகத் தெரியவில்லை. அவளது இதர வாடிக்கையாளர்களைப் போலன்றி அவன் மிகவும் அமைதியாகப் பேசினான். தன் தேவையென்னவென்று அவனுக்குத் தெரிந்திருந்தது. அவன், கச்சிதமான ஜன்னலைக்கொண்ட - அதன் வழி கச்சிதமான நகரொன்றின் ஏரியைக் காணக்கூடிய, கச்சிதமான அறையில் கச்சிதமான ஒரு இசையை, கச்சிதமான ஒலியில் ஒலிக்கவிட்டான். அவனது ஆடைகள் மிகநேர்த்தியாக வடிவமைக்கப்பட்டிருந்தன. அவனது சூட்கேஸ் அவன் எப்போதும் பெரிதும் சுமையின்றிப்

பயணிப்பதுபோல் அல்லது அந்த ஒரு இரவுக்காகவே ஜெனீவா வந்ததுபோல் ஒரு மூலையில், மிகவும் சிறிதாக அங்கே இருந்தது.

"நான் வீட்டில் உறங்கிக்கொள்வேன்" என்றாள் மரியா.

அவளுக்கு எதிரேயிருந்தவன் முழுமையாக மாற்றமடைந்தான், இதுவரையில் கனவான் தோரணையிலிருந்த அவனது கண்களில் ஓர் உறையச் செய்யும் மினுமினுப்பு தெரியவந்தது.

சாய்வுமேசை அருகில் காணப்பட்ட நாற்காலியொன்றைச் சுட்டிக்காட்டி, "அங்கே உட்கார்" என்றான்.

அது ஒரு கட்டளை! ஒரு அசல் கட்டளை. மரியா கீழ்ப்படிந்தாள், பெரிதும் விநோதமாக, அவள் உற்சாகமாக உணர்ந்தாள்.

"சரியாக உட்கார், ஒரு சீமாட்டியைப்போல முதுகு நேராக இருக்கும்படி உட்கார். இல்லையெனில் நான் உன்னைத் தண்டிப்பேன்."

என்னைத் தண்டிப்பான்! சிறப்பு வாடிக்கையாளர்! ஒரே வீச்சில் அனைத்தையும் அவள் புரிந்துகொண்டாள், தனது கைப்பையிலிருந்து ஆயிரம் ப்ராங்குகளை வெளியில் எடுத்து சாய்வுமேஜையில் வைத்தாள்.

"உங்களுக்கு என்ன தேவையென எனக்குத் தெரியும்" என்றபடி அவனது உறைந்த, நீலவிழிகளை உற்றுநோக்கியபடி அவள் சொன்னாள். "அதனைச் செய்ய என்னால் முடியாது."

அவன் தனது இயல்புநிலைக்குத் திரும்பியதுபோல் காணப்பட்டான். அவள் உண்மையைத்தான் சொல்கிறாள் என்பதை அவனால் காணமுடிந்தது.

"கொஞ்சம் ஒயின் குடி, நான் உன்னை எதுவும் செய்யச்சொல்லி வற்புறுத்தமாட்டேன். நீ விரும்பினால் இன்னும் கொஞ்சநேரம் இருக்கலாம். அல்லது கிளம்பலாம்" என்றான் அவன்.

அது அவளை கொஞ்சம் நன்றாக உணரவைத்தது.

"எனக்கென ஒரு வேலையிருக்கிறது. என்னை நம்பிப் பாதுகாக்கும் ஒரு முதலாளி இருக்கிறார். அவரிடம் நீங்கள் எதுவும் சொல்லாதபட்சத்தில் நான் நன்றியுடையவளாக இருப்பேன்."

மரியா, இதனை குரலில் தன்னிரக்கமோ, கெஞ்சுதலின் சாயையோ இல்லாமல் சொன்னாள். அது விஷயத்தை உள்ளபடி தெரிவித்தது.

பதினொரு நிமிடங்கள்

டெரன்ஸ் மீண்டும் ஒருமுறை அவள் முதலில் சந்தித்ததுபோல கனவானாகவோ கடுமையானவனாகவோ இன்றி - அவளது மற்ற வாடிக்கையாளர்களைப் போலன்றி, தனக்கு என்ன தேவையெனத் தெரியும் என்ற மனச்சித்திரத்தை ஏற்படுத்துபவனாகக் காணப்பட்டான். அவன் தன்னை மறந்த நிலையிலிருந்து, அப்போதுதான் தொடங்கிய நாடகமொன்றிலிருந்து - வெளிவந்தவனாகத் தோன்றினான்.

இந்த சிறப்பு வாடிக்கையாளனைப் பற்றிய உண்மையை எப்போதைக்குமாக கண்டுபிடிக்காமல் இப்போது போவது சரிதானா?

"மிகச் சரியாக உங்களுக்கு என்ன தேவை?"

"எனக்கு என்ன தேவையென உனக்குத் தெரியும். வலி, வேதனை, மற்றும் பெருமளவு இன்பம்."

'வலியும் வேதனையும் இயல்பாக இன்பத்துடன் சேர்ந்திருப்ப தில்லை' என மரியா நினைத்தாள் - இருந்தும் அவை சேர்ந்திருக்கும் என விடாப்பிடியாக நம்ப விரும்பினாள். அதன்மூலம் அவளது பெரும்பான்மை எதிர்மறை அனுபவங்களை நேர்மறையானதாக மாற்ற விரும்பினாள்.

அவன் அவளது கையைப் பிடித்து ஜன்னலுக்கு அழைத்துச் சென்றான். ஏரியின் மறுபக்கம் இருந்த மாதாகோவில் கோபுரத்தை அவர்களால் காணமுடிந்தது. மரியா, ரால்ப் ஹார்ட்டுடன் நடந்த போது அதைக் கடந்துசென்றதை நினைத்துக்கொண்டாள்.

"நதி, ஏரி, வீடுகள், தேவாலயம் இவற்றையெல்லாம் நீ பார்க்கிறாயா? சரி, ஐநூறு வருடங்களுக்கு முன்பும் இவை இதேபோல் பெரிதும் அழகாக இருந்து வந்தன. இந்த நகரம் மட்டும் பொலிவிழந்து காணப்பட்டது. ஒரு விநோத நோய் ஐரோப்பா வெங்கும் பரவியது. ஏன் இத்தனை அதிகமான மக்கள் இறந்து கொண்டிருந்தனர் என்பதை யாரும் அறிந்திருக்கவில்லை. மனிதனின் பாவங்களுக்காக கடவுள் அனுப்பிவைத்ததாக அந்த நோயைக் கருதி - அதை கறுப்பு மரணம் என்றழைக்கத் தொடங்கினர்.

"பின் மனித குலத்துக்காக தம்மை தியாகம் செய்துகொள்ள ஒரு குழுவினர் முடிவுசெய்தனர். அவர்கள் மிகவும் பயந்த ஒரு விஷயமான, உடல்ரீதியான வலியை தமக்குத் தாமே அளித்துக் கொண்டனர். அவர்கள் சவுக்காலும் சங்கிலியாலும் தமது

உடலில் அடித்துக்கொண்டு இந்தத் தெருக்களிலும் பாலங்களிலும் நடந்தபடி இரவையும் பகலையும் கழித்தனர். கடவுளின் பெயரால் வேதனையை அனுபவித்தபடியும், தங்களது வலியால் கடவுளை மகிமை செய்தபடியும் இருந்தனர். விரைவிலேயே, தங்களது விலங்குகளை உணவிட்டுப் பராமரிப்பதையும், வயல்களில் வேலைசெய்வதையும், ரொட்டி சுடுவதையும்விட இவ்வாறு செய்வதில் மகிழ்ச்சியாக உணர்ந்ததை அறிந்துகொண்டனர். வலி துயரத்துக்கான காரணமாக இல்லாமல், இன்பத்துக்கான ஓர் வழியானது. ஏனெனில் அவர்கள் மனித சமூகத்தை அதன் பாவங்களிலிருந்து விடுவித்துக்கொண்டிருந்தனர். வலி இன்பமானது, வாழ்க்கையின் அர்த்தமானது, மகிழ்ச்சியானது."

அவனது கண்கள் மீண்டும் உறைய ஆரம்பித்திருந்தன. அவள் சாய்வுமேஜையில் வைத்த பணத்தை எடுத்து அதிலிருந்து நூற்றைம்பது ப்ராங்குகளை தனியே பிரித்து அதை அவளது கைப்பையில் வைத்தான்.

"உனது முதலாளியைப் பற்றி கவலைப்படாதே. அவருக்கான பங்கு இங்கிருக்கிறது. நான் உறுதியாக எதனையும் சொல்லமாட்டேன். இப்போது நீ போகலாம்."

அவள் பணத்தை திரும்பவும் கைப்பற்றினாள்.

"வேண்டாம்!"

அது அந்த ஒயின், உணவகத்தில் பார்த்த அந்த அரேபியன், வருத்தமான புன்னகையுடன் காணப்பட்ட அந்தப் பெண்மணி, இந்த வெறுக்கத்தக்க இடத்துக்கு அவள் எப்போதைக்குமாக திரும்பக்கூடாதென்ற எண்ணம், ஆணின் வடிவில் அவளிடம் வந்த புதிய காதலின் மீதான பயம், நிறைய வேலைவாய்ப்புகளுடன் கூடிய அற்புதமான வாழ்க்கை என்று சொல்லி அவள் தன் தாய்க்கு எழுதிய கடிதங்கள், அவளது இளம்பிராயத்தில் அவளிடம் பென்சில் கேட்டுவந்த பையன், தன்னுடனான அவளது போராட்டங்கள், குற்ற உணர்வு, ஆர்வம், பணம், தனது எல்லை எதுவெனக் கண்டறிய முயலும் தேடல், மேலும் அவள் தவறவிட்ட அனைத்து வாய்ப்புகள், தருணங்கள். இப்போது அங்கிருந்தது இன்னொரு மரியா: அவள் இனியும் பரிசுகள் அளிப்பவளல்ல, தன்னையே தியாகம் செய்பவள்.

"இனி நான் பயப்படப் போவதில்லை, நாம் தொடரலாம். தேவைப்பட்டால் என் கலகத்துக்காக நீங்கள் என்னைத் தண்டிக்கலாம்.

என்னை நேசித்த, பாதுகாத்த அந்த நபரிடம் பொய்சொல்லி, துரோகமிழைத்ததோடு அவரை நிந்தித்திருக்கிறேன்."

அவள் அந்த ஆட்டத்தின் மனநிலைக்குள் நுழைந்து கொண்டிருந்தாள், அவள் சரியான விஷயங்களைச் சொல்லிக் கொண்டிருந்தாள்.

"மண்டியிடு!" தாழ்ந்த, உறையச் செய்யும் குரலில் சொன்னான் டெரன்ஸ்.

மரியா மண்டியிட்டாள். அவள் ஒருபோதும் இவ்விதம் நடத்தப் பட்டதில்லை, இது நல்லதா கெட்டதா எனவும் அவளுக்குத் தெரியாது. அவள் அதைத் தொடர மட்டுமே விரும்பினாள். அவள் தன் வாழ்வில் செய்த அனைத்துக்காகவும் அவமதிப்புக்குள்ளாக வேண்டியவளே. அவள் சற்றும் அறியாத ஒரு பெண்ணாக, மாறுபட்ட நபராக, ஒரு கதாபாத்திரத்தினுள் நுழைந்துகொண்டிருந்தாள்.

"நீ ஒன்றுக்கும் உதவாதவள் என்பதால், விதிகளை அறியாதவள் என்பதால், வாழ்க்கையையோ, காதலையோ, பாலுறவையோ பற்றி உனக்கு எதுவும் தெரியாது என்பதால் தண்டனைக்கு ஆளாகப் போகிறாய்."

பேசும்போது, அவன் அமைதியாக அவளுக்கு விதிகளை விளக்கும் ஒருவனாகவும், உலகிலேயே மிகவும் வெறுக்கப்படக்கூடியவளாக அவளை உணரச்செய்யும் ஒருவனாகவும் மிகவும் மாறுபட்ட இருநபராக மாறினான்.

"நான் ஏன் இதைச் செய்கிறேனென உனக்குத் தெரியுமா? அறியாத உலகமொன்றுக்கு ஒருவரை அறிமுகம் செய்வதைவிட பேரின்பம் எதுவுமில்லை. ஒருவருடைய கற்பை - உடலின் கற்பையல்ல, அவர்களது ஆன்மாவின் கற்பை எடுத்துக்கொள்வதற்காக, புரிந்து கொண்டாயா."

அவள் புரிந்துகொண்டாள்.

"இன்று நீ கேள்விகள் கேட்கலாம், ஆனால் அடுத்த முறை அரங்கின் திரை உயர்த்தப்பட்டு நாடகம் தொடங்கும் ஆனால் நிறுத்தப்படாது. அப்படி அது நிறுத்தப்பட்டால், அது நமது ஆன்மாக்கள் ஒத்துப்போகாத காரணத்தால்தான். ஞாபகம் வை: இது ஒரு நாடகம். இதற்குமுன்பு எப்போதும் இல்லாத துணிச்சலுடன் நீ இருக்கவேண்டும். மெதுமெதுவாக நீ அந்த நபர் என்பதைக் கண்டுகொள்வாய். ஆனால் அதைத் தெளிவாக காணும்வரை

அவசியம் நீ பாவனை செய்தபடியே அதைக் கண்டுபிடிக்க வேண்டும்."

"என்னால் வலியைத் தாங்கமுடியாவிட்டால் என்ன செய்வது?"

"வலி என்பதே கிடையாது, தன்னைத்தானே இன்பமாகவும் புதிராகவும் மாற்றிக்கொள்ளும் ஒன்றுமட்டுமே உண்டு. சொல்லப் போனால் அதுதான் நாடகத்தின் ஒரு பகுதியை உருவாக்குகிறது. 'என்னை அப்படி நடத்தாதே, நீ உண்மையிலே புண்படுத்துகிறாய்' அதுபோல அபாயத்தை தவிர்ப்பதற்காக, 'நிறுத்து, இனியும் என்னால் தாங்கமுடியாது!' இந்த கட்டத்தில் அவன் நிறுத்தி, "உனது தலையைக் குனி என்னைப் பார்க்காதே," என்றான்.

மரியா, மண்டியிட்டபடி தனது தலையைக் குனிந்து தரையை நோக்கினாள்.

"...இந்த உறவால் ஏதாவதொரு அபாயமானதொரு உடல் தீங்கு ஏற்படுவதைத் தவிர்ப்பதற்காக, இரண்டு ரகசிய சொற்கள் இருக்கிறது. நம்மில் ஒருவர் 'மஞ்சள்' என்று சொன்னால், வன்முறை சற்று குறைக்கப்பட வேண்டுமென பொருள், 'சிவப்பு' என்று சொன்னால், அவசியம் உடனடியாக நிறுத்தப்படவேண்டும்."

"நம்மில் ஒருவர் என்றா சொன்னீர்கள்..."

"நாம் நமது பாத்திரத்தை ஒருவருக்கொருவர் மாற்றிக் கொள்ள வேண்டும். ஒருவரின்றி மற்றவர் நீடிக்க முடியாது. இழிவை அனுபவப்படாத வரை எவரும் மற்றவரை எப்படி இழிவு படுத்துவதென அறிந்திருக்க முடியாது."

அவை அவள் அறியாத உலகத்திலிருந்து வரும், முழுக்க நிழலும் சேறும் அழுகலும் நிறைந்த பயங்கரமான வார்த்தைகள். எனினும் அவள் அதைத் தொடரவிரும்பினாள் - அவளது உடல் பயத்தாலும் பரவசத்தாலும் நடுங்கிக் கொண்டிருந்தது.

டெரன்ஸ், எதிர்பாராத வாத்சல்யத்துடன் அவளது தலைமீது தன் கையை வைத்தான்.

"அவ்வளவுதான்."

அவன் முன்பு காட்டிய அதே நாசூக்கற்ற ஆக்கிரமிப்புடனும் அல்லாமல், அதேசமயம் குறிப்பாக கனிவாகவும் அல்லாமல் அவளை எழுந்துகொள்ளச் சொன்னான். மரியா தனது மேற்கோட்டை அணிந்தாள். டெரன்ஸ், அவளிருந்த நிலையைக் கவனித்தான்.

“போவதற்கு முன் ஒரு சிகரெட் பிடி.”

“எதுவும் ஆகவில்லை.”

“நடக்கவேண்டுமென்று அவசியமில்லை. அது உன் ஆன்மாவில் நிகழத் தொடங்கும். அடுத்த முறை நாம் சந்திக்கும்போது நீ தயாராக இருப்பாய்.”

“இந்த இரவுக்கு ஆயிரம் ப்ராங்குகள் பெறுமானம்தானா?”

அவன் பதில் சொல்லவில்லை. அவனும் ஒரு சிகரெட்டைப் பற்றவைத்தான். அவர்கள் ஒயினைக் காலிசெய்து, அருமையான இசையைக் கேட்டபடி, இருவருமாக மௌனத்தை ரசித்தபடி இருந்தனர். ஏதாவது சொல்லவேண்டும் என்ற தருணம் வந்தபோது, மரியா தனது வார்த்தைகளைக் கேட்டு திகைப்படைந்தாள்.

“நான் ஏன் இந்தச் சேற்றுக்குள் இறங்க விரும்புகிறேன் என எனக்கு புரியவில்லை.”

“ஆயிரம் பிராங்குகள்”

“இல்லை, அதுவல்ல காரணம்”

டெரன்ஸ் இந்தப் பதிலால் மகிழ்ச்சியடைந்தவனாகத் தோன்றினான்.

“இதே கேள்வியை எனக்கு நானே கேட்டிருக்கிறேன். ஒரு மனிதனுக்கு நேர்வதிலேயே மிக முக்கியமான அனுபவங்கள் அவனை அவனது கடைசி எல்லைக்கு இட்டுச் செல்பவையே எனக் மார்க்யுஸ் டி சாடே சொல்லியிருக்கிறார். அது ஒன்றே கற்றுக்கொள்வதற்கான ஒரே வழி, ஏனெனில் அதற்கு நமது துணிச்சல் மொத்தமும் தேவை. ஒரு முதலாளி தன் தொழிலாளியை அவமதிக்கும்போதோ, கணவன் தன் மனைவியை அவமதிக்கும்போதோ அவன் வெறும் கோழையாக இருக்கிறான் அல்லது வாழ்க்கைமீது பழி தீர்த்துக்கொள்கிறான். அவர்கள் தங்களது ஆன்மாவின் ஆழத்துக்குள் ஒருபோதும் பார்க்கத் துணியாத நபர்கள், தம்முள்ளிருக்கும் மிருகத்தைக் கட்டவிழ்த்துவிடத் தோன்றும் விருப்பத்தின் மூலத்தை அறிய ஒருபோதும் முயற்சி செய்யாதவர்கள், அல்லது பாலுறவு, வலி, காதல் அனைத்தும் அதீத அனுபவங்கள் என புரிந்துகொண்டவர்கள்.

“தங்களது எல்லைகளை அறிந்தவர்கள் மட்டுமே வாழ்க்கையை அறிவர். மற்றதெல்லாம் பொழுதுபோக்கு, செய்ததையே திரும்பச் செய்வது, நாம் இங்கே என்ன செய்துகொண்டிருக்கிறோம் என்பதை

எப்போதைக்குமாக அறியாமலே வயதாகி இறந்துபோவதற்கு ஒப்பாகும்."

மீண்டும் தெருவில், பனியில், மீண்டும் நடந்துசெல்ல வேண்டுமென்ற ஆசை. அவன் சொல்வது தவறு. கடவுளை அறிவதற்கு உங்களது சொந்த தீமைகளை அறியவேண்டுமென்று அவசியமில்லை. அவள் மதுக்கூடம் ஒன்றிலிருந்து வெளியேறிக் கொண்டிருந்த மாணவர்களைத் தாண்டிச் சென்றாள். அவர்கள் அனைவரும் மகிழ்ச்சியுடனும் சற்றே மதுமயக்கத்துடனும் காணப்பட்டனர். அவர்கள் அழகிய தோற்றத்துடனும், பொங்கிவரும் ஆரோக்கியத்துடனும் இருந்தனர். விரைவில் பல்கலைக்கழக படிப்பை முடித்து, மக்கள் யதார்த்த வாழ்க்கை என்று சொல்லும் ஒன்றைத் தொடங்குவர். வேலை, திருமணம், குழந்தைகள், பல விஷயங்களை இழந்துவிட்டோமென்ற உணர்வு, ஏமாற்றங்கள், சுகவீனம், மற்றவர்களைச் சார்ந்திருப்பது, தனிமை, மரணம்.

என்ன நடந்துகொண்டிருந்தது? அவளும்கூட, தனது யதார்த்த வாழ்வை வாழ்வதற்கு அமைதியை எதிர்நோக்கியிருந்தாள். அவள் கனவில்கூட ஒருபோதும் செய்ய நினைத்திராத ஒன்றைச் செய்தபடி ஸ்விட்சர்லாந்தில் காலம் தள்ளிக்கொண்டிருந்தாள். வாழ்வின் ஏதோ ஒரு கட்டத்தில் அனைவரும் கடந்துவரும் சிரமமான காலகட்டமாக அது இருந்தது. இந்த சிரமமான காலகட்டத்தில் அவள் எப்போதும் கோபாகேபனாவுக்குச் சென்று, பணத்துக்காக ஆண்களிடம் போய்வந்துகொண்டிருந்தாள். வாடிக்கையாளரைப் பொறுத்து அவள் அறியாச் சிறுமி, எதற்கும் துணிந்தவள், புரிதலுள்ள தாய் போன்ற பாத்திரத்தை மேற்கொண்டாள். ஆனால் இது வெறுமனே தொழில், இனாம் கிடைக்கும் என்பதற்காக அவள் அதை முழு தொழில் திறமையோடு செய்துகொண்டிருந்தாள், அதற்குப் பழகிப் போய்விடுவோமென்ற பயத்தால் பெரிதும் ஆர்வம்காட்டாமல் இருந்தாள். கடந்த ஒன்பது மாதங்களாக அவள் தன்னைச் சுற்றியுள்ள உலகைக் கட்டுக்குள் கொண்டுவந்திருந்தாள், அவள் விரைவில் தன் சொந்த நாட்டுக்குத் திரும்பவிருக்கையில், பதிலுக்கு எதையும் எதிர்பாராமல் தன்னால் நேசிக்கவும், காரணமின்றி வேதனையைத் தாங்கவும் முடியுமெனக் கண்டுகொண்டாள். வாழ்க்கை, அவளுக்கு அவளது சொந்த மர்மங்கள், ஒளி, மற்றும் இருள் குறித்து கற்றுத்தர இந்த விநோதமான, வெறுக்கத்தக்க வழியைத் தேர்வுசெய்ததுபோல் பட்டது.

டெரன்ஸுடனான அவளது முதல் சந்திப்பைத் தொடர்ந்து, அன்று இரவு மரியா தன் நாட்குறிப்பில் எழுதியதிலிருந்து:

அவன், சாடிசம் என்பதையன்றி வேறேதுமறியாத என்னிடம் அவன் மார்க்ஸ் டி சாடேயிடமிருந்து மேற்கோள் காட்டினான். நமது சொந்த வரம்பை எட்டும்போது மட்டுமே நாம் நம்மை அறியவருகிறோம் என்பது உண்மையே. ஆனால் அது தவறும்கூட. நாம் நம்மைப் பற்றி அனைத்தையும் அறிந்துகொள்ளவேண்டிய அவசியமில்லை. மனிதன் பிரதானமாக ஞானத்தைத் தேடியடைய மட்டுமே படைக்கப்படவில்லை, நிலத்தை உழுவதற்கும் மழைக்காக காத்திருக்கவும் கோதுமை விதைப்பதற்கும் அறுவடை செய்வதற்கும் ரொட்டி சுடுவதற்காகவும்தான் படைக்கப்பட்டிருக்கிறான்.

நான் இரண்டு பெண்ணாக இருக்கிறேன். ஒருத்தி அனைத்து இன்பங்களும், வாழ்க்கை எனக்களிக்கும் காதலும் சாகசமும் வேண்டுமென விரும்புகிறாள். இன்னொருத்தியோ பழக்கத்துக்கும், குடும்பவாழ்க்கை, திட்டமிட்டுச் சாதிக்க வேண்டிய விஷயங்களுக்கும் அடிமையாய் இருக்க விரும்புகிறாள். இருவரும் ஒரே உடலில் ஒருவருக்கொருவர் சண்டையிட்டபடி இருக்கின்றனர்.

இந்த இரு பெண்களின் சந்திப்பு என்பது மோசமான விளைவுகளைக்கொண்ட ஒரு விளையாட்டு. ஒரு தெய்வீக நடனம். நாங்கள் சந்திக்கும்போது, அது இரு தெய்வீக சக்திகள், இரண்டு பிரபஞ்சங்களின் மோதலாக நாம் இருக்கும். இந்த சந்திப்பு உரிய மரியாதையுடன் நிகழ்த்தப்படாவிட்டால், ஒரு உலகம் மற்றதை அழிக்க ஆரம்பிக்கிறது.

மீண்டும் அவள் ரால்ப் ஹார்ட்டின் வசிப்பறையில் இருந்தாள். இருவரும் தரையில் அமர்ந்தபடி ஒரு பாட்டில் ஒயினோடு கணப்பருகில் அமர்ந்திருந்தனர். முந்தைய இரவு அந்த ஆங்கிலேய செயல் அலுவலருடன் அவள் அனுபவப்பட்டது, அவள் எப்படி உணர்கிறாள் என்பதைப் பொறுத்து, வெறும் கனவாகவோ அச்சுறுத்தும் ஒன்றாகவோ பட்டது. இப்போது அவள் மீண்டுமொரு முறை தான் வாழ்வதற்கான காரணத்தை அல்லது பதிலுக்கு எதுவும் எதிர்பாராமல் ஒருவனோ - ஒருத்தியோ தம் இதயத்தை அளிக்க முன்வரும் முழுமையான சரணாகதிக்கான காரணத்தைத் தேடிக்கொண்டிருந்தாள்.

இந்தத் தருணத்துக்கு காத்திருந்த வேளையில், அவள் நிறைய வளர்ந்திருந்தாள். தான் காதலென கற்பனை செய்திருந்ததற்கும் உண்மை காதலுக்கும் எந்தத் தொடர்பும் இல்லை என கடைசியில் கண்டுகொண்டாள். காதல் சக்தியால் தூண்டப்பட்ட சங்கிலித் தொடர் நிகழ்வுகளான - காதலித்தல், நிச்சயதார்த்தம், திருமணம், குழந்தைகள், காத்திருத்தல், சமையல், ஞாயிறுகளில் வேடிக்கை பூங்காவுக்கு செல்லுதல், மேலும் காத்திருத்தல், இருவருக்கும் வயதாகுதல், காத்திருத்தல் முடிவுக்குவர அந்தச் சமயத்தில் கணவருக்கு பணி ஓய்வு, நோய்வாய்ப்பப்படுதல் தங்களது உண்மையான கனவுகளை வாழ்ந்து பார்ப்பதற்கு மிகவும் தாமதமாகிவிட்டதாக உணர்வது இவற்றையே அவள் காதலென கற்பனை செய்திருந்தாள்.

யாரிடம் அவள் தன்னை ஒப்படைக்கத் தீர்மானித்திருந்தாளோ, யாரிடம் தனது உணர்வுகளை ஒருபோதும் வெளிப்படுத்தக்கூடாதென உறுதி பூண்டிருந்தாளோ அவனைப் பார்த்தபடி இருந்தாள். ஏனெனில் அப்போது அவள் உணர்ந்துகொண்டிருந்தது எந்த ஒரு திட்டமான வடிவோ, உருக்கொள்ளவோ செய்வதிலிருந்து வெகுதொலைவில் இருந்தது. அவன் தனது வாழ்வின் சுவாரசியமான காலகட்டத்தில் இருப்பதுபோல பெரிதும் இறுக்கமின்றிக் காணப்பட்டான். சமீபத்தில் முக்கியமான அரும்பொருள் காட்சியகத்தின் இயக்குநர்

ஒருவரைச் சந்திக்க முனீச் சென்றுவந்தது பற்றி அவன், அவளிடம் சிரித்தபடியே கூறிக்கொண்டிருந்தான்.

"அவர் ஜெனீவாவின் முகங்கள் எனும் தலைப்பிலான ஓவியங்கள் இன்னும் தயாராகவில்லையா எனக் கேட்டார். நான் வரைய வரும்பும் பிரதானமான நபர்களில் ஒருவரை - முழுக்க ஒளிநிறைந்த ஒரு பெண்ணை - இப்போதுதான் சந்தித்தேனென சொன்னேன். இல்லை, நான் என்னைப் பற்றி பேச விரும்பவில்லை. உன்னைத் தழுவ விரும்புகிறேன். நான் உன்மீது ஆசைகொள்ள விரும்புகிறேன்."

ஆசை. ஆசை? ஆசை! இந்த மாலைநேர புறப்பாட்டின் நோக்கம் இதுதானென்றால், அவளுக்கு இதுகுறித்து மிகவும் நன்றாகத் தெரியும்!

உதாரணமாக, ஆசைக்குரிய பொருளை உடனே தராமலிருப்பதன் மூலம் நீங்கள் ஆசையைத் தூண்டமுடியும்.

"சரி, அப்படியெனில் என் மீது ஆசைப்படுங்கள். அதுதானே நாம் இப்போது செய்துகொண்டிருப்பது. நீங்கள் என்னிலிருந்து ஓரடிக்கும் குறைவான தூரத்திலிருக்கிறீர்கள், நீங்கள் ஒரு விடுதிக்குச் சென்று எனது சேவையைப் பெற பணம் செலுத்தியிருக்கிறீர்கள். எனவே என்னைத் தொட உங்களுக்கு உரிமை இருக்கிறதென்பதை அறிவீர்கள். ஆனால் துணிச்சலாக இறங்காதிருக்கிறீர்கள். என்னைப் பாருங்கள், ஒருவேளை நீங்கள் என்னைப் பார்ப்பதை நான் விரும்பவில்லை என்று கற்பனை செய்யுங்கள். என் ஆடைகளுக்குப் பின்னால் என்ன இருக்கிறதென கற்பனை செய்யுங்கள்."

அவள் எப்போதுமே வேலையிலிருக்கும்போது கறுப்பு நிற ஆடைகளையே அணிவாள், கோபாகேபனாவிலுள்ள மற்ற பெண்கள் தாழ்வான, பகட்டான வண்ண ஆடைகளில், எரிச்சலூட்டும் விதத்தில் காட்சியளிப்பது ஏனென அவளால் புரிந்துகொள்ள முடியவில்லை. ஒரு ஆண் - அலுவலகத்திலோ, தொடர்வண்டியிலோ சந்திக்கும் இதர பெண்களைப் போலவோ அல்லது அவனது மனைவியின் தோழிகளில் ஒருத்தியின் வீட்டிலுள்ள பெண்களைப் போன்றோ உடையணிவதுதான் அவனது ஆவலை மிகவும் தூண்டுமென அவளுக்குத் தோன்றியது.

ரால்ப் அவளைப் பார்த்தான். மரியா, அவன் தன் கற்பனையில் ஆடைகளைக் களைவதை உணர்ந்தாள், அவ்விதம் தான் விரும்பப் படுவதை அவள் ரசித்தாள் - தொடர்பேதுமின்றி அவள் ஒரு

உணவகத்தில் இருப்பதுபோலவோ, திரைப்படத்துக்குச் செல்ல வரிசையில் நிற்பதுபோலவோ அவள் இயல்பாய் இருந்தாள்.

"நாம் தொடர்வண்டி நிலையத்தில் இருக்கிறோம்," என அவள் ஆரம்பித்தாள். "நான் உங்களருகே நிற்கிறேன். ஆனால் உங்களுக்கு என்னைத் தெரியாது. என் கண்கள் தற்செயலாக உங்களது கண்களைச் சந்திக்கின்றன, கண்தளை விலக்காமல் பார்க்கிறேன். நான் என்ன சொல்ல முயற்சிக்கிறேனென உங்களுக்குத் தெரியவில்லை. நீங்கள் மற்றவர்களிடம் உள்ள ஒளியைக் காணக்கூடிய அளவுக்கு அறிவுஜீவியாக இருந்தபோதும், அந்த ஒளி என்ன சொல்ல வருகிறதென அறியக்கூடிய அளவுக்கு கூருணர்ச்சி மிக்கவரல்ல."

அவள் தியேட்டர் குறித்து அறியவந்திருந்தாள். முடிந்தவரை விரைவாக அந்த ஆங்கிலேய செயல் அலுவலரின் முகத்தை மறக்க விரும்பினாள், ஆனால் அவன் அவளது கற்பனையை வழிநடத்தியபடி அங்கு காணப்பட்டான்.

"என் கண்கள் உங்கள் மீது நிலைத்திருக்க, நான் எனக்கு நானே 'எங்கேயோ அவனைப் பார்த்திருக்கிறேனோ?' அல்லது இது வெறும் குழப்பம்தானா என வியக்கிறேன். அல்லது நான் சிநேகமற்றவளாக தோன்றுவதாக எண்ணி பயந்தபடி காணப்படுகிறேனா? ஒருவேளை நீங்கள் என்னை அறிந்திருக்கக்கூடுமென எண்ணி, உண்மையிலே உங்களுக்கு என்னைத் தெரியுமா அல்லது இது தவறாக அடையாளம் கண்டுகொண்டதா என்பது தெளிவாகும்வரை சந்தேகத்தின் பலனை உங்களுக்கு அளித்து சில நிமிடங்கள் கொடுக்கிறேன்.

"ஆனால் நான் உலகிலேயே மிகவும் எளிய விஷயமான, ஒரு ஆணை கண்டடைய விரும்பியிருக்கலாம். மகிழ்ச்சியற்ற ஒரு காதல் உறவிலிருந்து தப்பிக்க முயற்சித்துக் கொண்டிருக்கலாம். சமீபத்திய துரோகம் ஒன்றுக்காக என்னை நானே வஞ்சம் தீர்த்துக்கொள்ள ஒரு அந்நியரைத் தேடி தொடர்வண்டி நிலையத்துக்கு வந்திருக்கலாம், சலிப்பைத் தவிர எதுவுமற்ற என்னுடைய வாழ்க்கையில், மாறுதலுக்காக ஒரேயொரு இரவுக்கு உனது விலைமகளாக இருக்க விரும்பியிருக்கலாம். அல்லது ஆள் கிடைக்குமா எனத் தேடிவந்த நிஜ விலைமகளாகக்கூட இருக்கலாம்."

ஒரு சின்ன மௌனம் விழுந்தது. மரியாவின் தடுமாற்றம் அதிகரித்தது. அவள் மீண்டும் அந்த ஹோட்டல் அறையில் நடந்த - மஞ்சள், சிவப்பு, வலி மற்றும் அளவில்லாத இன்பம், அவமதிப்பு போன்றவற்றை நினைத்தபடி காணப்பட்டாள். அந்த

சந்திப்பு, அவள் சற்றும் விரும்பாத விதத்தில் அவளது ஆன்மாவைக் குழப்பியிருந்தது.

இதைக் கவனித்த ரால்ப் அவளை மீண்டும் தொடர்வண்டி நிலையத்துக்கு கூட்டிவர முயற்சிசெய்தான்.

"இந்தச் சந்திப்பில் நீயும் என் மீது ஆசைப்பட்டாயா?"

"எனக்குத் தெரியாது, நாம் பேசவில்லை. எனவே உனக்கும் தெரியாது."

அவள் மீண்டும் தடுமாற்றத்துக்குள்ளானாள். அந்த தியேட்டர் யோசனை உண்மையிலே உதவிகரமானதென நிரூபித்துக் கொண்டிருக்கிறது. அது நம்முள்ளிருந்த பல தவறான நபர்களைத் துரத்தி சரியான நபரை வெளிக்கொண்டு வருகிறது.

"உண்மை என்னவெனில் நான் பார்வையை விலக்கவில்லை. என்ன செய்வதென உங்களுக்கும் தெரியவில்லை. நீங்கள் அணுகுவீர்களா? என்னால் நிராகரிக்கப்படுவீர்களா? நான் காவலரை அழைப்பேனா? அல்லது காப்பியருந்த உங்களை அழைப்பேனா?"

"நான் முனீச்சிலிருந்து திரும்பிக்கொண்டிருக்கிறேன்." ரால்ப் தொடர்ந்தான், அவர்கள் உண்மையிலே முதன்முறையாகச் சந்திப்பது போல் அவனது குரல் மாறுபட்டு ஒலித்தது. "ஆண், பெண் இருபாலரின் பல்வேறு ஆளுமைகள், உண்மையான சந்திப்பை அனுபவப்படுவதைத் தவிர்க்க மக்கள் அணியும் வெவ்வேறு முகமூடிகள் குறித்த ஓவியங்களின் தொகுப்பைப் பற்றி நான் சிந்தித்துக் கொண்டிருக்கிறேன்."

அவன் தியேட்டரைப் பற்றி அறிந்திருந்தான். மிலன் அவனும் சிறப்பு வாடிக்கையாளனெனச் சொல்லியிருந்தான். எச்சரிக்கை மணியொன்று ஒலித்தது. எனினும் சிந்திப்பதற்கு அவளுக்கு அவகாசம் தேவை.

"அருங்காட்சியகத்தின் இயக்குநர் என்னிடம் கேட்டார், 'எதை அடிப்படையாகக் கொண்டு உங்களுடைய படைப்பை உருவாக்கப் போகிறீர்கள்?' நான் அதற்கு, பாலுறவின் மூலம் தன் வாழ்க்கையை நடத்த போதுமான பணம் சம்பாதிக்குமளவுக்கு சுதந்திரமாய் உணரும் பெண்களைப் பற்றி என்று சொன்னேன். 'அது சரிவராது, அவர்களை நாம் விலைமகள் என்று சொல்வோம்' என்றார். ஆம், விலைமகள்கள்தாம். நான் அவர்களது வரலாற்றை ஆய்வுசெய்து, உங்களது அருங்காட்சியகத்திற்கு வருகைதரும் குடும்பங்களின்

ரசனைக்கு பெரிதும் ஏற்றவாறு உருவாக்கப்போகிறேன். இவையெல்லாம் கலாச்சாரத்தைப் பற்றிய கேள்வியென்று உங்களுக்கே தெரியும். அத்தனை எளிதில் ஏற்றுக்கொள்ளாத ஒன்றை மனம்விரும்பும் வகையில் அளிப்பதற்கான வழியைக் கண்டுபிடிப்பது பற்றிய கேள்வி.

"இருந்தாலும் இயக்குநர் விடவில்லை, 'ஆனால் இப்போது பாலுறவு என்பது விலக்கப்பட்ட ஒன்றாக இல்லை. அது தேவைக்கதிகமாக பயன்படுத்தப்பட்டுவிட்டது. அதுகுறித்து புதிதாக உருவாக்குவதென்பது சிரமமான ஒன்று.' என்றார். அவரிடம் பாலுறவு ஆசை எங்கிருந்து உருவாகிறதென உங்களுக்குத் தெரியுமா என நான் கேட்டேன் 'நமது உள்ளுணர்விலிருந்து' என்றார் இயக்குநர். ஆமாம், நமது உள்ளுணர்விலிருந்துதான். ஆனால் அது நம் அனைவருக்கும் தெரியும். நாம் அனைவரும் அறிவியலையே பேசிக்கொண்டிருந்தால் நீங்கள் எப்படி சிறப்பானதொரு கண்காட்சியை உருவாக்குவீர்கள் என்று கேட்டேன். அந்த ஈர்ப்பைக் குறித்து மனிதன் எப்படி விவரிப்பான் என்பது குறித்து நான் பேச விரும்புகிறேன், இன்னும் சொல்வதனில் தத்துவார்த்தமாக. இயக்குநர் உதாரணம் சொல்லும்படி என்னைக் கேட்டார். நான் வீடு திரும்ப தொடர்வண்டிக்காகக் காத்திருக்கும்போது, ஒரு பெண் என்னைப் பார்ப்பதாக வைத்துக்கொள்வோம், நான் அவளிடம் சென்று பேசுவேன், இன்னும் சொல்லவேண்டுமென்றால் நாங்கள் அந்நியர்களாக இருந்தாலும், நாங்கள் விரும்பும் எதையும் செய்யும் சுதந்திரம் இருக்கிறது, எங்களது கற்பனைகளை எல்லாம் செயல்படுத்துவோம். பின் வீடுதிரும்பி எங்களது மனைவியிடமோ அல்லது கணவனிடமோ சென்று, மீண்டும் எப்போதைக்குமாக பார்க்காமலே போகலாம் என்று சொன்னேன். அதன் பின்புதான், புகைவண்டி நிலையத்தில் நான் உன்னைப் பார்க்கிறேன்."

"உங்களுடைய கதை மிகவும் சுவாரசியமாக இருக்கிறது. அது உங்களது ஆசையை அழித்துவிடும் அபாயமிருக்கிறது."

ரால்ப் ஹார்ட் புன்னகைத்து ஆமோதித்தான். அவர்கள் ஒரு பாட்டில் ஒயினை காலிசெய்திருந்தனர். அவன் இன்னொரு பாட்டில் எடுத்துவர சமையலறை சென்றான். அவள் நெருப்பைப் பார்த்தபடி அடுத்த கட்டம் என்ன என்று அறிந்தபடி அமர்ந்திருந்தாள். அதேசமயம், அந்த சௌகரியமான சூழலை அனுபவித்தபடி, ஆங்கிலேய செயல் அலுவலரை மறந்து, சரணாகதி உணர்வை திரும்பப் பெற்றவளாகக் காணப்பட்டாள்.

ரால்ப் அவர்களது இரு குவளைகளையும் நிறைத்தான். மரியா கேட்டாள்: "ஆர்வம் தாங்காமல் கேட்கிறேன். அந்த அருங்காட்சியக இயக்குநருடனான கதையை எப்படி முடிக்கப்போகிறாய்?"

"நான் அறிவுஜீவி வட்டத்தில் உள்ளவர்களின் பரிட்சயம் உள்ளவன் என்பதால், என்னால் ப்ளோட்டோவிலிருந்து மேற்கோள் காட்டமுடியும். அவரது கூற்றுப்படி, படைப்பின் தொடக்கத்தில் ஆணும் பெண்ணும் இப்போதிருப்பது போல காணப்படவில்லை. அவர்கள் ஒரே உயிராக பெரிதும் குள்ளமாக, ஒரே உடலும் கழுத்தும் கொண்டவர்களாக, ஆனால் தலை மட்டும் - இரு முகங்களுடன் எதிரெதிர்த் திசையைப் பார்த்தவாறிருக்க, காணப்பட்டனர். அவர்கள், இரண்டு மனிதர்களை முதுகோடு முதுகாக சேர்த்து ஒட்டியதுபோல் நான்கு கைகள், நான்கு கால்கள் இரு ஜோடி பாலுறுப்புகளுடன் காணப்பட்டனர்."

"இந்த மனிதர்கள் தங்களது நான்கு விரல்களால் கடினமாக உழைக்க முடியும், அதன் இருமுகங்கள் காரணமாக எப்போதும் விழிப்புடன் இருக்கமுடியும். திகைப்பு ஏற்பட வழியே இல்லை. நான்கு கால்கள் என்பதால் நீண்ட நேரத்துக்கு சோர்வின்றி நடக்கவோ, நிற்கவோ முடியும். அதைவிடவும் பெரிய ஆபத்து என்னவென்றால், அந்த மனித பிராணிக்கு இரு ஜோடி வெவ்வேறு பாலுறுப்புகள் இருப்பதால், சந்ததியைத் தொடர்வதற்கு துணை தேவையில்லை. இதனால் கிரேக்க கடவுள்கள் மனிதன் மீது பொறாமைகொண்டனர்.

"ஒலிம்பஸின் தலைமைக் கடவுளான ஜீயஸ், 'மனிதன் பலத்தைக் குறைப்பதற்கு என்னிடம் ஒரு யோசனை இருக்கிறது' எனச் சொன்னார்.

"அவர் மனிதனை மின்னலைக்கொண்டு இரண்டாக வெட்டிப் பிரித்தார். இவ்வாறாக ஆணும் பெண்ணும் உருவானார்கள். இதனால் உலகின் மக்கள் தொகை அதிகரித்தது என்றாலும், அவர்கள் பலவீனமானவர்களாய், சார்பற்றவர்களாய் ஆனார்கள். ஏனெனில் தங்களிலிருந்து பிரிந்த பாதியைத் தேடியலையவும், அவர்களைத் தழுவியணைக்கவும் தேடுதல் மேற்கொள்ள வேண்டியிருந்தது. அந்தத் தழுவல் மூலம், கடும் உழைப்பைத் தாங்கவும் நீண்ட நேரம் நடப்பதற்கான சக்தியையும் நம்பிக்கை துரோகம் செய்வதைத் தவிர்க்கும் திறனையும் திரும்ப அடைந்தனர். இரு உடல்கள் ஒன்றிணையும் அந்தத் தழுவலையே நாம் பாலுறவு என்கிறோம்."

"இது உண்மையிலேயே நடந்த கதையா?"

"கிரேக்க தத்துவவியலாளர் ப்ளேட்டோவின்படி, ஆம்"

மரியா அவனால் கவர்ந்திழுக்கப்பட்டவளாய் அவனைப் பார்த்தாள், முந்தைய நாள் இரவின் அனுபவம் முற்றிலும் மறைந்திருந்தது. அவள் தன் முன்னிருந்த அவனிடத்தில், அவன் அவளிடத்தில் கண்ட அதே ஒளி முழுக்க நிறைந்தவனாக, அந்த விநோத கதையை அவளுக்குச் சொல்வதில் முழுதும் ஈடுபட்டவனாக இருக்கக்கண்டாள். தற்போது அவனது கண்கள் ஆசையினால் அல்லாமல் சந்தோஷத்தின் காரணமாக பிரகாசத்துடன் தெரிந்தன.

"நான் உங்களை ஒன்று கேட்கலாமா?"

ரால்ப், அவளிடம், அவள் கேட்க விரும்பும் எதையும் கேட்கலாம் என்றான்.

"கடவுள், அந்த நான்கு கால் ஜீவராசியை இரண்டாகப் பிரித்த பிறகு, அவர்களில் சிலர் அந்த ஆலிங்கனத்தை வெறும் மற்றுமொரு வணிகப் பரிமாற்றமாக, ஒருவரின் சக்தியை அதிகரிக்கும் ஒன்றாக அல்லாமல் அதனைக் குறைக்கும் ஒன்றாகப் பார்த்தது ஏன்?"

"நீ விபச்சாரத்தைச் சொல்கிறாயா?"

"ஆமாம், தொடக்கத்தில் பாலுறவு புனிதமான ஒன்றாக இருந்ததா என உங்களால் கண்டுபிடிக்கமுடியுமா?"

"இது ஒருபோதும் நான் சிந்திக்காத ஒன்று, நான் அறிந்தவரையில் வேறெவரும் இதுபற்றி சிந்தித்ததாக தெரியவில்லை என்றபோதும் நீ விரும்பினால் நான் அதைச் செய்கிறேன். ஒருவேளை அதுகுறித்து எந்தவொரு இலக்கியமும் இல்லாமலிருக்கலாம்."

மரியாவால் அதற்குமேலும் அந்த அழுத்தத்தைத் தாங்க முடியவில்லை. "பெண்கள், அதுவும் குறிப்பாக, விலைமகள்கள் காதலுக்குத் தகுதியானவர்கள்தானா என்ற எண்ணம் உங்களுக்கு எப்போதாவது வந்திருக்கிறதா?"

"ஆம், வந்திருக்கிறது. முதல்நாள் நாம் அந்த சிற்றுண்டியகத்தில் அமர்ந்திருக்க, நான் உனது ஒளியைக் கண்டபோதே எனக்குத் தோன்றியது. பிறகு, உனக்கு ஒரு குவளை காபி தர தீர்மானித்த போது தோன்றியது. நான் அனைத்தையும் நம்புவதென தீர்மானித்திருக்கிறேன். வெகுகாலத்துக்கு முன்பு நான் விட்டுவிட்டு வந்த உலகத்துக்கு என்னை நீ திரும்ப இட்டுச் செல்லும் வாய்ப்பைக் கூட நம்புகிறேன்"

அங்கே இப்போது பின்வாங்க வழியில்லை. ஆசிரியராகத் திகழும் மரியா அவளது சொந்த உதவிக்கென விரைந்துவர வேண்டியதாயிற்று. இல்லையெனில், அவள் அவனை தழுவி முத்தமிட்டு, தன்னைவிட்டு எப்போதும் பிரியக்கூடாதென சொல்லும்படி நேர்ந்துவிடக்கூடும்.

“நாம் அந்த தொடர்வண்டி நிலையத்துக்கு திரும்பச் செல்வோம். அல்லது முதல்முறையாக நாம் ஒன்றாக அமர்ந்திருந்த, என் இருப்பை அங்கீகரித்து எனக்கு பரிசளித்த நாளுக்குப் போவோம். என் ஆன்மாவுள் நுழைவதற்கான உங்களது முதல் முயற்சி அது, நீங்கள் வரவேற்கப்படுவீர்களா மாட்டீர்களா என அப்போது உங்களுக்குத் தெரியாது. ஆனால் உங்களது கதையில் சொன்னதுபோல், மனித ஜீவன்கள் ஒருமுறை பிரிக்கப்பட்ட பின்பு, இப்போது தங்களை ஒன்றிணைக்கும் அந்த ஆலிங்கனத்தை எதிர்பார்த்து இருக்கின்றன. அதுதான் நமது ஆதியுணர்வு. ஆனால் அந்தத் தேடலில் எதிர்கொள்ளும் பிற சிரமங்களை எல்லாம் நாம் சகித்துக் கொள்வதற்கு அதுவே காரணம்.”

“நீங்கள் என்னைப் பார்க்கவேண்டுமென நான் விரும்புகிறேன். ஆனால் நான் கண்டுகொள்ளாததையும் நீங்கள் பொருட்படுத்ததாதிருக்க வேண்டுமென விரும்புகிறேன். தொடக்க விருப்பம் முக்கியமானது. ஏனெனில் அது மறைவானது, தடை செய்யப்பட்டது, அனுமதிக்கப்படாதது. நீங்கள் பார்த்துக் கொண்டிருப்பது உங்களது மறுபாதியா இல்லையா என உங்களுக்குத் தெரியாது. அவளுக்கும் தெரியாது. ஆனால் ஏதோ ஒன்று இருவரையும் ஈர்க்கிறது. ஆனால் நீங்கள் மற்றவருடைய மறுபாதி என்பது உண்மை என அவசியம் நம்பவேண்டும்.”

இதையெல்லாம் நான் எங்கிருந்து பெற்றேன்? நான் இதை என் இதயத்தின் ஆழத்திலிருந்து வெளிக்கொண்டு வருகிறேன். ஏனெனில் இது இப்படித்தான் இருக்க வேண்டுமென எப்போதும் நான் விரும்பி வந்திருக்கிறேன் ஒரு பெண்ணாக எனது கனவுகளிலிருந்து இந்த கனவுகளை அடைந்திருக்கிறேன்.

அவள் தனது ஆடையின் தோள்பட்டை வாரொன்றை, அவளது மார்பகக் காம்பின் சிறுபகுதி வெளித்தெரியும்படி நழுவவிட்டாள்.

“ஆசை என்பது நீ பார்ப்பதல்ல, கற்பனை செய்வது.”

ரால்ப் ஹார்ட் கரிய கேசம்கொண்ட, கறுப்பு நிற ஆடையணிந்து, அவனது வசிப்பறையின் தரையில் அமர்ந்திருக்கும், கோடைகால நடுவில் கணப்பை எரியவிடுவதுபோன்ற பைத்தியக்காரத்தனமான ஆசைகள் நிறைந்த அந்தப் பெண்ணைப் பார்த்தபடி அமர்ந்திருந்தான். ஆம், அந்த உடைகளுக்குப் பின் மறைந்திருப்பதென்ன என்று கற்பனைசெய்ய அவன் விரும்பினான். அவனால் அவளது மார்பகங்களின் அளவென்ன என்று யூகிக்கமுடியும். அவள் அணிந்திருந்த பிரா அவளுக்குத் தேவையில்லை என்றபோதும், அவள் அதனை தனது தொழிலுக்காக அணிந்திருக்கிறாள் என்பதை அறிவான். அவளது மார்புகள் சிறியவையோ பெரியவையோ அல்ல, சுருங்கச் சொன்னால் அவை இளமையானவை. அவளது கண்கள் எதையும் வெளிப்படுத்தவில்லை. அவள் இங்கே என்ன செய்து கொண்டிருக்கிறாள்? பெண்களைக் கண்டுகொள்வதில் அவனுக்கு பிரச்சினையே இல்லை என்றபோது, அவன் இந்த மடத்தனமான, ஆபத்தான உறவை ஊக்குவிப்பது ஏன்? அவன் பணக்காரன், நல்ல தோற்றமுடையவன், இளமையானவன், பிரபலமானவன். அவன் தன் வேலையை நேசித்தான். அவன் பெண்களை நேசித்து, அவர்களையே திருமணமும் செய்துகொண்டான். அவன் நேசிக்கவும்பட்டான். அவனோ அனைத்து விதிகளுக்கும் ஒழுங்குகளுக்கும் உட்பட்டவன். அவனால், நான் மகிழ்ச்சியாக இருக்கிறேன் என்று கத்த முடியுமா?

ஆனால் அவன் அப்படிச் செய்யவில்லை. பெரும்பாலான மனிதர்கள் உணவுக்காகவும், வசிக்க ஒரு வீட்டுக்காகவும், கௌரவத்துடன் வாழ ஒரு வேலையையும் தேடி அலைந்துகொண்டிருக்கையில், ரால்ப்பிடம் அனைத்தும் இருந்தன, ஆனால் அது அவனை இன்னமும் சபிக்கப்பட்டவனாக உணரச்செய்தது. அவன் பின்பொரு நாள் தன் வாழ்க்கையைத் திரும்பிப் பார்த்தானெனில், இரண்டு மூன்று நாட்கள் அவன் எழுந்ததும் சூரியனைப் பார்த்து, அல்லது மழையைப் பார்த்து காலையில் மகிழ்ச்சியாய் உணர்ந்திருப்பான். எதையும் ஆசைப்படாமல், எதையும் திட்டமிடாமல் பதிலுக்கு எதையும் எதிர்பாராமல் - வெறுமனே மகிழ்ச்சியாய் உணர்ந்திருப்பான். அந்த சில நாட்களைத் தவிர அவனது மிச்ச வாழ்க்கை அனைத்தும் - நனவான, நனவாகாத - கனவுகளிலே வீணாகிப்போன ஒன்றாய் இருக்கும். தன்னைக் கடந்துசெல்லும், தனது வரையறைகளைக் கடந்து செல்லும் ஆசையில், அவன் ஏதோ ஒன்றை நிரூபிக்கும்

பதினொரு நிமிடங்கள்

ஆசையில் - அது என்னவென்றோ, யாரிடமென்றோகூட அறியாமல், தன் வாழ்வைக் கழித்திருந்தான்.

அவன் தன் முன்னாலிருந்த, தற்செயலாக அவன் சந்தித்த அந்த அழகிய பெண்ணை, புத்திசாலித்தனமாக கறுப்புநிற ஆடை அணிந்திருந்தவளைப் பார்த்தான். அவன் அவளை ஏற்கெனவே பார்த்திருந்தபோதும், அவள் அந்த இடத்துக்குப் பொருத்தமற்றவளாகக் காணப்படுகிறாள் என அப்போது நினைத்திருந்தான். அவள் தன்மீது காமுறும்படிக் கேட்கிறாள். அவன் அவளை தீவிரமாக, அவள் கற்பனைசெய்வதற்கும் மேலாக ஆசைப்பட்ட போதும், அந்த ஆசை அவளது மார்புகளின் மேலானதோ, அவளது உடலின் மேலானதோ அல்ல, நான் விரும்பியது அவளது துணையை. அவன் தனது கைகளை அவளது தோளைச் சுற்றி போட்டபடி, அமைதியாக அமர்ந்தபடி, நெருப்பைப் பார்த்தபடியே ஒயினைப் பருகிக்கொண்டும், அவ்வப்போது சிகரெட் புகைத்தபடியும் இருக்க விரும்பினான். அதுவே போதுமானதாக இருக்கும். வாழ்க்கை எளிய விஷயங்களாலானது, அவன் இத்தனை வருடங்களாக ஏதோ ஒன்றை - அந்த ஒன்று என்னவென்று கூட சற்றும் அறியாமல் - தேடித் தேடி சோர்ந்து போயிருந்தான்.

இருந்தும் அவன் அதைச் செய்தால், அவன் அவளைத் தொட்டால் அனைத்தும் தொலைந்துபோகும். மரியாவிடம் அவன் ஒளியைக் கண்டிருந்தபோதும், அவளது அருகிலிருந்தபோது அவன் எத்தனை நன்றாக உணர்ந்தான் என்பதை அவள் அறிந்திருந்தாளா என்பது அவனளவில் நிச்சயமில்லை . அவன் பணம் தந்திருக்கவில்லையா? ஆம், மேலும் அவன் அவளை வெற்றிகொள்ளும்வரை, ஏரிக்கரையில் அவளருகே அமர்ந்து காதல் பற்றி பேசும்வரையில், அவளும் அதைப் பற்றி பேசுவதைக் கேட்பது வரையிலும் தொடர்ந்து அவன் பணம் செலவழிக்கத்தான் வேண்டும். எதுவும் சொல்லாமலிருப்பது, அவசரப்பட்டு காரியத்தில் இறங்காமலிருப்பது, துணிந்து எதையும் செய்யாமலிருப்பது நல்லது.

ரால்ப் ஹார்ட் தன்னைத் தானே இம்சிப்பதை நிறுத்திக்கொண்டு, மீண்டுமொருமுறை அவர்கள் ஒன்றாகச் சேர்ந்து உருவாக்கிய விளையாட்டில் கவனம் செலுத்தினான். தன் முன்பிருந்த பெண் சொன்னது சரிதான். ஒயின், கணப்பு, சிகரெட்டுகள், துணை இவையெல்லாம் தம்மளவில் போதுமானதாக இல்லை. மற்றொருவித போதை, மற்றொரு விதமான நெருப்பு தேவைப்பட்டது.

அவள் தோள்பட்டை வாரைக்கொண்ட ஆடையை அணிந்திருந்தாள். அவள் ஒரு மார்பை வெளிப்படுத்திக்கொண்டிருந்தாள் அவனால் அவளது வெளுப்பாக இல்லாமல் நன்கு கருப்பாகயிருந்த சருமத்தைப் பார்க்கமுடிந்தது. அவன் அவளை ஆசைப்பட்டான். அவன் அவளைத் தீவிரமாக ஆசைப்பட்டான்.

மரியா, ரால்ப்பின் கண்களில் தெரிந்த மாற்றத்தைக் கவனித்தாள். அவளை அவன் ஆசைப்படுகிறான் என்பது வேறெதனையும்விட அவளைக் கிளர்ச்சியுறச் செய்தது. தன்னிச்சையான சூத்திரத்திற்கும் அதற்கும் எந்த சம்பந்தமும் இல்லை - நான் உன்னுடன் காதல் செய்ய விரும்புகிறேன், நான் உன்னை திருமணம் செய்ய விரும்புகிறேன், நீ உச்சகட்ட பரவசம் அடையவேண்டுமென நான் விரும்புகிறேன், எனது குழந்தையை நீ சுமக்கவேண்டுமென விரும்புகிறேன், நீ பொறுப்புடன் இருக்கவேண்டுமென விரும்புகிறேன். இல்லை ஆசை என்பது முழுக்க சுதந்திரமான உணர்வு, காற்றில் கலந்தபடி, துடித்தபடி, எதையோ அடையவேண்டுமென்ற உறுதியை வாழ்வில் நிறைத்தபடி - அது போதுமானது, அந்த உறுதி அனைத்துக்கும் முன்பாக இட்டுச்செல்லும், மலைகளை நகர்த்தும், அவளது அந்தரங்கத்தை ஈரமாக்கும்.

ஆசைதான் மற்ற அனைத்துக்குமான ஆதாரம் - அவள் தன் நாட்டை விட்டு வரவும், புதிய உலகைக் கண்டுபிடிக்கவும், ஃபிரெஞ்ச் கற்கவும், அவளது முன்னபிப்பிராயங்களைக் கைவிடவும், பண்ணையை சொந்தமாக்கிக்கொள்ள கனவு காணவும், பதிலுக்கு எதையும் எதிர்பாராமல் காதலிக்கவும், ஒரு ஆண் அவளைப் பார்த்துக் கொண்டிருப்பதாலேயே அவளை பெண் என உணரவும் செய்தது. திட்டமிட்ட நிதானத்துடன் அவள் தனது மற்றொரு தோள்பட்டை வாரையும் நழுவவிட்டாள். ஆடை அவளது உடலைவிட்டு நழுவியது. பின் அவளது பிராவையும் நீக்கினாள். அவள் அங்கு தனது உடலின் மேற்பகுதி முழுக்க நிர்வாணமாக வெளிப்பட, அவன் தன் மீது பாய்ந்து, அவளைத் தொட்டு, காதல் உறுதிமொழிகளைக் கூறுவானா அல்லது காமத்தால் பாலுறவு இன்பத்தை உணருமளவுக்கு மட்டுமே உணர்ச்சியுடன் இருப்பானா எனும் திகைப்பில் இருந்தாள்.

அவர்களைச் சுற்றியிருந்த விஷயங்கள் மாறத்தொடங்கின, சத்தங்கள் அனைத்தும் மறைந்தன, நெருப்பு, ஓவியங்கள், புத்தகங்கள் அனைத்தும் படிப்படியாக மறைந்து, ஆசைக்குரிய விஷயம் மட்டுமே எஞ்சி மற்ற அனைத்தும் முக்கியத்துவமிழக்கும், ஒருவித தன்னை மறந்த நிலைக்கு ஆளாகினர்.

அவன் அசையவில்லை. முதலில், அவனது கண்களில் ஒருவித தயக்கத்தைக் கண்டாள், ஆனால் அது நீடிக்கவில்லை. அவன் அவளைப் பார்த்தபடியே, தனது கற்பனையுலகில், அவளைத் தன் நாவால் வருடியபடி இருந்தான். அவர்கள் காதல் செய்தபடி, வியர்வை சிந்தியபடி, ஒருவரையொருவர் இறுகப் பற்றியபடி, தீவிரமும் மென்மையும் மாறி மாறி வர, ஒன்றாகக் கத்தியபடியும் முனகியபடியும் காணப்பட்டனர்.

யதார்த்தத்தில், நிஜ உலகில் அவர்கள் எதுவும் செய்யாமலும், இருவரும் அசையக்கூட செய்யாமலும் காணப்பட்டனர். அது அவளை இன்னும் அதிகமாக கிளர்ச்சியுறச் செய்தது. ஏனெனில் அவளும்கூட, அவள் விரும்பியதைக் கற்பனைசெய்யும் சுதந்திரத்துடன் இருந்தாள். அவள் அவனை மென்மையாகத் தொடும்படி கேட்டுக்கொண்டிருந்தாள். அவள் கால்களை அகட்டிக்கொண்டு, அவனுக்கு முன்னாலே சுய இன்பம்செய்தபடி, மிகவும் காமவசப்பட்ட மற்றும் மட்டமான வார்த்தைகளைப் பிதற்றியபடி, அவர்கள் இருவரும் ஒன்றே என்பதுபோலக் காணப்பட்டனர். அவள் பலமுறை உச்சத்தை எட்டினாள். தனது கூச்சலால் அண்டை அயலார்களையும் மொத்த உலகத்தையும் எழுப்பினாள். அங்கே அவளது ஆண் - யாருடன் அவள் உண்மையான மரியாவாக இருப்பாளோ, யாருடன் அவளால் தனது பாலுறவுப் பிரச்சினைகளைப் பேசமுடியுமோ, மிச்சமுள்ள இரவெல்லாம், மிச்சமுள்ள வாரமெல்லாம், மிச்சமுள்ள வாழ்க்கையெல்லாம் யாருடன் அவள் தங்க விரும்புவதாக சொல்ல விரும்புவாளோ - அந்த ஆண், அவளுக்கு இன்பத்தையும் மகிழ்ச்சியையும் வழங்கிக்கொண்டு இருந்தான்.

வியர்வைத் துளிகள் அவர்களது முன்நெற்றியில் அரும்பத் தொடங்கின. மனதுக்குள் ஒருவர் மற்றவரிடம், கணப்பிலிருந்த நெருப்பின் வெப்பத்தால் வந்தது என சொல்லிக்கொண்டனர். ஆனால் அந்த அறையிலிருந்த ஆணும் பெண்ணும் தங்களது எல்லையை எட்டியிருந்தனர், கற்பனை செய்து களைத்துப் போயிருந்தனர், அருமையான தருணங்களாலான நித்தியத்துவத்தை அனுபவப்பட்டிருந்தனர். அவர்கள் நிறுத்தியாகவேண்டிய அவசியம் ஏற்பட்டது, அவர்கள் இன்னுமொரு அடி எடுத்துவைத்தால், நடந்துகொண்டிருந்த அற்புதம் நின்றுபோய்விடும்.

மிக மெதுவாக, அவள் தன் ப்ராவை அணிந்து தன் மார்பகங்களை மறைத்தாள். ஏனெனில் எப்போதுமே தொடக்கத்தைவிட முடிவுகள் மிகவும் சிரமமானவை. உலகம் அதன் இடத்துக்குத் திரும்பியது.

அவர்களை சுற்றியிருந்த விஷயங்கள் மீண்டும் வெளிப்படத் தொடங்கின. அவள் தன் இடுப்பைச் சுற்றி விழுந்துகிடந்த ஆடையை இழுத்து மாட்டியபடியே, புன்னகையுடன் மிகவும் இதமாக அவனது முகத்தைத் தொட்டாள். அவன் அவளது கையை எடுத்து தனது கன்னத்தில் வைத்து அழுத்தினான். எவ்வளவு நேரமாக, எவ்வளவு இறுக்கமாக கையை அங்கே பிடித்திருந்தான் என்பதை அவன் அறிந்திருக்கவில்லை.

அவனை நேசிப்பதாக, அவள் சொல்லவிரும்பினாள். ஆனால் அது அனைத்தையும் பாழாக்கிவிடும். அது நிச்சயம் அவனைப் பயமுறுத்திவிடும் அல்லது இன்னும் மோசமாக, அவனும் அவளை நேசிப்பதாக சொல்லும்படிச் செய்யும். மரியா அதை விரும்பவில்லை. அவளது காதலின் சுதந்திரம், எதையும் கேட்காமலோ எதிர்பார்க்காமலோ இருப்பதிலே இருக்கிறது.

"உணர்ந்துகொள்ளும் தகுதியுள்ள எவருமே மற்றவர் தொடுவதற்கு முன்பாகவே இன்பத்தை உணர்வது சாத்தியம் என்று அறிவர். வார்த்தைகள், பார்வைகள் அனைத்தும் அந்த நடனத்தின் மர்மத்தைக் கொண்டுள்ளன. ஆனால் அந்தத் தொடர்வண்டி வந்துவிட்டது. நாம் இருவரும் அவரவர் வழியில் போகிறோம். நான் உன்னுடன் இந்தப் பயணத்தில் சேர்ந்துகொள்ள முடியுமென நம்புகிறேன்... எங்கே செல்லும் பயணத்தில்?"

"ஜெனீவா திரும்பும் பயணத்தில்" என்றான் ரால்ப்.

"கூர்ந்துநோக்கும், தாங்கள் எப்போதும் கனவு கண்டுகொண்டிருந்த நபரைக் கண்டுபிடிக்கும் எவரொருவரும், பாலுறவு நிகழ்வதற்கு முன்பே அந்த பாலுறவு ஆற்றலானது விளையாட வந்துவிடுகின்றன என்பதை அறிவர். மகத்தான இன்பம் பாலுறவல்ல, மாறாக அதற்காக பயிற்சி செய்கிற காதல்தான். காதல் தீவிரமானதாக இருக்கும்போது, பாலுறவு அதனுடன் சேர்ந்துகொண்டு நடனத்தை நிறைவுசெய்கிறது. ஆனால் அதுவே பிரதான நோக்கமல்ல."

"நீ ஒரு ஆசிரியரைப் போல பேசிக்கொண்டிருக்கிறாய்."

மரியா பேசியபடியே சென்றாள், ஏனெனில் அதுவே அவளது தற்காப்பு. எதிலும் தன்னை ஈடுபடுத்திக்கொள்ளாமல் அனைத்தையும் சொல்வதற்கான அவளது வழி.

"காதலில் இருக்கும் எவரொருவரும், அவர்கள் இல்லாதபோதுகூட அனைத்துநேரமும் காதல்புரிபவர்களாவர். இரு உடல்கள் சந்திக்கும்போது அது வெறுமனே குவளை நிறைந்து வழிவதைப்

போன்றதாகும். அவர்கள் பல மணி நேரங்களுக்கு, நாட்களுக்கு சேர்ந்திருக்க முடியும். அவர்கள் அந்த நடனத்தை ஒருநாள் தொடங்கி அடுத்த நாள்கூட முடிப்பர். - அல்லது அவர்கள் அனுபவப்படும் இன்பம் அத்தனை அலாதியானது என்பதனால் அவர்கள் அதை முடிப்பதே இல்லை. அவர்களுக்கு அது பதினொரு நிமிடங்கள் இல்லை."

"என்ன?"

"நான் உன்னை காதலிக்கிறேன்."

"நானும் உன்னை காதலிக்கிறேன்."

"மன்னிக்கவேண்டும், நான் என்ன சொல்கிறேன் என்பதே எனக்குத் தெரியவில்லை."

"நானும் அப்படித்தான்."

அவள் எழுந்து அவனை முத்தமிட்டுக் கிளம்பினாள். பிரேஸிலிய நம்பிக்கையின்படி வீட்டுக்குச் சொந்தக்காரர், விருந்தினர் கிளம்பும்போது முதல்முறை மட்டுமே கதவைத் திறந்துவிட வேண்டுமென்பதால் இம்முறை அவள் தானாகவே முன்கதவைத் திறந்தாள்.

மறுநாள் காலை மரியா தன் நாட்குறிப்பேட்டில் எழுதியதிலிருந்து:

நேற்றிரவு ரால்ப் ஹார்ட் என்னைப் பார்த்தபோது, ஒரு திருடனைப்போல் அவன் ஒரு கதவைத் திறந்தான். ஆனால் அவன் கிளம்பிச்சென்றபோது எதையும் என்னிடமிருந்து எடுத்துச் சென்றிருக்கவில்லை. மாறாக, அவன் ரோஜாக்களின் வாசத்தை விட்டுச் சென்றிருந்தான் – அவன் திருடனல்ல, என்னைக் காணவந்த மணமகன்.

ஒவ்வொரு மனிதனும் அவனது – அவளது ஆசை எதுவோ அதையே அனுபவப்படுகின்றனர். அது நமது அந்தரங்க பொக்கிஷத்தின் பகுதி என்றபோதும் பொதுவாக, அது ஒரு உணர்ச்சியாக மற்றவர்களை துரத்தக்கூடும் நமக்கு மிக முக்கியமானவரை நெருக்கத்தில் கொண்டுவருகிறது. அது என் ஆன்மாவால் தேர்வுசெய்யப்பட்ட உணர்ச்சி, அது என்னைச் சுற்றியுள்ள அனைவரையும் தொற்றிக்கொள்ளுமளவுக்கு தீவிரமானது.

ஒவ்வொரு நாளும் நான் கடைப்பிடிக்க விரும்பும் உண்மையையே தேர்வுசெய்கிறேன். யதார்த்தமாக, திறமைமிக்கவளாக, தொழில் நேர்த்தியுடன் இருக்க நான் முயற்சி செய்கிறேன். ஆனால் எப்போதும் ஆசையையே எனது துணையாகத் தேர்ந்தெடுக்க முடியவேண்டும் என நான் விரும்புகிறேன். கடமை உணர்ச்சியாலல்ல, எனது தனிமையை குறைப்பதற்காக அல்ல, அது நல்லது என்பதால். ஆம், மிகவும் நல்லது.

சராசரியாக கோபாகேபனாவில் முப்பத்தெட்டு பெண்கள் நிரந்தரமாக வேலைசெய்து வந்தனர். ஆனால் அவர்களில் மரியா தோழியாகக் கருதியது, ஃபிலிப்பைனிய பெண்ணான நியா ஒருத்தியை மட்டுமே. அங்கே பெண்கள் சராசரியாக குறைந்தபட்சம் ஆறுமாதங்களும் அதிகபட்சமாக மூன்று வருடங்களும் நீடித்தனர். ஒன்று அவர்களை யாராவது திருமணம் செய்துகொள்ள முன்வரலாம், காமக்கிழத்தியாக வைத்துக்கொள்ளப்படலாம், அல்லது வாடிக்கையாளர்கள் நடுவில் ஈர்ப்பை இழந்தவளாக இருக்கலாம், அப்படியிருக்கும் பட்சத்தில் மிலன் அவர்களை அழைத்து நாசூக்காக, வேறு இடத்தில் வேலை தேடிக்கொள்ளும்படி கூறிவிடுவான்.

ஒவ்வொருவரும் மற்றவர்களின் வாடிக்கையாளர்களை மதிப்பதும், ஒரு குறிப்பிட்ட பெண்ணைத் தேடி வரும் ஆண்களை எப்போதும் அவர்கள் வந்த உடன் கவர்ந்திழுக்க முயற்சி செய்யாதிருப்பதும் முக்கியம் என்பது அதனால்தான். அது அநீதியானது என்பது மட்டுமின்றி அபாயகரமானதும்கூட. முந்தைய வாரம், ஒரு கொலம்பியப் பெண் அமைதியாக தனது பையிலிருந்து சவரக் கத்தி ஒன்றை எடுத்து, யூகோஸ்லாவியப் பெண் பயன்படுத்திக்கொண்டிருந்த குவளையின் மீது வைத்து, அமைதியான குரலில், நிரந்தர வாடிக்கையாளரான குறிப்பிட்ட வங்கி மேலாளரை முந்திச்சென்று மடக்குவதைத் தொடர்ந்தால், தான் அவளின் முகத்தில் அடையாளம் ஏற்படுத்துவேன் என்றாள். அதற்கு அந்த யூகோஸ்லாவியப் பெண், அந்த நபர் ஒரு சுதந்திரமான முகவர், அவர் தன்னைத் தேர்வுசெய்தால் அவளால் உண்மையில் அதை மறுக்கமுடியாது என்றாள்.

அன்றிரவு அந்த நபர் உள்ளே நுழைந்து, கொலம்பியப் பெண்ணுக்கு வணக்கம் சொல்லிவிட்டு, அந்த யூகோஸ்லாவியப் பெண்ணின் மேஜைக்குச் சென்றார். அவர்கள் பானம் பருகி, நடனமாடினர். அப்போது அந்த யூகோஸ்லாவியப் பெண் கொலம்பியப் பெண்ணைப் பார்த்து, "பார்த்தாயா, அவர் என்னைத் தான் தேர்வுசெய்தார் என்று சொல்வதுபோல் கண்ணடித்தாள் (மரியாவின் பார்வையில், இது பெரிதும் சினமூட்டும் ஒன்றாகும்.)

ஆனால் அந்த கண்சிமிட்டலில் நிறைய சொல்லப்படாத விஷயங்கள் இருந்தன. அவர் என்னைத்தான் தேர்ந்தெடுத்தார், ஏனெனில் நான் அழகானவள், நான் கடந்தவாரம் அவருடன் சென்றேன் அதை அவர் பெரிதும் ரசித்தார், மேலும் நான் இளமையானவள். அந்த கொலம்பியப்பெண் எதுவும் சொல்லவில்லை. இரண்டு மணி நேரத்துக்குப்பின் யூகோஸ்லாவியப் பெண் வந்ததும், கொலம்பியப் பெண் அவளருகில் சென்றமர்ந்து, தனது பையிலிருந்து கூர்மையான முனைகொண்ட அந்தக் கத்தியை எடுத்து, யூகோஸ்லாவியப் பெண்ணின் முகத்தில் காதுக்கு அருகில் வெட்டினாள். அது ஆழமான வெட்டல்ல, அபாயகரமானதல்ல என்றாலும் அந்த இரவை அவள் மறக்காதபடி ஒரு சிறிய தழும்பை விட்டுச்செல்ல போதுமானது. இருவரும் சண்டையிட ஆரம்பித்தனர். இரத்தம் எங்கும் பீய்ச்சியடித்தது, இதனால் பயந்துபோன வாடிக்கையாளர்கள் ஓடி மறைந்தனர்.

காவலர்கள் வந்து, என்ன நடந்தது என அறிந்துகொள்ள முயன்றபோது, அந்த யூகோஸ்லாவியப் பெண் அலமாரியிலிருந்து தவறிவிழுந்த கண்ணாடிக் குவளையால் தன் முகத்தில் வெட்டுப்பட்டு விட்டது என்றாள் (கோபாகேபனாவில் அலமாரிகளே கிடையாது). இதுதான் மௌன விதி அல்லது இத்தாலியப் பெண்கள் ஆர்வமுடன் சொல்லும் ஓமர்ட்டா. காதல் முதல் மரணம் வரை - எந்தப் பிரச்சினையானாலும் ரூ டி பெர்னேவுக்குள்ளேயே, சட்டத்தின் துணையின்றி தீர்த்துக்கொள்ளப்பட வேண்டும். அங்கே அவர்கள் தங்களது சொந்த சட்டத்தை உருவாக்கியிருந்தனர்.

காவலர்கள் ஓமர்ட்டாவைப் பற்றி அறிந்திருந்தும், அந்தப் பெண் பொய்சொல்வதைப் பார்க்கமுடிந்தும், யாராவதொருவரை கைதுசெய்ய வேண்டுமென்று அவர்கள் வலியுறுத்தவில்லை. அவர்களைக் கைதுசெய்யவும் சிறையிலடைக்கவும் முயற்சிப்பதால், ஸ்விஸில் வரிகட்டுபவர்களின் பணமே பெரிதும் வீணாகும். மிலன், காவலர்களின் உடனடியான வருகைக்கு நன்றி கூறியதோடு, இதெல்லாம் புரிதலின்மையால் வந்த பிரச்சினை அல்லது போட்டி இரவு விடுதியாளர் தொந்தரவு உண்டாக்க முயற்சி செய்வதால் வந்ததாக இருக்கவேண்டும் என்றான்.

அவர்கள் கிளம்பிய உடனே, அந்த இரு பெண்களையும் திரும்பவும் விடுதிக்கு வரவேண்டாமென கேட்டுக்கொண்டான். அனைத்துக்கும் மேலாக, கோபாகேபனா குடும்பப்பாங்கான இடம் (மரியா புரிந்துகொள்ள சிரமப்பட்ட ஒரு வாக்கியம்) தொடர்ந்து ஒரு மரியாதையைப் பேணிவரும் இடம் (இது அவளை இன்னும்

அதிகமாக குழப்பத்துக்காளாக்கியது). அங்கே சண்டை என்பதே கிடையாது. ஏனெனில் மற்ற பெண்களின் வாடிக்கையாளரை மதிக்கவேண்டுமென்பதே முதல் விதி.

இரண்டாவது விதி, 'ஸ்விஸ் வங்கியைப்போன்று முழுமையான முன்ஜாக்கிரதை', அவன் சொன்னான். இது பெண்கள், வாடிக்கையாளரை பெரிதும் நம்பவேண்டுமென்பதற்காக ஒரு வங்கி எப்படி அதன் வாடிக்கையாளரை, அவர்களது நடப்புக் கணக்கின் நிலை மற்றும் அந்தரங்க குறிப்புகளின் அடிப்படையில் தேர்வுசெய்யுமோ அதேபோன்று இங்கும் தேர்வுசெய்யப்பட்டனர். எப்போதாவதுதான் தவறுகள் நடந்தன. அபூர்வமாக சிலர் பணம் தராமல் போயிருக்கலாம், பெண்கள் அச்சுறுத்தப்பட்டதோ, கோபமூட்டப்பட்டதோ நடந்திருக்கலாம். ஆனால் பல வருடங்களாக தனது விடுதியின் மதிப்பை உருவாக்கி, வளர்த்தெடுக்கப் போராடி வந்திருந்த காரணத்தால், யாரை அழைக்கவேண்டும், யாரை அழைக்கக்கூடாதென அடையாளம் காண்பதில் அவன் நிபுணத்துவம் பெற்றிருந்தான். அங்கிருந்த பெண்களில் ஒருவர்கூட, அதற்கான அளவீடுகள் எவை என துல்லியமாக அறிந்திருக்கவில்லை. ஆனால் அந்தப் பெண்கள் பல சமயங்களில் நன்கு ஆடையணிந்த நபர்களிடம், அன்று இரவு விடுதி நிறைந்துவிட்டது எனவும் (அது காலியாகவே இருந்தபோதுகூட) அடுத்துவரும் நாட்களுக்கும் அது நிறைந்தே காணப்படும் என்றும் (தயவுசெய்து மீண்டும் வராதீர்கள்) என்று அவன் சொல்வதைக் கண்டிருக்கிறார்கள். மேலும், சரியாக சவரம்செய்யாத, சம்பிரதாயமற்ற ஆடைகளில் வரும் நபர்கள், மிலனால் ஒரு குவளை ஷாம்பெய்னோடு உற்சாகமாக வரவேற்கப்படுவதையும் கண்டிருக்கிறார்கள். கோபாகேபனாவின் முதலாளி, யாரையும் தோற்றத்தை வைத்து மதிப்பிடுவதில்லை, மேலும் அவர் கணிப்பு எப்போதும் சரியாகவே இருந்தது.

நல்ல தொழில்ரீதியிலான உறவு, அதனுடன் தொடர்புடைய அனைத்துத் தரப்பினருக்கும் பொருந்துவதாகத் தோன்றியது. அங்கே வரும் வாடிக்கையாளர்களில் மிகப் பெரும்பான்மையானவர்கள் திருமணமானவர்கள் அல்லது ஏதோ ஒரு நிறுவனத்தில் முக்கிய பொறுப்புகளில் இருப்பவர்கள். அங்கே பணிபுரிபவர்களில் திருமணமாகி குழந்தைகளைக் கொண்டிருந்த சில பெண்களும் இருந்தனர். தங்களது குழந்தைகள் பயிலும் பள்ளியில் பெற்றோர்களுக்கான மாலைநேரச் சந்திப்பிலும் கலந்து கொண்டுள்ளனர். அவர்களுக்கு, தாங்கள் செய்யும் தொழில் வெளித்தெரிந்துவிடும் அபாயமில்லை என்பது தெரிந்திருந்தது.

அந்தப் பள்ளிக்கு வந்த பெற்றோர்களில் ஒருவர் கோபாகேபனாவுக்கு வரநேர்ந்தால், அவர்களும்கூட சமரசமாகிவிட நேரும். எனவே எதுவும் சொல்லமுடியாது. இதுவே ஓமர்ட்டா செயல்பட்டவிதம்.

அங்கிருந்த பெண்களிடையே தோழமை இருந்ததேயன்றி நட்பு இல்லை. எவரும் தங்கள் வாழ்க்கை குறித்து அதிகம் பேசியதில்லை. அவள் மற்றவர்களுடன் மேற்கொண்ட வெகுசில உரையாடல்களில், மரியா கசப்பையோ, குற்றவுணர்வையோ, வருத்தத்தையோ தன் சக பணியாளர்களிடத்தில் கண்டதில்லை. ஒருவித சகிப்புத்தன்மை, சுயேச்சையாகவும் நம்பிக்கையாகவும் அவர்கள் உலகை எதிர்கொண்டவிதம் குறித்து பெருமிதப்பட்டதுபோன்ற கண்களில் ஒருவித விநோத, அகந்தையான மினுமினுப்பு. ஒருவாரத்துக்குப்பின், புதிதாகச் சேர்ந்த எவரொருவரும் சக தொழிலாளியாக கருதப்பட்டனர், எப்போதும் திருமணத்துக்கு இடைஞ்சலாக இருக்கக்கூடாது, (குடும்பத்தின் நிலைத்தன்மைக்கு அச்சுறுத்தலாக ஒரு விலைமகள் காணப்படக்கூடாது), வேலைநேரம் தவிர்த்து சந்திப்பிற்கான அழைப்பை ஒருபோதும் ஏற்காதிருப்பது, வாடிக்கையாளர் தனது வாழ்க்கை ரகசியம் எதையாவது சொன்னால் கருத்தெதுவும் சொல்லாமல் கேட்டுக்கொள்வது, உச்சகட்ட தருணத்தில் இன்பத்தில் முனகுவது (அனைவரும் இதைச் செய்கின்றனர் என்பதை மரியா அறிந்திருந்தாள், ஆனால் அதை அவளின் முதல் நாளிலேயே கூறாததற்கு காரணம், இந்தத் தொழிலின் யுக்திகளில் அதுவும் ஒன்று என்பதனால்தான்), தெருவில் எதிர்ப்படும் காவலருக்கு ஹலோ சொல்வது, எந்தவொரு உடல்நல பரிசோதனையையும் போலவே வேலைக்கான அனுமதியை அனுதின தேதிக்கு ஏற்ப புதுப்பித்து வைத்திருப்பது, அவள் செய்துகொண்டிருக்கும் தொழிலின் சட்டபூர்வமான அம்சங்களை பெரிதும் ஆழமாய் ஆராய்ச்சி பண்ணாதிருப்பது போன்ற விதிமுறைகளை அவர்கள் பெறுவர். அவர்கள் என்னவாக இருக்கவேண்டுமோ அப்படி இருந்தனர். அவ்வளவுதான்.

அந்த இடம் பரபரப்பாகும் முன்பே, மரியா எப்போதும் அங்கே கையில் ஒரு புத்தகத்துடன் காணப்படுவாள். விரைவிலேயே அவள் அந்தக் குழுவின் அறிவுஜீவியாக அறியப்பட்டாள். முதலில் அவள் காதல் கதைகளைப் படிக்கிறாளா என அவர்கள் அறிய விரும்பினர். ஆனால் சுவாரசியமற்ற பொருளாதாரம், உளவியல், சமீபத்தில் - பண்ணை நிர்வாகம் சம்பந்தமான புத்தகங்களை வைத்திருப்பதைக் கண்டதும் மரியா தனது ஆராய்ச்சியையும், குறிப்பெடுப்பதையும் தொடரட்டுமென அவர்கள் அமைதியாக விட்டுவிட்டனர்.

அவளுக்கு நிறைய வழக்கமான வாடிக்கையாளர்கள் இருந்ததாலும், அவள் கோபாகேபனாவுக்கு - அது பரபரப்பாக இல்லாவிட்டாலும்கூட - தினசரி இரவு வந்துசென்றதனாலும் மிலனின் நம்பிக்கையையும் அவளது சக பணியாளர்களின் பொறாமையையும் சம்பாதித்தாள். அவர்கள் அவளை பேராசை, தற்பெருமை, பணம் சம்பாதிப்பதை பற்றி மட்டுமே சிந்திப்பவளெனக் கூறினர். கடைசியாக அவர்கள் சொன்னதில் சற்றே உண்மை இருந்தபோதும், அவர்கள் எல்லோரும் அதே காரணத்தால்தானே அங்கு இருந்தார்கள் என கேட்கவேண்டும்போல தோன்றியது.

எப்படியோ போகட்டும், அதுபோன்ற விமர்சனங்கள் எவரையும் எப்போதும் கொன்றுவிடுவதில்லை. எந்த ஒரு வெற்றிகரமான நபரின் வாழ்விலும் அவை ஓர் அம்சம், இத்தகைய விமர்சனங்களினால் பாதிக்கப்பட்டு குறிப்பிட்ட தேதியில் பிரேஸில் திரும்புவது, பண்ணையொன்றை வாங்குவது எனும் அவளது இரு குறிக்கோள்களிலிருந்து விலகிச்செல்வதைவிட, அவற்றுக்குப் பழகிக்கொள்வது நல்லது.

இப்போது அவளது சிந்தனைகளில் இரவும் பகலும் ரால்ப் ஹார்ட் காணப்பட்டான். மேலும் முதன்முறையாக இல்லாத காதலுக்காக அவளால் மகிழ்ச்சியாக உணரமுடிந்தது - எனினும் தனது காதலை வெளிப்படுத்தியதற்காக சற்றே வருந்தினாள். இதன் மூலம் அனைத்தையும் இழந்துவிடும் ஆபத்து இருந்தது. ஆனால் பதிலுக்கு எதையும் எதிர்பாராதபோது, அவளிடம் இழப்பதற்கு என்ன இருந்தது? ரால்ப் சிறப்பு வாடிக்கையாளாராக இருந்துவந்தான் என மிலன் குறிப்பிட்டபோது தனது இதயம் எப்படி வேகமாக துடித்தது என அவள் நினைவுகூர்ந்தாள். அதற்கு என்ன அர்த்தம்? அவள் ஏமாற்றப்பட்டதாகவும், பொறாமையாகவும் உணர்ந்தாள்.

உங்களால் மற்றொருவரை உடைமையாக்கிக்கொள்ள முடியுமென நினைப்பது அர்த்தமற்றதென, வாழ்க்கை அவளுக்குக் கற்பித்திருந்தபோதும், பொறாமையாக உணர்வது இயல்பானதே - அப்படி உடைமையாக்கிக்கொள்ள முடியுமென நம்பும் எவரும் தம்மையே ஏய்த்துக்கொள்கிறார்கள். இருந்தபோதும், அவளால் பொறாமை உணர்வு கொள்ளாமலிருக்கவோ, அல்லது அதுகுறித்து மகத்தான அறிவுஜீவித்தனமான சிந்தனை எழாமல் தடுக்கவோ முடியவில்லை. அதுமட்டுமின்றி அது தனது பலவீனத்தின் அடையாளம் என்று சிந்திக்காமலிருக்க முடியவில்லை.

‘உறுதியான காதல், தனது பலவீனத்தையும் வெளிக்காட்டும் காதலேயாகும். எப்படியோ, என் காதல் நிஜமெனில் (என் கவனத்தை திசைதிருப்புவதற்கோ, என்னை நானே ஏமாற்றிக்கொள்ளாததாகவோ, எளிதில் நேரம் போகாததுபோல் தோன்றும் இந்த நகரத்தில் பொழுதுபோக்குவதற்கான ஒரு வழியாகவோ அன்றி-) சுதந்திரம் பொறாமையையும் அதன் காரணமாக உருவான எந்தவொரு வேதனையையும் வெல்லும். ஏனெனில் வலியும்கூட இயற்கை நடைமுறையின் ஓர் அம்சம்தான். விளையாட்டுக்காக பயிற்சி மேற்கொள்ளும் அனைவரும் இதனை அறிந்திருப்பர். உங்களது குறிக்கோள்களை நீங்கள் எட்ட விரும்பினால், தினசரி குறிப்பிட்ட அளவு வலிக்கோ அசௌரியத்துக்கோ நீங்கள் தயாராக இருக்கவேண்டும். முதலில் இது விரும்பத் தகாததாகவும் உத்வேகம் இழக்கச் செய்வதாகவும் இருக்கும். ஆனால் கொஞ்ச நாட்களில், நலமாக உணர்வதின் பகுதியாக மாறிவிடும். பின் வலியை உணராவிட்டால், உடற்பயிற்சி எதிர்பார்த்த பலனைத் தரவில்லையோ என்று நீங்கள் உணரும் ஒரு கணமும் வரும்.’

அந்த வேதனையை மையப்படுத்துவதிலும், அதற்கு குறிப்பிட்ட ஒருவரின் பெயரைச் சூட்டுவதிலும், அதனை எப்போதும் நினைத்துக் கொண்டிருப்பதிலும்தான் அபாயம் இருக்கிறது. மரியா அத்தகைய நிலையேற்படாமல் தன்னை அதிலிருந்து விடுவித்துக்கொள்ளும் திறனைத் தந்ததற்காக கடவுளுக்கு நன்றி சொன்னாள்.

இருந்தும்கூட அவன் எங்கிருப்பான், அவன் ஏன் தன்னை வந்து பார்க்கவில்லை, அவன் ரயில்வே நிலையம் பற்றிய மொத்தக் கதையும் அடக்கப்பட்ட ஆசையும் மடத்தனமானது என எண்ணியிருப்பானோ, அவன் மீதான தன் காதலை அவள் சொன்னதனால் எப்போதைக்குமாக விலகிச் சென்றிருப்பானோ என நினைத்துக்கொண்டிருப்பதை எண்ணி தன்னைக் குறித்தே வியப்படைந்தாள்.

அழகிய நினைவுகள் துயரம் தரும் நினைவுகளாக மாறுவதைத் தவிர்க்க அவள் ஒரு வழியைக் கண்டுபிடித்தாள். ரால்ப் ஹார்ட்டுடன் தொடர்புடைய நேர்மறையான எண்ணங்கள் அவள் சிந்தனையில் வந்தால் - இது பெரும்பாலும் கணப்பு, ஒயின், அவனுடன் விவாதிக்க நினைக்கும் ஒரு யோசனை அல்லது வெறுமனே அவன் எப்போது திரும்பிவருவான் என்றறிய விரும்பும் இன்பம், ஏக்கம் போன்றவையாகவே இருக்கும் - மரியா செய்துகொண்டிருப்பது எதுவானாலும் அதை நிறுத்தி, வானத்தைப் பார்த்து புன்னகையொன்று செய்து, தன்னை உயிர்ப்புடன் இருக்கச் செய்ததற்கும், அவள் நேசித்த நபரிடமிருந்து எதுவும் எதிர்பாராமல் இருக்கச் செய்ததற்கும் நன்றி தெரிவிப்பாள்.

மாறாக, அவளது இதயம் அவனது இல்லாமை குறித்தோ அவர்கள் ஒன்றாக இருந்தபோது அவளுக்கு நடக்காத விஷயங்கள் குறித்தோ புகார் செய்தால், தனக்குத்தானே சொல்லிக்கொள்வாள்.

'ஓ, ஆக நீ அதைப்பற்றி நினைக்க விரும்புகிறாய் அல்லவா நல்லது, அப்படியெனில் நான் மிகவும் முக்கியமான விஷயங்களில் ஈடுபடுகையில் உன் விருப்பம்போல் செய்.'

அவள் வாசிப்பதைத் தொடர்வாள், அல்லது வெளியிலிருந்தால் தன்னைச் சுற்றியுள்ள அனைத்திலும் கவனத்தைக் குவிப்பாள். வண்ணங்கள், மக்கள், ஒலிகள் போன்றவற்றில் - முக்கியமாக ஒலிகளின் மீது. அவளது சொந்தக் காலடிச் சத்தம், பக்கங்கள் புரட்டும் சத்தம், கார்களின் சத்தம், உரையாடல்களின் துணுக்குகள் - இதில் அந்த துரதிர்ஷ்டகரமான எண்ணம் போயிருக்கும். ஐந்து நிமிடங்களுக்குப்பின் அது மீண்டும் வந்தால், அவள் அந்தச் சிந்தனை தாம் ஏற்கப்படாவிட்டாலும்கூட நாசூக்காக நிராகரிக்கப்படுவதாக உணர்ந்து ஒரு கணிசமான காலஅளவுக்கு விலகியிருக்கும்வரை இதனை திரும்பச்செய்வாள்.

அவனைத் திரும்பவம் பார்க்காமல் போகும் வாய்ப்பு உண்டு என்பது அத்தகைய எண்ணங்களில் ஒன்று. கொஞ்சம் பயிற்சி, பெருமளவு பொறுமையுடன், அதனை நேர்மறை எண்ணமாக மாற்றப் பழகிவிட்டாள். அவள் ஜெனீவாவை விட்டுச் சென்றதும், ஜெனீவா என்றாலே பழைய பாணியிலான நீண்டமுடி, குழந்தைத்தனமான சிரிப்பு, மற்றும் இறுக்கமான குரலுடன்கூடிய அவனது முகமே நினைவுக்கு வரும். பல வருடங்களுக்குப் பின், யாராதொருவர் அவளிடம், அவளது இளமைப் பருவத்தில் அவளுக்குத் தெரிந்த இடம் எத்தகையதாய் இருக்கும் என்று கேட்டால் அவளது பதில்:

"மிகவும் அழகியதாக, காதலிக்கும் திறனுள்ளதாய், காதலிக்கப் படுவதாய் இருக்கும்" என்று சொல்வாள்.

கோபாகேபனாவின் மந்தமான இரவொன்றில், மரியா தன் நாட்குறிப்பில் எழுதியதிலிருந்து:

இங்கே வரும் நபர்களுடன் நான் செலவிட்ட அனைத்து நேரங்களுக்கும் பின்பு, பாலுறவு யதார்த்தத்தை தவிர்க்க, பிரச்சினைகளை மறக்க, இறுக்கம் தவிர்க்க போதைப் பொருளைப்

போன்று பயன்படுத்தப்படுகிறது என்ற முடிவுக்கு வந்திருக்கிறேன். எல்லா போதைப் பொருள்களையும் போலவே, இதுவும் தீங்கு பயக்கும், அழிவைத் தரும் பழக்கமாகும்.

ஒருவர் செக்ஸின் வடிவிலோ அல்லது வேறுவகையிலோ போதையை விரும்பினால், அது அவரது பிரச்சினை. அவர்களது செயல்களின் விளைவுகள், அவர்களது தேர்வுக்கேற்ப மோசமாகவோ சிறப்பானதாகவோ அமையும். ஆனால் வாழ்வில் முன்னேற்றம் அடைவது குறித்து பேசிக்கொண்டு இருக்கிறோம் எனில் நாம் ஆகச் சிறந்தது என்பதும் பரவாயில்லை என்பதும் பெரிதும் வேறுபட்டது என்பதை அவசியம் புரிந்துகொள்ளவேண்டும்.

என் வாடிக்கையாளர்கள் நினைப்பதற்கு மாறாக, பாலுறவை அனைத்து நேரமும் மேற்கொள்ள முடியாது. நாம் அனைவருள்ளும் ஒரு கடிகாரம் இருக்கிறது. நாம் காதல் செய்யவேண்டுமானால் இரு கடிகாரங்களின் முட்களும் ஒரேசமயத்தில் ஒரே நேரத்தைக் காட்டவேண்டும். அது தினமும் நிகழாது. நீங்கள் மற்றவரை நேசித்தால், நலமாக உணர்வதற்காக நீங்கள் பாலுறவைச் சார்ந்து இருக்கமாட்டீர்கள். ஒன்றாக வாழும், ஒருவரையொருவர் நேசிக்கும் இருவர் தங்களது கடிகாரத்தின் முட்களை நிதானமாகவும், விடாமுயற்சியுடனும், விளையாட்டுத்தனத்துடனும் கொள்கை பிரதிநிதித்துவத்துடனும், பாலுறவு வெறுமனே ஒரு சந்திப்பு, பாலுறுப்புகளின் ஆலிங்கனம் என்பதைத் தாண்டியது என்பதை அவர்கள் உணரும்வரை சரிசெய்துகொள்ள வேண்டும்..

அனைத்திலும் முக்கியமானது. நீங்கள் உங்களது வாழ்வைத் தீவிரமுடன் வாழ்ந்தால், எல்லா நேரமும் இன்பத்தை அனுபவப்படுவீர்கள், பாலுறவின் தேவையை உணரமாட்டீர்கள். நீங்கள் பாலுறவுகொள்ளும்போது, தாராள உணர்வால், நிறைந்திருக்கும் மதுக்குவளை இயல்பாகவே நிறைந்துவழிவதுபோல, தவிர்க்கமுடியாமல், வாழ்வின் அழைப்புக்கு பதில்சொல்லும் விதமாக, அந்தக் கணத்தில், அந்தக் கணத்தில் மட்டுமே நீங்கள் உங்களை கட்டுப்பாடு இழக்க அனுமதிப்பீர்கள்.

பின்குறிப்பு: நான் எழுதியதை மறுபடியும் வாசித்தேன். நல்ல சோதனை! நான் பெரிதும் அறிவுஜீவித்தனமாக ஆகிக் கொண்டிருக்கிறேன்.

தனது நாட்குறிப்பை எழுதிய உடனேயே, அவள் மற்றொரு இரவு புரிதலுள்ள தாயாகவோ அறியாச் சிறுமியாகவோ இருக்க ஆயத்தமாகிக் கொண்டிருந்தாள். கோபாகேபனாவின் கதவு திறந்ததும், இசைத்தட்டு நிறுவனத்தின் செயல் அலுவலரும் சிறப்பு வாடிக்கையாளர்களில் ஒருவனுமான டெரன்ஸ் உள்ளே நுழைந்தான்.

மதுக்கூடத்தின் பின்னால் மிலன் திருப்தியடைந்தவனாகக் காணப்பட்டான். மரியா அவனை ஏமாற்றிவிடவில்லை. ஒரே நேரத்தில் வெகுகுறைவாகவும் அளவுக்கதிகமாகவும் சொன்ன வார்த்தைகளான, 'வலி, வேதனை, பெருமளவு இன்பம்' என்பதனை மரியா நினைவுகூர்ந்தாள்.

"நான் லண்டனிலிருந்து முக்கியமாக உன்னைப் பார்ப்பதற்காகவே விமானமேறி வந்திருக்கிறேன். உன்னைப் பற்றியே பெரிதும் நான் நினைத்தபடி இருக்கிறேன்."

அவள் புன்னகைத்தாள், பெரிதும் உற்சாகமடைந்தது போல காட்டிக் கொள்ளாமலிருக்க முயற்சித்தாள். அவள் எதுவும் பருக விரும்புகிறாளா என கேட்காததன் மூலம் மீண்டும் அவன், சம்பிரதாயத்தைக் கடைப்பிடிக்கத் தவறியிருந்தான். மாறாக அவளது மேஜையில் சென்று அமர்ந்தான்.

"ஒரு ஆசிரியர், ஒருவர் ஒன்றைக் கண்டுபிடிக்க உதவும்போது, அந்த ஆசிரியரும் எப்போதும் புதியதைக் கற்றுக்கொள்ளவேண்டும்."

"நீங்கள் என்ன சொல்கிறீர்கள் என எனக்குத் தெரியும்," என மரியா ரால்ப் ஹார்ட்டை நினைத்தபடியும், அவ்வாறு நினைப்பது குறித்து தன்மீதே எரிச்சலுற்றபடியும் சொன்னாள். அவள் வேறொரு வாடிக்கையாளருடன் இருக்கிறாள், அவள் அவசியம் அவனுக்கு மதிப்பளிப்பதோடு, அவனை திருப்திபடுத்த தன்னாலானதைச் செய்யவும் வேண்டும்.

"நீ அடுத்த கட்டத்துக்குச் செல்ல விரும்புகிறாயா?"

ஆயிரம் ப்ராங்குகள், கண்ணுக்குப் புலப்படாத உலகம். அவளது முதலாளி அவளைக் கவனித்துக் கொண்டிருந்தார். அவள் எப்போது வேண்டுமானாலும் தன் தொழிலை நிறுத்திக்கொள்ள முடியுமென்ற நிச்சயம் இருந்தது. பிரேஸிலுக்குத் திரும்ப அவள் தேதி குறித்துவிட்டாள். அந்த இன்னொருவன், அவளைப் பார்க்க ஒருபோதும் வரப்போவதில்லை.

"உங்களுக்கு அவசர வேலை எதுவும் இருக்கிறதா?" மரியா கேட்டாள்.

அவன் இல்லையென்றான், அவள் என்ன விரும்பினாள்?

"நான் வழக்கமாக பருகும் பானத்தையும், நடனத்தையும் அத்தோடு கொஞ்சம் எனது தொழிலுக்கான மரியாதையையும் பெறவிரும்புகிறேன்."

ஒருகணம் அவன் தயங்கினான், ஆனால் ஆதிக்கம் செலுத்துவதும் ஆதிக்கத்துக்கு உட்படுவதும் இவையெல்லாம் தியேட்டரின் ஓரம்சம். அவன் அவளுக்கு பழரசக் கலவை வாங்கித் தந்து அவளுடன் நடனமாடினான். பின், வாடகைக் காரைப் பிடித்து, அதிலிருக்கும்போதே அவளுக்கான பணத்தைக் கொடுத்தான். அதேசமயம் அவர்கள், நகரின் ஊடே பயணித்து, அதே ஹோட்டலைச் சென்றடைந்தனர். அவர்கள் உள்ளே சென்றனர். அவன் அந்த இத்தாலிய சுமைதூக்குபவனுக்கு, அவர்கள் முதலில் சந்தித்த இரவன்று சொன்னதுபோலவே வாழ்த்துச் சொன்னான். அவர்கள் ஆற்றைப் பார்க்கும் வசதியுடனான அதே அறைக்கு ஏறிச் சென்றனர்.

டெரன்ஸ் எழுந்து தனது லைட்டரை வெளியே எடுத்தபின்பே, மரியா அறையைச் சுற்றிலும் டஜன் கணக்கிலான மெழுகுவர்த்திகள் ஏற்பாடு செய்யப்பட்டிருந்ததைக் கவனித்தாள். அவன் அவற்றை ஏற்றத் தொடங்கினான்.

"நீ அறிந்துகொள்ள விரும்புவது என்ன? நான் ஏன் இப்படி இருக்கிறேனென்றா? நான் பெரிதும் தவறாகப் புரிந்து கொண்டிருந்தாலன்றி, நாம் ஒன்றாகக் கழித்த அந்த மாலைப் பொழுதை நீ உண்மையிலேயே ரசித்தாய். நீயும் கூட இதையேன் விரும்புகிறாய் என்று தெரிந்துகொள்ள விரும்புகிறாயா?"

“ஒரே தீக்குச்சியில் மூன்றுக்கு மேற்பட்ட பொருட்களைப் பற்ற வைக்கக்கூடாதென பிரேஸிலில் எங்கள் நடுவே ஒரு நம்பிக்கையுண்டு. நான் அதைப் பற்றித்தான் நினைத்துக் கொண்டிருந்தேன். நீங்கள் அந்த நம்பிக்கைக்கு மதிப்பளிக்கவில்லை.”

அவன் அவளது விமர்சனத்தைப் புறக்கணித்தான்.

“நீ என்னைப் போன்றவள். நீ இங்கு அந்த ஆயிரம் ப்ராங்குகளுக்காக வரவில்லை. மாறாக ஒருவித குற்ற உணர்வு, சார்ந்திருக்கும் தேவை, மற்றும் உனது பல்வேறு நிச்சயமின்மைகள், உளச்சிக்கல்கள் காரணமாக வந்திருக்கிறாய். இவை நல்லதும் இல்லை கெட்டதும் இல்லை, இதுதான் மனித இயல்பு.”

அவன் ரிமோட் கண்ட்ரோலை எடுத்து, தொலைக்காட்சி செய்திகளில் போரைத் தவிர்க்க முயற்சிக்கும் அகதிகள் பற்றிய செய்தியைக் கண்டுகொள்ளும்வரை சேனல்களை சிலமுறை மாற்றினான்.

“நீ இதைப் பார்க்கிறாயா? மக்கள் தங்களது அந்தரங்க பிரச்சினைகளை அனைவரின் முன் விவாதிக்கும் நிகழ்ச்சிகளை நீ எப்போதாவது பார்த்திருக்கிறாயா? செய்தித்தாள் விற்பனைசெய்யும் கடைக்குச் சென்று அங்கே தலைப்புச் செய்தியைப் பார்த்திருக்கிறாயா? உலகம் வலியையும் வேதனையும் ரசிக்கிறது. இந்த விஷயங்களை நாம் பார்க்கும் விதத்தில் சேடிசம் இருக்கிறது. நாம் மகிழ்ச்சியாக இருப்பதற்காக இவையனைத்தையும் அறிந்துகொள்ள வேண்டியதில்லை எனும் தீர்மானத்தில் மாசோசிசம் இருக்கிறது. இருந்தும் நாம் பிறரின் துயரங்களைக் கவனிக்கிறோம். சமயங்களில் நாம் அவர்களுடன் சேர்ந்து வேதனைப்படுகிறோம்.”

மரியா சொன்ன நம்பிக்கைக்கு மறுப்பாக இதைச் சொல்லிவிட்டு அவன் இரண்டு குவளைகளில் ஷாம்பெய்னை ஊற்றினான், தொலைக்காட்சியை அணைத்துவிட்டு மெழுகுவர்த்திகளை ஏற்றுவதைத் தொடர்ந்தான்.

“நான் சொல்வதுபோல, இதுதான் மனித நிலைமை. நாம் சொர்க்கத்திலிருந்து வெளியேற்றப்பட்டதிலிருந்து, நாம் ஒன்று வேதனைப்படுகிறோம் அல்லது மற்றவர்களை வேதனைப் படுத்துகிறோம் அல்லது அவர்கள் வேதனைப்படுவதைக் கவனித்தபடி இருக்கிறோம். அது நம் கட்டுப்பாட்டை மீறியது.”

வெளியிலிருந்து இடியின் ஓசையும் மின்னலின் வெளிச்சமும் தெரிந்தது. பெரியதொரு புயல் அணுகிக்கொண்டிருந்தது.

"ஆனால் என்னாலிதைச் செய்யமுடியாது" என்றாள் மரியா. "நீங்கள் எனது எஜமானன் போலவும் நான் உங்கள் அடிமைபோலவும் நடிப்பது பைத்தியக்காரத்தனமாகத் தோன்றுகிறது. வேதனையைக் கண்டுகொள்ள நமக்கு நாடகம் தேவையில்லை. வாழ்க்கை நமக்கு தேவைக்கதிகமான வாய்ப்புகளை வழங்குகிறது."

டெரன்ஸ் அப்போதுதான் மெழுகுவர்த்திகளை ஏற்றி முடித்திருந்தான். அவன் அவற்றிலொன்றை எடுத்து மேஜையின் நடுவில் வைத்தான். பின் இன்னும் ஷாம்பெய்னும் கேவியர் எனும் மீன் முட்டை உணவும் பரிமாறினான். மரியா தன் கைப்பையிலுள்ள ஆயிரம் ப்ராங்குகளையும் தன்னை வசீகரிக்கவும் அச்சுறுத்தவும் செய்யும் அந்த அந்நியனையும், எப்படி அவள் தன் பயத்தைக் கட்டுப்படுத்தப்போகிறாள் என்பதைப் பற்றியும் நினைத்தபடி விரைவாகக் குடித்துக்கொண்டிருந்தாள். இந்த நபரோடு, எந்த ஒரு இரவும் எப்போதும் ஒரே மாதிரி இருக்கப்போவதில்லை என்பதோடு அவளால் அவனை எந்த விதத்திலும் பணியச்செய்ய முடியாதென அவள் அறிந்திருந்தாள்.

"உட்கார்."

அவனது குரல் கனவான் தோரணையிலிருந்து அதிகாரத் தொனிக்கு மாறியது. மரியா பணிந்தாள், அவளது உடலில் ஒரு வெப்ப அலை சுழன்றடித்தது. அந்த உத்தரவு பழக்கமானதாகவும், அவள் பெரிதும் பாதுகாப்பாகவும் உணர்ந்தாள்.

கட்டளைக்கு உட்படுவது நன்று. அவள் சிந்திக்க வேண்டியதில்லை, உடன்பட்டால் போதுமானது. அவள் மேலும் ஷாம்பெய்ன் கேட்டாள், அவன் வோட்கா எடுத்துவந்தான். அது ஒருவரின் தலைக்கு விரைவாகச் சென்றடைந்து இறுக்கத்தைத் தளர்த்தும். வோட்காவுடன் பருக, கேவியர் பொருத்தமானதாக இருந்தது.

அவன் பாட்டிலைத் திறந்தான். மரியா கூடுதலாகவோ குறைவாகவோ வெளியில் ஒலிக்கும் இடியைக் கவனித்தபடி தனியாகவே குடித்தாள். பூமி மற்றும் ஆகாயத்தின் சக்திகள் தங்களது வன்முறையான பக்கத்தைக் காட்டுவதுபோல், அனைத்தும் அந்தத் தருணத்தை கனகச்சிதமாக மாற்ற சதிசெய்தன.

சற்று நேரத்திற்குப்பின், டெரன்ஸ் அலமாரியிலிருந்து ஒரு சிறிய சூட்கேஸை எடுத்து அதை படுக்கையில் வைத்தான்.

"அசையாதே"

மரியா அசைவின்றி அமர்ந்தாள். அவன் சூட்கேஸைத் திறந்து இரு ஜோடி ஈயத்தாலான கைவிலங்குகளை எடுத்தான்.

"கால்களை விலக்கி வைத்தபடி உட்கார்."

அவள் கீழ்ப்படிந்தாள் - சக்தியவற்றவளாக, வேறு வழியில்லாதவளாக அன்றி, இணக்கமாகச் செல்ல அவள் விரும்பியதால். அவன் அவளது கால்களுக்கிடையே பார்ப்பதைக் கண்டாள், அவளது கறுப்பு பேண்டை, நீண்ட காலுறைகளை, தொடைகளை அவனால் பார்க்கமுடியும். அவனால் அவளது அந்தரங்க ரோமங்களை, அவளது அந்தரங்கத்தைக் கற்பனைசெய்ய முடியும்.

"எழுந்திரு."

அவள் தனது நாற்காலியிலிருந்து விரைந்தெழுந்தாள். நேராக நிற்பது சிரமமாக இருப்பதையும், தான் நினைத்ததைவிட அதிகமாக குடிவெறியில் இருந்ததையும் அவள் உணர்ந்துகொண்டாள்.

"என்னைப் பார்க்காதே, தலையைக் குனி, உனது எஜமானனுக்கு மதிப்புக் கொடு."

அவள் தன் தலையைக் குனியும்முன், அந்த சூட்கேஸிலிருந்து மெல்லிய சவுக்கு எடுக்கப்படுவதையும், காற்றில் வீசப்படுவதையும், அந்த சவுக்கொலி தனக்கேயுரிய ஜீவனைக் கொண்டிருப்பதைப்போல சத்தமிடுவதையும் அவள் பார்த்தாள்.

"குடி, தலையை நிமிர்த்தாமல் குடி."

அவள் மேலும் ஒன்று, இரண்டு, மூன்று குவளை வோட்காவைக் குடித்தாள். இப்போது இது தியேட்டர் அல்ல நிஜம். கட்டுப்பாடு அவள் கைகளில் இல்லை. அவள் ஒரு பொருளைப்போல, வெறும் சாதனமாக தன்னை உணர்ந்தாள். எனினும் சரணாகதி உணர்வு அவளுக்கு ஒருவித சுதந்திர உணர்வைத் தந்தது நம்ப முடியாததாகப்பட்டது. இனியும் அவள் ஆசிரியர் இல்லை. கற்றுத்தரும், ஆறுதல்படுத்தும் மற்றவர்கள் கூறும் அந்தரங்கங்களைக் கேட்டுக்கொள்ளும், பரவசமூட்டும் நபர் இல்லை. இந்த மனிதனின் அச்சுறுத்தும் ஆற்றலுக்குமுன்பு, அவள் பிரேஸிலின் உள்ளடங்கிய பகுதியிலிருந்து வந்த சாதாரண பெண் மட்டுமே.

"உனது ஆடைகளைக் கழட்டு."

இந்தக் கட்டளையானது துளியும் காமம் இன்றி, திடீரென பிறப்பிக்கப்பட்டது. எனினும், அதைவிட எழுச்சியூட்டுவதாக

எதுவும் இல்லை. பணிவின் அடையாளமாக தன் தலையைக் குனிந்தபடியே, மரியா தன் உடைகளைக் களைந்து தரையில் விழச்செய்தாள்.

"நீ சரிவர நடந்து கொள்ளவில்லை தெரிகிறதா?"

மீண்டும் சவுக்கு காற்றில் சப்தமெழுப்பியது.

"நீ தண்டிக்கப்படவேண்டும். ஒரு பெண்ணாக உன் வயதுக்கு என்னை எதிர்த்துப்பேச என்ன துணிச்சல் உனக்கு? நீ என் முன்னால் மண்டியிட்டு நின்றாகவேண்டும்."

மரியா மண்டியிடுவதுபோல் பாவனைசெய்தாள். ஆனால் சவுக்கு உடனடியாக அவள்மீது பாய்ந்தது. முதன்முறையாக அது அவளது தசையை - பிருஷ்டத்தைத் தொட்டது. அது வலித்தபோதும், அடையாளம் எதையும் ஏற்படுத்தாததுபோல் தோன்றியது.

"நான் உன்னை மண்டியிடச் சொல்லவில்லை?"

"இல்லை."

சவுக்கு மீண்டும் அவளது பிருஷ்டத்தில் பாய்ந்தது.

"இல்லை சார்னு சொல்லு!"

வலிமிகுந்த மற்றொரு சவுக்கடி. ஒரு கணத்துக்கு, அவளுக்குள் இதை இப்போதே நிறுத்தச் சொல்வதா அல்லது முழுக்கச் சென்று பார்ப்பதா என்ற எண்ணம் எழுந்தது. பணத்துக்காக அல்லாமல் - நீ உனது வரம்புகளைக் கடந்துசென்றால் மட்டுமே உன்னை அறிவாய் - என அவன் முதன்முறையாகச் சொன்னதைப் பார்ப்பதற்காக.

மேலும் இது புதிதாக இருந்தது. இது ஒரு சாகசம். மேலும் அவள் இதை பின்னால் தொடரலாமா வேண்டாமா எனத் தீர்மானித்துக் கொள்ளலாம். ஆனால் அந்தக் கணத்தில், அவள் வாழ்க்கையில் மூன்றே குறிக்கோள்களைக் கொண்ட பெண்ணாக இல்லாமலிருந்தாள். தனது உடலின் மூலம் தனது வாழ்க்கையை நடத்திய, கணப்பையும் சொல்வதற்கு நிறைய சுவாரசியமான கதைகளையும் கொண்ட ஆணைச் சந்தித்தவளாக இல்லாதிருந்தாள். இங்கே, அவள் யாராகவும் இல்லை, யாராகவும் இல்லாதிருப்பது என்பதன் பொருள், அவள் எப்போதும் கனவுகண்டு வந்ததுபோல் அனைத்துமாக இருக்கலாம் என்பதாகும்.

"மிச்சமிருக்கும் ஆடைகளையும் கழட்டு. நான் பார்க்கும்படி அங்கும் இங்கும் நட."

மீண்டும் ஒருமுறை ஒரு வார்த்தைகூட சொல்லாமல் தலையைக் குனிந்தபடி அவள் கீழ்ப்படிந்தாள். அவளைக் கவனித்துக் கொண்டிருந்த அவன், அப்போதும் முழுக்க உடையணிந்து சற்றும் நிதானமிழக்காமல், விடுதியிலிருந்து இங்கே வரும்போது அவளுடன் பேசிக்கொண்டு வந்தவனாக அல்லாமல் - லண்டனிலிருந்து பயணம் செய்துவந்த யுலிஸிஸாக, சொர்க்கத்திலிருந்து இறங்கி வந்த தீஸியஸாக, உலகிலேயே பாதுகாப்பான நகரின்மீது படையெடுத்துவந்த கடத்தல்காரனாக, பூமியிலேயே மிகவும் உறைந்த இதயம் கொண்டவனாக இருந்தான். அவள் தனது பிரா, பேண்ட் அனைத்தையும் களைந்தாள், ஒரேசமயத்தில் பாதுகாப்பற்றவளாகவும் பாதுகாக்கப் பட்டவளாகவும் உணர்ந்தாள். மீண்டும் சவுக்கு சீறியது, இந்த முறை அது அவளது உடலைத் தொடாமல் சென்றது.

"உனது தலையைக் குனிந்தேயிரு! நீ இங்கே அவமதிக்கப் படுவதற்காக, எனது அனைத்து ஆசைகளுக்கும் உடன்படுவதற்காக இருக்கிறாய் புரிகிறதா?"

"புரிகிறது."

அவன் அவளது கையைப் பற்றி, முதல் ஜோடி விலங்கை அவளது மணிக்கட்டில் மாட்டினான்.

"நீ நீயாக நடந்துகொள்ளப் பழகும்வரை நன்றாக அடிபடப் போகிறாய்."

அவன் அவளது பின்புறத்தில் தன் உள்ளங்கையால் அறைந்தான். மரியா கத்தினாள். இம்முறை அது வலித்தது.

"ஓ, நீ குற்றம் சொல்கிறாய், இல்லையா? நல்லது, நான் இன்னும் தொடங்கக்கூட இல்லை."

அவள் எதுவும் செய்வதற்கு முன்பு, அவன் தோலாலான வாய்க் கவசம் ஒன்றை அவளது வாயில் மாட்டினான். அது அவளைப் பேசவிடமால் தடுக்காது, இப்போதும் அவள் மஞ்சள் அல்லது சிவப்பு எனக் கூறமுடியும், ஆனால் அவன் அவளை என்ன செய்ய நினைக்கிறானோ, அதைச் செய்ய அனுமதிக்கவேண்டியது தனது விதி என்பதுபோல் உணர்ந்தாள். அவள் நிர்வாணமாக, வாயடைக்கப்பட்டு, கையில் விலங்கிடப்பட்டு அவளது நரம்புகளில் ரத்தத்தைவிடவும் வோட்காவே ஓடிக்கொண்டிருந்த நிலையில் காணப்பட்டாள்.

அவளது பிருஷ்டத்தில் மீண்டுமொரு அறை விழுந்தது.

"அங்கும் இங்குமாக நட."

மரியா அவனது கட்டளைகளுக்குக் கீழ்ப்படிந்து நடக்கத் தொடங்கினாள்,

'நில், வலப்பக்கம் திரும்பு உட்கார், கால்களை விரி'. அவன் அவளை மீண்டும் மீண்டும் அறைந்தான். அவள் அதற்குத் தகுதியானவளோ இல்லையோ, அவள் வலியையும் நிந்தனையையும் உணர்ந்தாள் - நிந்தனையானது, வலியைவிடத் தீவிரமானதாகவும் மிகச் சக்தி வாய்ந்ததாகவும் இருந்தது - அவள் எதுவும் வாழ்ந்திராத வேறொரு உலகத்தில் இருப்பதுபோல உணர்ந்தாள். அது கிட்டத்தட்ட சுயமறுப்பு, பணிவு, தான் என்ற அகந்தை, விருப்பம், தன்னுறுதி இல்லாத ஒருவித ஆன்மிக உணர்வாக இருந்தது. அவள் அந்தரங்கம் ஈரமாகுமளவுக்கு மிகவும் உணர்ச்சி தூண்டப்பட்டவளாக, எனினும் என்ன நடந்துகொண்டிருக்கிறது என உணரமுடியாதவளாக இருந்தாள்.

"திரும்பவும் மண்டியிட்டு நில்!"

கீழ்ப்படிதல் மற்றும் நிந்தனையின் அடையாளமாக மரியா தலையைக் குனிந்தே இருந்ததால், மிகச் சரியாக என்ன நடந்து கொண்டிருந்ததென அவளால் அறியமுடியவில்லை. எனினும் அந்த இன்னொரு உலகில், அந்த இன்னொரு பிரபஞ்சத்தில், அந்த நபர் கடுமையாக மூச்சிரைத்தபடி சவுக்கை பிரயோகித்தும் அவளது பிருஷ்டத்தில் பலமாக அறைந்தும் சோர்ந்து போனவனாகக் காணப்பட்டதைக் கவனித்தாள். அதேசமயம், அவள் தன்னுள் சக்தியும் வலிமையும் நிறைந்துகொண்டிருப்பதைப்போல் உணர்ந்தாள். அவள் இப்போது வெட்கமனைத்தையும் இழந்திருந்தாள், தனது இன்பத்தை வெளிப்படுத்துவது குறித்து கவலைப்படாதவளாக இருந்தாள். அவள் முனகத் தொடங்கியதோடு, தன்னைத் தீண்டும்படி அவனிடம் கெஞ்சத் தொடங்கினாள். ஆனால் அதற்குப் பதில், அவன் அவளைப் பிடித்து கட்டிலின்மேல் தள்ளினான்.

அவன் பலாத்காரமாக அவளது கால்களை அகட்டி, இரண்டு காலையும் கட்டிலின் ஒவ்வொரு காலுடன் பிணைத்தான் - எனினும் இந்த பலாத்காரம் உண்மையில் தீங்கு விளைவிக்காதென அவளுக்குத் தெரியும். இப்போது அவளது மணிக்கட்டு பின்புறமாக வைத்து விலங்கிடப்பட்டிருந்தது, அவளது கால்கள் எதிரெதிர்த் திசையில் பிணைக்கப்பட்டிருந்தன, அவளது வாய் அடைக்கப்பட்டிருந்தது,

பதினொரு நிமிடங்கள் 201

எப்போது அவன் அவளுக்குள் ஊடுருவப் போகிறான்? அவள் தயார் என்பதை, அவள் தன்னை அவனுக்களிக்க விரும்புவதை, தான் அவனது அடிமை என்பதை, அவனுக்கான ஜீவன் என்பதை, அவனது பொருள் என்பதை அவன் செய்யச் சொல்லும் எதையும் அவள் செய்வாளென்பதை அவனால் பார்க்கமுடியவில்லையா?

"உன்னை அடுத்த கட்டத்துக்கு நான் இட்டுச்செல்வதை நீ விரும்புகிறாயா?"

அவள், சவுக்கின் கைப்பிடி முனையை தனது பிறப்புறுப்புக்கு நேரே அவன் வைத்திருப்பதைக் கண்டாள். அவன் அதனால் மேலும் கீழும் தேய்த்தான், அது அவளது கிளிட்டோரிஸைத் தொட்டதும், அவள் தன் கட்டுப்பாடனைத்தையும் இழந்தாள். அவர்கள் அங்கே எவ்வளவுநேரம் இருந்தனர், எத்தனை முறை அறைந்தான் என அவள் அறிந்திருக்கவில்லை. ஆனால் திடீரென இத்தனை மாதங்களில், டஜன் கணக்கான, இல்லை நூற்றுக்கணக்கான ஆண்கள் அவளுக்குக் கொடுக்கத் தவறிய உச்சகட்டத்தை எட்டினாள். அங்கே வெளிச்சச் சிதறலொன்று நிகழ்ந்தது, தனது ஆன்மாவின் கருந்துளை ஒன்றினுள் தான் நுழைவதை அவள் உணர்ந்தாள். அதில் தீவிர வலியும் பயமும் முழுமையான இன்பமும் ஒன்று கலந்திருந்தது. அது அவள் முன்பறிந்த எல்லைகளைத் தாண்டி இழுத்துச்செல்ல, முனகினாள், கத்தினாள், அவளது குரல் வாய்க் கவசத்தால் கட்டுப்படுத்தப்பட்டது. அவள் படுக்கையில் கிடந்து புரண்டுநெளிய, கைவிலங்கு அவளது மணிக்கட்டை வெட்டுவதையும், தோலாலான வார் அவளது கணுக்காலை காயப்படுத்துவதையும் உணர்ந்தாள். அவள் நகரமுடியாதென்பதால் முன்பெப்போதும் இல்லாத அளவுக்கு புரண்டாள். அவள் கத்துவதை யாரும் கேட்க முடியாதென்பதால் முன்பெப்போதுமில்லாத அளவுக்கு கத்தினாள். அது வலியும் இன்பமுமாய் இருந்தது, சவுக்கு கைப்பிடியின் முனை எப்போதையும்விட கடுமையாய் அவளது கிளிட்டோரிஸின் மீது அழுத்த, உச்சகட்ட பரவசம் அவளது வாய், பிறப்புறுப்பு, அவளது உடலிலுள்ள துளைகள், கண்கள், தோல்வழியாக பீறிட்டுக் கிளம்பியது.

அவள் ஒருவித தன்னிலை இழந்த உணர்வினுள் நுழைந்தாள், மெதுவாக, மிக மெதுவாக, அவள் அந்நிலையிலிருந்து இயல்பு நிலைக்கு வரத்தொடங்கினாள். இப்போது அவள் கால்களுக்கிடையே சவுக்கெதுவும் அழுத்திக் கொண்டிருக்கவில்லை. வியர்வையில்

கேசம் நனைந்துகிடக்க, பரிவுமிக்க கரங்கள் அவளது கைவிலங்கை அகற்றி, அவளது கணுக்காலைச் சுற்றியிருந்த தோல்வாரை நீக்கின.

அவள் குழப்பமடைந்தவளாக - தனது உச்சகட்ட பரவசத்தால், அதன் காரணமாக எழுப்பிய கூச்சலால் தன்னைக் குறித்து வெட்கமடைந்தவளாக, அவனைப் பார்க்க முடியாதவளாக அங்கேயே, அப்படியே கிடந்தாள். அவளது கேசத்தை வருடியபடி, அவன் மூச்சிரைத்தபடி காணப்பட்டான். இன்பம் முழுக்க அவளுடையதாக மட்டுமே இருந்தது. அவன் ஒரு கணம்கூட பரவசத்தை அனுபவித்திருக்கவில்லை.

அந்தச் சூழலை முழுக்க கட்டுக்குள் வைத்திருந்தும், கட்டளைகள் பிறப்பித்தும் களைத்துப் போயிருந்த, முழுக்க ஆடைகளுடன் காணப்பட்ட அவனை, அவளது நிர்வாண உடல் தழுவிக்கொண்டது. என்ன சொல்வதெனவோ எப்படித் தொடர்வதெனவோ தெரிந்திருக்கவில்லை. ஆனால் அவள் பாதுகாப்பாகவும் பாதுகாக்கப்பட்டவளாகவும் உணர்ந்தாள். ஏனெனில் அவன் முன்பறியாத அவளது ஆழங்களுக்குச் செல்ல அவளுக்கு அழைப்புவிடுத்திருந்தான். அவன் அவளது பாதுகாப்பாளனாகவும் எஜமானனாகவும் திகழ்ந்தான்.

அவள் அழத்தொடங்கினாள், அவள் முடிக்கும்வரை அமைதியாகக் காத்திருந்தான்.

"நீ என்னை என்ன செய்தாய்?" கண்ணீருடன் அவள் கேட்டாள்.

"நான் என்ன செய்யவேண்டுமென நீ விரும்பினாயோ அதை."

அவன் அவளுக்கு பெரிதும் தேவை என்பதுபோல் அவனைப் பார்த்தாள்.

"நான் உன்னை வற்புறுத்தவோ, எதையும் செய்யுமாறு கட்டுப்படுத்தவோ இல்லை, அதுமட்டுமல்லாமல் நீ மஞ்சள் என்று சொன்னதைக் கேட்கவுமில்லை. நீ எனக்கு தந்த சக்தி மட்டுமே என்னிடமிருந்தது. என் பக்கத்திலிருந்து மிரட்டவோ கட்டாயப்படுத்தவோ இல்லை எல்லாம் உன் விருப்பம் மட்டுமே. நீ அடிமையாகவும் நான் எஜமானனாகவும் இருந்திருக்கலாம், ஆனாலும் உன்னை உனது விடுதலையை நோக்கி நகர்த்திச் சென்றது மட்டுமே எனது சக்தி."

கைவிலங்குகள். அவளது கணுக்காலைச் சுற்றி தோல்வார்கள். வாய்க் கவசம் ஒன்று. எந்த வலியைவிடவும், நிந்தனை மிகவும்

203

தீவிரமானதாகவும் மிகவும் ஆற்றல்மிக்கதாகவும் இருந்தது. இருந்தும் அவன் சொன்னது முழுக்க சரிதான் - அவள் உணர்ந்தது ஒருவகையான முழுமையான சுதந்திர உணர்வு. மரியா முழுதும் ஆற்றலும் உற்சாகமும் நிறைந்தவளாக உணர்ந்தாள். அவனது அருகிலிருந்தவனோ முழுக்க களைத்துப்போனவனாக காணப்பட்டது ஆச்சரியமளித்தது.

"நீ உச்சத்தை அடைந்தாயா?"

"இல்லை, அடிமையை வழிநடத்தத்தான் எஜமானன். அடிமையின் இன்பமே எஜமானனின் மகிழ்ச்சி."

இவையெதுவும் அர்த்தமுள்ளதாகத் தோன்றவில்லை. ஏனெனில் கதைகளில் இப்படி இருப்பதில்லை, நிஜவாழ்வில் இப்படி நடப்பதில்லை, ஆனால் இங்கே இந்த அதியுலகில், அவள் முழுக்க ஒளியில் நிறைந்தவளாகக் காணப்பட, அவன் இருண்டு, சக்தியிழந்து காணப்பட்டான்.

"நீ எப்போது போகவிரும்பினாலும் போகலாம்," என்றான் அவன்.

"நான் போக விரும்பவில்லை, புரிந்துகொள்ள விரும்புகிறேன்."

"இதில் புரிந்துகொள்ள எதுவுமில்லை."

அவள் தனது நிர்வாணத்தின் முழு அழகுடனும் தீவிரத்துடனும் எழுந்து இரண்டு குவளை ஒயினை ஊற்றினாள். இரண்டு சிகரெட்டைப் பற்றவைத்து ஒன்றை அவனுக்குக் கொடுத்தாள் - இப்போது அவர்களது பாத்திரங்கள் மாற்றிக்கொள்ளப்பட்டன. அவள் இப்போது அடிமைக்கு ஊழியம் செய்யும் எஜமானி. அவன் தனக்கு அளித்த இன்பத்தை அவனுக்கு வெகுமதியாக அளித்தாள்.

"நான் முதலில் ஆடையணிந்துகொண்டு பின்பு கிளம்புவேன், ஆனால் முதலில் நான் கொஞ்சம் பேசவிரும்புகிறேன்."

"இதில் பேசுவதற்கு எதுவுமில்லை. நான் விரும்பியதெல்லாம் இதுதான். நீ மிக அற்புதமாகச் செயல்பட்டாய். நான் இப்போது களைப்பாக இருக்கிறேன். நாளை நான் லண்டன் திரும்பவேண்டும்."

அவன் படுத்தபடி தனது கண்களை மூடிக்கொண்டான். அவன் வெறுமனே நடிக்கிறானா என மரியாவுக்குத் தெரியவில்லை, அது குறித்து அவள் கவலைப்படவுமில்லை. தனது முகம் ஜன்னல் கண்ணாடியில் அழுந்தியபடி, மிக ஓய்வாக சிகரெட்டைப் புகைத்தபடி, தனது ஒயினை மெதுவாக ருசித்தபடி, எதிரிலிருந்த ஏரியைப் பார்த்தபடி காணப்பட்டாள். யாராவதொருவர்,

மறுகரையிலிருந்து - நிர்வாணமாக, பூரண நிறைவுடன், திருப்தியாக - காணப்படும் அவளைப் பார்க்கவேண்டுமென விரும்பினாள்.

அவள் ஆடையணிந்து கொண்டு, குட்பை கூட சொல்லாமல், அவள் கதவைத் திறந்தாளா அல்லது அவன் திறந்தானா என்பது பற்றி கவலைப்படாமல் கிளம்பினாள். ஏனெனில் அவள் திரும்பிவர விரும்பினாளா என அவளுக்கு உறுதியாகத் தெரியவில்லை.

டெரன்ஸ் கதவு மூடும் சப்தத்தைக் கேட்டான், எதையாவது மறந்துவிட்டேன் என்று சொல்லி அவள் திரும்பவருவாளா என்று பார்ப்பதற்காக காத்திருந்து அதன் பிறகு சில நிமிடங்கள் சென்றபிறகே எழுந்து இன்னுமொரு சிகரெட்டைப் பற்றவைத்தான்.

அந்தப் பெண்ணிடம் ஒரு ஸ்டைல் இருக்கிறது என அவன் நினைத்தான். இது இருப்பதிலேயே பழமையானது, மிகவும் பொதுவானது, தண்டனைகளிலே கடுமை குறைவானது என்ற போதும்கூட அவள் சவுக்கடியை நன்றாகத் தாக்குப்பிடித்தாள். ஒருகணம், நெருக்கமாக இருக்க விரும்பும் இரு ஜீவன்கள் வேதனையைச் சுமத்துவதால் மட்டுமே, அந்த மர்மமான உறவை முதன்முறையாக அனுபவப்பட்டதை அமர்ந்தபடி நினைத்துப் பார்த்தான்.

தினமும் லட்சக்கணக்கான பேர் சேடோமாசோயிச கலையை, அவர்கள் அதை பயிற்சிசெய்கிறோம் என்றுணராமலேயே மேற்கொள்கின்றனர். அவர்கள் வேலைக்குச் செல்கின்றனர், திரும்புகின்றனர், அனைத்தையும் பற்றி குறைகூறுகின்றனர், மனைவியை அவமானப்படுத்துகின்றனர் அல்லது மனைவியால் அவமானப் படுத்தப்படுகின்றனர், பரிதாபமாக உணர்ந்தபடி தங்களது மகிழ்ச்சியின்மையை இறுகப் பற்றிக் கொண்டிருக்கின்றனர். தேவையெல்லாம் ஒரு ஒற்றை சைகை, கடைசி விடைகூறல், அவர்களை அந்தத் துயரத்திலிருந்து விடுதலைசெய்யும் என்று உணராமலே இருக்கின்றனர். டெரன்ஸ் இதனை, நன்கறியப்பட்ட பாடகியான தன் மனைவியிடம் அனுபவப்பட்டான். அவன் பொறாமையால் தொந்தரவுக்குள்ளானான், அவன் காட்சிகளை உருவாக்கினான், நாளெல்லாம் வலிநிவாரணிகளை எடுத்துக்கொண்டான், இரவெல்லாம் அளவுக்கதிகமாக குடித்தான். அவள் அவனை நேசித்தாள், அவன் ஏன் இப்படி நடந்துகொள்கிறான் என புரிந்துகொள்ள முடியவில்லை. ஒருவர் மற்றொருவர் மீது சுமத்தும் வேதனை அவசியம் போலவும், வாழ்க்கைக்கு அடிப்படை என்பதுபோலவும் அது காணப்பட்டது.

ஒருநாள் - அவன் எப்போதும் மிக வினோதமானவனாக கருதிவந்த - ஒரு இசைக்கலைஞன் ஸ்டூடியோவில் ஒரு புத்தகத்தை விட்டுச் சென்றான். ஏனெனில் அவன் அந்த அந்நிய நபர்கள் முன்பு எப்போதும் மிக இயல்பாகக் காணப்பட்டான். வீனஸ் இன் ஃபர்ஸ் எனும் லியோபோல்ட் வான் சாஸர் - மாசோக் எழுதிய புத்தகம் அது. டெரன்ஸ் அதை புரட்டத் தொடங்கினான். அதை வாசிக்க வாசிக்க அவன் தன்னை இன்னும் சிறப்பாக புரிந்துகொள்ளத் தொடங்கினான்.

'அந்த அழகிய பெண் தனது உடைகளைக் களைந்து நீண்ட, குறுகிய கைப்பிடியுடைய சவுக்கை எடுத்துக் கொண்டாள். "நீ கேட்டுக் கொண்டதால் நான் உன்னை சவுக்காலடிக்கப் போகிறேன்" என்றாள். "ஆம், தயவுசெய்து அடி, நான் உன்னைக் கெஞ்சிக் கேட்கிறேன்" அவளது காதலன்.'

அவனது மனைவி கண்ணாடித் திரையின் மறுபக்கம், ஒத்திகை பார்த்துக் கொண்டிருந்தாள். டெக்னீசியன்கள், அனைத்தையும் கேட்க உதவும் மைக்ரோபோன்களை அணைத்துவைக்கும்படி அவள் கேட்டிருந்தாள். அவர்களும் அப்படியே செய்திருந்தனர். டெரன்ஸ், ஒருவேளை அவள் பியானோ இசைப்பவனுடன் வெளியில் செல்லத் திட்டமிட்டிருந்தாளோ என நினைத்துக் கொண்டிருந்தான். அவள் அவனை பைத்தியமாக்கிக் கொண்டிருந்தாள் என உணர்ந்திருந்தும், அவன் அந்த வேதனைக்கு மிகவும் பழகிப்போய்விட்டதோடு, அந்த வேதனையின்றி தன்னால் வாழமுடியாது போல உணர்ந்தான்.

"நான் உன்னை சவுக்காலடிக்கப் போகிறேன். அவன் வாசித்துக் கொண்டிருந்த புத்தகத்தில் நிர்வாணப்பெண் கூறினாள். "ஆம், தயவுசெய்து அடி, நான் உன்னைக் கெஞ்சிக் கேட்கிறேன்."

அவன் அழகிய தோற்றமுடையவன், இந்த இசைத்தட்டு நிறுவனத்தில் முக்கியமானவனாக கருதப்பட்டவன். இத்தகைய வாழ்வை நடத்தவேண்டிய தேவையேற்பட்டது ஏன்?

ஏனெனில் அவன் அதை விரும்பினான். வாழ்க்கை அவனுக்கு மிகவும் நன்றாக அமைந்திருந்தது, இந்த ஆசிர்வாதங்களுக்கெல்லாம் - பணம், மரியாதை, புகழ் - அவன் தகுதியானவனல்ல. அவனது தொழில் அவனை வெற்றியைச் சார்ந்திருக்கவேண்டிய புள்ளிக்கு இட்டுச் சென்றிருந்ததாக அவன் உணர்ந்தான். அது அவனை அச்சுறுத்தியது. ஏனெனில் நிறையபேர் அத்தனை உயரத்திலிருந்து வீழ்ச்சியுற்றிருப்பதை அவன் பார்த்திருக்கிறான்.

அவன் அந்தப் புத்தகத்தை வாசித்தான். வலிக்கும் இன்பத்துக்குமான புதிரான இணைவைப் பற்றி அவன் கண்டுபிடிக்க முடிந்ததனைத்தையும் வாசிக்கத் தொடங்கினான். அவனது மனைவி அவன் வாடகைக்கு எடுத்த வீடியோக்கள், அவளிடமிருந்து அவன் மறைத்த புத்தகங்கள் ஆகியவற்றைக் கண்டுபிடித்து, அவனிடம் இவையெல்லாம் என்ன? அவன் நோய்வாய்ப்பட்டிருக்கிறானா? எனக் கேட்டாள். இல்லை, புதிய அட்டைக்காக அவன் செய்து கொண்டிருக்கும் ஆராய்ச்சி என்றான் டெரன்ஸ். பின் நிதானமாகக் கேட்டான்.

“வேண்டுமானால், நாம் இதனை முயற்சிசெய்து பார்க்கலாம்” என்றான்.

அவர்கள் முயற்சி செய்தனர். போர்னோ கடையில் கிடைத்த கையேட்டைப் பயன்படுத்தி அவர்கள் மிகவும் பயத்துடன் தொடங்கினர். மெதுமெதுவாக, அவர்கள் புதிய யுக்திகளை வளர்த்தெடுத்து, அவர்களது செயல்பாடுகளை அபாயகரமான எல்லைவரை கொண்டுவந்தனர். இருந்தும் அவர்களது திருமண உறவு உறுதியாக ஆனதாக உணர்ந்தனர். அவர்கள் தடைசெய்யப்பட்ட, மறைக்கப்பட்ட, விலக்கப்பட்டவற்றிற்கு உடந்தையாயிருந்தனர்.

அவர்களது ஒருங்கிணைந்த அனுபவம் கலையாக மாறியது. அவர்கள் உலோகக் குமிழ்களுடனான, தோலாலான புதிய சாதனங்களை உருவாக்கினர். அவனது மனைவி மேடையில் பூட்ஸ், சஸ்பெண்டர் பெல்ட் இவற்றுடன் சவுக்கைச் சுழட்டியபடி தோன்றினாள். அதனைப் பார்த்த கூட்டம் ஆர்ப்பரித்தது. அவளது புதிய இசைத்தட்டு இங்கிலாந்தில் விற்பனையில் முன்னணிக்கு வந்தது, ஐரோப்பாவின் மற்ற பகுதிகளில் வெற்றிகரமாகப் போனது. டெரன்ஸ், அவனது தனிப்பட்ட அதிகற்பனைகளை பெரிதும் மக்கள் இயல்பாக ஏற்றுக்கொண்டதை எண்ணி ஆச்சரியமடைந்தான். அதற்கு அவனால் கண்டுபிடிக்க முடிந்த ஒரே விளக்கம், அது அடக்கப்பட்ட வன்முறையை வெளிப்படுத்துவதற்கு ஒரு தீவிரமான, அதேசமயம் தீங்குபயக்காத விதத்தில் வழி தேடித் தந்தது என்பதேயாகும்.

சவுக்கானது, அந்தக் குழுவின் முத்திரையானது. டி சர்ட்டுகள், போலி டாட்டூ, ஸ்டிக்கர் மற்றும் அஞ்சலட்டைகளில் பயன்படுத்தப்பட்டது. டெரன்ஸின் அறிவிஜீவித் தாகம், அவனை அவையனைத்துக்குமான தொடக்கத்தைத் தேடத்தூண்டியது. அதன்மூலம் அவன் தன்னை இன்னும் சிறப்பாகப் புரிந்துகொள்ளமுடியும்.

அவன் மரியாவிடம் கூறியதுபோல், இதற்கான மூலம் கறுப்பு மரணத்தை விரட்ட முயற்சிசெய்த பாவத்துக்கு வருந்துபவர்களிடம் இல்லை. இந்த கறுப்புக் காலங்களின் தொடக்கம் முதலே, மனிதன் இந்த வேதனையைப் புரிந்துகொண்டு அதனைப் பயமின்றி எதிர்கொண்டால் அது அவனது சுதந்திரத்துக்கான கடவுச்சீட்டாக மாறியதை அறிந்திருந்தான்.

தன்னைத் தியாகம் செய்வதன் மூலம் ஒரு மனிதனால் தனது நாட்டையும் உலகத்தையும் காப்பாற்ற முடியுமென்ற எண்ணத்தை எகிப்து, ரோம், பெர்சியா அனைத்தும் பகிர்ந்துகொண்டன. எப்பொழுதெல்லாம் சீனாவில் பெரும் இயற்கைப் பேரிடர் ஏற்பட்டதோ, அப்போதெல்லாம், சக்கரவர்த்தி தண்டிக்கப்பட்டார். ஏனெனில் அவர்தான் தெய்விகத்தினுடைய பூமிப் பிரதிநிதி. பழங்கால கிரீசில் ஆர்டெமிஸ் எனும் போர்க்கடவுளுக்கு மரியாதையாக சிறந்த ஸ்பார்ட்டன் வீரர்கள் வருடத்துக்கு ஒருமுறை காலை முதல் மாலை வரை சவுக்கடிக்கு உள்ளாகினர். அப்போது மக்கள் கூட்டம் வலியைப் பெருமிதத்துடன் தாங்கிக்கொள்ளும்படியும் அது அவர்களை உலகப் போருக்கு ஆயத்தப்படுத்தும் என்று கத்தி வற்புறுத்தினர். முடிவில், மதகுருக்கள் வீரர்களின் முதுகில் காணப்படும் காயங்களைப் பரிசோதித்து, அதைக் கொண்டு நகரின் எதிர்காலத்தை கணித்துக் கூறினர்.

பழங்கால நான்காம் நூற்றாண்டு கிறித்துவ சமூகத்தில் அலெக்ஸாண்ட்ரியாவிலுள்ள மடத்தைச் சுற்றி வளர்ந்த - பாலைவன மதகுருக்கள், தீமையை விரட்டுவதற்கான ஒரு வழியாகவும், ஆன்மிகத் தேடலில் உடலின் பயனின்மையை நிரூபிக்கும் ஒரு வழியாகவும் சவுக்கடியைப் பயன்படுத்தினர். புனிதர்களின் வரலாறு முழுக்க இத்தகைய உதாரணங்களாலானதுதான் - புனிதர் ரோசா தோட்டத்தினூடே ஓடி, முட்கள் தனது தோலைக் கிழிக்க அனுமதித்தார், புனிதர் டோமிங்கோ லோரிகோட்டஸ் தினமும் தூங்குவதற்கு முன்பு தன்னைத்தானே சவுக்கால் அடித்துக்கொண்டார். தியாகிகள், தாமே முன்வந்து சிலுவையில் அறையப்பட்டு மெதுவாக உயிரைத் துறந்தனர் அல்லது காட்டு விலங்குகளால் கிழித்துக் கொல்லப்படுவதற்கு உட்படுத்திக்கொண்டனர். அவர்கள் அனைவரும் ஒருமுறை வலியை வெற்றி கண்டால், அது ஆன்மிக பரவசத்துக்கு இட்டுச்செல்லுமென கூறியுள்ளனர்.

சமீபத்திய உறுதி செய்யப்படாத ஆய்வுகள், குறிப்பிட்ட ஒருவகை மயக்க உணர்வைத் தரக்கூடிய பூஞ்சைகள் காயங்களில் பெருகினால், தரிசனத்துக்கு காரணமாவதாகச் சொல்கின்றன. அதில் வரும் இன்பம்

மிகத் தீவிரமானது என்பதால் இந்தப் பழக்கம் விரைவிலேயே துறவியர் மடங்களிலும் கன்னியாஸ்திரி மடங்களிலும் இருந்து விடுபட்டு உலகமெங்கும் பரவியது.

1718-இல் உடலுக்குத் தீங்குசெய்துகொள்ளாமல் வலி மூலம் இன்பத்தை அடைவது என்பதைக் காட்டிய சுயசவுக்கடி பற்றிய ஒரு ஆய்வு (*A Treatise on Self-flagellation*) என்ற நூல் வெளியிடப்பட்டது. அந்த நூற்றாண்டின் முடிவில், ஐரோப்பாவில் பல்வேறு இடங்களில், மக்கள் இன்பத்தை அனுபவிப்பதற்காக வேதனைப்பட ஆயத்தமாக இருக்கும் இடங்கள் உருவாகின. அந்த மற்றொரு வகை இன்பத்தைக் காணும்வரை தங்களை சவுக்கால் அடிப்பதற்காகவே அடிமைகளை பணிக்கமர்த்தியிருந்த அரசர்கள், இளவரசர்கள் ஆகியோரின் ஆவணங்கள் காணப்படுகின்றன. அவை பெரிதும் அலுப்பூட்டும் வகையிலும் ஆர்வமூட்டுவதாகவும் இல்லாதபோதும், பிறரைச் சவுக்காலடிப்பதில் மட்டுமின்றி வலியைத் தன்மீதே சுமத்திக் கொள்வதிலும் இன்பம் உண்டு என காட்டின.

டெரன்ஸ் தன் சிகரெட்டைப் புகைத்தபடியே, தான் என்ன யோசிக்கிறோம் என்பதை பெரும்பாலான நபர்களால் புரிந்துகொள்ள முடியவில்லை என்று அறிந்திருப்பதில் அவன் ஒருவித மகிழ்ச்சிகரமான பெருமிதம் அடைந்தான்.

தேர்ந்தெடுத்த சிலர் மட்டுமே இடம்பெற்ற பிரத்யேக குழுவைச் சேர்ந்தவனாக இருப்பது சிறந்தது. தொந்தரவாக இருந்த திருமணம் எப்படி அற்புதமான வாழ்வாக மாறியது என அவன் மீண்டும் நினைத்துப் பார்த்தான். அவனது மனைவிக்கு அவன் என்ன காரணமாக ஜெனிவா வந்திருக்கிறான் என்பது தெரிந்திருந்தும் அவள் அதைப் பொருட்படுத்தவில்லை. மாறாக, அந்த நோய்க்கூறான உலகில் ஒருவார கடின உழைப்புக்குப்பின், அவன் விரும்பிய வெகுமதியைப் பெறுவதில் அவளுக்கு மகிழ்ச்சிதான்.

சற்றுமுன் இந்த அறையைவிட்டு வெளியேறிய பெண் அனைத்தையும் புரிந்துகொண்டிருந்தாள். அவன் தனது ஆன்மா அவளது ஆன்மாவுக்கு மிகவும் நெருக்கமாக இருப்பதாக உணர்ந்தான். அவன் காதல் வசப்பட இன்னும் ஆயத்தமாக இல்லை, அவன் தனது மனைவியை நேசித்தான். ஆனாலும் அவன் தன்னைச் சுதந்திரமானவனாக, ஒரு புதிய உறவை கனவு காணக்கூடியவனாக நினைப்பதை விரும்பினான்.

அவன் செய்யவேண்டியதெல்லாம் அவளை அடுத்தடுத்த, மிகச் சிரமமான கட்டங்களான சாஷர் மாஷோக்கினுடைய வீனஸ் இன்

பர்ஸ், டோமினாட்ரிக்ஸின் தி மிஸ்ட்ரஸ் எனும் இரக்கமின்றித் தண்டிக்கவும் நிந்திக்கவுமான தகுதியை அடைவதற்கும் இட்டுச்செல்ல வேண்டியதுதான்: அவள் இந்தச் சோதனைகளிலெல்லாம் வெற்றி பெற்றுவிட்டால், அவன் தன் இதயத்தைத் திறந்து அவளை உள்ளே அனுமதிக்க தயார்.

மரியா இன்னும் வோட்காவின் போதையும் அவள் அனுபவித்த இன்பத்தின் வசீகரமும் தீராத நிலையில் தன் நாட்காட்டியில் எழுதியதிலிருந்து:

நான் இழப்பதற்கு எதுவுமில்லாத நிலையில், அனைத்தையும் அடைந்தேன். நான் நானாக இருப்பதை நிறுத்தியபோது, நான் என்னைக் கண்டடைந்தேன்.

நான் நிந்தனையையும் முழு சரணாகதியையும் அனுபவப் பட்டபோது சுதந்திரமானவளாக இருந்தேன். நான் நோய் வாய்ப்பட்டவளாக இருக்கிறேனா, அவையல்லாம் கனவா அல்லது இது ஒரே தடவை மட்டும்தான் நடக்குமா என்பதெல்லாம் எனக்குத் தெரியாது. இது இல்லாமல் மிகச் சிறப்பாக வாழமுடியுமென எனக்குத் தெரியும், ஆனாலும் அதனை மீண்டும் மேற்கொள்ள, அந்த அனுபவத்தை மீண்டும் நிகழ்த்த, இன்னும் அடுத்த கட்டத்துக்குச் செல்ல விரும்புகிறேன்.

நான் வலியை எண்ணி சற்று பயந்துபோனேன். ஆனால் அது நிந்தனையைப்போல் அத்தனை மோசமாக இல்லை, அது ஒரு சாக்குபோக்குதான். பல மாதங்களுக்குப் பின் முதன்முறையாக, இத்தனை நாட்களில் நான் சென்றுவந்த அனைத்து ஆண்களுடனும், அவர்கள் என் உடலுடன் செய்த அனைத்து விஷயங்களையும் தாண்டி நான் உச்சகட்ட பரவசத்தை அடைந்தேன். கடவுளுக்கு அருகில் நான் இருப்பதுபோல உணர்ந்தேன் – இது சாத்தியம்தானா! அவன் சவுக்கால் அடித்துக் கொள்பவர்கள், மனித குலத்தின் நன்மைக்காக தங்களை வலிக்கு உட்படுத்திக்கொண்டு இன்பத்தைக் கண்டுகொண்டதைப் பற்றிக் கூறியதை நினைத்துப் பார்த்தேன். நான் மனித குலத்தையோ அவனையோ அல்லது என்னையோ காப்பாற்ற விரும்பவில்லை. நான் வெறுமனே அங்கிருந்தேன்.

பாலுறவுக் கலை என்பது சுதந்திரத்தைக் கட்டுப்படுத்தும் கலையாகும்.

இம்முறை நாடகத்தில் அல்ல மரியாவின் வேண்டுதலுக்கிணங்க நிஜமாகவே அவர்கள் தொடர்வண்டி நிலையத்தில் இருந்தனர். அங்கே கிடைக்கும் பிஸ்ஸாவை அவள் விரும்பினாள். சிலசமயம் கொஞ்சம் மனம்போன போக்கில் இருப்பதில் தவறேதுமில்லை. காதல், கணப்பு, ஒயின், ஆசை இவற்றை எதிர்பார்ப்பவளாக இருந்தபோதே, முந்தைய நாளே ரால்ப் அவளைப் பார்க்க வந்திருக்க வேண்டும். ஆனால் வாழ்க்கை நினைத்தது வேறு, இன்று அன்றைய நாள் முழுதும் தன்னைச் சுற்றியுள்ள சப்தங்கள் மீதோ, அல்லது நிகழ்கணத்தில் கவனம் பதிப்பதிலோ அவள் ஈடுபடாதிருந்தாள். ஏனெனில் அவள் ரால்ப் பற்றி நினைக்கவே இல்லை. அவள் சிந்திப்பதற்கு வேறு பல சுவாரசியமான விஷயங்களைக் கண்டடைந்திருந்தாள்.

தன்னருகில் இருக்கும், தான் விரும்பாத பிஸ்ஸாவை சாப்பிட்டுக் கொண்டிருந்த, அவர்கள் அவனது வீட்டுக்குச் செல்லும் நேரம் வரை நேரத்தைக் கடத்திக்கொண்டிருக்கும் அவனுடன் அவள் செய்வதற்கு என்ன இருந்தது? அவன் விடுதிக்கு வந்து அவளுக்கு பானம் வாங்கித் தர முன்வந்தபோது, அவள் அவனிடம், இனியும் தனக்கு இதில் ஆர்வமில்லையென்றும், அவன் வேறு யாரையாவது பார்த்துக்கொள்ள வேண்டுமென்றும் சொல்லிவிடலாமா என நினைத்தாள். அதேசமயம், முந்தைய இரவைக் குறித்து யாராவதொருவரிடம் பேசவேண்டிய பெரும் தேவை அவளுக்கிருந்தது.

அவள், சிறப்பு வாடிக்கையாளர்களுடன் சென்றுவந்த மற்ற ஒன்றிரண்டு விலைமகள்களிடம் பேச முயற்சித்தாள். ஆனால் அவர்கள் யாரும் அவளிடம் எதுவும் சொல்லவில்லை. ஏனெனில் மரியா புத்திசாலி, அவள் எதையும் விரைவாகக் கற்றுக்கொண்டு, கோபாகேபனாவில் பெரும் அச்சுறுத்தலாக திகழ்ந்துவருபவள். அவளுக்குத் தெரிந்த அனைத்து ஆண்களிலும், ரால்ப் ஹார்ட் ஒருவன்தான் புரிந்துகொள்ளக்கூடியவன். மேலும் மிலன் அவனையும் ஒரு சிறப்பு வாடிக்கையாளனாக கருதினான். ஆனால்

அவன் பிரகாசமான காதல் நிறைந்த கண்களால் அவளைப் பார்த்தான். அதுதான் விஷயத்தை சிக்கலாக்கியது. எதையும் சொல்லாமலிருப்பதே நல்லது.

"வலி, வேதனை, இன்பம் குறித்து உங்களுக்கு ஏதாவது தெரியுமா?"

அவள் மீண்டுமொருமுறை தனது எண்ணங்களை தன்னோடு வைத்துக் கொள்ளத் தவறிவிட்டாள்.

ரால்ப் தனது பிஸ்ஸாவை சாப்பிடுவதை நிறுத்தினான்.

"அனைத்தும் தெரியும். ஆனால் அதில் எனக்குக் கொஞ்சம்கூட ஆர்வமில்லை."

பதில் உடனடியாக வந்ததும் மரியா அதிர்ச்சியடைந்தாள். இந்த உலகில் அனைத்தும் தெரிந்தவள் நான் ஒருத்தி மட்டுமே இல்லையா? இது என்ன மாதிரியான உலகம்?

"நான் எனது இருண்ட பக்கத்தையும் தீமைகளையும் எதிர் கொண்டிருக்கிறேன். அனைத்தையும் முயற்சி செய்திருக்கிறேன். அதன் ஆழங்கள் வரை சென்று பார்த்து வந்திருக்கிறேன். இதில் மட்டுமல்ல, இன்னும் பலவற்றிலும்கூட. எனினும் கடைசியாக நாம் சந்தித்த இரவன்று ஆசையின்மூலம் நான் எனது எல்லைகளுக்கு அப்பால் சென்றேனே தவிர வலியின் மூலம் அல்ல. நான் எனது சுயத்தின் ஆழத்துக்குள் சென்று வந்திருக்கிறேன், இன்னும் வாழ்க்கையிடமிருந்து நல்ல விஷயங்களை இன்னுமதிக நல்ல விஷயங்களை நான் எதிர்பார்க்கிறேன் என்பதையும் அறிவேன்."

அவன் அவளிடம் இப்படிச் சொல்ல விரும்பினான், 'அந்த நல்ல விஷயங்களுள் ஒன்று நீ, எனவே நீ அந்தப் பாதையில் செல்லாதே.' ஆனால் அவனுக்கு அந்த தைரியம் இல்லை. பதிலாக, அவன் வாடகைக் காரொன்றை அழைத்து ஓட்டுநரிடம் அவர்களை ஏரிக்கரைக்கு அழைத்துச் செல்லுமாறு கூறினான். அவர்கள் வெகு நாட்களுக்கு முன்பு தங்களது முதல் சந்திப்பின்போது ஒன்றாகச் சேர்ந்து நடந்த அந்த இடத்துக்கு. மரியா அந்த வேண்டுகோளைப் புரிந்துகொண்டாள். அவளது உள்ளுணர்வு, அவள் இழப்பதற்கு நிறைய இருக்கிறதெனச் சொல்லியபோதும், முந்தைய நாள் இரவில் நிகழ்ந்ததன் தாக்கத்திலேயே இருந்ததன் காரணமாக எதுவும் சொல்லவில்லை.

அவள் ஏரியின் அருகிலிருந்த தோட்டத்தை அடைந்தபோதே, தனது செயலற்ற நிலையிலிருந்து விடுபட்டு சுதாரித்துக்கொண்டாள். இன்னும் கோடைகாலம் முடியாதபோதும், இரவில் ஏற்கெனவே மிகவும் குளிர ஆரம்பித்திருந்தது.

அவர்கள் டாக்ஸியைவிட்டு வெளியே வந்ததும், "நாம் இங்கே என்ன செய்து கொண்டிருக்கிறோம் குளிராக இருக்கிறது. எனக்கு நிச்சயம் குளிர்ஜுரம் வரப்போகிறது."

"நான் தொடர்வண்டி நிலையத்தில் நீ சொன்ன வேதனை மற்றும் இன்பம் குறித்து யோசித்துக்கொண்டிருக்கிறேன். உன்னுடைய ஷூக்களைக் கழற்று."

தனது வாடிக்கையாளர் ஒருவர் இதேபோல செய்யச் சொல்லியதும் அவளது பாதங்களைப் பார்த்தே கிளர்ச்சியுற்றதும் அவள் நினைவுக்கு வந்தது. சாகசங்கள் அவளை எப்போதும் அமைதியாக இருக்கவிடாதா?

"எனக்கு குளிர் ஜுரம் வரும்."

"நான் சொன்னதுபோல செய்" அவன் வற்புறுத்தினான். "நாம் விரைவாக முடித்துவிட்டால் உனக்கு குளிர் ஜுரம் வராது. நான் உன்னை நம்புவதுபோல் நீ என்னை நம்பு."

ஏதோ சில காரணங்களால், அவன் தனக்கு உதவ விரும்புகிறான் என்பதை மரியா உணர்ந்தாள். ஒருவேளை அவனே ஒருநேரத்தில் ஏதோ கசப்பான அனுபவத்துக்கு உட்பட்டிருக்கலாம். அவளும் அதே அபாயத்தில் இருக்கிறாள் என அவன் பயந்திருக்கலாம். அவள் அந்த உதவியை விரும்பவில்லை. வேதனையானது இனியும் ஒரு பிரச்சினை இல்லையென அவள் அறிந்திருந்ததால், அவள் தனது புதிய உலகம் குறித்து, மகிழ்ச்சியாகவே உணர்ந்தாள். பின் அவள் பிரேஸிலைப் பற்றி நினைத்தாள், தனது வாழ்வில் பிரேஸில் மிக முக்கியமானது என்றபோதும், பிரேஸிலில் அந்த மாறுபட்ட உலகைக் குறித்து பகிர்ந்துகொள்ள ஒரு துணையைத் தேடுவதிலுள்ள சாத்தியமின்மையைப் பற்றி நினைத்தாள். அவள் தனது ஷூக்களைக் கழற்றினாள். தரையானது சிறு கற்களால் ஆனதாக இருந்தது. அது உடனடியாக அவளது காலுறையைக் கிழித்தது. ஆனால் அது ஒரு பொருட்டில்லை அவளால் வேறு காலுறைகளை வாங்கிக்கொள்ளமுடியும்.

"உனது மேலாடையைக் கழற்று."

அவள் முடியாதெனச் சொல்லியிருக்கவேண்டும், இருந்தும் முந்தைய இரவு, தன் வழியில் எதிர்ப்பட்ட அனைத்துக்கும் ஆம் எனச் சொன்னதின் இன்பத்துக்குப் பழகிப்போயிருந்தாள். அவள் தனது மேலாடையைக் களைந்தாள், அவளது உடல் இன்னும் கதகதப்பாகவே இருந்தது. குளிருக்கு எதிர்வினை புரிய சற்று நேரமெடுத்தது. படிப்படியாக குளிர் அவளுக்கு உறைக்க ஆரம்பித்தது.

"நாம் நடந்துகொண்டே பேசுவோம்."

"தரையெல்லாம் கல்லாக இருக்கிறது, என்னால் இங்கே நடக்க முடியாது."

"நிச்சயமாக. நீ இந்தக் கற்களை உணரவேண்டுமென விரும்புகிறேன். அவை உன் கால்களை சிராய்க்கவும் புண்ணாக்கவும் வேண்டுமென விரும்புகிறேன். ஏனென்றால் என்னைப் போலவே, நீ வேதனையை இன்பத்தோடு இணைத்துப் பார்க்க ஆரம்பித்திருக்கிறாய். உனது ஆன்மாவிலிருந்து அதைப் பிரித்தெடுக்க வேண்டிய அவசியம் எனக்கிருக்கிறது."

மரியா, 'அவசியமில்லை, நான் அதனை விரும்புகிறேன்' என்று சொல்லவேண்டும்போல உணர்ந்தாள். அதற்குப் பதில், அவள் மெதுவாக அவனுடன் நடந்தாள். கால்களின் தோல்கள், குளிராலும் கூரிய முனைகொண்ட கற்களாலும் எரிந்தது.

"நீ 'வலி வேதனை, இன்பம்' எனச் சொல்லும் ஒன்றில் நான் திளைத்துக் கிடந்தபோது, எனது ஓவியக் கண்காட்சி ஒன்றுக்காக நான் ஜப்பான் செல்ல வேண்டிவந்தது. அந்த சமயத்தில், நான் அதிலிருந்து மீளவே வழியில்லை என்றும் நான் இதில் மேலும் மேலும் ஆழச்செல்ல வேண்டுமென்றும் நினைத்தேன். தண்டிக்கவும், தண்டிக்கப்படுவதற்குமான ஆசையைத் தவிர என் வாழ்வில் எதுவும் மிச்சமில்லை.

"அனைத்துக்கும் மேல், நாமெல்லாம் மனித ஜென்மங்கள், நாம் பிறக்கும்போதே முழுக்க குற்ற உணர்ச்சியுடன் பிறக்கிறவர்கள். மகிழ்ச்சிக்கு உண்மையிலே வாய்ப்பிருக்கிறது என தெரியவரும்போது, நாம் திகைத்துப் போய்விடுகிறோம். சக்தியற்றவர்களாகவும் நேர்மையற்றவர்களாகவும் மகிழ்ச்சியற்றவர்களாகவும் உணரும் காரணத்தால் நாம் ஒவ்வொருவரும் மற்றவரைத் தண்டிக்க பெரிதும் ஆசைப்படுகிறோம். ஒருவரது பாவத்துக்கு தண்டனையென்பதும்,

பாவிகளைத் தண்டிக்க முடியுமென்பதும் இன்பகரமானதாக இருக்காதா? ஆம் அற்புதமானது!"

மரியா நடந்துகொண்டிருந்தாள். அவன் என்ன சொல்லிக் கொண்டிருந்தான் என்பதில் கவனம் செலுத்துவதை வலியும் குளிரும் அவளுக்கு சிரமமான ஒன்றாக்கியது. எனினும் தன்னால் இயன்றவரை நன்கு கவனித்தாள்.

"உனது மணிக்கட்டில் காணப்பட்ட அடையாளத்தை நான் இன்று கவனித்தேன்."

கைவிலங்குகள். அந்த அடையாளத்தை மறைக்க ஒன்றுக்கு மேற்பட்ட காப்புகளை அவள் அணிந்துவந்திருந்தாள். எனினும் நிபுணனின் கண்களுக்கு எதைப் பார்ப்பதென தெரியும்.

"உன்னுடைய சமீபத்திய அனுபவங்கள் உன்னை அந்த நடவடிக்கையை நோக்கி அழைத்துச்செல்லும் என்றால், அதை நான் தடுக்கப்போவதில்லை. ஆனால் இவையெதற்கும் நிஜ வாழ்க்கையுடன் எந்தத் தொடர்பும் இல்லை என்பதை நீ தெரிந்து கொள்ளவேண்டும்."

"எந்த நடவடிக்கையை நோக்கி?"

"வலி மற்றும் வேதனை, சாடிசம் மற்றும் மாசோயிசத்துக்குள். நீ எப்படி அழைக்கவிரும்புகிறாயோ அப்படி அழைத்துக்கொள். ஆனால் அதுதான் உனக்கான சரியான பாதையென நீ உறுதியாக இருந்தால் நான் அதற்காக வருத்தப்படுவேன். உனது ஒளி, சான்டியாகோ செல்லும் சாலையில் நாம் நடந்தது, நமது சந்திப்புகள், ஆசை குறித்த உணர்வுகள் இவற்றை நான் நினைவில் வைத்திருப்பேன். நீ எனக்குக் கொடுத்த பேனாவை பொக்கிஷமாக வைத்திருப்பேன், ஒவ்வொரு முறை கணப்பைப் பற்ற வைக்கும்போதும் நான் உன்னை நினைத்துக்கொள்வேன்.. ஆனால் எப்போதைக்குமாக மறுபடி உன்னைப் பார்க்க வரமாட்டேன்."

மரியா பயமாக உணர்ந்தாள். அவள் அதைக் கைவிடுவதற்கும் அவனிடம் உண்மையைச் சொல்வதற்கும், அவனைவிட அவள் அதிகம் அறிந்ததுபோல் பாவனைசெய்வதை நிறுத்துவதற்கும் இதுதான் சரியான நேரமென நினைத்தாள்.

"நான் சமீபத்தில் - நேற்றிரவு அனுபவப்பட்டது, உண்மையில் முன்பெப்போதும் அனுபவப்படாத ஒன்று. நான் என்னை

இழிவுக்குட்படுத்துவதின் மூலம் மட்டுமே என்னையறிய முடியுமென நினைப்பதே என்னை பீதியடையச் செய்கிறது.''

அவளது பற்கள் கிட்டிக்க ஆரம்பித்ததோடு, உண்மையில் அவளது கால்கள் வேறு வேதனையெடுத்ததால் பேசுவதற்கே சிரமமாக இருந்தது.

‘‘குமானோ என்னுமிடத்தில் எனது கண்காட்சி நடந்தது, அதனைக் காணவந்தவர்களில் ஒருவர் விறகுவெட்டி,'' அவள் சொன்னதைக் கேட்காததுபோல ரால்ப் பேசியபடி சென்றான். ‘‘அவர் எனது ஓவியங்களை ரசிக்காதபோதும், ஓவியங்களின் மூலமாக நான் என்ன அனுபவப்பட்டுக் கொண்டிருந்தேன், உணர்ந்தேனென அவரால் காணமுடிந்தது. மறுநாள் அவர் என்னை எனது ஹோட்டலுக்கே காணவந்ததுடன், நான் மகிழ்ச்சியாய் இருந்தேனா எனக் கேட்டார். மகிழ்ச்சியாய் இருந்தால் நான் விரும்பியதைத் தொடர்ந்து செய்யும்படியும், இல்லையென்றால் நான் அவருடன் சென்று சில நாட்கள் தங்கும்படியும் கேட்டார்.

‘‘நான் இன்று உன்னை நடக்கச் செய்வதுபோல, அவர் என்னை கற்களின்மீது நடக்கும்படிச் செய்தார். அவர் என்னை குளிரை உணரும்படிச் செய்தார். வலியின் அழகைப் புரிந்துகொள்ளும்படி நிர்ப்பந்தித்தார். அந்த வலி இயற்கையால் சுமத்தப்பட்டதேயன்றி, மனிதனால் அல்ல என்பதுதான் வித்தியாசம். அவர் இதனை ஷுு-ஜென்-டோ என்றழைத்தார். அது மிகவும் பழங்கால நடைமுறைகளில் ஒன்று.

‘‘அவர் என்னிடம், நான் வலியைக் குறித்து பயப்படாதவன் எனவும் அது நல்லது என்றும், ஆன்மாவை வெற்றிகொள்ள வேண்டுமானால் ஒருவர் உடலை வெற்றிகொள்ளப் பழக வேண்டுமென்றும் கூறினார். மேலும் அவர், நான் வலியை தவறான விதத்தில் பயன்படுத்துவதாகவும், அது தவறானது என்றும் கூறினார்.

‘‘இந்தக் கல்வியறிவற்ற விறகுவெட்டி என்னைவிடவும் தான் பெரிதும் அறிந்தவரென நினைத்தார், அது என்னைக் கோப மூட்டியது. ஆனால் அதேசமயம், நான் என்ன உணர்கிறேனோ அதை மிகச் சரியாக உணர்த்தவல்லவை என் ஓவியங்கள் என்பதை நினைத்துப் பெருமிதப்பட்டேன்.''

மரியா கூரிய கற்கள் அவளது கால்களைத் துளைத்துக் கிழித்ததை அறிந்தபோதும், குளிரையும் அதனால் அவளது உடல் மரத்துப் போவதையும் மட்டுமே அவளால் உணரமுடிந்தது. ரால்ப் என்ன

சொல்கிறான் என்பதை மட்டுமே தொடர்ந்தாள். கடவுளின் புனித உலகில் ஆண்கள் அவளுக்கு வலியைக் காட்டுவதில் மட்டுமே ஆர்வமாக இருந்தது ஏன். புனித வலி, வலியுடன் இன்பம், விளக்கத்துடனோ விளக்கமின்றியோ வலி. ஆனால் எப்போதும் வலி, வலி, வலி...

அவளது கால் மற்றொரு கல்லில் இடறியது. அவள் கூச்சலை அடக்கிக்கொண்டு தொடர்ந்து நடந்தாள், முதலில் அவள் தனது மேன்மையை, சுயகட்டுப்பாட்டை, அவன் அவளது ஒளியென்று சொன்ன விஷயத்தைத் தக்கவைத்தாக வேண்டும். இப்போது அவள் மெதுவாக நடந்தபோதும், அவளது வயிறும் மனதும் ஒருசேரக் கலங்கியது. அவள் அதனைக் கைவிடப் போவதைப்போல் உணர்ந்தாள். இதுவெதுவும் அர்த்தமுள்ளதாகப் படாததால் நிறுத்திவிடலாமா என யோசித்தாள், ஆனால் நிறுத்தவில்லை.

அவள் நிறுத்தாததற்கு காரணம், தனது மரியாதையை எண்ணியல்ல, அவள் தன்னால் முடிந்தவரை வெறுங்காலுடனான அந்த நடையைத் தாக்குப்பிடிக்கவேண்டும். இது அவள் வாழ்க்கை முழுவதும் நீடிக்கப் போவதில்லை. திடீரென இன்னொரு எண்ணம் அவள் மனதில் எழுந்தது. நாளை இரவு, புண்ணாகிப்போன அவளது காலின் காரணமாகவோ, குளிருக்கு உட்பட்ட அவளது உடலில் சந்தேகத்திற்கு இடமின்றி ஃப்ளூ காரணமாக வந்த காய்ச்சல் காரணமாகவோ கோபாகேபனா செல்ல முடியாவிட்டால் என்னாகும்? அவளை எதிர்பார்த்திருக்கும் வாடிக்கையாளர்கள், அவளை பெரிதும் நம்பும் மிலன், சம்பாதிக்கமுடியாமல் போகும் பணம், பண்ணை, அவளது பெருமிதத்துக்குரிய பெற்றோர்கள் பற்றியெல்லாம் நினைத்தாள். ஆனால் வேதனையானது விரைவிலேயே இத்தகைய எண்ணங்கள் எல்லாம் விலகக் காரணமானது. அவள் தொடர்ந்து அடிமேல் அடி வைத்து நடந்தபடி, அவள் மேற்கொண்டிருக்கும் சிரமத்தை அவன் கண்டுகொண்டு, அவளை நிறுத்தச்சொல்லி மீண்டும் அவளது ஷூக்களை அணியச் சொல்வான் என ஏங்கியபடி காணப்பட்டாள்.

அவனோ சற்றும் கண்டுகொள்ளாதவனாக, விலகியவனாக, அவள் உண்மையிலேயே இன்னும் அறியாத, அவள் மிகவும் வசீகரமானதெனக் கருதிய ஒன்றிலிருந்து அவளை விடுவிப்பதற்கான வழி இதுவொன்றே என்பதுபோல், அது - எந்த ஒரு கைவிலங்கை விடவும் பெரிதும் ஆழமான அடையாளத்தை விட்டுச்செல்லும் - என நினைத்ததுபோல் காணப்பட்டான். அவன் தனக்கு உதவ முயல்கிறான் என அவள் அறிந்திருந்தும், அவள் எத்தனை கடினமாக முன்னே செல்லவும் தன் மனஉறுதியின் ஒளியை அவனுக்கு

காட்ட முயற்சித்தும், வலியானது புனிதமான - அபசாரமான எந்த எண்ணத்தையும் அவளுள் எழ அனுமதிக்கவில்லை. அது வெறுமனே வலியாக, அனைத்தையும் நிறைத்தபடி, அவளுக்கென ஒரு எல்லை இருக்கிறது என்றும், அவளால் அதைச் சாதிக்கமுடியாதென அச்சுறுத்தியபடி, நிர்பந்தித்தபடி இருந்தது.

ஆனால் அவள் ஓரடி எடுத்துவைத்தாள்.

இன்னொன்று.

வலியானது அவளது ஆன்மாவை ஆக்ரமித்து, அவளது தெய்வீகத்தை அடக்கியபடி காணப்பட்டது. ஏனெனில் ஐந்து நட்சத்திர ஹோட்டலில் நாடகத்தனமாக, நிர்வாணமாக, உள்ளே வோட்காவும் கேவியரும் சென்றிருக்க, கால்களுக்கிடையில் சவுக்கைத் திணிப்பது ஒன்று, ஆனால் குளிரில், வெறுங்காலில், கற்கள் உங்களது கால்களைச் சிராய்க்க நடப்பது முற்றிலும் வேறான ஒன்று. அவள் உத்வேகமிழந்தாள், அவளால் ரால்ப் ஹார்ட்டிடம் சொல்வதற்கென ஒரு விஷயத்தைக்கூட யோசிக்க முடியவில்லை. அவளது உலகத்தில் இருந்ததெல்லாம், மரங்களுக்கு இடையில் அமைந்த பாதையில் நிறைந்த அந்தச் சிறிய, கூரான கற்கள்தான்.

பின், அவள் தோல்வியை ஒப்புக்கொள்ள நினைத்த சற்றுநேரத்தில், அவள் ஒரு விநோத உணர்வால் நிரம்பியவளானாள். அவள் தனது எல்லையை எட்டியிருந்தாள், அதற்கப்பால் வெறுமையான வெளி, அதில் அவள் தனக்கு மேலே அந்தரத்தில் மிதப்பதுபோல தோன்றியது. பாவத்துக்கு வருந்துகிறவர்கள் அனுபவப்பட்டது இதுதானா? வலியின் அதீதத்தில், அவள் மாறுபட்ட விழிப்புணர்வு நிலைக்கான கதவொன்றைக் கண்டுகொண்டாள். அங்கே இப்போது இரக்கமில்லா இயற்கையையும் மற்றும் அவளது வெல்லவியலாத சுயத்தையும் தவிர வேறெதற்கும் இடமில்லை..

வெளிச்சம் குறைந்த அந்தத் தோட்டம், எதுவும் சொல்லாமல் அவளுக்கு அருகில் நடந்த அந்த நபர், அவள் வெறுங்காலுடன் சிரமப்பட்டு நடந்துவருகிறாள் என்பதைக் கவனிக்கத் தவறிய, அபூர்வமாக நடப்பதற்கு வந்த ஜோடிகள் என அவளைச் சுற்றியுள்ள அனைத்தும் கனவைப் போல இருந்தன. அவள் குளிரையோ, பனியையோ அறியவில்லை. ஆனால் திடீரென்று அவள் தனது உடல் குறித்த அனைத்து உணர்வையும் இழந்து, ஆசையோ, பயமோ அற்ற ஒருவித நிலைக்குள் நுழைந்தாள். எப்படி அவள் அதை விவரிப்பாள்? புதிரான ஒரு அமைதிமட்டுமே எஞ்சியது.

வலி இனி அவளுக்கு ஒரு தடையே அல்ல, அவளால் அதைத் தாண்டியும் செல்லமுடியும்.

அவள் கேட்காமலே வந்த வேதனையைத் தாங்கிக்கொண்டிருக்கும் அனைத்து நபர்களையும், அவள் தனக்குத்தானே வேதனையைச் சுமத்திக் கொண்டிருப்பதையும் நினைத்தாள். ஆனால் அது இனியும் ஒரு பொருட்டில்லை. அவள் உடலின் எல்லையைக் கடந்திருந்தாள். இப்போது அங்கிருந்தது யாரோ ஒருவர், என்றோ ஒருநாள் சொர்க்கமென்று சொன்ன ஆன்மா, ஒளி, ஒருவித வெறுமை மட்டுமே. சில வேதனைகள் இருக்கின்றன நமது சொந்த வலியைத் தாண்டி மேலெழுந்தால் மட்டுமே அவற்றை மறக்கமுடியும்.

அடுத்து அவள் அறிந்த விஷயம், ரால்ப் அவளைத் தூக்கிக்கொண்டு அவளது மேற்கோட்டை அவளைச் சுற்றி அணிவித்ததையே. அவள் நிச்சயம் குளிரால் உணர்விழந்திருக்கவேண்டும். அவளுக்குக் கவலையில்லை, மகிழ்ச்சியாக இருந்தாள். அவள் பயந்திருக்கவில்லை - அவள் கடந்துவந்து விட்டாள். அவனுக்கு முன்னால் அவள் தன்னைத் தாழ்த்திக்கொள்ளவில்லை.

நிமிடங்கள் மணிகளாகின, நிச்சயம் அவள் அவனது கரங்களில் தூங்கிப் போயிருக்கவேண்டும். ஏனெனில் அவள் எழுந்தபோது இன்னும் இருளாகவே இருந்தது. அவள் மூலையொன்றில் தொலைக்காட்சியும் அதுதவிர வேறேதுமில்லாத ஒரு அறையில் இருந்தாள். வெண்மை, வெறுமை.

ரால்ப் ஒரு குவளை சூடான சாக்லேட் பானத்துடன் வந்தான்.

"நல்லது, நீ வரவேண்டிய இடத்துக்குத்தான் வந்துள்ளாய்" என்றான் அவன்.

"எனக்கு ஹாட் சாக்லேட் வேண்டாம், ஒயின்தான் வேண்டும். நான் கீழே கணப்புக்கு அருகில் - நம்மைச் சுற்றி புத்தகங்கள் சூழ்ந்து காணப்படும், நமது இடத்துக்குச் செல்ல விரும்புகிறேன்."

அவள் 'நமது இடம்' என்று கூறியிருந்தாள். அப்படிச் சொல்ல வேண்டுமென அவள் திட்டமிடவில்லை.

அவள் தனது பாதங்களைப் பார்த்தாள். ஒரு சிறு வெட்டுக்காயத்தைத் தவிர, ஒரு சில இடங்களில் சிவந்துபோயிருந்தது. அது சில மணி நேரங்களில் மறைந்துவிடும். கொஞ்சம் சிரமத்துடன், அவள் தன்னைச் சுற்றியுள்ளது எதையும் கவனிக்காமல் இறங்கிவந்தாள். அவள் கணப்பின் அருகிலிருந்த தரைவிரிப்பில் சென்று அமர்ந்து கொண்டாள். அந்த வீட்டில் எப்போதும் அது தான் அவளது இடம் என்பதுபோல, அங்கு எப்போதும் நன்றாக உணர்ந்ததை அவள் கண்டுகொண்டாள்.

"அந்த விறகுவெட்டி, எப்போதெல்லாம் நீங்கள் ஏதோ ஒருவித உடற்பயிற்சி செய்கிறீர்களோ, எப்போதெல்லாம் உங்களது உடலிடம் இருந்து அதிகபட்ச உழைப்பை எதிர்பார்க்கிறீர்களோ, அப்போது மனமானது ஒருவித புதிய ஆன்மிக பலத்தைப் பெறுகிறதெனச் சொல்லியிருந்தார். நான் உன்னில் கண்ட ஒளி அத்தகையதுதான். நீ எப்படி உணர்ந்தாய்?"

"நான், அந்த வலி பெண்ணின் தோழனென உணர்ந்தேன்."

“அதுதான் ஆபத்து.”

“அதுமட்டுமல்லாமல் வலி அதற்கேயுரிய எல்லையைக் கொண்டிருக்கிறது எனவும் உணர்ந்தேன்.”

“அதுதான் தொல்லைகளிலிருந்து காப்பது. அதை எப்போதும் மறக்காதே.”

மரியாவின் மனது இன்னமும் குழப்பமாகவே உணர்ந்தது. அவள், தனது சொந்த வரம்புகளை தாண்டிச் சென்றபோது, அமைதியை அனுபவப் பட்டிருந்தாள். அவன், அவளுக்கு மாறுபட்ட வேதனையைக் காட்டியிருந்தான். அதுவும் அவளுக்கு விநோதமான இன்பத்தைக் கொடுத்திருந்தது.

ரால்ப் பெரிய கோப்பு ஒன்றை எடுத்து, அவளுக்கு முன்னால் வைத்து திறந்தான். அதில் ஓவியங்கள் இருந்தன.

“விபச்சாரத்தின் வரலாறு. நாம் சந்தித்தபோது நீ என்னிடம் கேட்டது இதைத்தானே.”

ஆமாம் அவள் கேட்டிருந்தாள். ஆனால் அது உரையாடலைத் தொடர்வதற்காக, சுவாரசியமானவளாக காட்சியளிப்பதற்காக மட்டுமே கேட்டிருந்தாள். இப்போது அதற்கு எந்த முக்கியத்துவமும் இல்லை.

“இத்தனை காலமும், நான் திட்டமிடாத பயணத்தை மேற் கொண்டிருந்தேன். இதற்கென ஒரு வரலாறு இருந்ததென நான் நினைக்கவேயில்லை. மக்கள் சொல்வதுபோல, வெறுமனே இது உலகத்திலேயே மிகப் பழமையான தொழிலென நினைத்திருந்தேன். ஆனால் அதற்கு ஒரு வரலாறில்லை இரண்டு வரலாறு இருக்கிறது.”

“இந்தச் சித்திரங்களெல்லாம் எதைப் பற்றியவை?”

ரால்ப் ஹார்ட், தான் சொல்வதில் வெளிப்படையாகவே அவள் ஆர்வமின்றி இருந்ததைக் கண்டு சற்றே அதிருப்தியடைந்தான். ஆனாலும் உடனேயே அந்த உணர்வைப் புறந்தள்ளி தொடர்ந்து பேசலானான்.

“அவை நான் வாசித்த, ஆய்வுசெய்த, கற்றறிந்த விஷயங்கள் குறித்து நான் எழுதிய குறிப்புகள்.”

“நாம் அதனைப் பற்றி இன்னொரு நாள் பேசலாம். இன்றைக்கு நாம் பேசிக்கொண்டிருந்த விஷயத்தை நான் மாற்ற விரும்பவில்லை. வலியைப் புரிந்துகொள்ள நான் விரும்புகிறேன்.”

"நேற்று நீ வலியை அனுபவப்பட்டாய், அத்தோடு அது இன்பத்துக்கு இட்டுச்செல்லும் என்று நீ கண்டுபிடித்தாய், இன்றும் நீ வலியை அனுபவப்பட்டாய், அமைதியைக் கண்டுகொண்டாய். அதனால்தான் நான் உன்னிடம் சொல்கிறேன், அதற்குப் பழகிப்போகாதே. ஏனெனில் ஒரு பழக்கத்துக்கு அடிமையாவது ரொம்ப எளிது. அது மிகவும் வலிமையான போதை. நம் தினசரி வாழ்வில், வெளித்தெரியாத துயரங்களில், நாம் செய்யும் தியாகங்களில், நமது கனவுகள் அழிந்து போனதற்கு காதலைக் குறைகூறுவதில் வேதனை இருக்கிறது. வலி அதன் உண்மை முகத்தைக் காட்டும்போது, அச்சுறுத்துவதாக இருக்கும். ஆனால் தன்னல மறுப்பாகவோ, தியாகமாகவோ, கோழைத்தனமாகவோ மாறுவேடத்தில் வரும்போது மிகவும் வசீகரமானதாக இருக்கும். எவ்வளவுதான் நாம் அதனை நிராகரித்தாலும், மனிதர்களாகிய நாம் வலியுடன் இருப்பதற்கு, அதனுடன் சரசமாடுவதற்கு, அதனை நம் வாழ்வின் ஓர் அம்சமாக ஆக்கிக்கொள்வதற்கு ஏதாவதொரு வழியைக் கண்டுபிடித்துக்கொள்கிறோம்."

"நான் அதை நம்பமாட்டேன். யாரும் வேதனைப்பட விரும்புவதில்லை."

"உன்னால் துன்பங்களின்றி வாழமுடியுமென நீ நினைத்தால், அது ஒரு மாபெரும் முன்னோக்கிய அடிவைப்பு. ஆனால் மற்றவர்கள் உன்னைப் புரிந்துகொள்வார்கள் என்று கற்பனை செய்யாதே. யாரும் துயரப்பட விரும்புவதில்லை என்பது உண்மைதான், இருந்தும் கிட்டத்தட்ட அனைவருமே வலியையும் தியாகத்தையும் தேடிச்செல்கின்றனர். அதன்பிறகு அவர்கள் எல்லாம் சரியாக, தூய்மையாக இருப்பதாக, தங்களது குழந்தைகளின், கணவர்களின், அண்டை அயலார்களின், கடவுளின் மதிப்புக்கு உரியவர்களாக உணர்கின்றனர். நாம் இப்போது அதைப் பற்றி யோசிக்க வேண்டாம். இப்போது நீ அறிய வேண்டியதெல்லாம், இந்த பூமி சுற்ற முக்கிய காரணமாயிருப்பது மனிதனின் இன்பத்துக்கான தேடல் அல்ல, அவன் முக்கியமானதாக கருதும் அனைத்தையும் துறக்கும் மனோபாவமே.

"ஒரு போர்வீரன் எதிரியைக் கொல்லவா போருக்குப் போகிறான்? இல்லை அவன் தன் நாட்டுக்காக உயிரையே கொடுப்பதற்குச் செல்கிறான். மனைவி தன் கணவனிடம் தான் எவ்வளவு மகிழ்ச்சியாக இருக்கிறேன் என்பதைக் காட்டுவதற்காகவா விரும்புகிறாள்? இல்லை, தான் எத்தனை அர்ப்பணிப்புடையவள், அவனை மகிழ்ச்சியாக வைத்திருக்க தான் எத்தனை வேதனைப்

படுகிறேன் என்று கணவனிடம் காட்டவே விரும்புகிறாள். கணவன், வேலைக்குச் செல்வது அங்கே தனது சுயதிருப்தியை அடையலாமென்ற எண்ணத்தோடா? இல்லை, குடும்பத்தின் நன்மைக்காக தனது கண்ணீரையும் வியர்வையையும் கொடுக்கிறான் என்று காட்டத்தான். இப்படியாக, பிள்ளைகள் தங்கள் பெற்றோரைத் திருப்திபடுத்த தங்கள் கனவுகளைக் கைவிட்டும், பெற்றோர்கள் தங்களது பிள்ளைகளின் சந்தோஷத்துக்காக தங்களது வாழ்க்கையையே விட்டுக்கொடுத்தும் என நீண்டபடியே செல்கிறது. வலியும் வேதனையும் அவை அன்பை, மகிழ்ச்சியைக் கொண்டுவரும் என்ற ஒரே காரணத்தினால் நியாயப்படுத்தப்படுகின்றன."

"போதும்."

ரால்ப் நிறுத்தினான். பேசும் விஷயத்தை மாற்றுவதற்கு இதுதான் சரியான தருணம். அவன் அவளிடம் ஒவ்வொரு சித்திரமாக காட்டத் தொடங்கினான். முதலில் அவையனைத்தும் பெரிதும் குழப்பமூட்டுபவையாக தோன்றின. அவற்றில் நபர்களுடைய கோட்டுச் சித்திரங்களும் கிறுக்கல்களும், எண்கணித வடிவங்களும் நிறங்களும் காணப்பட்டன. எனினும் மெதுமெதுவாக அவன் என்ன சொல்ல வந்தானென அவள் புரிந்துகொள்ளத் தொடங்கினாள். ஏனெனில் கையசைவோடு அவன் பேசிய ஒவ்வொரு வார்த்தையும், ஒவ்வொரு வாக்கியமும், இதுவரை அவளின் ஒரு பகுதியாயிருந்த ஆனால், இது பணம் சம்பாதிப்பதற்கான ஒரு வழி, அவள் வாழ்க்கையில் ஓர் காலகட்டமன்றி வேறெதுவுமில்லை என்று சொல்லி அவள் மறுத்துவந்த ஒரு உலகுக்கு அவளை இட்டுச்சென்றன.

"ஆமாம், நான் ஒன்றல்ல விபச்சாரத்தின் இரண்டு வரலாறுகளைக் கண்டுபிடித்தேன். முதலாவது வரலாறு நீ நன்றாக அறிந்த ஒன்று, ஏனெனில் அது உன் வரலாறும்கூட. ஓர் அழகிய இளம்பெண் சில காரணங்களால், அவள் தான் வாழ்வதற்கான ஒரே வழி தன் உடலை விற்பதென முடிவுசெய்து இந்தத் தொழிலைத் தேர்ந்தெடுக்கிறாள் அல்லது இந்தத் தொழில் அவளைத் தேர்ந்தெடுக்கிறது. அவர்களில் சிலர் ரோமின் மெஸாலினாவைப்போல் நாட்டை ஆட்சிசெய்யும் நிலைக்கு உயர்கின்றனர். இன்னும் சிலர் மேடம் டு பாரி போல புகழ்பெற்றவர்களாகின்றனர். வேறு சிலர் உளவாளியாக மாதா ஹரியைப்போல் சாகசத்தையோ துரதிர்ஷ்டத்தையோ துரத்திச் செல்கின்றனர். ஆனால் பெரும்பாலாருக்கு புகழோ, பெரும் சவாலோ அமையும் தருணங்கள் ஒருபோதும் அமைவதில்லை. அவர்கள் எப்போதும் உள்ளடங்கிய பகுதியிலிருந்து புகழ், கணவன், சாகசம் இவற்றைத் தேடிவந்த இளம்பெண்களாகவே

இருப்பர். ஆனால் முடிவில் முற்றிலும் மாறுபட்ட யதார்த்தத்தைக் கண்டடைவதோடு, அதிலேயே ஒரு காலகட்டத்துக்கு சிக்கிக்கிடந்து, அதற்குப் பழகிப்போய், எப்போதும் விஷயம் தங்கள் கட்டுக்குள் இருப்பதாகவே நம்பிக்கொண்டு இறுதியில் வேறெதுவும் செய்ய இயலாமல் முடிந்துபோவர்.

“கலைஞர்கள், மூவாயிரம் வருடங்களுக்கும் மேலாக சிற்பங்கள், ஓவியங்கள், புத்தகம் எழுதுதல் போன்றவற்றில் ஈடுபட்டிருக்கிறார்கள், அதேபோல விலைமகள்களும் தங்களது தொழிலை இத்தனை காலமாக பெரிதாக எந்த மாற்றமின்றிச் செய்துவருகின்றனர். நீ விவரமாகத் தெரிந்துகொள்ள விரும்புகிறாயா?”

மரியா ஆமோதித்தாள். பூங்காவில் அவள் மேற்கொண்ட நடையின்போது மிகவும் மோசமான ஒன்று அவளது உடலைவிட்டு நீங்கிவிட்டது என்று உணரத் தொடங்கியிருந்தபோதும், வலியைப் புரிந்துகொள்ள அவளுக்கு அவகாசம் தேவை.

“விலைமகளிர் பற்றிய விஷயங்கள் செவ்வியல் இலங்கியங்களான எகிப்திய சித்திர எழுத்துகள், சுமேரியே எழுத்துகள், பழைய, புதிய ஏற்பாடுகளிலும் காணப்படுகின்றன. என்றாலும்கூட இந்தத் தொழில், கி.பி ஆறாம் நூற்றாண்டில் கிரேக்க சட்டசபை அங்கத்தினரான சோலான், தேசத்தால் கட்டுப்படுத்தப்படும் விலைமகளிர் இல்லங்களை நிறுவி, சதை வியாபாரத்தின் மீது வரிவிதிக்கத் தொடங்கியபோதுதான் முறைப்படுத்தப்பட்ட தொழிலாக மாறியது. எதினியன் வியாபாரிகள், முன்பு தடைசெய்யப்பட்ட ஒன்று சட்டபூர்வமாக்கப்பட்டது குறித்து மகிழ்ச்சியடைந்தனர். மாறாக, விலைமகளிர் அவர்கள் செலுத்தும் வரிக்கு ஏற்ப வகைப் படுத்தப்பட்டனர்.

“விலைமலிவான, விபச்சாரத் தொழிலை நடத்தும் முதலாளிகளின் அடிமைகள் போர்னாய் எனப்பட்டனர். அடுத்து வருபவர்கள் பெரிபெடிசியா பிரிவினர். இவர்கள் தெருவில் நின்று வாடிக்கையாளரைப் பிடிப்பவர்கள். கடைசியாக வருபவர்கள் ஹிடேரா எனும் பெண் துணைகள். இவர்கள் மிகவும் விலையதிகமான உயர்தரப் பிரிவினர். வியாபாரிகளுக்கு அவர்களது பயணத்தின்போதும் நல்ல உணவகங்களில் விருந்துண்ணும்போதும் துணையாய் வருபவர்கள், தங்களது பணத்தை தாங்களே கட்டுக்குள் வைத்துக்கொண்டு, அறிவுரை வழங்கிக்கொண்டு நகரத்தின் அரசியல் விவகாரங்களில் தலையீடு செய்துகொண்டு இருப்பவர்கள். அது

முதற்கொண்டு இப்போதுவரை என்ன நடந்ததென உனக்கே தெரியும்.

"மத்திய காலகட்டங்களில் பாலுறவுத் தொற்றால் வரும் நோய்கள் காரணமாக..."

மௌனம், ஜலதோஷம் பிடிக்கும் என்ற பயத்தால் - அவளது உடலையும் ஆன்மாவையும் கதகதப்பாக்கிக்கொள்ளும் அவசியத்தால் - மரியா இன்னும் எந்த வரலாறையும் அவள் கேட்க விரும்பவில்லை. அவன் கூறியது உலகம் நின்றுபோன, அனைத்தும் முடிவின்றி திரும்பத் திரும்ப நிகழும் உணர்வையும், மனித இனம் பாலுணர்ச்சிக்கு உரிய மரியாதையை ஒருபோதும் தரப்போவதில்லை என்ற எண்ணத்தையும் தந்தது.

"நீ ஆர்வமாக இருப்பதாகத் தெரியவில்லை."

அவள் தன்னை ஒன்றுதிரட்ட முயன்றாள். இப்போது அவள் அத்தனை நிச்சயமாக இல்லை என்றபோதும், அவனிடம் தான் அவள் தன் இதயத்தைத் தர தீர்மானித்திருந்தாள்.

"நான் கேட்டுக்கொண்டிருக்கும் விஷயத்தில் ஆர்வம் இல்லை. அது என்னை வருத்தமடையச் செய்கிறது. இன்னொரு வரலாறு இருப்பதாக நீங்கள் சொன்னீர்கள்."

"அந்த இன்னொரு வரலாறு இதற்கு நேரெதிரானது. புனித விபச்சாரம்."

அவள் திடீரென தனது மந்த நிலையிலிருந்து மாறி அவன் சொல்வதை ஆர்வமுடன் கேட்கத் தொடங்கினாள். புனித விபச்சாரம்? பாலுறவு மூலம் பணம் சம்பாதிப்பதோடு, கடவுளையும் அணுகமுடியுமா?

"கிரேக்க வரலாற்றாசிரியரான ஹெராடோட்டஸ் பாபிலோனியா பற்றி இப்படி எழுதியுள்ளார்: இங்கே இவர்கள் வித்தியாசமான பாரம்பரியத்தைக் கொண்டுள்ளனர். சுமேரியாவில் பிறந்த எந்த ஒரு பெண்ணும், தன் வாழ்வில் ஒரு முறையாவது இஷ்தார் தேவதையின் கோவிலுக்குச் சென்று தனது உடலை புதியவர் ஒருவருக்கு - விருந்தோம்பலின் அடையாளமாகவும் குறியீட்டு விலையாகவும் அர்ப்பணிக்கவேண்டும் என்று எழுதுகிறார்."

அவள் அந்தத் தேவதைபற்றி பின்னால் அவனைக் கேட்டு அறிந்து கொள்வாள். அவள் இழந்தது எதுவென அவள் அறியாதபோதும்,

ஒருவேளை அத்தேவதை அவள் இழந்த ஒன்றை திரும்பப்பெற உதவலாம்.

"இஷ்தார் தேவதையின் செல்வாக்கு மத்திய கிழக்கு நாடுகள் முழுவதிலும் - சார்டினியா, சிசிலி, பூமத்தியரேகைப் பகுதி துறைமுகங்கள் வரை பரவியது. பின்னால் ரோமச் சக்கரவர்த்திகளின் காலத்தில் வெஸ்டா எனும் மற்றொரு தேவதை முழுமையான கன்னித்தன்மை அல்லது பரிபூரண சரணாகதியைக் கோரியது. புனித நெருப்பு தொடர்ந்து எரிவதற்காக, தாங்கள் சேவை செய்துகொண்டிருந்த கோவிலுக்குப் பொறுப்பான பெண்கள், இளம் ஆண்களையும் அரசர்களையும் பாலுறவின் பாதைக்கு அறிமுகப்படுத்தும் பொறுப்பை ஏற்றுக்கொண்டனர். அவர்கள் உணர்வைத் தூண்டும் பாடல்களைப் பாடியபடி, தன்னை மறந்த பரவச நிலையில் நுழைந்து, தெய்வீகத்துடனான ஒருவித ஒருங்கிணைவில் தங்களது பரவசத்தை உலகுக்கு அளித்தனர்.

ரால்ப் ஹார்ட் சில புராதனப் பாடல்களின் ஒளிநகல்களை அவளுக்குக் காண்பித்தான். பக்கங்களின் கீழே ஜெர்மன் மொழி பெயர்ப்புடன் அது காணப்பட்டது. அவன் மெதுவாக வாசித்து, ஒவ்வொரு வரியையும் மொழிபெயர்த்துக் கூறியபடிச் சென்றான்.

நான் சாவடியின் கதவருகே அமர்ந்திருந்தபோது,
நான், இஷ்தார், தேவதை,
நான் விலைமகள், தாய், மனைவி, தெய்வீகம்.
மக்கள் வாழ்க்கையென்றழைப்பது என்னையே
எனினும் நீங்கள் அதை மரணமென்றும் சொல்லலாம்.
மக்கள் சட்டமென்று சொல்வது என்னையே
எனினும் நீங்கள் குற்றமென்றும் சொல்லலாம்.
நீங்கள் தேடுவதெதுவோ அதுவே நான்
மேலும் நீங்கள் கண்டடைவதும் என்னையே
நீங்கள் சிதறியது எதுவோ அதுவே நான்
நீங்கள் ஒன்றுசேர்த்த துகள்களும் நானே.

மரியா மெதுவாக தேம்பியழ, ரால்ப் ஹார்ட் சிரித்தான். அவனது உயிர் ஆற்றல் திரும்பிக்கொண்டிருந்தது. அவனது ஒளி மீண்டும் பிரகாசிக்கத் தொடங்கியது. அவளுக்கு வரலாற்றைச் சொல்வதும், சித்திரங்களைக் காட்டுவதும், அவள் நேசிக்கப்படுவதாக உணரச் செய்வதும் சிறந்தது.

"புனித விபச்சாரம் ஏன் மறைந்ததென ஒருவருக்கும் தெரிய வில்லை, இரண்டாயிரம் ஆண்டுகளுக்கு வேண்டாம் அது சில நூற்றாண்டுகளுக்குக்கூட நீடிக்கவில்லை, ஒருவேளை நோயாலோ, சமூகத்தில் மதமாற்றத்தின் காரணமாக அதன் விதிமுறைகள் மாறியதாலோ இருக்கலாம். எப்படியோ அது இப்போது இல்லை, மீண்டும் இனி எப்போதும் இருக்கப் போவதில்லை. இன்றைக்கு மனிதன் உலகைக் கட்டுக்குள் வைத்திருக்கிறான், விபச்சாரம் என்ற வார்த்தையே நிந்தனையை மட்டுமே உருவாக்கும், சமூகம் வகுக்கும் கோட்டைத் தாண்டிச்செல்லும் எந்தவொரு பெண்ணும், தானாகவே விலைமகள் என்ற பெயருக்கு ஆட்பட்டுவிடுவாள்."

"நாளை உங்களால் கோபாகேபனாவுக்கு வரமுடியுமா?"

அவள் கேட்பது ஏனென புரிந்துகொள்ளாதபோதும், ரால்ப் உடனே சம்மதம் தெரிவித்தான்.

மரியா ஜெனீவாவின் ஜார்டின் ஆன்ஜெலாயிஸ் பூங்காவில் வெறுங்காலுடன் நடந்த இரவுக்குப் பின் நாட்குறிப்பேட்டில் எழுதியதிலிருந்து:

ஒரு காலத்தில் இது புனிதமாயிருந்ததோ இல்லையோ நான் எனது தொழிலை வெறுக்கிறேன். இது என் ஆன்மாவை அழித்துக் கொண்டிருக்கிறது, என்னுடனான தொடர்பை நான் இழக்க காரணமாகின்றது, வலி ஒரு வெகுமதி என எனக்கு கற்பித்துக் கொண்டிருக்கிறது, பணத்தால் அனைத்தையும் வாங்கலாம், அனைத்தையும் நியாயப்படுத்தலாம் என்று கற்பித்துக் கொண்டிருக்கிறது.

என்னைச் சுற்றியுள்ள யாரும் மகிழ்ச்சியாக இல்லை. வாடிக்கையாளர்கள், இலவசமாக இருக்கவேண்டிய ஒன்றுக்கு பணம் தந்துகொண்டிருக்கிறோம் என்று அறிவர். அது மனம் சோர்வடையச் செய்கிறது. பெண்கள், இன்பத்துக்காகவும் பிரியத்துக்காகவும்

கொடுக்கவேண்டிய ஒன்றை தாங்கள் விற்றுக் கொண்டிருப்பதை அறிவர். இது அழிவுபயக்கும் ஒன்று. நான் இதை எழுதும் முன்பு, எத்தனை மகிழ்ச்சியின்றியும் அதிருப்தியுடனும் இருக்கிறேன் என்பதை ஒப்புக்கொள்ளும் முன்பு நீண்ட நேரம் கடினமாகப் போராடியிருக்கிறேன். நான் இன்னும் சில வாரங்களுக்கு இதில் நீடிக்க வேண்டிய அவசியமிருக்கிறது.

ஆனால் அனைத்தும் இயல்பாக இருப்பதுபோலும், இது என் வாழ்வில் இது ஓர் கட்டம், என் வாழ்வின் ஓர் அம்சம் என பாவனை செய்தபடி இருப்பது பற்றி என்னால் எதுவும் செய்யமுடியாது. நான் இதனை மறக்க விரும்புகிறேன். நான் காதலிக்கவேண்டும் – அவ்வளவுதான், அவசியம் நான் காதலிக்க வேண்டும்.

வாழ்க்கை மிகவும் சிறியதோ பெரியதோ, என்னளவில் நான் அதனை வாழ அனுமதிக்கவேண்டிய பரிதாபகரமான நிலையில் இருக்கிறேன்.

அது அவனது வீடல்ல, அவளது வீடுமல்ல. அது பிரேஸிலோ, ஸ்விட்சர்லாந்தோ அல்ல. அது ஒரு ஹோட்டல், உலகின் எந்தப் பகுதியிலும் இருப்பதுபோன்ற, ஹோட்டலுக்கே உரித்தான பொருட்களைக் கொண்ட எல்லா ஹோட்டல் அறைகளையும்போல, ஒருவிதத்தில் அறிமுகமான சூழலை உருவாக்க முயற்சித்தபடி, ஆனால் அதுவே பெரிதும் அறிமுகமில்லாத ஒன்றாக தோன்றச் செய்கிறது.

அது ஏரியின் அழகிய தோற்றத்தைப் பார்க்கும் வசதியுள்ள, வலி - வேதனை - பரவசத்தின் நினைவை ஏற்படுத்தும் ஹோட்டலல்ல. அது சான்டியாகோ செல்லும் பாதையைப் பார்த்தவாறு அமைந்திருக்கிறது. பிராயசித்தத்துக்கான பாதையாக அன்றி புனித பயணத்துக்கான பாதையான அதில் சாலையோரத்திலுள்ள சிற்றுண்டியகத்தில் நபர்கள் சந்தித்து, ஒருவர் மற்றவரின் ஒளியைக் கண்டுபிடித்து, பேசி, நட்பாகி, காதலில் விழுவார்கள். இந்த இரவு நேரத்திலும் மழை பெய்துகொண்டிருந்ததால், யாரும் அந்தச் சாலையில் நடந்துகொண்டிருக்கவில்லை. அந்தச் சாலைகள் ஆண்டுக் கணக்கில், நூற்றாண்டுகளாக இருந்துவந்ததால் - ஒருவேளை அந்தச் சாலைகள் சுவாசிக்கவும், தினமும் அதன் மீது நடந்துசெல்லும் பல அடிவைப்புகளிலிருந்து ஓய்வெடுக்கவும் தேவைப்பட்டிருக்கலாம்.

விளக்குகள் அணைக்கப்படுகின்றன. திரைகள் மூடப்படுகின்றன.

அவள் அவனை உடைகளைக் களையுமாறு கேட்டுக்கொண்டு, அவளும் அப்படியே செய்கிறாள். இருள் ஒருபொழுதும் முழுமையானதாக இருப்பதில்லை. அவளது கண்கள் இருளுக்குப் பழகியதும், அவளால் அவனின் நிழலுருவத்தைப் பார்க்க முடிகிறது. எங்கிருந்து வருகிறதென தெரியாத மெல்லிய ஒளியில் கோட்டுச் சித்திரமாக அவன் தெரிகிறான். கடந்த முறை அவர்கள் இந்த நோக்கமாகச் சந்தித்தபோது, அவள் தனது உடலின் ஒரு பாதியை மட்டுமே நிர்வாணமாக விட்டிருந்தாள்.

அவள் கவனமாக மடிக்கப்பட்ட இரு கைக்குட்டைகளை எடுத்தாள். அவை, சோப் அல்லது பெர்ஃப்யூமின் சிறிய தடயத்தையும் கொண்டிருக்காதவாறு பலமுறை அலசப்பட்டவை. அவள் அவனிடம் சென்று, கண்களை அவனே மறைத்துக் கட்டுமாறு கேட்டுக்கொண்டாள். அவன் ஒருகணம் தயங்கினான், அவன் இதற்குமுன் கடந்துவந்த பல்வேறு நரகங்களைப் பற்றி ஏதோ விமர்சனம் செய்தான். அவள் அதற்கும் இதற்கும் தொடர்பில்லையென்றும், வெறுமனே முழுமையான இருளே தனது தேவையென்றும் சொன்னாள். நேற்று அவன் அவளுக்கு வலியைப் பற்றி கற்பித்ததுபோல, இம்முறை அவள் அவனுக்கு சிலவற்றை கற்பிக்கவேண்டிய முறை. அவன் இறங்கிவந்து கண்களை மறைத்துக் கொண்டான். அவளும் அப்படியே செய்தாள். இப்போது துளி வெளிச்சமும் இல்லை. அவர்கள் முழுமையான இருளில் இருந்தனர். படுக்கையை அடைவதற்கு அவர்கள் கையைக் கோர்த்துக் கொள்கின்றனர்.

"இல்லை, நாம் நிச்சயமாக கட்டிலில் படுக்கப்போவதில்லை. எப்போதும் அமர்வதுபோல எதிரெதிராக, என்னுடைய மூட்டு உங்களது மூட்டைத் தொடும்படி இன்னும் கொஞ்சம் நெருக்கமாக அமர மட்டுமே போகிறோம்."

அவள் எப்போதுமே இதனைச் செய்வதற்கு விரும்பியிருக்கிறாள், ஆனால் அதற்கு அவசியமான நேரம்தான் அவளுக்குக் கிடைக்கவில்லை. அவளது முதல் ஆண் தோழனுடனோ, அல்லது அவளை முதன்முறையாக புணர்ந்த ஆணுடனோ அல்ல. ஆயிரம் ப்ராங்குகள் அவள் விரும்பியதை எல்லாம் வாங்கப் போதுமானதல்ல என்ற போதும், ஒருவேளை அவள் அவனுக்கு தன்னால் கொடுக்க முடிந்ததைவிடவும் அதிகம் கொடுப்பாள் என்ற நம்பிக்கையில் ஆயிரம் ப்ராங்குகள் கொடுத்த அரேபியனுடனோ அல்ல. அவளது காலுக்கு நடுவே, அவளது உடலை ஊடுருவிச்சென்ற எண்ணற்ற நபர்களிடமும் அல்ல. அவர்கள் சில சமயங்களில் தம்மைப் பற்றியும், சமயங்களில் அவளைப் பற்றியும் நினைத்தபடி, சில சமயம் காதல் கற்பனைகளுக்கு இடமளித்தபடியும், சமயங்களில் உணர்வின் தூண்டலில், ஒரு ஆண் செய்யவேண்டியது அதுதான் என்றும், அப்படிச் செய்யாவிடில் அவர்கள் உண்மையான ஆண்களே அல்ல என்று சொல்லி கேள்விப்பட்டிருந்ததன் காரணமாக சில குறிப்பிட்ட வார்த்தைகளைச் சொல்லியபடியும் அவளிடம் வந்து சென்றிருந்தனர்.

அவள் தன் நாட்குறிப்பேட்டைப் பற்றி நினைக்கிறாள். அவள் போதுமான அளவுக்கு சிரமப்பட்டுவிட்டாள், மிச்சமிருக்கும் வாரங்கள் விரைவாகச் செல்லவேண்டுமென விரும்புகிறாள். அதனால்தான் அவள் தன்னை அவனுக்குக் கொடுத்துக் கொண்டிருக்கிறாள். ஏனெனில் அவளது சொந்தக் காதலின் ஒளி அங்கே மறைந்திருக்கிறது. உண்மையான பாவம், ஏவாள் சாப்பிட்ட ஆப்பிள் இல்லை, மாறாக அவள் ருசித்த விஷயத்தை முக்கியமாக ஆதாமும் பகிர்ந்துகொள்ள வேண்டுமென்ற அவளது நம்பிக்கைதான். ஏவாள் தனக்கு உதவ ஒருவரின்றி தனது பாதையில் செல்லப் பயந்தாள். எனவேதான் அவளது உணர்வுகளைப் பகிர்ந்துகொள்ள விரும்பினாள்.

சில விஷயங்களைப் பகிர்ந்துகொள்ள முடியாது. நமது சொந்த விருப்பத்தின் பேரில் கடலுக்குள் இறங்குவதற்கு நாம் பயப்படலாம். பயம் ஒவ்வொருவரின் பாணியையும் நசுக்குகிறது. மனிதன் இதனைப் புரிந்துகொள்வதற்காக அவன் நரகத்தினூடே சென்று வருகிறான். ஒருவர் மற்றொருவரைக் காதலிக்கலாம், ஆனால் ஒருவர் அடுத்தவரை உடைமையாக்கிக்கொள்ள முயற்சிக்கக்கூடாது.

இப்போது என் முன்னாள் அமர்ந்திருக்கும் இவனை நான் நேசிக்கிறேன். ஏனெனில் நான் இவனை சொந்தமாக்கிக் கொள்ளவில்லை. அவனும் என்னை உடைமையாக்கிக் கொள்ளவில்லை. நாங்கள் எங்களது பரஸ்பர சரணாகதியில் சுதந்திரமாக இருக்கிறோம். நான் எனது வார்த்தைகளை இறுதியாக நம்பும்வரை நூற்றுக்கணக்கான, லட்சக்கணக்கான முறை திரும்பத் திரும்ப சொல்வேன்.

அவள் தன்னுடன் வேலைசெய்யும் பிற விலைமகள்களைப் பற்றி நினைத்தாள். தன்னுடைய தாயையும், தோழிகளையும் நினைத்தாள். அவர்கள் அனைவரும், ஆண் ஒரு நாளைக்கு பதினொரு நிமிடங்கள் மட்டுமே ஆசையை உணர்வதாகவும், அதற்காக அவர்கள் பெருந்தொகையைச் செலவழிப்பார்கள் என்றும் நம்புகிறார்கள். அது உண்மையல்ல. ஆண் ஒரு பெண்ணும்தான். அவன் தன் வாழ்க்கைக்கு பொருள்தரும் ஒன்றைக் கண்டுபிடிக்க விரும்புகிறான்.

தன் அம்மா தன்னைப் போலவே, தன் தந்தையுடன் - உச்சகட்ட பரவசம் வந்ததுபோல நடிக்கிறாளா? அல்லது பிரேஸிலின் உள்ளடங்கிய பகுதியில், ஒரு பெண் பாலுறவில் இன்பத்தை வெளிக்காட்டுவது தடைசெய்யப்பட்ட ஒன்றா? வாழ்க்கையையும் காதலையும் பற்றி அவளுக்கு மிகக் குறைவாகவே தெரியும்.

இப்போது அவள் தன் கண்ணைக் கட்டிக்கொண்டு உலகத்தின் எல்லா காலத்திலும், அனைத்தின் மூலமாகத் திகழும் ஒன்றை, அனைத்தும் எங்கிருந்து, எப்படி தொடங்கவேண்டுமென்று அவள் நினைத்தாளோ அப்படி கண்டுபிடித்துக் கொண்டிருந்தாள்.

தொடுதல். விலைமகள்களை, வாடிக்கையாளர்களை, தனது அம்மாவை, அப்பாவை மறந்து, அவள் முழுமையான இருளில் இருக்கிறாள். வலிக்கான தேவையைவிடவும், மகிழ்ச்சிக்கான தேடுதல் மிக முக்கியமானது என்று அவளை புரிந்துகொள்ளச் செய்தவனும், அவளது கௌரவத்தை திரும்பச் செய்தவனுமான அந்த நபருக்கு தான் என்ன தரமுடியும் என வியந்தபடி அவள் அந்த மதியம் முழுவதையும் செலவழித்திருந்தாள்.

நேற்று அவன் எனக்கு வேதனை, தெரு விபச்சாரிகள், புனித விபச்சாரிகள் பற்றி கற்றுத் தந்ததுபோல, ஏதாவது புதிய விஷயமொன்றை கற்பிக்கும் சந்தோஷத்தை அவனுக்குத் தர நான் விரும்புகிறேன். அவன் எனக்கு விஷயங்களை கற்றுத் தருவதை எத்தனை தூரம் ரசித்தான் என்பதை நான் பார்த்தேன். எனவே அவனை எனக்கு கற்றுத்தர, வழிநடத்த விடப்போகிறேன். ஒருவர் ஆன்மாவின் மூலமோ, புணர்ச்சி, உச்சகட்டத்தின் மூலமோ அன்றி உடலை எப்படி அணுகுகிறார் என்று தெரிந்துகொள்ள விரும்புகிறேன்.

அவள் தனது கைகளை நீட்டியபடி, அவனையும் அப்படியே செய்யுமாறு கேட்டுக்கொண்டாள். அவள், இன்றிரவு இந்த யாருமற்ற இடத்தில், அவளது சருமத்தை, அவளுக்கும் உலகத்துக்குமான எல்லையை அவன் கண்டுபிடிக்க வேண்டுமென்று விரும்புவதாக முணுமுணுப்பாகச் சொன்னாள். அவள் அவனிடம், எப்போதும் ஆன்மாக்கள் கண்டுகொள்வதற்கு முன்பே, உடல்கள் ஒன்றையொன்று புரிந்துகொள்ளும் என்பதால் தன்னைத் தொடவும் உணரவும் செய்யுமாறு கேட்டுக்கொண்டாள். அவன் அவளை ஸ்பரிசிக்கத் தொடங்கினான். அவளும் அவனை ஸ்பரிசிக்கத் தொடங்கினாள். முன்பே உடன்பாடு செய்துகொண்டதுபோல் இருவருமே உடலில் பாலுணர்வு மிகவும் வேகமாகப் பொங்கிப் பெருகும் இடங்களைத் தவிர்த்தனர்.

அவனது விரல்கள் அவளது முகத்தைத் தொட்டது. அவளால் அவற்றில் மையின் மெல்லிய வாசனையை உணர முடிந்தது. அவன் பிறந்தபோதே, முதல் மரத்தையும் வீட்டையும் பார்த்தபோதே, அவற்றை தனது கனவில் வரையத் தீர்மானித்துவிட்டதைப்

போல், அவன் ஆயிரம், லட்சம் முறை கைகளைக் கழுவினாலும் அகலாமல் எப்போதைக்குமாக தங்கியிருக்கும் அந்த மை வாசனையை உணர்ந்தாள். அவனும்கூட அவளது விரல்களில் நிச்சயம் ஏதோ வாசனையை உணர்ந்திருக்கவேண்டும். ஆனால் என்ன வாசனையென்று அவளுக்குத் தெரியவில்லை, அவள் அதுபற்றி கேட்கவும் விரும்பவில்லை. ஏனெனில் அந்தக் கணத்தில் அனைத்தும் உடல்தான், அடுத்து மௌனம்.

அவள் வருடுகிறாள், வருடப்படுகிறாள். இரவெல்லாம் இப்படியே இருந்துவிட முடியும். ஏனெனில் இது மிகவும் இன்பமாக இருப்பதோடு பாலுறவில்தான் முடியவேண்டுமென்ற அவசியமில்லை. அந்தக் கணத்தில் முக்கியமாக, உடலுறவுகொள்ள வேண்டுமென்ற கட்டாயம் எதுவுமில்லை. அவள் தனது கால்களுக்கு இடையில் வெம்மையாக உணர்ந்தாள். மேலும் அவள் தன் அந்தரங்கப் பகுதி ஈரமாகியிருப்பதை அறிந்திருந்தாள். அவன் அவளை அந்த இடத்தில் தொடும்போது, இதனைக் கண்டுபிடிப்பான். இது நல்லதா கெட்டதா தெரியவில்லை. அவள் உடல் இப்படித்தான் எதிர்வினை செய்கிறது. மேலும் அவனிடம் அங்கே தொடு, இங்கே தொடு, கொஞ்சம் மெதுவாய், கொஞ்சம் வேகமாய் என்று கூறும் எண்ணமில்லை. இப்போது அவனது கைகள் அவளது அக்குளைத் தொடுகின்றன. அவளது கைகளிலுள்ள முடிகளெல்லாம் சிலிர்த்தெழுகின்றன. அவள் அவனது கைகளைத் தள்ளிவிட வேண்டும்போல உணர்கிறாள். அது ஒருவித வலியாக இருந்தபோதும் நன்றாக உணர்கிறாள். அவளும் அவனிடம் இதையே செய்கிறாள். அவனது அக்குளின் சருமம் மாறுபட்ட தன்மையுடனிருப்பதைக் கவனிக்கிறாள். ஒருவேளை இருவரும் பயன்படுத்தும் வேறுபட்ட டியோடரன்ட் காரணமாக இருக்கலாம். அவள் என்ன சிந்தித்துக்கொண்டிருக்கிறாள்? அவள் நிச்சயம் சிந்திக்கக்கூடாது. தொடமட்டுமே செய்யவேண்டும் அவ்வளவுதான்.

அவனது விரல்கள் ஒரு விலங்கைத் தொடர்வதுபோல் அவளது மார்பின் வட்டங்களைத் தொடர்ந்தன. அவள் அந்த விரல்கள் மிக விரைவாக நகரவேண்டுமென, தனது மார்புக் காம்புகளைத் தொடவேண்டுமென விரும்புகிறாள். ஏனெனில் அவளது சிந்தனைகள் அவனது கைகளை விடவும் விரைந்து நகர்ந்தன. ஆனால் ஒருவேளை இது தெரிந்தோ என்னவோ, அதற்கு மாறாக நின்று, தயங்கி அந்த இடத்தை அடைவதற்கு ஒரு யுகநேரம் எடுக்கிறான். அவளது காம்புகள் இப்போது விறைத்திருக்கின்றன. அவன் அவற்றோடு சற்று நேரம் விளையாடினான். உணர்ச்சியால்

அவளது மயிர்க்கால்கள் விறைக்கவும், அவள் மேலும் சூடாகவும் அந்தரங்கம் ஈரமாகவும் அது காரணமானது. இப்போது அவன் விரல்கள் அவளது இடுப்பின் மீது நகர்ந்துகொண்டிருந்தன. பின் அவளது கால்களின் மீது ஊர்ந்திறங்கி, பாதத்துக்கு வந்தன. அவள் தனது விரல்களால் அவளது தொடையின் உட்புறத்தில் மேலும் கீழும் வருடினான். அவன் வெம்மையை உணர்ந்தபோதும் அந்தரங்கத்தை அணுகவில்லை. அவனது தொடுகை மென்மையாக, மிருதுவாக இருக்கிறது. அது எத்தனைக்கெத்தனை மிருதுவாக இருக்கிறதோ அத்தனை அதிகமாக கிளர்ச்சியூட்டுவதாக இருக்கிறது.

அவளும் அப்படியே செய்கிறாள். அவளது கைகள் கிட்டத்தட்ட அவனது உடலின் மீது வழுக்கியபடி சென்று, அவனது கால்களிலுள்ள முடிகளை மட்டுமே ஸ்பரிசித்தபடி நகர்ந்தது. அவனது பாலுறுப்பை அணுகியபோது அவளும் வெம்மையை உணர்ந்தாள். திடீரென, முதன்முறையாக ஒரு ஆணின் உடலை அறிவதுபோல, அவள் புதிரான முறையில் தனது கன்னித் தன்மைக்குத் திரும்பியதுபோல, அவனது ஆணுறுப்பைத் தொட்டாள். அவள் நினைத்திருந்ததுபோல அது அத்தனை விரைப்பாக இல்லை, ஆனால் அவளது அந்தரங்கமோ மிகவும் ஈரமாகியிருந்தது, என்ன அநியாயம். ஒருவேளை ஆணுக்கு அதிக நேரம் தேவைப்படலாம், யார் கண்டார்.

அவள் கன்னிப் பெண்கள் மட்டுமே அறிந்த விதத்தில் அதனை நீவிவிடத் தொடங்கினாள், ஏனெனில் விலைமகள்கள் அதை மறந்து நாளாகிவிட்டிருக்கும். அதற்கு பிரதிவினை செய்வதுபோல், அவனது ஆணுறுப்பு அவளது கைகளுக்குள் பெரிதாகத் தொடங்கியது, அவள் மெதுவாக அழுத்தத்தைக் கூட்டுகிறாள். இப்போது எங்கே தொடவேண்டு மென்று அறிந்தவளாக, மேற்புறத்தைவிடவும் கீழ்புறத்தில் அதிகமாக, தன் விரல்களால் அதனை தன் கைகளுக்குள் அடக்கியபடி, தனது உடலைநோக்கி, அதன் சருமத்தைப் பின்னுக்குத் தள்ளுகிறாள். அப்போது அவன் உணர்ச்சியடைந்து, மிகவும் தூண்டப்பட்டு, இருந்தும் மிகவும் மென்மையாய், அவளது பெண்ணுறுப்பின் உதடுகளைத் தொடுகிறான். அவள் அவனிடம் இன்னும் வேகமாக, அவனது விரல்களை நேராக உள்ளே விடுமாறு கேட்க வேண்டும்போல் உணர்கிறாள். ஆனால் அவன் அதைச் செய்யவில்லை, அவன் அவளது கருப்பையிலிருந்து சுரந்துவந்த சிறிதளவு திரவத்தால் அவளது கிளிட்டோரிஸை ஈரமாக்கினான். மீண்டும் அவளது முலைக்காம்புகளில் செய்த வட்ட அசைவுகளை இங்கே செய்கிறான். அவள் தனக்குத்தானே

சுயஇன்பம் செய்யும்போது எங்கே தொடுவாளோ, மிகச் சரியாக அங்கேயே அவன் தொடுகிறான்.

அவனது கைகளில் ஒன்று திரும்பவும் அவளது மார்பகத்துக்குச் சென்றது. அது மிகவும் நன்றாக இருந்தது. அவன் தனது கரங்களை அவளைச் சுற்றிப் போடவேண்டுமென விரும்புகிறாள். ஆனால், கூடாது, அவர்கள் தங்கள் உடல்களை அறிந்துகொண்டிருக்கின்றனர். அவர்களுக்கு நேரமிருக்கிறது, அவர்களுக்கு நீண்ட நேரம் தேவை. அவர்கள் இப்போது உடலுறவு கொள்ளமுடியும். அது உலகிலேயே மிகவும் இயல்பான விஷயமாக இருக்கும், அது மிகவும் நன்றாகவும் இருக்கும். ஆனால் இவையனைத்தும் மிக புதிதாக இருப்பதால், அவள் தன்னைக் கட்டுப்படுத்திக்கொள்வது அவசியம். அவள் அனைத்தையும் பாழாக்கிவிட விரும்பவில்லை. அவர்கள் சந்தித்த முதல் இரவன்று அவர்கள் பருகிய ஒயினை, அது எப்படி அவளை கதகதப்பாக்கியது, அது எப்படி அவளை உலகை புதுவிதமாக காணச்செய்தது, பெரிதும் இறுக்கமின்றியும், வாழ்க்கையோடு தொடர்புடையதாகவும் அவளை விட்டுச் சென்றதென நினைக்கிறாள்.

அவள் அவனையும் பருகிவிட விரும்புகிறாள், அதன்பின் அவள் அந்த மட்டமான ஒயினை, விழுங்கியதும் போதையாக உணரச் செய்யும், எப்போதும் தலைவலியுடனும் ஆன்மாவில் ஒரு வெற்றிடத்தையும் விட்டுச் செல்லும்படியான ஒயினை நிரந்தரமாக மறந்துவிடலாம்.

அவள் நிறுத்துகிறாள், மெதுவாக அவளது விரல்களை அவனது விரல்களுடன் பின்னுகிறாள். அவள் ஒரு முனகலைக் கேட்கிறாள், தானும் முனக விரும்பினாள். எனினும் அவள் அடக்கிக்கொள்கிறாள். அவள் தனது உடலெங்கும் வெம்மை வியாபிப்பதை உணர்கிறாள். இதேபோல அவனுக்கும் நிச்சயமாக நடந்து கொண்டிருக்கும். உச்சகட்டமின்றி, கலைந்துசெல்லும் சக்தியானது மூளைக்குச் சென்று எதையும் சிந்திக்கவிடாமல் செய்கிறது. ஆனால் உடலெல்லாம் பரவிக்கொண்டிருக்கிறது. நடுவில் நிறுத்தி, இன்பத்தை உடலெல்லாம் பரவவிட்டு, அது அவளது மனதை ஆக்கிரமிக்கவும், அவளது பொறுப்புகளையும் ஆசைகளையும் புதுப்பித்துக் கொண்டும், தனது கன்னித் தன்மையை தக்க வைத்துக்கொள்வதும்தான் அவள் விரும்பியது.

அவள் மென்மையாக தனது கண்களை மறைத்திருந்த கட்டை அவிழ்த்துவிட்டு, அவனுடையதையும் நீக்குகிறாள்.

அருகிலிருந்த விளக்கைப் போடுகிறாள். இருவரும் நிர்வாணமாக அமர்ந்திருக்கின்றனர். அவர்கள் ஒருவரையொருவர் பார்த்து சிரிக்காமல், வெறுமனே மற்றவரைப் பார்க்கின்றனர். நான் காதல், நான் இசை, நாம் ஆடுவோம்.

ஆனால் அவள் எதுவும் சொல்லவில்லை. அவர்கள் அடுத்து எப்போது சந்திப்பது போன்ற வேறு சில சாதாரண விஷயங்களைப் பற்றி பேசத் தொடங்குகின்றனர். அவள் இன்னும் இரண்டு நாட்களில் ஒரு தேதியைக் குறிப்பிடுகிறாள். அவன் அவளை ஒரு கண்காட்சிக்கு அழைக்க விரும்புவதாகச் சொல்ல, அவள் தயங்குகிறாள். அதன் பொருள் அவனது உலகத்துக்கு, அவனது நண்பர்களுக்கு அறிமுகமாவது. அவர்கள் என்ன சொல்வார்கள், என்ன நினைப்பார்கள்.

அவள் வரவில்லை என்று சொன்னாலும், உண்மையில் வருகிறேன் என்று சொல்லவே விரும்புகிறாள் என அவன் உணர்ந்திருக்கிறான், எனவே, சில முட்டாள்தனமான வாதங்களைப் பயன்படுத்தி அவன் வற்புறுத்துகிறான். ஆனால் அவையனைத்தும் அவர்கள் தற்போது ஆடிக்கொண்டிருந்த நடனத்தின் ஒரு பகுதியே. முடிவில் அவள் ஒப்புக்கொள்கிறாள். ஏனெனில் அவள் விரும்பியது அதைத்தான். அவர்கள் எங்கே சந்திப்பதென திட்டமிடுகின்றனர் - அவர்கள் முதல்நாள் சந்தித்த அதே சிற்றுண்டியகத்தில்? வேண்டாம், பிரேஸில்காரர்கள் பெரிதும் மூடநம்பிக்கை கொண்டவர்கள். நீங்கள் முதலில் சந்தித்த இடத்தில், எப்போதும் மீண்டும் சந்திக்கக்கூடாது. ஏனெனில் அது வட்டத்தை பூர்த்தி செய்யுமென்பதால், அனைத்தும் ஒரு முடிவுக்கு வந்துவிடும் என்று அவள் கூறுகிறாள்.

அந்த குறிப்பிட்ட சுற்றை பூர்த்திசெய்ய அவள் விரும்பாதது குறித்து அவன் மகிழ்ச்சியடைவதாகக் கூறுகிறான். அவர்கள் சந்தித்தது முதற்கொண்டு அவர்கள் இருவரும் மேற்கொண்டுவரும் புதிரான புனிதப் பயணத்தின் பகுதியாக, சான்டியாகோ செல்லும் சாலையில் அமைந்துள்ள, முழுநகரத்தையும் காணும் வகையிலமைந்த தேவாலயத்தில் சந்திப்பதென முடிவுசெய்தனர்.

பிரேஸிலுக்குத் திரும்ப பயணச் சீட்டு வாங்கியிருந்த மாலைப் பொழுதில் மரியா தன் நாட்குறிப்பேட்டில் எழுதியதிலிருந்து:

முன்பொரு காலத்தில், பறவையொன்று இருந்தது. அது இரு நேர்த்தியான சிறகுகளுடனும், வண்ணமயமான சிறகுகளுடனும் பொலிவுடன் திகழ்ந்தது. சுருங்கச் சொல்வதெனில், அது ஆகாயத்தில் சுதந்திரமாய் பறக்கவும், அதனைக் காணும் எவரொருவருக்கும் குதூகலத்தை அளிக்கவுமே பிறந்த ஜீவன்.

ஒருநாள், ஒரு பெண் பறவையொன்று இந்தப் பறவையைக் கண்டு அதன்மீது காதல்கொண்டது. பெண்பறவை, ஆண் பறவை பறப்பதை வியப்பில் வாயகல பார்த்தது. அதன் இதயம் துடித்தது. அதன் கண்கள் பரவசத்தில் மின்னின. அது ஆண் பறவையை தன்னுடன் பறக்கும்படி அழைத்தது. இரண்டும் மிகச் சரியான ஒருங்கிணைவுடன் ஆகாயத்தினூடே பயணித்தன. அது ஆண் பறவையைப் புகழ்ந்து, போற்றி, கொண்டாடியது.

பின் பெண் பறவை யோசித்தது. அது நிச்சயம் தொலைதூர மலைகளுக்குச் சென்று பார்க்க விரும்பும். எனவே அது பயந்தது, மற்ற எந்த பறவை குறித்தும் அது இதுபோல உணர்ந்ததில்லை. மேலும் பெண் பறவை அந்தப் பறவையின் பறக்கும் திறனை எண்ணி பொறாமைப்பட்டது.

மேலும் அது தனிமையாக உணர்ந்தது.

நான் ஒரு பொறி வைக்கப் போகிறேன். அடுத்த முறை அந்த பறவை வரும், ஆனால் எப்போதைக்குமாக திரும்பிச் செல்லாது என அது நினைத்தது.

மறுநாள், காதலில் இருந்த அந்த ஆண் பறவை திரும்ப வந்தது. பொறியில் சிக்கி கூண்டிலடைக்கப்பட்டது.

அது அந்தப் பறவையை தினசரி வந்து பார்த்தது. அங்கே ஆண் பறவை பெண் பறவையின் ஆசைக்குரிய பொருளாக இருந்தது. பெண் பறவை அதனைத் தன் நண்பர்களிடம் காண்பித்தது. அவர்கள், "இப்போது நீ விருப்பப்படும் அனைத்தையும் கொண்டுள்ளாய்" என்றனர். எனினும், ஒரு விநோதமான மாற்றம் நிகழத் தொடங்கியது. தற்போது அவளிடம் இருந்த அந்தப் பறவையை இனியும் காதலிக்க வேண்டிய அவசியமில்லை. அவளது ஆர்வம் மறையத் தொடங்கியது. பறக்கவியலாத, தன் வாழ்வின் உண்மை அர்த்தத்தை வெளிப்படுத்த முடியாத அந்தப் பறவை மெலியத் தொடங்கியது. அதன் இறகுகள் தன் பொலிவை இழந்தன. அது அசிங்கமாக மாறியது. பெண் பறவை, அதன் கூண்டை சுத்தம்

செய்வதையும் உணவிடுவதையும் தவிர அதன் மீது கவனம் செலுத்தவில்லை.

ஒருநாள் அந்தப் பறவை இறந்துபோனது. பெண் பறவை பெரிதும் சோகமாக உணர்ந்ததுடன், ஆண் பறவையையே எல்லா நேரமும் நினைத்தபடி இருந்தது. ஆனால் அது கூண்டிலிருந்த பறவையை அல்ல, மேகங்களுக்கு நடுவில் பூரண நிறைவுடன் பறந்துகொண்டிருந்தபோது அது முதல் நாளில் முதன்முறையாகப் பார்த்த பறவையைப் பற்றி மட்டுமே நினைத்தபடி இருந்தது.

பெண் பறவை மட்டும் தன்னுள் இன்னும் கொஞ்சம் ஆழமாக பார்த்திருக்குமேயானால், அவளை உற்சாகப் படுத்தியது அதனுடைய உடலல்ல, மாறாக அதன் ஆற்றல்மிகு இறகுகளும் சுதந்திரமுமே என்பதை உணர்ந்திருக்கும்.

ஆண் பறவையின்றி, அதன் வாழ்க்கையும் அர்த்தமனைத்தையும் இழந்திருந்தது. மரணம் பெண் பறவையினுடைய கதவைத் தட்டியது. அது மரணத்தைப் பார்த்து, "எதற்கு வந்திருக்கிறாய்?" என்று கேட்டது.

"மீண்டும் ஒருமுறை ஆண் பறவையுடன் சேர்ந்து நீ ஆகாயத்தில் பறப்பதற்காக. நீ மட்டும் அதனை சிறைப் பிடிக்காமல் வந்துபோக அனுமதித்திருந்தால், நீ அதனை நேசித்துப் போற்றியிருந்திருக்க முடியும். ஐயகோ, ஆண் பறவையை மீண்டும் கண்டுபிடிப்பதற்கு இப்போது எனது உதவி உனக்குத் தேவை" என்றது மரணம்.

அவள் அன்றைய தினத்தை, கடந்த பல மாதங்களாக திரும்பத் திரும்ப ஒத்திகை பார்த்த, ஒன்றைச் செய்தபடி தொடங்கினாள். பயண ஏற்பாட்டாளர் ஒருவரிடம் சென்று, இன்னும் இரண்டுவார காலத்தில் - பிரேஸில் திரும்புவதற்காக நாட்காட்டியில் குறித்த தேதியில் அவள் பயணச்சீட்டு வாங்கினாள்.

அதன் பிறகு, ஜெனிவா - அவள் காதலித்த, அவளைக் காதலித்த ஒருவனின் முகமாகவே இருக்கும். ரூ டி பெர்னே வெறுமனே ஒரு பெயராய், ஸ்விட்சர்லாந்தின் தலைநகரத்தில் ஒரு இடம் என்ற மதிப்போடு இருக்கும். அவள் தனது அறை, ஏரி, ப்ரெஞ்சு மொழி, ஒரு இருபத்துமூன்று வயதுப் பெண் (முந்தைய நாள் இரவு அவளது பிறந்தநாள்), எதற்கும் ஒரு எல்லை உண்டு என உணர்வதுவரை செய்த பைத்தியக்காரத்தனமான செயல்கள் அனைத்தையும் நினைவுகூர்வாள்.

அவள் அந்தப் பறவையே சிறையிலடைக்கவும் மாட்டாள், அல்லது அவனை தன்னுடன் பிரேஸில் வரும்படி கூறவும் மாட்டாள். அவளுக்கு வாய்த்ததிலேயே, ஒரேயொரு உண்மையான, கலப்பில்லாத விஷயம் அவன் மட்டுமே. அதுபோன்ற ஒரு பறவை வேறெந்தப் பறவையுடனாவது பறக்க விரும்பும்போது, சுதந்திரமாக பறக்க அனுமதிக்கப்பட வேண்டும். அவளும்கூட ஒரு பறவைதான். ரால்ப் ஹார்ட்டின் அருகிலேயே இருப்பதென்பது, எப்போதைக்குமாக கோபோகேபனாவை ஞாபகப்படுத்திக் கொள்வதைப் போன்றதாகும். அது அவளது கடந்த காலமேயன்றி எதிர்காலம் அல்ல.

‘சீக்கிரமே நான் இங்கே இருக்கமாட்டேன்’ என நினைத்து ஒவ்வொரு முறையும் துயரப்படுவதைவிடவும், அவள் கிளம்புவதற்கான நேரம் வந்ததும், உடனடியாக குட்பை சொல்லி விடுவதெனத் தீர்மானித்தாள். எனவே அவள் தன் மனதில் ஒரு யுக்தியைக் கையாண்டாள். அன்று காலை, அவள் அந்தத் தெருக்கள், சான்டியாகோ சாலை, மோன்ட் பளாக் பாலம், அவள் வழக்கமாகச் செல்லும் கடைகள் இவற்றை எப்போதும் அறிந்தவள்போல

ஜெனீவாவைச் சுற்றிவந்தாள். ஆற்றின் மேலே பறந்த கடற்பறவை, தங்களது கடைகளில் எழுதிக்கொண்டிருந்த சந்தை வியாபாரிகள், மதிய உணவுக்காக அலுவலகத்திலிருந்து வெளியேறும் நபர்கள், தான் சாப்பிடும் ஆப்பிளின் நிறம் மற்றும் சுவை, தூரத்தில் தரையிறங்கும் விமானங்கள், ஏரியின் நடுவில் காணப்பட்ட பெருமளவு நீருக்குமேல் தோன்றிக்கொண்டிருந்த வானவில், கடந்து செல்பவர்களின் தயக்கமான, வெளிப்படையாகத் தெரியாத சந்தோஷங்கள், முழுக்க ஆசையுடனும், உணர்ச்சியற்றும் அவளைப் பார்த்த சிலர் அனைத்தையும் கவனித்தாள். உலகத்திலுள்ள பல்வேறு சிறு நகரங்களைப் போன்றதொரு சிறு நகரத்தில் அவள் கிட்டத்தட்ட ஒரு வருடம் வாழ்ந்துள்ளாள். அசாதாரணமான கட்டடங்களும் அளவுக்கதிகமான வங்கிகளும் மட்டும் இல்லையென்றால் அது பிரேஸிலின் உள்ளடங்கிய பகுதியைப்போலவே இருந்திருக்கும். அங்கே ஒரு கண்காட்சி இருந்தது. சந்தை இருந்தது. சந்தையில் குடும்பத் தலைவிகள் பேரம் பேசிக் கொண்டிருந்தனர். அம்மாவுக்கோ அப்பாவுக்கோ உடல்நலம் இல்லையென்ற சாக்கின் பேரில் வகுப்புக்குச் செல்லாத மாணவர்கள், நதியின் அருகில் நடையிட்டபடி முத்தங்களைப் பரிமாறிக் கொண்டிருந்தனர். அங்கே சொந்த ஊரிலிருந்ததுபோல் உணர்ந்தவர்களும், அந்நிய இடத்தில் இருந்ததுபோல் உணர்ந்தவர்களும் காணப்பட்டனர். அங்கு முழுக்க கிசுகிசு செய்திகள் நிறைந்த மஞ்சள் பத்திரிகைகளும் காணப்பட்டன. வியாபாரிகளுக்கான மதிப்புக்குரிய பத்திரிகைகளும் காணப்பட்டன. எனினும் அவர்களும் அதில் கிசுகிசு செய்திகள் காணப்படுகின்ற பக்கங்களை மட்டுமே எப்போதும் வாசித்தபடி காணப்பட்டனர்.

பண்ணை நிர்வாகம் குறித்த புத்தகத்தைத் திருப்பித் தர அவள் நூலகத்துக்குச் சென்றாள். அவள் அதில் ஒரு வார்த்தையைக்கூட புரிந்துகொள்ளவில்லை. ஆனாலும் தன்மீதும், தனது வாழ்க்கை மீதும் கட்டுப்பாட்டை இழந்த தருணங்களில், வாழ்க்கையில் அவளது குறிக்கோள் என்னவென்று நினைவுபடுத்தும் ஒன்றாக செயல்பட்டிருந்தது அது. அதன் வெறும் மஞ்சள் அட்டையுடனும் தொடர் வரைபடங்களுடனும் பேசாத்துணையாக இருந்து வந்ததோடு, அதற்கும் மேலாக சமீபத்திய வாரங்களிலான கறுப்பு இரவுகளில் கலங்கரை விளக்காகவும் திகழ்ந்திருந்தது.

அவள் எப்போதும் எதிர்காலத்துக்கென திட்டமிட்டுக்கொண்டும், நிகழ்காலத்தால் திகைப்படைந்தபடியும் இருப்பதாக தனக்குள் நினைத்தாள். அவள் சுதந்திரம், அவநம்பிக்கை, காதல், வலி மீண்டும்

காதலினூடாகச் சென்று தன்னைக் கண்டுகொண்டிருந்தாள் - விஷயம் அத்தோடு முடிந்துவிட வேண்டுமென அவள் விரும்பினாள்.

அவள் பாலுறவின் மூலமாக நல்லதையோ கெட்டதையோ ஒருபோதும் அனுபவப்பட்டிருக்காதபோதும், அவளது சக பணியாளர்கள் குறிப்பிட்ட சிலருடன் படுக்கைக்குச் செல்வதில் கிடைக்கும் பரவசத்தைப் பற்றி ஆச்சர்யத்துடன் பேசுவதுதான் அனைத்திலும் விநோதமானது. இயல்பான புணர்ச்சியின் மூலம் உச்சகட்டத்தை அவள் இதுவரை எட்டியதில்லை எனும் அவளது பிரச்சினைக்கு தீர்வு கண்டிருக்கவில்லை. ரால்ப் ஹார்ட் 'அடையாளம் காணுதலின் ஆலிங்கனம்' என்று சொல்லும் ஒன்றையோ அல்லது அவள் தேடும் வெம்மையையோ குதூகலத்தையோ, மீண்டும் எப்போதும் கண்டுபிடிக்காத அளவுக்கு பாலுறவுச் செயலை பெரிதும் வக்கிரமாக்கியிருக்க வேண்டும்

அல்லது ஒருவேளை (அவள் அவ்வப்போது நினைப்பது போலவோ, அம்மா - அப்பா மற்றும் காதலுணர்வுகள் அனைத்தும் சொல்வது போலவோ) ஒருவர் படுக்கையில் சுகம்பெற காதல் அத்தியாவசியமானதாக இருக்கலாம்.

பொதுவாக இறுக்கமாகக் காணப்படும் நூலகர் (மரியாவின் ஒரே தோழி, அவளிடம் ஒருபோதும் மரியா அப்படிச் சொல்லிக் கொள்ளாத போதும்) நல்ல மனநிலையில் இருந்தாள். அவள் சாப்பிட்டுக் கொண்டிருந்ததால், சான்ட்விட்ச் ஒன்றைப் பகிர்ந்து கொள்ளுமாறு மரியாவை அழைத்தாள். மரியா, அவள் சற்றுமுன்தான் சாப்பிட்டதாகக்கூறி நன்றி தெரிவித்தாள்.

"இதை வாசிப்பதற்கு நீ நிறைய நேரமெடுத்திருக்கிறாய்."

"ஆனால் நான் இதில் ஒருவார்த்தைகூட புரிந்துகொள்ளவில்லை."

"ஒருமுறை நீ என்னிடம் என்ன கேட்டாய் என்று நினைவிருக்கிறதா?"

அவளுக்கு நினைவில்லை, ஆனால் அந்தப் பெண்மணியின் முகத்தில் தென்பட்ட குறும்புப் பார்வையைப் பார்த்ததும், அது செக்ஸ் பற்றியது என யூகித்தாள்.

"நீ அந்தத் தலைப்பில் புத்தகம் தேடி வந்தபிறகு, அதுபற்றி எங்களிடம் என்ன புத்தகங்கள் இருக்கிறதென ஒரு பட்டியல் தயாரிக்க முடிவுசெய்தேன். அது அவ்வளவு அதிகமாக இல்லை,

எனவே இத்தகைய விஷயங்களில் நம் இளையவர்களைப் பயிற்றுவிக்க வேண்டியது அவசியம் என்பதால், இன்னும் சில புத்தகங்கள் கேட்டு எழுதினேன். குறைந்தபட்சம், இதன்மூலம் இருப்பதிலேயே மோசமான வழியான - விலைமகள்களிடம் போய் பாலுறவைப் பற்றி கற்றுக்கொள்ள வேண்டிய அவசியம் வராதில்லையா?"

நூலகர், ஜாக்கிரதையாக பழுப்புநிற அட்டை போடப்பட்டு ஒரு மூலையில் அடுக்கப்பட்டிருந்த புத்தகங்களைக் காட்டினார்.

"அவற்றை வகைப்படுத்த எனக்கு இன்னும் நேரம் கிடைக்க வில்லை. இருந்தாலும் அவற்றை அவசரமாக புரட்டிப் பார்த்தேன். அதில் வாசித்த விஷயங்களால் நான் திகைப்படைந்துபோனேன்."

அந்தப் பெண்மணி என்ன கூறப்போகிறாள் என்பதை மரியாவால் கற்பனைசெய்ய முடிந்தது. திகைப்பூட்டும் பாலுறவு நிலைகள், சேடோமாசோசிசம் இதுபோன்ற விஷயங்கள். அவள் வேலைக்குக் கிளம்பியாகவேண்டும் என நூலகரிடம் சொல்வது நல்லது (அவள் வங்கியில் வேலைசெய்வதாகச் சொன்னாளா அல்லது கடையில் வேலைபார்ப்பதாகச் சொன்னாளா என்று ஞாபகப்படுத்த முடியவில்லை - பொய்சொல்வது வாழ்க்கையைச் சிக்கலானதாக்கி விடுகிறது, அவள் என்ன சொன்னாள் என்பதை எப்போதும் மறந்துவிடுகிறாள்.)

அவள் நன்றி சொல்லி கிளம்ப ஆயத்தமானபோது, அந்தப் பெண்மணி சொன்னாள்:

"நீயும் கூட திகைத்துப்போய்விடுவாய். உதாரணமாக, கிளிட்டோரிஸ் சமீபத்தில்தான் கண்டுபிடிக்கப்பட்டது என்பது உனக்குத் தெரியுமா?"

கண்டுபிடிப்பா? சமீபத்திலா? இந்த வாரம்தான் அவளது கிளிட்டோரிஸை, முழு இருளிலும் ஒருவனது கைகள் - அது எப்போதும் அங்கேயே இருப்பதை, அந்தப் பகுதியை நன்கறிந்தது போல் அதனை நன்கு தொட்டுத் தீண்டின.

"1559-இல்தான் ரியால்டோ கொலம்போ எனும் மருத்துவர் 'டி ரி அனாடமிகா' எனும் தலைப்பில் புத்தகம் ஒன்றை வெளியிட்ட பிறகுதான் கிளிட்டோரிஸ் அதிகாரபூர்வமாக ஏற்றுக் கொள்ளப்பட்டது. ஆயிரத்து ஐநூறு வருடங்களாக கிறித்துவ சகாப்தத்தில் அது புறக்கணிக்கப்பட்டு வந்தது. கொலம்போ

தன் புத்தகத்தில் அதனை, 'அழகான, பயனுள்ள ஒன்று' என விவரிக்கிறார். உன்னால் இதை நம்பமுடிகிறதா?"

அவர்கள் இருவருமே சிரித்தனர்.

"இரண்டு வருடங்களுக்குப் பின் 1561-இல் மற்றொரு மருத்துவரான கேபிரியல்லோ பெலோப்பியோ, தான் அதனைக் கண்டுபிடித்துவிட்டதாக கூறுகிறார். இரு இத்தாலியர்களும், நிச்சயமாக, வேறு யார் இத்தகைய விஷயங்களை அறிந்திருப்பார்கள் - யார் அதிகாரபூர்வமாக வரலாற்றுப் புத்தகங்களில் கிளிட்டோரிஸை இடம்பெறச்செய்தது என விவாதத்தில் ஈடுபடுவதை கற்பனை செய்துபார்!"

அது சுவாரசியமான உரையாடலாக இருந்தபோதும், மரியா இத்தகைய விஷயங்களை நினைக்க விரும்பவில்லை, அதற்கான முக்கிய காரணம் அவனது தொடுகையை, கண்கட்டை, அவனது கைகள் உடலெங்கும் நகர்வதை நினைத்ததால் ஏற்கெனவே அவளது பிறப்புறுப்பு ஈரமாகி, காதல் ரசம் பெருகியிருந்தது. இல்லை, அவள் பாலுணர்வுக்கு பிரதிவினை செய்யாதவளாக இல்லை. அவன் அவளைக் காப்பாற்றிவிட்டான். உயிர்ப்புடன் இருப்பது நல்ல விஷயம்.

எனினும் நூலகர் தான் பேசிய விஷயத்தில் ஆர்வமுடன் காணப்பட்டார்.

"என்றாலும் அந்தக் கண்டுபிடிப்பானது அதற்குரிய மரியாதை யைப் பெறவில்லை." நூலகர், கிளிட்டோராலஜி அல்லது அறிவியல் அதற்கு என்ன பெயர் சொல்கிறதோ அதில் நிபுணர் போலத் தோன்றினாள். "இப்போதும் குறிப்பிட்ட சில ஆப்பிரிக்க பழங்குடியினர் கிளிட்டோரிஸை நீக்குவதைப் படிக்கிறோம். அவர்கள் இன்றும் கிளிட்டோரிஸை நீக்குவதன் மூலம் பெண்களுக்கான பாலுறவு இன்ப உரிமையை மறுத்துவருகின்றனர். இவையெல்லாம் புதிய விஷயங்களல்ல. 19ஆம் நூற்றாண்டில், இங்கே ஐரோப்பாவிலும்கூட, பெண்ணின் உடலில் இருக்கும் முக்கியத்துவமற்ற அந்த சிறிய பகுதியே நரம்புத் தளர்ச்சி, வலிப்பு, மலட்டுத் தன்மை, பாலுறவில் அதீத ஈடுபாடு போன்றவற்றுக்கு காரணமென்ற நம்பிக்கையால் அறுவை சிகிச்சை மூலம் நீக்கப்பட்டுள்ளது."

மரியா விடைபெறுவதற்காக கை நீட்டியபோதும், நூலகர் களைத்துப் போனதற்கான எந்த அறிகுறியும் காட்டவில்லை.

"இன்னும் மோசமான விஷயம், உளப்பகுப்பாய்வைக் கண்டு பிடித்தவரான டாக்டர் ஃப்ராய்ட், இயல்பான பெண்களிடம், பெண்ணின் உச்சகட்டமானது கிளிட்டோரிஸிலிருந்து பெண்ணுறுப்புக்கு மாறிவிடுகிறதெனச் சொன்னார். அவரது மிகவும் நம்பிக்கைக்குரிய சீடர்கள் இன்னும் மேலே சென்று, ஒரு பெண்ணின் பாலுறவு இன்பம் கிளிட்டோரிஸிலே தொடருமானால், அது குழந்தைத்தனம் மாறாமை அல்லது இருபால்தன்மை என்று கூறினர்."

"இருந்தும் வெறுமனே ஆணுறுப்பை நுழைப்பதால் மட்டுமே உச்சகட்ட இன்பத்தை எட்டுவது மிகவும் கடினம் என்பது நமக்கெல்லாம் தெரியும். ஒரு ஆணுடன் பாலுறவு வைத்துக்கொள்வது நல்லது என்றாலும், ஒரு இத்தாலியரால் கண்டுபிடிக்கப்பட்ட சிறிய குமிழில்தான் இன்பம் இருக்கிறது."

மரியா, ஃப்ராய்டால் கண்டறியப்பட்ட பிரச்சினைதான் தனக்கும் என்பதனை உணரவந்தாள். அவள் இன்னும் குழந்தைக்குரிய கட்டத்திலேயே இருக்கிறாள், அவளது உச்சகட்டம் இன்னும் பிறப்புறுப்புக்கு மாறவில்லையா, அல்லது ஃப்ராய்டு சொல்வது தவறா?

"நீ ஜி-ஸ்பாட் பற்றி என்ன நினைக்கிறாய்?"

"அது எங்கிருக்கிறதென உங்களுக்குத் தெரியுமா?"

அந்தப் பெண்மணி முகம் சிவந்து செறுமினாள், என்றாலும் சமாளித்தபடி சொன்னாள்: "உள்ளே போனதும், முதல் தளத்தில், பின் ஜன்னலில்"

அற்புதம்! அவள் பிறப்புறுப்பை ஒரு கட்டடம்போல் பாவித்து விவரித்தாள். ஒருவேளை அவள் இளம்பெண்களுக்கான புத்தகமொன்றில், யாராவதொருவர் கதவைத் தட்டி உள்ளே வந்தால், நீங்கள் முழு பிரபஞ்சமே உங்களது உடலுக்குள் இருப்பதைக் கண்டுபிடிப்பீர்கள் என்பதுபோன்ற விளக்கத்தைப் படித்திருக்கலாம். அவள் எப்போதெல்லாம் சுயஇன்பம் செய்தாளோ, அப்போதெல்லாம் கிளிட்டோரிஸைவிடவும் ஜி-ஸ்பாட்டுக்கே முக்கியத்துவம் அளித்தாள். ஏனெனில் கிளிட்டோரிஸ் உண்மையில் வலியுடன்கூடிய பெரிதும் தொந்தரவளிக்கும் இன்பத்தைத் தந்ததால் அவளை மிகவும் அசௌகரியமாக உணரச் செய்தது.

அவள் எப்போதும் நேராக முதல்தளத்தின் பின் ஜன்னலுக்குச் சென்று விடுவாள்.

நூலகர் பேச்சை ஒருபோதும் நிறுத்தப் போவதில்லை என்பதைத் தெளிவாகக் கண்டாள் அவள். ஒருவேளை அந்தப் பெண்மணி பாலுணர்வில் தனக்கேற்பட்ட இழப்புகள் மரியாவுக்கு நடக்கக்கூடாதென உணர்ந்தாளோ என்னவோ, மரியா கையசைத்து விட்டுக் கிளம்பினாள். ஏனெனில் பிரிவுபசாரம், கிளிட்டோரிஸ், மீண்ட கற்பு மற்றும் ஜி- ஸ்பாட் பற்றி நினைப்பதற்கான நாளல்ல அது. அவள் தன் தலைக்குள் என்ன மடத்தனமான விஷயங்களெல்லாம் வந்ததென கவனம் செலுத்த முயற்சித்தாள். அவள் தன்னைச் சுற்றி நடந்துகொண்டிருந்த விஷயங்களில் - மணியோசை, நாயின் குரைப்பொலி, தன் பாதையில் சப்தமெழுப்பியபடி செல்லும் ட்ராம்கள், காலடி ஓசைகள், தனது சுவாசம், சூரியனுக்குக் கீழேயுள்ள அடையாளங்கள் அனைத்திலும் கவனம் செலுத்தினாள்.

அவள் கோபாகேபனாவுக்கு திரும்பச் செல்வதை விரும்பாத போதும், கடைசி வரை பணிபுரிய வேண்டிய கட்டாயத்தில் இருப்பதாக அவள் உணர்ந்தாள். போதுமான அளவு பணம் சம்பாதித்திருந்தபோதும், அவ்வாறு உணர்வது ஏன் என்று அவளுக்கு புரியவில்லை. அவள் ஏதேதோ வாங்கியபடியும், அவளது பணத்தை நிர்வகிக்க உதவுவதாக உறுதியளித்தவரும் அவளது வாடிக்கையாளருமான வங்கி மேலாளரிடம் பேசியபடியும், ஓரிடத்தில் காபி அருந்தியபடியும், தனது சூட்கேஸுக்குள் இனிமேலும் வைக்க முடியாத ஆடைகளுக்கு விடைகொடுத்தபடியும் அந்த மதியத்தை செலவிட்டாள். ஏதோ ஒரு காரணத்தால், அவள் பெரிதும் சோகமாக உணர்ந்தாள். அது அவளுக்கு விநோதமாகப் பட்டது. ஒருவேளை இன்னும் இரண்டுவார காலத்தில் அவள் கிளம்பவேண்டும், அந்த காலகட்டத்தை அவள் வெற்றிகரமாக சமாளிக்க வேண்டும். அந்த நகரை மாறுபட்ட கண்களுடன் பார்த்தாள், அங்கே அனுபவப்பட்டதைக் குறித்து மகிழ்ச்சியாக உணர்ந்தாள்.

இதற்கு முன்னால் நூற்றுக்கணக்கான முறை வந்துள்ள குறுக்குச் சாலைக்கு வந்தாள். நீங்கள் அங்கிருந்து ஏரியையும் நீருற்றையும், பொதுமக்களுக்கான பூங்காவிலுள்ள தொலைதூர நடைபாதைகளையும் நகரத்தின் அடையாளங்களுள் ஒன்றாகத் திகழும் பூக்களாலான கடிகாரத்தையும் பார்க்கமுடியும்... அந்த கடிகாரம் அவளைப் பொய்சொல்ல அனுமதிக்காது, ஏனெனில்...

திடீரென, காலமும் உலகமும் அப்படியே நின்றுபோனது.

இன்று காலைமுதல் அவள் தனக்குத்தானே, அவளது சமீபத்திய மீளப்பெற்ற கன்னித்தன்மை பற்றி சொல்லிவந்துகொண்டிருக்கும் கதை என்ன?

உலகம் உறைந்துபோனது போலவும், அந்த நொடி முடியவே முடியாது போலவும், அவளது வாழ்வில் மிகவும் முக்கியமான, மிக மனப்பூர்வமான ஒன்றை அவள் நேருக்குநேர் எதிர்கொள்வதுபோல் தோன்றியது. அவள் எப்போதும் தனதுக்கு உறுதியளித்தும் எழுதியும் வந்த, ஆனால் ஒருபொழுதும் செய்யாத ஒன்றை... தனது இரவு நேரக் கனவுகளைப்போல் அவள் எத்தனை எளிதில் மறக்கமுடியாது.

'எதைப் பற்றியும் நினைக்காதே. உலகம் நின்று போனது. என்ன நடந்துகொண்டிருக்கிறது?'

போதும்!

அந்தப் பறவை, அந்த அழகிய பறவை குறித்து அவள் சமீபத்தில் எழுதிய கதை - ரால்ப் ஹார்ட்டைப் பற்றியதா?

இல்லை அது அவளைப் பற்றியது.

முற்றுப்புள்ளி!

அது காலை 11.11 மணி, அவள் அந்தக் கணத்திலேயே உறைந்துபோய் நின்றாள். அவள் தனது சொந்த உடலிலேயே அந்நியமானவளாக இருந்தாள், அவள் சமீபத்தில் திரும்பப்பெற்ற கன்னித்தன்மை பற்றி கண்டுபிடித்திருந்தாள், ஆனால் அந்த மறுபிறப்பு மிகவும் வலிமையற்றது. அவள் அங்கே இருந்தால், எப்போதைக்குமாக அது தொலைந்துபோகும். அவள் நரகத்தையும் சொர்க்கத்தையும் அனுபவப்பட்டிருந்தாள், ஆனால் அந்த சாகசம் ஒரு முடிவுக்கு வந்துகொண்டிருந்தது. அவள் இரண்டுவாரமோ, பத்துநாட்களோ, ஒரு வாரமோ தங்கப்போவதில்லை - இப்போதே அவள் கிளம்பியாக வேண்டும். ஏனெனில் சுற்றுலா வந்தவர்கள் பூக்களாலான கடிகாரத்தை படமெடுத்துக்கொண்டிருக்க, குழந்தைகள் அதனைச் சுற்றி விளையாடிக் கொண்டிருக்க, அதைப் பார்த்தபடி நின்றிருந்தபோது அவள் ஏன் சோகமாக உணர்கிறாள் என்பதைக் கண்டுபிடித்தாள்.

அவள் திரும்பிச் செல்ல விரும்பவில்லை: அதுதான் காரணம்.

அவள் திரும்பிச்செல்ல விரும்பாததற்கான காரணம் ரால்ப் ஹார்ட்டோ, ஸ்விட்சர்லாந்தோ, சாகசமோ அல்ல. உண்மையான காரணம் பணமாகத்தான் இருக்கவேண்டும்.

பணம்! அனைவரும் மதிப்புடைய ஒன்றாகக் கருதும், மங்கலான நிறத்தால் அலங்கரிக்கப்பட்ட, சிறப்பானதொரு காகிதத் துண்டு - அவள் அதில் நம்பிக்கை வைத்திருந்தாள், அனைவரும் நம்பிக்கை வைத்திருந்தனர். - மதிப்புக்குரிய, பாரம்பரியமான, பெரிதும் நம்பகமான ஸ்விஸ் வங்கியொன்றுக்கு அந்தக் காகிதக் குவியலை எடுத்துச் சென்று, ‘என் வாழ்க்கையின் சில மணி நேரங்களை திரும்பத் தரமுடியுமா’ என்று அவள் கேட்டால், ‘இல்லை மேடம், நாங்கள் நேரத்தை வாங்க மட்டுமே செய்கிறோம். விற்பதில்லை’ என்பார்கள்.

ப்ரேக்குகளின் கிறீச்சிடல்கள், ஒரு வாகன ஓட்டியின் கத்தல், ஒரு வயதான கனவான் புன்னகையுடன், மீண்டும் நடைபாதைக்கு ஏறுமாறு சொல்லும் சத்தத்தைக் கேட்டு தனது பிரமையிலிருந்து விடுபட்டாள். பாதசாரிகள் சாலையைக் கடக்கும் இடத்தில் சிவப்பு விளக்கு எரிந்துகொண்டிருந்தது.

‘ஆனால் இதுவொன்றும் உலகையே உலுக்கும் கண்டுபிடிப்பில்லை. நான் உணர்வதைப்போல் ஒவ்வொருவரும் அவசியம் உணர்வர். அவர்கள் நிச்சயம் அறிந்திருப்பர்.’

ஆனால் அவர்கள் அறிந்திருக்கவில்லை. அவள் தன்னைச் சுற்றிலும் பார்த்தாள். மக்கள் தலையைக் குனிந்தபடி - அலுவலகத்திற்கு, ரூ டி பெர்னேவுக்கு - பள்ளிக்கு, வேலை வாய்ப்பு அலுவலகததுக்கு - ‘நான் இன்னும் கொஞ்சகாலம் பொறுக்கவேண்டும். எனக்கென ஒரு கனவு இருக்கிறது. ஆனால் அதை இன்றே நான் நனவாக்கவேண்டுமென அவசியமில்லை. தவிரவும், நான் இன்னும் கொஞ்சம் பணம் சம்பாதிக்கவேண்டிய அவசியமிருக்கிறது’ - என தமக்குத்தாமே சொல்லியபடி சென்று கொண்டிருந்தனர். நிச்சயமாக, அனைவரும் அவளது தொழிலைப் பற்றி மோசமாகத்தான் பேசினர், ஆனால் எல்லோரையும்போல, அடிப்படையில் இது அவளது நேரத்தை விற்பதைப் பற்றிய கேள்வி. எல்லோரையும் போலவே அவள் செய்ய விரும்பாத ஒன்றைச் செய்து கொண்டிருந்தாள். எல்லோரையும் போலவே, மோசமான நபர்களைச் சகித்துக்கொண்டிருந்தாள். எல்லோரையும் போலவே வரவே வராத எதிர்காலத்தின் பெயரில் அவளது மதிப்புமிக்க உடலையும் ஆன்மாவையும் கையளித்திருந்தாள். எல்லோரையும்

போலவே, அவள் இன்னும் போதுமான அளவு சம்பாதிக்கவில்லை என்று சொல்லியபடி, இன்னும் கொஞ்ச காலம் என எல்லோரையும் போல சொல்லிக்கொண்டிருந்தாள். காத்திருப்பதன் மூலம் இன்னும் கொஞ்சம் அதிகமாக சம்பாதிக்காலமென, அவளது கனவுகள் நனவாவதை ஒத்திப் போட்டுக் கொண்டிருந்தாள். அவள் இப்போது தன் தொழிலில் பெரிதும் பரபரப்பாக இருந்தாள். அவளுக்கு முன்னால் மகத்தான வாய்ப்பு ஒன்றிருந்தது, மதிப்புக்குரிய வாடிக்கையாளர்கள், ஒருமுறை அவளிடம் செல்வதற்கு முந்நூற்று ஐம்பது ப்ராங்குகளைக் கொடுப்பதற்கு காத்துக் கொண்டிருந்தனர்.

அவள் வாழ்விலே முதன்முறையாக, அவள் சம்பாதிக்கும் பணத்தால் அவள் வாங்க இயலக்கூடிய அனைத்து நல்ல விஷயங்களையும் தாண்டி - அவள் இன்னும் ஒரு வருடம் மட்டுமே வேலை பார்க்கக்கூடும் யார் கண்டார் - அவள் விழிப்போடு, நன்கு சிந்தித்து, தெளிவாக தன்னிடம் வரும் வாய்ப்பொன்றைக் கைவிடுவதென முடிவுசெய்தாள்.

மரியா போக்குவரத்து விளக்கு மாறுவதற்காகக் காத்திருந்தாள், அவள் சாலையைக் கடந்து பூங்கடிகாரத்தின் முன் நின்றாள். அவள் தன் உடையின் மேற்பகுதியை நழுவவிட்டபோது ரால்ப்பின் கண்களில் மீண்டும் ஆசையுடன் கூடிய பார்வையை, அவனது கைகள் தனது மார்புகளை, அவளது அந்தரங்கத்தைத் தொட்டதை, அவள் அந்தரங்கம் ஈரமானதை நினைத்தாள். அவள் தூரத்தில் காணப்பட்ட பிரம்மாண்டமான நீர்த்தேக்கத்தைப் பார்த்துக் கொண்டிருக்க, அவளது உடலின் எந்த ஒரு பகுதியும் தீண்டப் படாமலேயே, அங்கேயே அனைவருக்கும் முன்னால் உச்சகட்டத்தை அடைந்தாள்.

என்ன ஒன்று அதை ஒருவரும் கவனிக்கவில்லை. அவர்கள் அனைவரும் பெரிதும் தம் வேலையில் மும்முரமாயிருந்தனர்.

அவள் உள்ளே நுழைந்ததும், அவளது சக பணியாளர்களில் நட்பு என்று சொல்லக்கூடிய விதத்தில் உறவுடைய ஒரே நபரான நியா, அவளை அழைத்தாள். அவள் கிழக்கத்திய கனவான் ஒருவருடன் அமர்ந்திருக்க, இருவரும் சிரித்தபடி காணப்பட்டனர்.

"இதைப் பார், இதை வைத்து இவர் என்னிடம் என்ன செய்ய ஆசைப்படுகிறார் என்று கேள்" என அவள் மரியாவிடம் கூறினாள்.

அந்தக் கிழக்கத்திய கனவான், அறிந்தது போன்ற ஒரு பார்வையுடனும், இன்னும் சிரித்தபடியும், சிகரெட் பெட்டியைப் போன்று காணப்பட்ட ஒன்றின் மூடியைத் திறந்தார். மிலன் சற்று தொலைவிலிருந்து அதில் ஊசியோ அல்லது போதை மருந்தோ இருக்கிறதா என கவனித்துக்கொண்டிருந்தான். அதில் அப்படி எதுவுமில்லை, அதை வைத்து என்ன செய்வது என சற்றும் புரியாத ஒன்றாக இருந்தது. அதில் சிறப்பாக எதுவுமில்லை.

"இது போன நூற்றாண்டைச் சேர்ந்த ஒன்றைப்போல் தோன்றுகிறது" என்றாள் மரியா.

"ஆமாம்," என்றான் அந்த கிழக்கத்திய கனவான் கோபத்துடன். "இது நூற்றைம்பது வருடங்களுக்கு முற்பட்டது. இதை வாங்க அதிக செலவானது."

வரிசையான வால்வுகள், ஒரு கைப்பிடி, மின்சுற்று, சிறிய உலோக இணைப்புகள் மற்றும் மின்கலன்களை மரியா பார்த்தாள். விரல் தடிமனிலிருந்த சிறிய கண்ணாடி உறைகளின் முடிவில், இரு ஒயர்கள் வெளிப்புறமாக ஒட்டப்பட்டு பழமையான வானொலியின் உட்பகுதிபோல அது காணப்பட்டது. அது நிச்சயமாக அதிக விலைபிடிக்கும் ஒன்றாகத் தோன்றவில்லை.

"இது எப்படி வேலைசெய்யும்?"

மரியாவின் கேள்வியை நியா ரசிக்கவில்லை. அவள் மரியாவை நம்பியபோதும், ஒருவர் ஒருகணத்தில் இருந்ததுபோல அடுத்த

கணம் இருப்பதில்லை, அவள் தனது வாடிக்கையாளரின்மேல் நிச்சயம் ஒரு கண் வைத்திருக்கலாம்.

"அவர் ஏற்கெனவே விளக்கிவிட்டார். இது வயலெட் உருளை" என்று சொல்லிவிட்டு கிழக்கத்திய நபரிடம் திரும்பி, நாம் கிளம்பலாம் என்று கூறினாள். ஏனெனில் அவரது அழைப்பை ஏற்பதெனத் தீர்மானித்திருந்தாள். எனினும் தனது பொருள் அத்தகைய ஆர்வத்தைத் தூண்டியதில் அவன் மகிழ்ச்சியடைந்தவனாக காணப்பட்டான்.

"1900 களில், முதல் மின்கலன்கள் சந்தைக்கு வந்தபோது பாரம்பரிய மருத்துவமானது மின்சாரத்தின் துணையுடன் மனநோய்கள் அல்லது ஹிஸ்டீரியாவைக் குணப்படுத்தமுடியுமா என்று, பரிசோதனை முயற்சிகள் செய்துபார்த்தன. அது பருக்களிலிருந்து விடுபடவும், சருமத்தைத் தூண்டவும் பயன்படுத்தப்பட்டது. இந்த இரண்டு முனைகளையும் நீங்கள் பார்க்கிறீர்கள்தானே அவை இங்கே வைக்கப்பட்டன" அவன் தனது நெற்றிப் பொட்டைக் காட்டினான். "ஸ்விட்சர்லாந்தில் காற்று மிகவும் வறண்டு காணப்படும்போது நீங்கள் அனுபவப்படும் அதே மாதிரியான நிலை மின்சாரத்தை மின்கலங்கள் உருவாக்கும்."

பிரேஸிலில் நிலை மின்சாரம் என்பது எப்போதும் நிகழாத ஒன்று. ஆனால் ஸ்விட்சர்லாந்தில் மிகவும் சகஜமான ஒன்று. மரியா, ஒருநாள் வாடகைக் காரின் கதவைத் திறக்கும்போது அதைக் கண்டுபிடித்தாள். அவள் சடார் என்ற ஒலியுடன் மின்னதிர்ச்சிக்கு ஆளானாள். அவள் காரில்தான் நிச்சயம் தவறிருக்கவேண்டும் என நினைத்து, தான் கட்டணம் செலுத்தப்போவதில்லை என்று புகார் கூறினாள். ஆனால் ஓட்டுநரோ அவள் ஒரு முட்டாளென கூறி அவமானப்படுத்திவிட்டான். அவன் சொன்னது சரிதான், அது காரின் குற்றமல்ல, வறண்ட காற்றின் குற்றம். இன்னும் சிலமுறை அவள் மின்னதிர்ச்சிக்கு உள்ளான பின்பு, உலோகத்தாலான எதையும் தொடுவதற்கே அஞ்சினாள். ஒருமுறை சூப்பர் மார்க்கெட் ஒன்றில் அவள் அணிவதற்காக எடுத்த கைக்காப்பு, அதில் சேகரமாகியிருந்த மின்சாரத்தை உடலில் செலுத்தியது.

அவள் அந்த நபரின் பக்கம் திரும்பி, "ஆனால் இது உண்மையில் ஆபாசமாக இருக்கிறது" என்றாள்.

நியா மரியாவின் விமர்சனத்தால் மேலும் மேலும் எரிச்சலடைந்த படியே சென்றாள். தன்னுடைய ஒரே தோழியுடன் எதிர்கால பிரிவைத் தவிர்ப்பதற்காக, அவள் அந்த நபரின் தோளில்

கைபோட்டுக்கொண்டு, அவன் யாரைத் தேடி வந்திருந்தான் என்பதை சந்தேகத்துக்கு இடமில்லாமல் பார்த்துக்கொண்டாள்.

"அது அதனை நீங்கள் எங்கே வைக்கிறீர்கள் என்பதைப் பொறுத்தது." அவன் சத்தமாகச் சிரித்தபடி சொன்னான்.

அவன் அந்த சிறிய கைப்பிடியைத் திருகவும் அந்த இரு ராடுகளும் ஊதா நிறமாக மாறியதாகத் தோன்றியது. அவன் வேகமாக அந்த முனைகளை இரு பெண்களின் மீதும் வைத்தான். சடார் எனும் சப்தம் எழுந்தது, ஆனால் அதில் எழுந்த மின்னதிர்ச்சி வலியைவிட பெரிதும் கூச்சகமாகவே இருந்தது.

மிலன் அங்கே வந்தான்.

"தயவுசெய்து, நீங்கள் இதனை இங்கே பயன்படுத்தாமல் இருக்கமுடியுமா?"

அவன் அந்த ராடுகளைப் பெட்டியில் வைத்தான். நியா அந்தக் கணத்தைப் பயன்படுத்திக்கொண்டு, தாம் நேரே ஹோட்டலுக்குப் போகலாமென யோசனை கூறினாள். அவன் பெரிதும் அதிருப்தியடைந்தவனாகக் காணப்பட்டான், ஏனெனில் தற்போது ஹோட்டலுக்குப் போகலாமென யோசனை கூறிக்கொண்டிருந்தவளைவிட புதிதாக வந்தவள் தனது இயந்திரத்தில் பெரிதும் ஆர்வமுடன் இருந்ததாக அவனுக்குப் பட்டது. அவன் தனது மேற்கோட்டை அணிந்துகொண்டு, தோலாலான சூட்கேஸினுள் அந்த பெட்டியை வைத்தபடி கூறினான்.

"அவர்கள் மீண்டும் இதனை தயாரிக்கத் தொடங்கியிருக்கிறார்கள். சிறப்பான இன்பத்தைத் தேடும் நபர்களிடையே இவை மிகவும் நாகரிகமான ஒன்றாகி வருகின்றன. ஆனால் இதுபோல ஒன்றை அருங்காட்சியகத்திலோ, புராதனப் பொருள் விற்கும் கடைகளிலோ, அபூர்வ மருத்துவம் சார்ந்த தொகுப்புகளிலோ மட்டும்தான் பார்க்கமுடியும்."

மிலனும் மரியாவும் என்ன சொல்வதென தெரியாமல் வெறுமனே நின்றவாறிருந்தனர்.

"இதுபோல் ஒன்றை நீங்கள் பார்த்திருக்கிறீர்களா?"

"இதுபோல ஒன்றைப் பார்த்ததில்லை. இது வெளிப்படையாகவே அதிக விலை பிடிக்கலாம். ஆனால் இவர் ஒரு எண்ணெய் நிறுவனத்தில் முன்னணி செயல் அலுவலர்... இருந்தாலும் நான் நவீனமான ஒன்றைப் பார்த்திருக்கிறேன்."

"அதை வைத்து அவர்கள் என்ன செய்வார்கள்?"

"ஆண் அதனை தனது உடலின் அந்தரங்கப் பகுதியில் வைத்தபடி, பெண்ணை கைப்பிடியைத் திருகச்சொல்வான். அவன் அந்த இடத்தில் மின்னதிர்ச்சிக்கு உட்படுவான்."

"அதை அவனே செய்துகொள்ள முடியாதா?"

"பெரும்பாலான பாலியல் செயல்பாடுகளை உனக்கு நீயே செய்துகொள்ள முடியும். ஆனால் இன்னொரு நபருடன் சேர்ந்து செய்தால்தான் பெரிதும் இன்பம் என்பதை அவர்கள் நம்பமறுத்தால், என்னுடைய கடை திவாலாகிவிடும். நீ காய்கறிக் கடையில் வேலைதேட வேண்டிவரும். அது போகட்டும், உன்னுடைய சிறப்பு வாடிக்கையாளர் இன்று இரவு இங்கு வருகிறானாம், எனவே வேறு யாரும் அழைத்தால் ஒப்புக்கொள்ள வேண்டாம் என்பதை உறுதிப்படுத்திக்கொள்."

"ஓ, நான் அவருடைய அழைப்பையும் ஒப்புக்கொள்ளப் போவதில்லை. நான் விடைபெறவே இங்கு வந்தேன். நான் கிளம்பிக்கொண்டிருக்கிறேன்."

மிலன் திகைப்பிலிருந்தான்.

"அந்த ஓவியனா?"

"இல்லை, கோபாகேபனாதான் காரணம். அனைத்துக்கும் ஓர் எல்லை உண்டு. நான் இன்று காலை ஏரிக்கு அருகிலுள்ள பூக்களாலான கடிகாரத்தைப் பார்த்துக்கொண்டிருக்கும்போது நான் என் எல்லையை எட்டினேன்."

"அந்த எல்லை என்ன?"

"பிரேஸிலின் உள்ளடங்கிய பகுதியில் பண்ணையொன்றுக்கான விலை. நான் இன்னும் ஒரு வருடம் வேலைசெய்தால் இன்னுமதிக பணத்தைச் சம்பாதிக்க முடியுமென தெரியும். ஆனால் அது என்ன வித்தியாசத்தை ஏற்படுத்தி விடப்போகிறது?

"அது என்ன வித்தியாசத்தை ஏற்படுத்துமென எனக்குத் தெரியும். நீங்களும் உங்களது வாடிக்கையாளர்களான வியாபாரிகள், விமான நிர்வாகிகள், திறமைமிக்க சாரணர்கள், இசைத்தட்டு நிறுவன செயல் அலுவலர்கள், நான் அறிந்த இன்னும் பல, நான் எனது நேரத்தை விற்ற - எனக்கு அந்த நேரத்தை திரும்பவும் விலைக்குத் தரவியலாத - மனிதர்கள்போல, நான் எப்போதைக்குமாக இதில் சிக்கிக்கொள்வேன். இன்னும் ஒருநாள் தங்கினால், நான் இங்கே

இன்னும் ஒரு வருடம் இருக்கவேண்டிவரும். நான் இன்னும் ஒருவருடம் தங்கினால் எப்போதைக்குமாக கிளம்பமுடியாது."

மிலன், அவள் சொன்ன அனைத்தையும் புரிந்துகொண்டு ஆமோதிப்பதுபோல ஜாக்கிரதையாகத் தலையசைத்தபோதும், அவனிடம் பணிபுரியும் மற்ற பெண்களிடமும் இதே எண்ணம் தொற்றிக்கொள்ளுமோ என்ற பயத்தில் அவன் உண்மையில் எதுவும் சொல்லவில்லை. அவன் ஒரு நல்ல மனிதன், அவன் மரியாவை ஆசிர்வதிக்காதபோதும் அவள் முடிவு தவறு என சமாதானப்படுத்தவும் முயற்சிக்கவில்லை.

அவள் அவனுக்கு நன்றி சொல்லி அவனிடம் ஒரு குவளை ஷாம்பெய்ன் கேட்டாள், அவளால் இனியும் பழரசக் கலவையை சகிக்க முடியாது. அவள் வேலை செய்யவில்லை என்பதால் இப்போது அவள் குடிக்கலாம். அவள் எப்போதும் வரவேற்கப்படுவாள் என்றும், அவளுக்கு ஏதாவது தேவையெனில் எப்போது வேண்டுமானாலும் அவனைத் தொலைபேசியில் அழைக்கும்படி அவளிடம் கூறினான்.

அவள் அந்தப் பானத்துக்கு பணம் செலுத்தினாள், ஆனால் அவன் அது தனது கடை சார்பானது என்றான். அவளும் ஏற்றுக்கொண்டாள். அனைத்துக்கும் மேலாக அவள் அந்த கடைக்கு ஒரு பானத்துக்கும் மேலாக பெருமளவு கொடுத்திருக்கிறாள்.

மரியா வீட்டை அடைந்ததும் தன் நாட்குறிப்பேட்டில் எழுதியதிலிருந்து:

என்னால் மிகச் சரியாக என்றைக்கு என்று ஞாபகப்படுத்த முடியாவிட்டாலும், சமீபத்தில் ஒருநாள் ஞாயிறன்று தேவாலயம் சென்று பிரார்த்தனையில் கலந்துகொள்வதென தீர்மானித்தேன். கொஞ்ச நேரத்திற்குப் பிறகே, நான் தேவாலயம் மாறிச்சென்றுவிட்டதை – அது ஒரு புராட்டஸ்டண்ட் தேவாலயம் என்பதை உணர்ந்தேன்.

நான் கிளம்ப இருந்தேன், ஆனால் பாதிரியார் அப்போது தான் பிரசங்கத்தைத் தொடங்கியிருந்தார், எனவே அந்தச் சமயத்தில் எழுந்து செல்வது அநாகரிகமானதென நினைத்தேன். அது ஒரு உண்மையான ஆசிர்வாதமாக அமைந்தது. ஏனெனில் அன்றுதான் நான் மிகவும் அவசியமாக கேட்கவேண்டிய விஷயங்களைக் கேட்டேன்.

அவர் சொன்னது கிட்டத்தட்ட இதுதான்:

"உலகத்திலுள்ள அனைத்து மொழிகளிலும், 'கண்கள் காணாத ஒன்றை எண்ணி இதயம் வருந்தாது' – என்னும் இதே பழமொழி இருக்கிறது. நல்லது, நான் சொல்கிறேன், அதில் ஒரு துளிகூட உண்மையில்லை. ஒருவர் எத்தனை அதிக தொலைவில் இருக்கிறாரோ, அத்தனை தூரம் நம் இதயமும் நாம் அடக்க, மறக்க நினைக்கும் உணர்வுகளும் நெருக்கமாக இருக்கும். நாம் அந்நிய தேசத்தில் இருக்கும்போது, நம் வேருடன் தொடர்புடைய மிகச் சிறு நினைவுகள் ஒவ்வொன்றையும் சேகரித்துவைக்க விரும்புகிறோம். நாம் நேசிக்கும் நபரைப் பிரிந்து தொலைவில் இருக்கையில்தான், தெருவில் கடந்துசெல்லும் ஒவ்வொருவரும் நமக்கு அவரை நினைவுபடுத்துவார்கள்.

"அனைத்து மதங்களுடைய நற்செய்திகளும் அனைத்து புனிதச் செய்திகளும் நாடு கடத்தப்பட்டு இருக்கும்போதோ, கடவுளைப் புரிந்துகொள்வதற்கான தேடலிலோ அனைத்து மக்களையும் இயக்கும் நம்பிக்கையைத் தேடும்போதோ, பூமியில் ஆன்மாவைத் தேடி புனிதப் பயணம் மேற்கொள்ளும்போதோ எழுதப்பட்டவைதான். நாம் வாழ்க்கையில் என்ன செய்யவேண்டுமென தெய்வீகம் எதிர்பார்க்கிறதென நமக்குத் தெரியாததுபோலவே, நம் முன்னோர்களும் அறிந்திருக்கவில்லை – அந்த சந்தேகத்தில்தான் புத்தகங்கள் எழுதப்பட்டன, சித்திரங்கள் தீட்டப்பட்டன, ஏனெனில் நாம் யார் என்பதை நாம் மறக்க விரும்புவதில்லை. மறக்கவும் போவதில்லை."

அவர் ஊழியத்தை முடித்தவுடன், நான் அவரிடம் சென்று நன்றி கூறினேன். நான் புதிய தேசத்தில் இருக்கும் அந்நியப் பெண் என்று கூறினேன். கண்கள் காணாத ஒன்றை எண்ணியே இதயம் வருந்தும் என ஞாபகப்படுத்தியதற்காக நன்றி – எனது இதயம் பெரிதும் துயரப்பட்டுவிட்டது, இன்று நான் கிளம்பிக் கொண்டிருக்கிறேன் எனக் கூறினேன்.

அவள் தனது இரு சூட்கேஸ்களையும் எடுத்து படுக்கையின்மேல் வைத்தாள். அனைத்தும் ஒரு முடிவுக்கு வரும் நாளுக்காக அவை எப்போதும் அங்கேதான் காத்திருந்தன. அவள் சூட்கேஸ்களை பரிசுகளாலும், புதிய ஆடைகளாலும், மகத்தான ஐரோப்பிய தலைநகரங்கள் மற்றும் பனிமலைகளின் புகைப்படங்களாலும், அவள் வசித்துவந்த, உலகிலேயே பாதுகாப்பான, பெரிதும் தாராளமான நாட்டில் செலவிட்ட மகிழ்ச்சியான தருணங்களை ஞாபகப்படுத்தும் விஷயங்களாலும் அவற்றை நிரப்புவோம் என கற்பனை செய்திருந்தாள். அவளிடம் கொஞ்சம் புதிய ஆடைகளும், ஒருநாள் ஜெனீவாவில் பனிபொழிந்தபோது எடுக்கப்பட்ட புகைப்படங்கள் சிலவும் இருந்ததென்பது உண்மைதான். ஆனால் அவை தவிர்த்து எதுவும் அவள் கற்பனை செய்ததுபோல அமையவில்லை.

நிறைய பணம் சம்பாதிக்கவேண்டும், வாழ்க்கையைப் பற்றியும் தன்னைப் பற்றியும் அறியவேண்டும், தன் பெற்றோருக்கென ஒரு பண்ணையை, வாங்கவேண்டும், கணவனைக் கண்டடைய வேண்டும், அவள் வசித்த இடத்தை பெற்றோரை அழைத்துவந்து காட்டவேண்டும் என்ற கனவுகளுடன் அவள் வந்திருந்தாள். தனது கனவுகளில் ஒன்றை நனவாக்கப் போதுமான பணத்துடன், அந்த மலைகளைச் சென்று பார்க்காமல், இன்னும் மோசமாக அவள் தனக்கே அந்நியமாக திரும்பிக் கொண்டிருந்தாள். ஆனால் அவள் மகிழ்ச்சியாக இருந்தாள். தனது தொழிலை நிறுத்துவதற்கான நேரம் வந்துவிட்டதென அவள் அறிந்திருந்தாள்.

பெரும்பாலோர் இதைச் செய்யத் தவறிவிடுகின்றனர்.

காபரே விடுதி ஒன்றில் நடனக்காரியாக இருந்தது, ஃப்ரெஞ்ச் கற்றது, விலைமகளாகப் பணிபுரிந்தது, நம்பிக்கை இடமில்லாத வகையில் காதலில் விழுந்தது - என அவள் நான்கு சாகசங்களை மட்டுமே மேற்கொண்டிருந்தாள். நிறைய பேர், பெரிதும் உற்சாகத்துடன் தங்கள் ஒரு வருட அனுபவங்கள் குறித்து தம்பட்டமடிப்பது எப்படி? அவள் சோகத்தையும் மீறி மகிழ்ச்சியாக

இருந்தாள். அந்த சோகத்துக்கு ஒரு பெயருண்டு, அது விபச்சாரமோ அல்லது ஸ்விட்சர்லாந்தோ, பணமோ அல்ல - அதன் பெயர் ரால்ப் ஹார்ட். உள்ளுக்குள் அவள் அவனை திருமணம் செய்துகொள்ள விரும்பியபோதும், அவள் ஒருபோதும் தனக்குத்தானேகூட அதை ஒப்புக்கொண்டதில்லை, அவன் இப்போது அவள் தனது நண்பர்களை, தனது ஓவியங்களை, தனது உலகத்தை அவள் பார்ப்பதற்காக, அவளை அழைத்துச்செல்ல ஆயத்தமாய் தேவாலயமொன்றில் காத்திருப்பான்.

மறுநாள் அதிகாலையிலேயே விமானம் கிளம்பிவிடுமென்பதால், விமான நிலையத்துக்கு அருகிலுள்ள ஹோட்டலொன்றில் ஒரு அறைபிடித்து அவனருகில் இருப்பது குறித்து யோசித்தாள். இப்போது முதல் அவனின் அருகில் செலவிடும் ஒவ்வொரு நிமிடமும் (அவள் அவனிடம் சொன்னது, சொல்லாதது, அவனது கைகள் குறித்த நினைவுகள், அவனது குரல், அவனது அன்பான ஆதரவு, அவன் சொன்ன கதைகள் அனைத்தும்) எதிர்காலத்தில் வருடக்கணக்கில் வேதனைப்படுத்தும் ஒன்றாக இருக்கும்.

அவள் சூட்கேஸைத் திறந்து, அவனது வீட்டில்வைத்து முதல் நாள் இரவன்று அவளுக்கு மின்தொடர்வண்டியிலிருந்து கொடுத்த பெட்டியொன்றை எடுத்தாள். அதனை சில நிமிடங்களுக்கு பார்த்தபடி இருந்தாள். பின் அதனை குப்பைத் தொட்டியில் வீசினாள். இது பிரேஸிலுக்கு எடுத்துச்செல்ல தகுதியானதல்ல. மேலும் இதனை எப்போதும் விரும்பிய குழந்தைக்கே பயனற்றதாகவும் அழகற்றதாகவும் பட்டுவிட்டது.

இல்லை, அவள் தேவாலயம் செல்லப்போவதில்லை. அவன் நிச்சயம் மறுநாள் குறித்து ஏதாவது கேட்பான், அவள் நேர்மையாக, தான் கிளம்பிக் கொண்டிருக்கிறாள் என அவனிடம் கூறினால், அவள் அவனிடம் போகவேண்டாமென வேண்டுவதோடு, அந்தக் கணத்தில் அவளை இழக்கக் கூடாதென்பதற்காக அனைத்து உறுதிமொழிகளையும் கொடுப்பான். அவன் வெளிப்படையாக அவர்கள் ஒன்றாகச் செலவிட்ட நேரத்தின்போது ஏற்கெனவே அவளிடம் காட்டிய காதலனைத்தையும் வெளிப்படுத்துவான். ஆனால் அவர்களது உறவு சுதந்திரத்தின் அடிப்படையிலானது - மேலும் வேறு எந்தவிதமான உறவும் சரிப்படாது - ஒருவேளை அதன் காரணமாகத்தான் அவர்கள் ஒருவரையொருவர் நேசித்திருக்கக்கூடும். ஏனெனில் அவர்கள், ஒருவருக்கு மற்றவர் தேவையில்லை என்பதனை அறிந்திருந்தனர். ஒரு பெண், 'நீ எனக்குத் தேவை' என்று சொல்லும்போதெல்லாம் ஆணுக்குப் பயம் வந்துவிடும்.

மரியா அவளுக்காக எதுவும் செய்ய ஆயத்தமாக இருந்த, முழுக்க அவளுடையவனான, பெரிதும் அவளிடம் காதல்கொண்டிருந்த ரால்ப் ஹார்ட்டின் படத்தை தன்னுடன் எடுத்துச்செல்ல விரும்பினாள்.

அவனைப் போய்ப் பார்ப்பதா வேண்டாமா என முடிவெடுக்க அவளுக்கு இன்னும் நேரமிருந்தது. அந்தத் தருணத்தில் பெரிதும் நடைமுறையான விவகாரங்களில் அவள் கவனம் செலுத்தவேண்டிய தேவையிருந்தது. அவள் கட்டி அடுக்கிவைக்காத, என்ன செய்வதெனத் தெரியாத பொருட்களனைத்தையும் பார்வையிட்டாள். வீட்டின் உரிமையாளர் குடியிருப்பைப் பார்வையிட வரும்போது, சமையலறையில் உள்ள வீட்டு உபயோக சாதனங்கள், பழைய பொருட்களுக்கான சந்தையில் வாங்கிய படம், துண்டுகள் படுக்கைவிரிப்புகள், இவற்றையெல்லாம் என்ன செய்வதென அவரே முடிவுசெய்து கொள்ளட்டுமென தீர்மானித்தாள். ஸ்விஸ் நாட்டிலுள்ள பிச்சைக்காரர்களைவிடவும் அவளது பெற்றோருக்கு அவை பெரிதும் பயன்படும் என்றபோதும், அவையனைத்தையும் அவள் பிரேஸிலுக்கு எடுத்துப் போகப்போவதில்லை. அவை எப்போதும் அவளுக்கு அவள் எதற்கெல்லாம் துணிந்தாள் என ஞாபகப்படுத்தியபடியே இருக்கும்.

அவள் குடியிருப்பைவிட்டுக் கிளம்பி வங்கிக்குச் சென்று தனது பணமனைத்தையும் கொடுக்கும்படி கேட்டாள். முன்பு அவளுடன் படுக்கைக்கு சென்றுள்ள அந்த மேலாளர் - அது நல்ல யோசனை இல்லையென்றும் அவள் பணம் அவளுக்காக தொடர்ந்து சம்பாதிக்குமென்றும், பிரேஸிலில் இருந்துகொண்டே வட்டியைப் பெறலாம் என்றும் கூறினார். தவிரவும், அவள் ஏமாற்றப்பட்டுவிட்டால் பல மாத உழைப்பு வீணாகிவிடும் என்று சொன்னார். மரியா ஒரு கணம் தயங்கினாள், எப்போதும் போல - அவர் உண்மையில் தனக்கு உதவவே முயல்கிறார் என யோசித்தாள். எனினும், ஒரு கணத்துக்குப்பின், அந்தப் பணம் தன் பெற்றோர்களுக்கு ஒரு வீடாக, பண்ணையாக, கொஞ்சம் கால்நடைகளாக மாறவும், இன்னும் நிறைய வேலைகளைச் செய்ய உபயோகமாக வேண்டுமேயன்றி, மேலும் மேலும் காகிதமாகப் பெருகக்கூடாதெனும் தீர்மானத்துக்கு வந்தாள்.

அவள் கடைசி பைசா வரைக்கும் எடுத்து, சிறப்பாக இந்தத் தருணத்துக்கெனவே வாங்கியிருந்த சிறிய பையில் வைத்து அவளது உடைகளுக்குக் கீழிருந்த பெல்ட் ஒன்றுடன் இணைத்தாள்.

அவள் தனது முடிவின்படி நடக்கும் தைரியம் தனக்கு வேண்டுமென பிரார்த்தித்தபடி, பயண ஏற்பாட்டு நிறுவனம் ஒன்றுக்குள் சென்றாள். அவள் தான் வேறு விமானமேற விரும்புவதாகச் சொன்னபோது, அவள் நாளை செல்லும் விமானத்தில் சென்றால் பாரிஸில் சென்று விமானம் மாறவேண்டியதிருக்கும் என்றும் சொன்னார்கள். அது ஒரு பொருட்டில்லை - அவளுக்குத் தேவையெல்லாம் ரெண்டாவது எண்ணம் வருவதற்குள் அங்கிருந்து போதுமான அளவு தூரமாகச் சென்றுவிட வேண்டுமென்பதுதான்.

மீண்டும் பருவநிலை குளிரானதாக மாறத்தொடங்கியிருந்தபோதும், அவள் அங்கிருந்த பாலங்களுள் ஒன்றின்மீது நடந்துசென்று, ஒரு ஐஸ்க்ரீம் வாங்கினாள். கடைசியாக ஒருமுறை ஜெனீவாவைப் பார்த்தாள். அவள் இப்போதுதான் ஜெனீவா வந்திறங்கியதுபோல் அனைத்தும் புதிதாகத் தோன்றின. அருங்காட்சியகம், வரலாற்று நினைவுச் சின்னங்கள், நவநாகரிக உணவகங்கள், பானங்களுக்கான கடைகளைப் பார்க்கவேண்டும்போல் தோன்றியது. வழக்கமாக நீங்கள் ஒரு நகரத்தில் இருக்கும்போது, அதனை அறிந்துகொள்வதை எப்போதைக்குமாக ஒத்திப்போடுகிறீர்கள், அதனை ஒருபோதும் அறியாமலே போய்விடுகிறீர்கள் என்பது விநோதமானது.

வீடு திரும்பப் போவதால், தான் மகிழ்ச்சியாக உணர்வாள் என அவள் நினைத்தாள். ஆனால் அவள் மகிழ்ச்சியாக இல்லை. அவளை மிக நல்லவிதமாக நடத்திய நகரைவிட்டுப் போவதால்தான் சோகமாக உணர்வதாக நினைத்தாள். ஆனால் அதனால் அவள் சோகமாக இல்லை. எப்போதும் தவறான முடிவெடுக்கும், அனைத்தையும் கைப்பற்ற நினைக்கும், பெரிதும் தன்னைக் குறித்து பயப்படும் ஒரு புத்திசாலிப் பெண்ணான அவளால் இப்போது செய்யமுடிவதெல்லாம் சில துளி கண்ணீர் சிந்துவதுதான்.

இம்முறை தன் முடிவு சரி என அவள் நம்பினாள்.

அவள் உள்ளே சென்றபோது தேவாலயம் முழுக்க காலியாக இருந்தது. முந்தைய நாள் இரவில் புயல்மழையால் சுத்தமாகக் கழுவப்பட்டு, வெளியிலிருந்து வரும் பகல் ஒளியால் பளிச்சென்று காணப்பட்ட, சிறப்பான, நிறமேற்றப்பட்ட கண்ணாடிகளை மௌனமாக பார்த்தாராய முடிந்தது. அவளது முன்னால் வெறுமனே ஒரு சிலுவை நின்றது. சித்திரவதையால் இறந்துகொண்டிருக்கும் ஒரு மனிதரின் உடலையல்லாமல், உயிர்த்தெழுதலின் குறியீடாக அமைந்த அந்தச் சிலுவையை எதிர்கொண்டாள். அந்த சித்திரவதைக்கான சாதனம் அதன் அனைத்து அர்த்தங்களையும், பயங்கரத்தையும், முக்கியத்துவத்தையும் இழந்திருந்தது. இடியும் மின்னலோடுமான அந்த இரவில் வாங்கிய சவுக்கடியை நினைத்துப் பார்த்தாள். இதுவும் அதே விஷயம்தான். 'ப்ரியமுள்ள தேவனே, நான் சொல்லிக்கொண்டிருப்பதென்ன.'

வெளிப்படையான, இரத்தத்தில் தோய்ந்த காயங்களுடன் வேதனையுடன் காணப்படும் புனிதர்களின் உருவப்படங்கள் எதையும் காணாததில் அவள் மகிழ்ச்சியடைந்தாள் - இது மக்கள் தங்களால் புரிந்துகொள்ள முடியாத ஒன்றை வணங்குவதற்காக கூடும் இடம்.

அவள் புனித அப்பம் வைக்கும் இடத்தின்முன் நின்றிருந்தாள். அதில் - அவள் நீண்ட காலமாக சிந்தித்துப் பாராத, ஆனால் இன்னும் நம்பும் இயேசுவின் உடல் கிடத்தப்பட்டிருந்தது. அவள் மண்டியிட்டு கடவுள், கன்னி மேரி, இயேசு மற்றும் அனைத்து புனிதர்களிடம் அன்று என்ன நடந்தபோதும் அவள் மனதை மாற்றிக்கொள்ளப் போவதில்லையென்றும், எப்படியாவது கிளம்பிவிடுவது என்றும் உறுதிமொழி எடுத்துக்கொண்டாள். அவள் காதலின் சூழ்ச்சிகளனைத்தையும் மேலும் அவை எத்தனை எளிதாக ஒரு பெண்ணின் மனதை மாற்றும் என்பதையும் நன்கறிவாள். அதனாலேயே இந்த உறுதிமொழியை எடுத்துக்கொண்டாள்.

சற்று நேரத்தில், அவளது தோளை ஒரு கை தொடுவதையுணர்ந்து அவள் முகத்தைத் திருப்ப, அவளது முகம் அந்தக் கையின் மீது பட்டது.

"எப்படியிருக்கிறாய்?"

"நான் நன்றாக இருக்கிறேன்," அவள் சற்றும் கவலையின் சாயல் வெளிப்படாத குரலில் சொன்னாள். "நான் நன்றாக இருக்கிறேன். நாம் காபி குடித்துவிட்டு போகலாம்."

அவர்கள் நீண்ட நாட்களுக்குப் பிறகு மீண்டும் சந்திக்கும் இரு காதலர்களைப் போல கையோடு கைகோத்து தேவாலயத்தை விட்டுக் கிளம்பினர். அவர்கள் பொது இடத்தில் முத்தமிட்டுக்கொள்ள, சிலர் அவர்கள் மீது ஏளனப் பார்வையை வீசினர். ஆனால் அவர்கள் தங்களது நடத்தையால் அவர்கள் ஆசையைத் தூண்டக் காரணமானதையும், அவர்களது பரபரப்பையும் பார்த்து இருவரும் சிரித்தனர். ஏனெனில் உண்மையில், அந்த நபர்கள் அதே விஷயத்தைச் செய்ய விரும்பியிருப்பர் என்பதை அறிவர். அதுதான் உண்மையான அவமானம்.

அவர்கள் மற்றெல்லா சிற்றுண்டிக் கடைகளைப் போலவே காணப்பட்ட ஒரு சிற்றுண்டியகத்தில் நுழைந்தனர். ஆனால் அந்த மதியவேளையில், அது கொஞ்சம் வித்தியாசமாக தெரிந்தது. ஏனெனில் அவர்கள் அங்கே ஒன்றாக இருந்தனர், ஒருவரையொருவர் நேசித்தனர். அவர்கள் ஜெனீவா, ஃபிரெஞ்சு மொழியிலுள்ள சிரமங்கள், தேவாலயத்தில் காணப்பட்ட வண்ணக் கண்ணாடி, - இருவரும் புகைபிடித்தபடியே, அதைக் கைவிடும் எண்ணம் சிறிதுமின்றி. புகைபிடிப்பதின் தீமைகள் அனைத்தையும் பற்றிப் பேசினர்.

காபிக்கு தான் பணம் கொடுப்பதாக அவள் வலியுறுத்த அவனும் சம்மதித்தான். அவர்கள் கண்காட்சிக்குச் சென்றனர். அவள் அவனது உலகத்துக்கு அறிமுகமானாள். ஓவியர்கள், தங்களது செல்வ நிலையைக் காட்டியிலும் பெரிதும் செல்வந்தராகத் தோற்றமளித்த பணக்காரர்கள், ஏழைபோல தோற்றமளித்த லட்சாதிபதிகள், அவள் ஒருபோதும் கேட்டிராத விஷயங்களைப் பேசிக்கொண்டிருந்த நபர்கள் அனைத்துக்கும் அறிமுகமானாள். அவர்கள் அனைவரும் அவளை விரும்பியதோடு, அவளது ஃபிரெஞ்சை புகழ்ந்து பேசினர். அவர்கள் கார்னிவல் திருவிழா, கால்பந்து, பிரேஸிலிய இசைபற்றி கேட்டனர். அவர்கள் இனிமையானவர்களாக, நாகரிகமானவர்களாக, கருணைமிக்கவர்களாக, வசீகரமானவர்களாக இருந்தனர்.

அவர்கள் கிளம்பியபோது, அவன் அன்றிரவு அவளைப் பார்ப்பதற்காக விடுதிக்கு வருவதாகக் கூறினான். அவள் வேண்டாமென்று மறுத்து, இன்றிரவு தான் விடுப்பு என்றும், அவனை இரவுணவு சாப்பிட வெளியில் அழைக்க விரும்புவதாகவும் கூறினாள்.

அதை அவன் ஏற்றுக்கொள்ள, அவர்கள் பலமுறை டாக்ஸியில் வேகமாக கடந்துசெல்லும்போது, அவள் எப்போதும் நிறுத்தவிரும்பிய ஆனால் ஒருபோதும் நிறுத்தும்படி அவனிடம் கேட்காத, காலனி கிராமத்தின் சிறிய சதுக்கமொன்றில் அமைந்துள்ள ருசிகரமான உணவகமொன்றில் இரவுணவு சாப்பிடச் செல்வது என்றும் அதற்குமுன்பு அவனது வீட்டில் சந்திப்பது என்றும் ஏற்பாடு செய்து விடைபெற்றுக்கொண்டனர்.

மரியா தனது தோழியொருத்தியின் ஞாபகம் வர, நூலகத்துக்குச் சென்று அவளிடம் தான் இனி திரும்ப வரப்போவதில்லை என்று சொல்லிவர தீர்மானித்தாள்.

ஒருயுகம் போலத் தோன்றிய போக்குவரத்து நெருக்கடி ஒன்றில் அவள் அகப்பட்டுக் கொண்டாள். குர்துக்கள் (மீண்டும் ஒருமுறை) தங்களது ஊர்வலத்தை முடித்தபிறகே கார்கள் மீண்டும் எளிதாக நகரமுடிந்தன. எனினும், இப்போது அவளது நேரத்துக்கு அவளே எஜமானி என்பதால், அது ஒரு பொருட்டில்லை.

அவள் நூலகத்தை மூடவிருந்த சமயத்தில் சென்றடைந்தாள்.

"நான் மிகவும் உரிமையுடன் நடந்துகொள்வதற்கு என்னை மன்னித்துவிடு, ஆனால் சில குறிப்பிட்ட சில விஷயங்களைப் பேசுவதற்கென எனக்கு எந்தவொரு தோழிகள் யாரும் இல்லை." என மரியா உள்ளே நுழைந்ததும் நூலகர் சொன்னாள்.

அவளுக்கு பெண் நண்பர்கள் யாரும் இல்லையா? தன் முழு வாழ்க்கையையும் ஒரே இடத்தில் கழித்த பிறகும், வேலையில் அனைத்துவிதமான மனிதர்களைச் சந்தித்தும், உண்மையாகவே அவள் பேசுவதற்கென ஒருவரும் இல்லையா? மரியா தன்னைப் போலவே ஒருத்தியைக் கண்டாள். அல்லது எல்லோரையும் போல ஒருத்தியைக் கண்டாள்.

"நான் கிளிட்டோரிஸ் பற்றி படித்ததைக் குறித்து யோசித்துக் கொண்டிருந்தேன்..."

பதினொரு நிமிடங்கள்

அவள் வேறெதையும் பற்றி நினைக்கவே மாட்டாளா!

"அது எதனாலென்றால், நான் என் கணவருடனான உடலுறவை வழக்கமாக ரசித்து வந்தபோதும், உடலுறவின்போது உச்சத்தை எட்டுவதை நான் எப்போதும் மிகச் சிரமமான ஒன்றாகவே கண்டேன். அது இயல்பான விஷயமென்று நினைக்கிறாயா?"

"குர்துக்களால் தினசரி நடத்தப்படும் ஊர்வலங்கள் இயல்பானதென நீங்கள் கருதுகிறீர்களா? காதல் வசப்பட்டிருக்கும் பெண் தனது காதல் இளவரசனிடமிருந்து ஓடுவது? காதலை விடவும் பண்ணையைக் குறித்து கனவு கண்டுகொண்டிருக்கும் இயல்பானவர்களென கருதுகிறீர்களா? திரும்ப வாங்கமுடியாத தங்களது நேரத்தை விற்றுக்கொண்டிருக்கும் ஆண் பெண் - இவையெல்லாம் இயல்பானதென நினைக்கிறீர்களா? இருந்தும் இவையெல்லாம் நடக்கின்றன. அதனால் நான் நம்புவதோ, நம்பாததோ உண்மையில் ஒரு பொருட்டே இல்லை. இயல்புக்கு மாறான, நமது மிகவும் அந்தரங்க விருப்பத்துக்கெதிரான அனைத்தும் நம் பார்வையில் இயல்பானதுதான். கடவுளின் பார்வையில் அது நெறிபிறழ்தலாக இருந்தபோதும். நாம் நமது சொந்த நரகத்தைத் தேடுகிறோம், அதைக் கட்டுவதற்கு லட்சக்கணக்கில் செலவிடுகிறோம். இத்தனை முயற்சிக்கு பிறகு இப்போது சாத்தியமானவரை மோசமாக நம்மால் வாழமுடிகிறது."

அவள் தனக்கு முன் நின்றுகொண்டிருந்த பெண்ணைப் பார்த்து, முதல்முறையாக, அவளது பெயர் என்னவென்று கேட்டாள் (அவளது துணைப்பெயரை மட்டுமே அவளறிவாள்). அவளது பெயர் ஹெய்டி, அவளுக்கு திருமணமாகி முப்பது வருடமாகிவிட்டது. இத்தனை வருடங்களில் அவள் ஒருமுறைகூட... கணவனுடன் உடலுறவு வைத்துக் கொள்ளும்போது உச்சகட்டத்தை அடையாமலிருப்பது இயல்பான ஒன்றா என தன்னைக் கேட்டுக்கொண்டிருக்கவில்லை.

"நான் அந்த விஷயங்களனைத்தையும் வாசித்திருக்கவேண்டுமா என எனக்குத் தெரியவில்லை! ஒருவேளை, நம்பிக்கைக்குரிய கணவன், ஏரியைப் பார்க்கும் வசதியுடன் கூடிய ஒரு குடியிருப்பு, மூன்று குழந்தைகள், பொதுத் துறையில் ஒரு வேலை இவையெல்லாம்தான் ஒரு பெண் எதிர்பார்க்கக் கூடியதென நம்பியபடி அறியாமையிலே வாழ்ந்து விடுவது நல்லதாக இருக்கலாம். இப்போது நீ வந்தது முதற்கொண்டு, நான் அந்த முதல் புத்தகத்தை வாசித்தது முதல், என் வாழ்க்கை எப்படியிருந்திருக்கிறது என்பதிலே மனம்போகிறது. அனைவருமே இப்படித்தான் இருக்கிறார்களா?"

"அவர்கள் அப்படித்தான் இருக்கிறார்கள் என்று என்னால் உத்தரவாதமாகச் சொல்லமுடியும்." அவள் முன்னால் நின்று கொண்டிருந்த பெண்மணி அவளது அறிவுரையைக் கேட்டுக் கொண்டிருக்க, மரியா தன்னை பெரிதும் புத்திசாலியாக உணர்ந்தாள்.

"உனக்கு விவரமாக நான் சொல்ல வேண்டுமென்று விரும்புகிறாயா?"

மரியா ஆமோதித்தாள்.

"இந்த விஷயங்களைப் புரிந்துகொள்வதற்கு நீ மிகவும் இளையவள். ஆனால் முக்கியமாக அதனால்தான் என் வாழ்க்கையில் சிறிதை உன்னுடன் பகிர்ந்துகொள்ள விரும்புகிறேன். அதன்மூலம் நான் செய்த அதே தவறுகளை நீ செய்யமாலிருப்பாய்.

"ஆனால் என் கணவன் எனது கிளிட்டோரிஸை ஒருபோதும் கவனிக்காமல் போனது ஏன்? பெண்ணுறுப்பில்தான் உச்சகட்டம் நிகழ்கிறதென அவர் நினைத்திருக்கவேண்டும். நான் உணர்ச்சியுடன் இருப்பதாக அவர் கற்பனை செய்ததைப்போல் நடிப்பது உண்மையில் சிரமமாக உணர்ந்தேன். நிச்சயமாக நான் இன்பத்தை உணர்ந்தேன், ஆனால் அது வேறுவிதமான இன்பம். அதுவும் மேல்பகுதியில் உராய்வு நிகழ்ந்தபோது மட்டும்... நான் என்ன சொல்ல வருகிறேன் என உனக்குப் புரிகிறதா?"

"எனக்குத் தெரிகிறது."

"இப்போது அது ஏனென எனக்குத் தெரிகிறது. இதுவும் அதில் இருக்கிறது." அவள் மேஜையிலிருந்த புத்தகத்தைச் சுட்டிக் காட்டினாள். அதன் தலைப்பை மரியாவால் பார்க்கமுடியவில்லை. "உச்சகட்டத்துக்கு அவசியமான நிறைய நரம்பு முனைகள் கிளிட்டோரிஸையும் ஜி-ஸ்பாட்டையும் இணைக்கின்றன. ஆனால் ஆண்கள், ஆணுறுப்பை நுழைப்பதே அனைத்தும் என நினைக்கின்றனர். ஜி-ஸ்பாட் என்பது என்னவென உனக்குத் தெரியுமா?"

"தெரியும். நாம் அதைப் பற்றி அன்று பேசினோமே" மரியா அறியாச் சிறுமியின் பாத்திரத்துக்கு மாறினாள். "உள்ளே சென்றதும், முதல் தளத்தில் பின் ஜன்னலில்."

"ரொம்பச் சரி!" என்றாள் நூலகர், அவளது கண்கள் பளிச்சிட்டன.

"உனது ஆண் நண்பர்களில் எத்தனை பேருக்கு அதைப் பற்றி தெரியுமென கேட்டுப் பார். ஒருத்தர்கூட கேள்விப்

பட்டிருக்கமாட்டார்கள். இது மடத்தனம்! இத்தாலியர் ஒருவர் கிளிட்டோரிஸைக் கண்டுபிடித்ததுபோல, ஜி-ஸ்பாட் என்பது இருபதாம் நூற்றாண்டுக் கண்டுபிடிப்பு! விரைவில் அது அனைத்து தலைப்புச் செய்திகளிலும் இடம்பெறும். அதன்பின் இனியும் எவரும் அதைப் புறக்கணிக்க முடியாது. நாம் எத்தகையதொரு புரட்சிகரமான காலத்தில் வாழ்கிறோம் என்பதைப் பற்றி நீ என்ன நினைக்கிறாய்?"

மரியா தனது கடிகாரத்தைப் பார்த்தாள். ஹெய்டி, தான் இந்த அழகிய இளம்பெண்ணுக்கு, அனைத்துப் பெண்களும் மகிழ்ச்சியாகவும் நிறைவாகவும் இருக்க உரிமையிருக்கிறது என்பதையும் இந்த அனைத்து அசாதாரணமான அறிவியல் கண்டுபிடிப்புகளின் பலனை அடுத்த தலைமுறை பெறவேண்டும் என்பதற்காகவும் தான் விரைவாகப் பேசவேண்டுமென உணர்ந்தாள்.

"டாக்டர் ஃபிராய்டு ஒரு பெண்ணல்ல என்பதும் அவர் உச்ச கட்டத்தை தனது ஆணுறுப்புமூலம் அனுபவப்பட்டார் என்பதும்தான் அவர் இதை ஏற்காததற்கு காரணம். எனவே பெண் அவசியம் தனது பெண்ணுறுப்பில்தான் உச்சகட்டத்தை அனுபவப்படவேண்டுமென நினைத்தார். நாம் அடிப்படையான விஷயத்துக்கு, நமக்கு எப்போதும் இன்பம் தருவதான கிளிட்டோரிஸுக்கும் ஜி-ஸ்பாட்டுக்கும் வருவோம். மிகச் சில பெண்களே பாலியல் ரீதியிலான உறவில் திருப்திகரமான இன்பத்தை அனுபவிக்கின்றனர். ஆக, உனக்கேயுரிய இன்பத்தை அடைவதில் ஏதேனும் சிரமம் இருக்குமெனில், நான் சில யோசனைகளைக் கூறுகிறேன். பாலுறவு நிலையை மாற்று. உன்னுடைய காதலர் கீழேயும் நீ மேலேயும் மாறுங்கள். உன்னுடைய கிளிட்டோரிஸ், உன் காதலனின் உடலோடு பலமாக மோதும்போது, அவனல்ல - நீ - உனக்குத் தேவையான கிளர்ச்சியைப் பெறுவாய். அல்லது, உனக்கேயுரிய கிளர்ச்சியைப் பெறுவாய்!"

அதேசமயம் மரியா, அவள் அந்த உரையாடலைக் கவனிக்காதது போல் பாவனை மட்டுமே செய்துகொண்டிருந்தாள். அது பிரச்சினை அவள் ஒருத்திக்கு மட்டுமே அல்ல! அவளுக்கு பாலியல் பிரச்சினை இல்லை, இதெல்லாம் வெறும் உடற்கூறு பற்றிய அறியாமைதான். அவள் தன் இதயத்திலிருந்து பெருஞ்சுமை அகன்றதுபோல் உணர்ந்து, நூலகரை முத்தமிட வேண்டும்போல் உணர்ந்தாள். அவள் இன்னும் இளமையாக இருக்கும்போதே இதைக் கண்டுபிடித்திருப்பது எத்தனை இனியது! அவள் எதிர்கொள்வது என்ன ஒரு அற்புதமான நாள்! ஹெய்டி ஒரு வஞ்சகமான சிரிப்பு சிரித்தாள்.

“நமக்கும் கூட விறைப்பு ஏற்படுவதுண்டு, அவர்கள் இதனையும் அறியாமல் இருக்கலாம். கிளிட்டோரிஸ் விறைப்படையும்!”

‘அவர்கள்’ என்பது ஆண்களைக் குறிக்கும். அது அத்தகையதொரு அந்தரங்கமான உரையாடலாக இருந்ததால், மரியா துணிந்து ஒரு கேள்வி கேட்டாள்:

“உங்களுக்கு எப்போதாவது பிற ஆண்களுடன் தொடர்பு இருந்திருக்கிறதா?”

நூலகர் அதிர்ச்சியடைந்ததுபோல் காணப்பட்டாள், அவளது கண்கள் ஒருவித புனித நெருப்பை வெளியிட்டன, அவள் சிவந்து போனாள். அது வெட்கத்தாலா, கோபத்தாலா எனச் சொல்வது சாத்தியமற்றதாக இருந்தது. எனினும் சிறிது நேரத்துக்குப் பின் உண்மையைச் சொல்வதா பாவனை செய்வதா என்ற போராட்டம் முடிந்தது. அவள் வெறுமனே பேச்சை மாற்றினாள்.

“கிளிட்டோரிஸுக்கு, நமது விறைப்பைப் பற்றிய பேச்சுக்குத் திரும்புவோம். அது விறைப்படைவது உனக்குத் தெரியுமா?”

“தெரியும். எனது குழந்தைப் பருவம் முதலே அதை நான் அறிந்திருக்கிறேன்.”

ஹெய்டி அதிருப்தியடைந்தவளாகத் தோன்றினாள். ஒருவேளை அவள் ஒருபோதும் அதைக் கண்டுகொள்ளாமல் இருந்திருக்கலாம். எனினும் அவள் தொடர்ந்து பேசுவதெனத் தீர்மானித்தாள்.

“எப்படியோ, அதன் முனையைத் தொடாமல், உனது விரலால் அதைச் சுற்றி அழுத்தித் தடவினால் நீ இன்னும் அதிக இன்பத்தைப் பெறமுடியும். கவனி! பெண்ணின் உடலை மதிக்கும் ஆண்கள், சமயத்தில் இதனை அறியாமல் நேரடியாக இதனைத் தொடுவதால், சிலசமயம் பெரிதும் வலியாக உணர காரணமாகலாம். நீ ஒப்புக்கொள்வாய்தானே எனவே, உன்னுடைய முதல் அல்லது இரண்டாவது சந்திப்புக்குப் பின், நிலைமையை உன் கட்டுக்குள் கொண்டுவா, மேலே வந்து எப்போது எவ்வளவு அழுத்தம் தரப்படவேண்டும் என்பதை நீ தீர்மானம் செய். உனக்கு பொருத்தமான விதத்தில் வேகத்தைக் கூட்டவோ குறைக்கவோ செய். நான் படித்த புத்தகத்தின்படி, உனது துணைவருடன் இதுபற்றி வெளிப்படையாகப் பேசுவதும் நல்ல யோசனையாக இருக்கும்.”

“நீங்கள் உங்களது கணவருடன் எப்போதாவது வெளிப்படையாகப் பேசினீர்களா?”

மீண்டும், ஹெய்டி இந்த நேரடிக் கேள்வியை, அப்போது விஷயமே வேறு என்று சொல்லித் தவிர்த்தாள். இப்போது அவள் தனது அறிவுபூர்வமான அனுபவங்களைப் பகிர்ந்துகொள்வதில் பெரிதும் ஆர்வமாக இருந்தாள்.

"உனது கிளிட்டோரிஸை கடிகாரத்தின் முட்கள் போல் கற்பனை செய்ய முயற்சிசெய், உனது துணைவரை பதினொன்றுக்கும் ஒன்றுக்கும் இடையில் முன்னும் பின்னும் நகர்த்தும்படிச் செய். புரிகிறதா?"

ஆம், அவள் அந்தப் பெண்மணி பேசுவதைப் பற்றி அறிந்திருந்தாள். அந்தப் புத்தகத்துடன் அவளுக்கு முழுக்க உடன்பாடு இல்லையென்றாலும், அது சொல்வதற்கும் உண்மைக்கும் அதிக இடைவெளி இல்லை. அவள் கடிகாரம் என்ற வார்த்தையைச் சொன்னதும், மரியா தன் கடிகாரத்தைப் பார்த்தாள், அவள் உண்மையிலே விடைசொல்லவும், அவளது வேலை முடிவுக்கு வந்துவிட்டதெனவும் விளக்க முயன்றாள். அந்தப் பெண்மணி அவள் சொன்னதைக் கேட்டதுபோல் தெரியவில்லை.

"கிளிட்டோடரிஸ் பற்றிய இந்தப் புத்தகத்தை படிப்பதற்கு எடுத்துச் செல்ல விரும்புகிறாயா அதனுடன்"

"நன்றி, வேண்டாம்! இப்போது நான் சிந்திக்க வேறு பல விஷயங்கள் இருக்கின்றன."

"இல்லை, நான் என் சொந்த நாட்டுக்கு திரும்பிக் கொண்டிருக்கிறேன். என்னை நல்லதோர் மரியாதையுடனும் புரிதலுடனும் நடத்தியதற்கு உங்களுக்கு நன்றி சொல்லவே நான் விரும்பினேன். வாய்ப்பிருந்தால் நாம் எப்போதாவது மீண்டும் சந்திப்போம்."

அவர்கள் பெரிதும் மகிழ்ச்சியுடன் ஒருவருக்கொருவர் கைகுலுக்கி வாழ்த்து தெரிவித்துக் கொண்டனர்.

ஹெய்டி, அந்தப் பெண் செல்லும்வரை காத்திருந்து மேஜையில் குத்தினாள். விஷயத்தின் போக்கிலேயே, அவளுடன் கல்லறை செல்லக்கூடிய ஒன்றை பகிர்ந்துகொள்ள வந்த வாய்ப்பை ஏன் பயன்படுத்திக் கொண்டிருக்கக்கூடாது? அந்தப் பெண், நீங்கள் எப்போதாவது உங்கள் கணவனுக்கு துரோகம் செய்திருக்கிறீர்களா என்று கேட்கும் துணிச்சலைக் கொண்டிருந்தபோதும், அவள் ஏன் பதில் சொல்லவில்லை? இறுதியில் பெண்கள் பாலுறுப்பின் வழியாக மட்டும் உச்சகட்டமடைவது எத்தனை சிரமமானது? என ஒப்புக்கொள்ளும் புதியதொரு உலகைக் கண்டுபிடித்திருக்கிறாள்.

'நல்லது, இது ஒரு விஷயமே இல்லை. இந்த உலகம் வெறுமனே பாலுறவால் மட்டும் ஆனதில்லை.'

இல்லை, அது உலகத்திலேயே மிக முக்கியமான விஷயம் இல்லை என்ற போதும்கூட, அது முக்கியமானதுதான். அவள் தன்னைச் சுற்றிலும் பார்த்தாள். அவளைச் சுற்றியுள்ள ஆயிரக்கணக்கான நூல்களில் பெரும்பாலானவை காதல் கதைகள். அது எப்போதுமே ஒன்றேதான் - ஒருவர் ஒருத்தியைச் சந்திக்கிறார். காதலில் விழுகின்றனர். தம்மை இழந்து மீண்டும் தங்களைக் கண்டடைகின்றனர். அதில் ஆன்மாவுடன் பேசும் ஆன்மாக்கள், தொலைதூர பிரதேசங்கள், சாகசங்கள், கவலைகள், துயரங்கள் அனைத்துமிருக்கின்றன. ஆனால் மிக அபூர்வமாகவே, 'யாராதொருவர் மன்னிக்கவேண்டும், நீங்கள் ஏன் பெண்ணுடல் குறித்து நல்ல புரிதலை அடைய முயற்சி செய்யக்கூடாது?' என்று சொல்கிறார்கள். புத்தகங்கள் ஏன் அதைப் பற்றி வெளிப்படையாகப் பேசக்கூடாது?

ஒருவேளை யாரும் அதில் உண்மையாக ஆர்வமில்லாமலிருக்கலாம். ஆண்கள் எப்போதும் புதுமையைத் தேடிச் செல்பவர்கள். அவர்கள் மனித இனத்தின் இனவிருத்தியுணர்வுக்கு கட்டுப்பட்டு இன்னும் குகைவாசிகளாகவே இருக்கின்றனர். பெண்களைப் பற்றி என்ன சொல்வது? அவளது சொந்த அனுபவத்தில், ஒரு பெண் தன் துணையுடன் நல்ல உச்சகட்ட அனுபவத்தைப் பெறவேண்டுமென்ற

விருப்பம் முதல் சில வருடங்களுக்கே நீடிக்கிறது. பின் உச்சகட்டம் அடையும் எண்ணிக்கை குறைகிறது. ஆனால் ஒருவரும் அதைப்பற்றி பேசுவது இல்லை, ஏனெனில் ஒவ்வொரு பெண்ணும் அதனை தன் பிரச்சினையாக மட்டுமே நினைப்பதேயாகும். எனவே அவர்கள் தினசரி இரவில் காதல் செய்யவேண்டுமென்ற தம் கணவரின் விருப்பத்தை வெட்ககேடான ஒன்றாக நினைப்பதாக பொய் சொல்கின்றனர். இவ்வாறு பொய் சொல்வதன் மூலம், மற்ற பெண்கள் கவலைப்படும்படி விட்டு விடுகின்றனர்.

அவர்கள் தம் சிந்தனையை குழந்தைகள், சமையல், கால அட்டவணை, வீட்டு வேலைகள், செலுத்தவேண்டிய பாக்கித் தொகைகள், தங்களது கணவனது விவகாரங்கள் என வேறு விஷயங்களுக்குத் திருப்பி விடுகின்றனர். - அவற்றை அவர்கள் சகித்துக் கொள்கின்றனர் - விடுமுறைகளில் வெளிநாடு சொல்லும்போது தம்மையோ, தமது சிக்கலையோ, அல்லது காதலையோ விட தமது குழந்தைகள் குறித்தே கவலைப்படுகின்றனர். ஆனால் பாலுறவைப் பற்றி அக்கறைப்படுவதில்லை.

அவளது பார்வையில் அறியாப் பேதையாகத் தெரிந்த, தன் மகள் வயதே இருக்கக்கூடிய, இன்னும் இந்த உலகம் எப்படிப்பட்டது என்றுகூட புரிந்து கொள்ளாத அந்த இளம் பிரேஸிலியப் பெண்ணிடம் அவள் இன்னுமதிக வெளிப்படையாக இருந்திருக்க வேண்டும். வீட்டிலிருந்து வெகுதொலைவில் ஒரு குடியேற்றவாசியாய், அலுப்பூட்டும் வேலையொன்றில் கடினமாக உழைப்பவளாய், தான் திருமணம் செய்துகொள்ளும் ஒருவனுக்காக காத்திருப்பவளாய்த் திகழும் அவள், தான் மணந்துகொண்டவனோடு சில போலியான உச்சகட்டத்தைப் பாவித்து, பாதுகாப்பு பெற்று, இந்தப் புதிரான மனித இனத்தைப் பிரசவித்து, பின் உச்சகட்டம், கிளிட்டோரிஸ், (இருபதாம் நூற்றாண்டில் கண்டுபிடிக்கப்பட்ட ஒன்றான) ஜி-ஸ்பாட் போன்றவற்றையெல்லாம் மறந்துபோவாள். நல்லதொரு மனைவியாய், தாயாய் இருந்து, வீட்டில் குறை எதுவுமில்லாமல் பார்த்துக்கொள்வதை உறுதிசெய்து, தெருவில் அவனை ஏக்கத்துடன் பார்த்தபடி கடந்துசென்ற எவனோ ஒருவனை நினைத்தபடி எப்போதாவது ரகசியமாக சுயஇன்பம் செய்தபடி இருப்பாள். தோற்றத்தைப் பாதுகாப்பதில் - இந்த உலகம் ஏன் பெரிதும் வெளித்தோற்றத்தில் அக்கறை காட்டுகிறது?

“நீங்கள் எப்போதாவது யாருடனாவது தொடர்பு வைத்திருக்கிறீர்களா” - இந்தக் கேள்விக்கு அவள் பதில் சொல்லாதது இதனால்தான்.

இந்த விஷயங்களெல்லாம் என்னோடு புதைந்து போகட்டும் என அவள் நினைத்தாள். அவளது கணவன் மட்டுமே அவளது வாழ்வின் ஒரே ஆண் என்றபோதும், இப்போது பாலுறவு என்பது முன்னைப் பழங்கதை. அவன் மிகச் சிறந்த துணைவனாய், நேர்மையானவனாய், தாராளமானவனாய், நல்ல நகைச்சுவை உணர்வுடையவனாய் இருந்து வந்தான். மேலும் குடும்பத்தை முன்னுக்குக் கொண்டுவரவும் தன்னுடன் பணிபுரிந்தவர் அனைவரையும் மகிழ்ச்சியுடன் வைத்திருக்கவும் முயற்சி செய்தான். பெண்கள் அனைவரும் கனவு காணும் முன்மாதிரி கணவனாக அவன் இருந்தான். முக்கியமாக அதனால்தான், ஒருநாள் மற்றொரு நபருடன் இருந்ததையும் அவனை எத்தனை தூரம் ஆசைப்பட்டாள் என்பதையும் நினைத்தபோது அவள் தன்னைக் குறித்தே பெரிதும் மோசமாக உணர்ந்தாள்.

அவர்கள் சந்தித்ததை அவள் நினைத்துப் பார்த்தாள். சிறு மலைநகரமான டாவோஸிலிருந்து அவள் திரும்பிவந்தபோது, பனிப்பாறைச் சரிவில் அனைத்து தொடர்வண்டிச் சேவைகளும் சில மணி நேரத்துக்குத் தடைப்பட்டன. வீட்டில் யாரும் அவளை நினைத்து கவலைப்படாதபடிக்கு தொலைபேசியில் அழைத்துப் பேசிவிட்டு, சில பத்திரிகைகளை வாங்கிக் கொண்டு, தொடர்வண்டி நிலையத்தில் நீண்ட நேர காத்திருப்புக்கு ஆயத்தமானாள்.

இவ்வாறாகத்தான், அவள் தனக்கடுத்தபடி தனது முதுகில் சுமந்து செல்லும் பையுடனும், தூங்குவதற்கான பொதியுடனும் அமர்ந்திருந்தவனைக் கவனிக்க நேர்ந்தது. அவன் நரைத்த முடிகளும், சூரியக் குளியலால் கறுத்த தேகமும் கொண்டவனாய், அந்த தொடர்வண்டி நிலையத்தில் எந்த ஒரு வண்டியும் இல்லாததைக் குறித்து கவலையற்ற ஒரே நபராகக் காணப்பட்டான். அதற்கு மாறாக, அவன் புன்னகையுடன், யாராவது பேசுவதற்கு கிடைப்பார்களா என்று தன்னைச் சுற்றி பார்த்தபடியிருந்தான். ஹெய்டி பத்திரிகைகளில் ஒன்றைத் திறந்தாள், ஆனால் - வாழ்வின் இனிய புதிர்! அவளது கண்கள் தற்செயலாக அவனது கண்களைப் பார்க்க, அவன் அவளிடம் வராதவாறு தவிர்க்கும்படி, உடனடியாக அவளால் தன் பார்வையை விலக்கிக்கொள்ள முடியாமல் போனது. அவள் ஒரு முக்கியமான கட்டுரையொன்றை வாசித்து முடிக்க வேண்டிய அவசியமிருக்கிறது என்று நாகரிகமாக சொல்லும்முன், அவன் பேசத் தொடங்கினான். அவன் தான் ஒரு எழுத்தாளர் எனவும், டாவோஸில் ஒரு கூட்டத்தில் கலந்துகொண்டு திரும்புவதாகவும் இந்த தாமதம், அவன் வீடு திரும்பும் விமானத்தை தவறவிடக் காரணமாகும் என்று சொன்னான். அவர்கள் ஜெனீவாவை

அடையும்போது, அவன் ஒரு ஹோட்டலைக் கண்டுபிடிக்க அவளால் உதவமுடியுமா எனக் கேட்டான்.

ஹெய்டி அவனைக் கவனித்துக் கொண்டிருந்தாள்: எப்படி ஒருவரால் விமானத்தைத் தவறவிடும் சூழ்நிலையில், நிலவரங்கள் சரிசெய்யப்படும்வரை வசதிக்குறைவான ஒரு தொடர்வண்டி நிலையத்தில் காத்திருக்கும்போது இத்தனை உற்சாகமாக இருக்கமுடியும்?

அவன், அவர்கள் ஏதோ பழைய நண்பர்கள் என்பதைப்போல் அவளிடம் பேசத் தொடங்கினான். அவன் தனது பயணங்கள், இலக்கிய உருவாக்கத்தின் மர்மங்கள், அவளுக்கு அதிர்ச்சியூட்டும்படியாக, தனது வாழ்க்கையில் அவன் அறிந்த, நேசித்த அனைத்துப் பெண்களையும் பற்றி பேசினான். ஹெய்டி அவனைப் பேசவிட்டபடி வெறுமனே கேட்டுக்கொண்டிருந்தாள். அவ்வப்போது நிறைய பேசுவதற்காக மன்னிப்பு கேட்டுக்கொண்டு, அவளைப்பற்றி ஏதாவது சொல்லும்படி அவளைக் கேட்டுக்கொண்டான். ஆனால் அவளால் சொல்ல முடிந்ததெல்லாம், 'நான் ஒரு சாதாரண நபர், என்னைப் பற்றி சொல்லிக் கொள்ள சிறப்பாக எதுவுமில்லை' என்பதுதான்.

திடீரென, அவள் தொடர்வண்டி எப்போதைக்குமாக வரப்போவதில்லை என தான் நம்பிக்கொண்டிருந்ததை உணர்ந்தாள். அந்த உரையாடல் மிகவும் வசீகரமானதாயிருந்தது. புனைகதைகளில் மட்டுமே முன்பு எதிர்கொண்ட விஷயங்களை அவள் எதிர்கொண்டபடி இருந்தாள். அவனை மீண்டும் அவள் எப்போதைக்குமாக காணப்போவதில்லை என்பதால், அவள் துணிந்து (அவள் ஒருபோதும் முழுக்க சொல்லாதபோதும்) குறிப்பாக அவளுக்கு ஆர்வமுள்ள விஷயங்கள் குறித்து அவனிடம் கேட்கத் தொடங்கினாள். தனது திருமண வாழ்வு பிரச்சினைகள் நிறைந்த காலகட்டத்தில் இருப்பதாகவும், தன் கணவன் தனது நேரத்தில் பெரும்பகுதியை ஆக்கிரமித்துக்கொள்வதாகவும், அவனை சந்தோஷப்படுத்த அவள் என்ன செய்யலாமென தெரிந்துகொள்ள ஹெய்டி விரும்பினாள். அவன் அவளுக்கு சில சுவாரசியமான விளக்கங்களை, கதையொன்றைக் கூறினான். எனினும் அவளது கணவனைப் பற்றி பேசுவதில் அவன் பெரிதும் அசௌகரியமாக உணர்ந்ததாகத் தோன்றியது.

"நீங்கள் மிகவும் சுவாரசியமான பெண்" என்று அவன் சொன்னான். இத்தனை வருடங்களில் இதுபோல் எவரும் அவளிடம் சொன்னதில்லை.

இதற்கு என்ன பதில் சொல்வதென ஹெய்டிக்குத் தெரிய வில்லை. அவளது தடுமாற்றத்தைக் கண்ட அவன், உடனடியாக பாலைவனங்கள், மலைகள், மறைந்துபோன நகரங்கள், முகத்திரையணிந்த பெண்கள், திறந்த இடுப்புடன் கூடிய பெண்கள், போர்வீரர்கள், கடல்கொள்ளையர்கள், ஞானிகள் பற்றி பேசத் தொடங்கினான்.

தொடர்வண்டி வந்துசேர்ந்தது. அவர்கள் ஒருவருக்கொருவர் அருகில் அமர்ந்தனர். அவள் இனியும் ஏரியைப் பார்த்தவாறு அமைந்த சாலட் என்னும் ஸ்விஸ் குடியிருப்பில் வாழும், திருமணமான, மூன்று குழந்தைகளை வளர்த்துவந்த பெண்ணில்லை. முதன் முறையாக ஜெனீவாவிலிருந்து வந்த சாகசக்காரி. அவள் மலைகளையும் நதிகளையும் பார்த்தபடி - தன்னாலானவரை அவளைக் கவர முயற்சித்தபடி, அவளுடன் படுக்கைக்கு வரவிரும்பும் ஒரு ஆணின் அருகில் அமர்ந்திருப்பதில் மகிழ்ச்சியாக உணர்ந்தாள் (ஏனெனில் எல்லா ஆண்களும் சிந்தித்துக்கொண்டிருப்பது அதைப் பற்றித்தான்). எத்தனையோ நபர்கள் இதேபோல உணர்ந்தும் அவர்களிடம் அவள் ஒருபோதும், அதற்கான சிறிய ஊக்குவிப்பையும் தராததை நினைத்து வியந்தாள். அன்று காலை உலகம் மாறியிருக்க வேண்டும், அவள் திடீரென முப்பத்தெட்டு வயது பதின்பருவத்தவளாய், அவளைத் தூண்டுவதற்கான அந்த மனிதனின் நடவடிக்கைகளால் திகைப்படைந்தவளாய் ஆகியிருந்தாள். உலகிலேயே சிறப்பான உணர்வு அதுதான்.

அவளது வாழ்வின் இலையுதிர்காலத்துக்கு முந்தைய பருவத்தில், அவள் விரும்பிய அனைத்தையும் அடைந்திருப்பதாக அவள் நினைத்திருக்கும் பொழுது, இந்த நபர் தொடர்வண்டி நிலையத்தில் எதிர்ப்பட்டு, முன்னதாக அனுமதிகூட கேளாமல், நேராக அவளது வாழ்க்கைக்குள் நுழைந்துவிட்டான். அவர்கள் ஜெனீவாவில் இறங்கியதும், அவள் அவனுக்கு ஹோட்டலொன்றைக் காட்டினாள். (விலைமலிவான ஹோட்டல் போதும், நான் அன்று காலையிலேயே கிளம்பியிருக்கவேண்டும், மேலும் ஆனைவிலை குதிரை விலையாகும் ஸ்விட்சர்லாந்தில் இன்னொரு இரவு தங்கப் போதுமான பணம் இல்லை என்று சொல்லியிருந்தான்.) அவன் அவளிடம், அறையில் எல்லாம் ஒழுங்காக இருக்கிறதா என்று பார்ப்பதற்காக தன்னுடன் மேலே வருமாறு கேட்டான். ஹெய்டி அவனின் எதிர்பார்ப்பு என்னவென்று அறிந்திருந்தும், அவனது வேண்டுகோளை ஏற்றுக்கொண்டாள். அவர்கள் கதவை மூடியதும், ஒருவரையொருவர் வெறித்தனமாக முத்தமிட்டுக் கொண்டனர்.

அவன் அவளது உடைகளைக் கழற்றியெறிந்தான் - கடவுளே! அவன் பெண்ணின் உடல் குறித்து அனைத்தும் அறிந்தவனாக இருந்தான். ஏனெனில் அவன் எண்ணற்ற பெண்களின் ஏமாற்றங்களையும் வேதனைகளையும் அறிந்தவனாக இருந்தான்.

அவர்கள் மதியம் முழுவதும் காதல் புரிந்தனர், மாலைவேளை வந்த பின்பே கவர்ச்சி குறையத் தொடங்கியது. சொல்லக்கூடாதென நினைத்திருந்த வார்த்தைகளை அவள் சொன்னாள்.

"நான் அவசியம் வீட்டுக்குப் போகவேண்டும், என் கணவர் என்னை எதிர்பார்த்துக் கொண்டிருப்பார்."

அவன் ஒரு சிகரெட்டைப் பற்றவைத்துக்கொண்டு சில கணங்களுக்கு மௌனமாக படுத்துக் கிடந்தான். இருவரும் விடை பெற்றுக்கொள்ளவில்லை. அவர்கள் என்ன சொன்னாலும் அந்த வார்த்தை அல்லது வாக்கியம் - அர்த்தமுள்ளதாக இருக்காது என அறிந்திருந்ததால் ஹெய்டி எழுந்து திரும்பிக்கூட பாராமல், விடைபெறாமலே சென்றாள்.

அவள் அவனை மீண்டும் ஒருபோதும் பார்க்கவில்லை, ஆனால் அவளது அவநம்பிக்கையின் இலையுதிர்காலத்தில், சில மணி நேரங்களுக்கு, அவள் நம்பிக்கையான மனைவியாய், குடும்பத் தலைவியாய், அன்பான தாயாய், மதிப்பான பொதுஊழியராய், எப்போதைக்குமான தோழியாய் இருப்பதிலிருந்து விலகி, வெறுமனே ஒரு பெண்ணாக இருந்தாள்.

சில நாட்களுக்கு, அவள் மகிழ்ச்சியாகவோ, துயரமாகவோ அன்றி வித்தியாசமாகக் காணப்படுவதாக அவளது கணவன் சொல்லியபடியே இருந்தான். எனினும் மிகச் சரியாக அது என்ன என்று அவனால் கண்டுபிடிக்க முடியவில்லை. ஒருவாரத்துக்குப் பின் அனைத்தும் இயல்பு நிலைக்குத் திரும்பியது.

'அந்த இளம்பெண்ணிடம் சொல்லவில்லையே, என்ன ஒரு அவமானம்' அவள் நினைத்தாள். 'அவள் புரிந்துகொள்ளமாட்டாள் என்பதாலல்ல, மக்கள் நம்பிக்கைக்கு உரியவர்களாகவும், காதல் உறுதிமொழிகள் நிரந்தரமானதாகவும் இருக்கும் உலகில் அவள் வாழ்கிறாள் என்பதால்தான் சொல்லவில்லை.'

மரியாவின் நாட்குறிப்பேட்டிலிருந்து:

அன்றிரவு அவன் கதவைத் திறந்தபோது, நான் இரு சூட்கேஸ்களைச் சுமந்தபடி நிற்பதைக் கண்டு அவன் என்ன நினைத்திருப்பான் என எனக்குத் தெரியவில்லை.

"கவலைப்படாதீர்கள், நான் கிளம்பிக் கொண்டிருக்கவில்லை. நாம் சாப்பிடப் போகலாமா?"

அவன் எதுவும் சொல்லவில்லை. சுமைகளை எடுத்துவர எனக்கு உதவினான். பின், 'என்ன நடந்து கொண்டிருக்கிறது' எனவோ அல்லது, 'உன்னைப் பார்ப்பது எத்தனை இனிமையானது?' என்றோ எதுவும் சொல்லாமல், அவன் தனது கையை எனது தோளைச் சுற்றிப்போட்டு, என்னை முத்தமிடவும் எனது உடல், மார்புகள், தொடையிடுக்குகளில் ஸ்பரிசிக்கவும் தொடங்கினான். இதற்காக நீண்ட காலம் காத்திருந்தது போலவும், இப்போதுவிட்டால் இனி எப்போதும் இதுபோலொரு தருணம் வராது என்பதுபோலவும் அவன் நடந்து கொண்டான்.

எனது மேற்கோட்டையும் ஆடைகளையும் உருவி என்னை நிர்வாணமாக்கி, அங்கே வரவேற்பறையிலேயே, எந்தவித சடங்குகளோ தயாரிப்போ இன்றி, எது நல்லது எது கெட்டது என சொல்வதற்கு நேரம்கூட தராமல், முன்கதவின் வழியாக குளிர்ந்த காற்றுவீச, முதன்முறையாக நாங்கள் கலவி புரிந்தோம். ஒருவேளை நான் அவனிடம் நிறுத்துமாறு சொல்லியிருக்க வேண்டுமோ என நினைத்தேன். அப்படிச் செய்திருந்தால் நாங்கள் வசதியான வேறு இடத்தைக் கண்டுபிடித்திருக்கவும், எங்களது உணர்வுகளின் மிகப் பரந்த உலகத்தை பரிசோதிக்கவும் நேரமிருந்திருக்கும். ஆனால் அதேசமயம் நான் அவன் எனக்குள் வர விரும்பினேன். ஏனெனில் நான் இதுவரை அடையாத, மீண்டும் எப்போதும் அடையவியலாத ஆண் அவன். எனக்கு இதற்குமுன்பு கிடைத்திராத, இனி மீண்டும் எப்போதும் கிடைக்க வாய்ப்பில்லாதவன் அவன் – அதனால்தான் நான் அவனை குறைந்தபட்சம் ஒரு இரவுக்காவது, எனது அனைத்து ஆற்றலுடன் காதலித்தேன்.

அவன் என்னைத் தரையில் கிடத்தி, நான் எழுச்சியடையவோ தயாராகவோ ஆவதற்கு முன்பே என்னுள் நுழைந்தான். ஆனால் அந்த வலி என்னைக் கவலையுறச் செய்யவில்லை. மாறாக அவ்வாறு நுழைந்ததை நான் விரும்பினேன். ஏனெனில் வெளிப்படையாகவே,

நான் அவனுக்குரியவள், அனுமதி கேட்கத் தேவையில்லை என அவன் புரிந்துகொண்டிருக்கவேண்டும். நான் அங்கே, அவனுக்கு எதையும் கற்றுத் தருவதற்காகவோ, அல்லது பிற பெண்களைவிட கூடுதல் உணர்ச்சிமிக்கவள் என்று நிரூபிப்பதற்காகவோ இல்லை. மாறாக, ஆம், நீ வரவேற்கப்படுகிறாய், நானும் கூட இதற்காகத் தான் காத்துக் கொண்டிருந்தேன். நமக்கிடையில் உருவாக்கியிருந்த விதிகளை முற்றிலுமாகப் புறக்கணித்ததிலும், ஆண் – பெண் எனும் நமது உள்ளுணர்வுகளால் மட்டுமே வழிநடத்தப்பட வேண்டுமென்ற அவனது கோரிக்கையால் மகிழ்ச்சியாக உணர்ந்தேன் என்று சொல்வதற்காகவே அங்கிருந்தேன்.

நாங்கள் பெரிதும் சம்பிரதாயமான பாலுறவு நிலையில் – நான் அவனுக்குக் கீழே கால்களைப் பரப்பியபடி கிடக்க, அவன் என் மேல் கிடந்தபடி, முன்னும் பின்னும் அசைந்துகொண்டிருந்தான். அதேவேளையில் நான் அவனைப் பார்த்தபடி, பாவனை செய்யவோ, முனகவோ அல்லது வேறெதைச் செய்யவோ விருப்பமின்றி, அவன் முகத்தின் மாற்றங்களையும், அவனது கைகள் என் தலைமுடியைப் பற்றுவதையும், அவனது வாய் என்னைக் கடிப்பதையும், முத்தமிடுவதையும் ஒவ்வொரு கணத்தையும் நினைவில் வைத்துக்கொள்ளும் ஆவலில் என் கண்களைத் திறந்துவைத்தபடி, எந்தவித தயார்படுத்துதலோ, வருடல்களோ, செயற்கைத் தனங்களோ, பீடிகைகளோ இன்றி அவன் என்னுள்ளும் நான் அவனுள்ளும் இருந்தோம்.

அவன் முன்னும் பின்னும் சென்றுவந்தபடி, அசைவின் லயத்தை அதிகரித்தபடியும் குறைத்தபடியும் இயங்கினான், சில சமயம் என்னைப் பார்ப்பதற்காக நிறுத்தினான். ஆனால் நான் அதை ரசிக்கிறேனா என்று கேட்கவில்லை, ஏனெனில் அந்தக் கணத்தில் எங்கள் ஆன்மா தொடர்பு கொள்வதற்கான ஒரே வழி அதுதான் என அவன் அறிந்திருந்தான். மோதலின் வேகம் அதிகரித்தது, பதினொரு நிமிடங்கள் ஒரு முடிவுக்கு வந்து கொண்டிருக்கிறது என்று நான் அறிந்திருந்தேன். மேலும் எப்போதைக்குமாக அது தொடரவேண்டுமென விரும்பினேன். ஏனெனில் அது மிகவும் நன்றாக இருந்தது – உடைமையாக்கிக் கொள்ளாமல், அதேசமயம் உடைமை கொள்ளப்பட்டுள்ளது! ஓ! கடவுளே, அது நன்றாக இருந்தது – நாங்கள் இனியும் தெளிவாகப் பார்க்க முடியாது என்னும் கட்டம் வரையில் முழுக்க எங்களது கண்களை அகலத் திறந்தபடி இருந்தோம். கணப்பின் அருகில், ஒயினின் துணையுடன் அவன் என்னிடம் சொல்லியிருந்த, பழங்காலச் சடங்குகளின் புனித

விலைமகளாக, அன்புக்குரியவளாக, பிரபஞ்சமாக, மகா மாதாவாக நான் என்னை உணரும் பரிமாணத்துக்குள் நாங்கள் நுழைந்ததுபோல் தோன்றியது. அவன் உச்சகட்டத்தை எட்டப்போகிறான் என்பதை நான் கவனித்தேன். அவனது கைகள் என்னுடைய கைகளை இறுகப்பற்றின. அவனது அசைவுகள் உணர்வின் தீவிரத்தில் துரிதமாகின. அதைத் தொடர்ந்து அவன் கத்தினான். அவன் முனகவில்லை, அவன் பற்களைக் கடிக்கவில்லை, ஒரு விலங்கைப் போல் இரைந்தான், கர்ஜித்தான்! பக்கத்து வீட்டுக்காரர்கள் நிச்சயம் காவலரை அழைக்கப் போகிறார்கள் என்றொரு எண்ணம் மனதில் தோன்றி மறைந்தது. ஆனால் அது ஒரு பொருட்டில்லை, நான் பெரும் இன்பத்தை உணர்ந்தேன். ஆரம்பம் முதல், முதல் மனிதன் முதல் மனுஷியை சந்தித்து காதல் புரியத் தொடங்கியதிலிருந்து இது இப்படித்தான் இருந்திருக்கவேண்டும். அவர்களும் கத்தியிருக்கவே வேண்டும்.

பின் அவனது உடல் தளர்ந்து என்மீது சரிந்தது. எங்களுடைய கைகள் ஒருவரை ஒருவர் தழுவியிருக்க எவ்வளவு நேரம் அங்கே கிடந்தோமென எனக்குத் தெரியவில்லை. ஹோட்டல் அறையின் இருளில் எங்களை அடைத்துக்கொண்டு இருந்தபோது, நான் ஒரேயொருமுறை அவனது தலையைக் கோதியதுபோல், நான் அவனது தலையைக் கோதிவிட்டேன். அவனது இதயத் துடிப்பின் வேகம் படிப்படியாகக் குறைந்து அதன் இயல்பான நிலைக்குத் திரும்புவதை உணர்ந்தேன். அவனது கைகள், எனது கைகளின் மீது இனிமையாக மேலும் கீழும் வருட எனது உடலிலுள்ள அனைத்து ரோமங்களும் சிலிர்த்துக்கொண்டன.

அவனது உடலின் எடை என்மேல் அழுந்தியிருக்கிறதென்ற நடைமுறை சிந்தனை அவனுக்கு வந்திருக்கவேண்டும். ஏனெனில் தரையில் புரண்டு, எனது கையை தன் கையில் எடுத்துக்கொண்டான். நாங்கள் மேற்கூரையையும், எரியும் மூன்று பல்புகளுடனான சரவிளக்கையும் பார்த்தபடி கிடந்தோம்.

"குட் ஈவினிங்" என்றேன் நான்.

அவன் தனது மார்பில் என் தலை இருக்கும்படியாக என்னை இழுத்துக் கொண்டான். நீண்ட நேரம் என்னை வருடியபடி இருந்தான். பின் அவனும் குட் ஈவினிங் என்றான்.

அடுத்து என்ன சொல்வதெனத் தெரியாமல் "பக்கத்து வீட்டுக்காரர்கள் நிச்சயம் அனைத்தையும் கேட்டிருக்க வேண்டும்" என்றேன் நான். அந்தக் கணத்தில் நான் உன்னைக் காதலிக்கிறேன் என்று சொல்வது

பெரிதும் அர்த்தமுள்ளதாக இராது. என்னைப் போலவே அவனும் அதை ஏற்கெனவே அறிந்திருந்தான்.

"நல்லது!" என்றான், பின் "கதவின் வழியாக பயங்கரமாக காற்று வீசுகிறது" என்றான்.

"நாம் சமையலறை செல்வோம்."

நாங்கள் எழுந்தோம், அவன் தனது கால்சட்டையைக்கூட கழற்றியிருக்கவில்லை. நான் அவனைப் பார்த்த கோலத்திலேயே அவனது ஆணுறுப்பு மட்டும் வெளித்தெரிய இருந்தான். நான் எனது வெறும் தோள்களின் மீது மேற்கோட்டைப் போட்டுக் கொண்டேன். நாங்கள் சமையலறையினுள் சென்றோம். அவன் காபி தயாரித்தான். அவன் இரு சிகரெட்டுகளைப் புகைக்க, நான் ஒன்றைப் புகைத்தேன். மேஜையில் அமர்ந்தபடி, எங்களது வாய்கள் மூடியே இருக்க தன் கண்களால் அவன் நன்றி என்று சொல்ல, உனக்கும் நன்றி என்று நான் சொன்னேன்.

அவன் அதேநேரம் சூட்கேஸ்களைப் பற்றி கேட்கும் துணிச்சலை அடைந்தான்.

"நாளை மதியம் நான் பிரேஸிலுக்குத் திரும்புகிறேன்."

ஒரு ஆண் தனக்கு முக்கியமானவன் எனும்போது, அதை பெண் அறிவாள். ஆண்கள் இத்தகைய புரிதலைக் கொண்டவர்களா? இல்லாவிடில், 'நான் உன்னை நேசிக்கிறேன்' 'நான் உன்னுடன் தங்க விரும்புகிறேன்' 'என்னை தங்கச் சொல்லிக் கேள்' என்று நான் சொல்ல வேண்டுமா?

"போகாதே" ஆம், அவன் என்னிடம் அதைச் சொல்ல வேண்டுமென புரிந்து வைத்திருந்தான்..

"நான் போயாகவேண்டும். நான் சத்தியம் செய்திருக்கிறேன்."

நான் அப்படிச் சொல்லாவிட்டால், இவையெல்லாம் எப்போதைக்குமாக தொடரப்போகிறது என்று நினைத்துக் கொண்டிருப்பான். ஆனால் அப்படி நடக்காது. அது தொலைதூர நாடொன்றின் உள்ளடங்கிய பகுதியைச் சேர்ந்த இளம்பெண்ணின் கனவின் ஒரு பகுதியே – பெரிய நகரத்துக்குச் செல்வது, (உண்மையில் அத்தனை பெரிய நகரமில்லை), அனைத்துச் சிரமங்களையும் எதிர்கொண்டு தன்னை நேசிக்கும் ஒருவனைக் கண்டடைவது. எனவே நான் கடந்துவந்த சிரமமான காலகட்டம் அனைத்துக்குமான மகிழ்ச்சியான முடிவு இதுதான். ஐரோப்பாவில்

இருந்ததை நான் எப்போதெல்லாம் நினைத்துப் பார்க்கிறேனோ, அப்போதெல்லாம் தீவிரமாக என்னை நேசித்த, எப்போதும் என்னுடையவனாக திகழக்கூடிய ஒருவனின் கதையை, அவனது ஆன்மாவை தரிசித்ததை நினைத்துப் பார்ப்பேன்.

ரால்ப், நான் உன்னை எத்தனை தூரம் காதலிக்கிறேன் என்று உன்னால் யோசித்துப் பார்க்கமுடியாது. ஒருவேளை நமது கனவுக் காதலனை சந்திக்கும் முதல் தருணத்திலேயே நாமனைவரும் காதலில் விழுந்து விடுகிறோம், அந்தச் சமயத்தில் நமது அறிவு அதற்கு மாறாகச் சொல்லலாம். நாம் நமது உணர்வுகளுக்கு இடம்கொடுத்து நம்மை மறைந்துபோக அனுமதிக்கும் ஒருகட்டம் வரை, நாம் இந்தக் காதலில் வெற்றிபெறப் போவதில்லை என தொடர்ந்து நம்பியபடி நமது உள்ளுணர்வுக்கு எதிராகச் சண்டையிட்டபடி இருப்போம். நான் வெறுங்காலுடன், குளிருடனும் வலியுடனும் அந்தப் பூங்காவில் நடந்தபோது, அதேசமயம் நீ என்னை எத்தனை தூரம் நேசிக்கிறாய் என்று அறிந்தபோது அது நிகழ்ந்தது.

ஆம், நான் வேறெவரையும் ஒருபோதும் நேசித்திராத வகையில் உன்னை மிகவும் நேசிக்கிறேன். முக்கியமாக அதனால்தான் நான் கிளம்பிக் கொண்டிருக்கிறேன். நான் தங்கும் பட்சத்தில், – உடைமை கொள்வதற்கான விருப்பம், உனது வாழ்க்கை என்னுடையதாக வேண்டும் என்ற அந்தக் கனவு நிஜமாகும்... விரைவில், அனைத்தும் காதலை அடிமைத்தனமாய் மாற்றும். இதுபோன்று – ஒரு கனவாக இருக்கையிலே கிளம்புவது நல்லது. வாழ்க்கையிடமிருந்தோ அல்லது ஒரு நாட்டிலிருந்தோ எதை எடுத்துச் செல்கிறோம் என்பதில் கவனமாக இருக்கவேண்டும்.

சூழலை நிர்ப்பந்திக்காதவாறு, பேச்சை மாற்றும் விதமாக, "உனக்கு உச்சகட்டம் வரவில்லையா" கவனமாகக் கேட்டான். அவன் என்னை இழந்து விடுவானோ என்று பயந்தபடியும் மேலும் என் மனதை மாற்றுவதற்கு அவனுக்கு இன்னும் ஒரு முழு இரவும் இருக்கிறதென நினைத்தபடியும் இருந்தான்.

"இல்லை வரவில்லை. ஆனால் நான் கொள்ளை இன்பம் அனுபவித்தேன்."

"ஆனால் நீயும் உச்சகட்டத்தை எட்டியிருந்தால் இன்னும் சிறப்பாக இருந்திருக்கும்."

"உங்களை சந்தோஷப்படுத்துவதற்காக நான் நடித்திருக்க முடியும். ஆனால் உங்களிடம் அது தேவையில்லை. ரால்ப் ஹார்ட்,

நீங்கள் மிகவும் அழகான நபர் - அந்த வார்த்தையின் ஆழமான அர்த்தத்தில் சொல்கிறேன். இரு பக்கமும் எந்த நிந்தனையும் இல்லாதவிதத்தில் நீங்கள் எனக்கு ஆதரவாகவும் உதவியாகவும் இருந்திருக்கிறீர்கள், நான் உங்களுக்கு ஆதரவாக இருக்கவும் உதவவும் அனுமதித்திருக்கிறீர்கள். ஆம், உச்சகட்டம் நிகழ்ந்திருந்தால் நன்றாகத்தான் இருந்திருக்கும். ஆனால் எனக்கு நேரவில்லை. குளிர்ச்சியான தரை, உங்களது கதகதப்பான உடல், நீங்கள் எனக்குள் நுழைந்த அந்த வேகம் அனைத்தையும் நான் விரும்பினேன்.

"இன்று என்னுடைய புத்தகங்களை திருப்பிக்கொடுக்க நான் நூலகத்துக்குச் சென்றிருந்தேன். நூலகர் நான் எனது துணையுடன் பாலுறவைப் பற்றி பேசியதுண்டா என்று கேட்டார். எந்தத் துணை? எந்த வகையான பாலுறவை பற்றி நீங்கள் சொல்கிறீர்கள்? என்று கேட்கவேண்டும்போல உணர்ந்தேன். ஆனால் அவர் அதற்கு பொருத்தமானவர் இல்லை. அவர் எப்போதும் என்னிடம் இனிமையாக நடந்து கொண்டார்.

"ஜெனீவா வந்தது முதற்கொண்டு உண்மையில் எனக்கு இரண்டே இரண்டு துணைவர்கள்தான், ஒருவர் எனக்குள்ளிருந்த கீழான விஷயங்களைத் தட்டி எழுப்பியவர், மற்றது நீ, இந்த உலகத்தில் ஒருத்தியாய் என்னை மீண்டும் உணரச் செய்தாய். என் உடலில் எங்கே தொடுவது, எவ்வளவு அழுத்தம் தருவது என்று உனக்கு கற்பிக்க விரும்பியிருந்தால் நீ அதனை ஒரு விமர்சனமாக கருதியிருக்கமாட்டாய் என எனக்குத் தெரியும். நமது ஆன்மாவுக்கு இடையிலான தொடர்பை மேம்படுத்தும் இன்னொரு வழிமுறை என்றே எடுத்துக் கொண்டிருப்பாய். காதல் புரியும் கலை, உனது ஓவியத்தைப் போன்றது, அதற்கு நுட்பம், பொறுமை தேவை, அனைத்துக்கும் மேலாக அந்த ஜோடிகள் அதனை பயிற்சி செய்யவேண்டியது தேவை. அதற்கு தைரியம் தேவை. அனைவரும் சம்பிரதாயமாக காதல் புரிதல் என்று சொல்கிறார்களே அதைக் கடந்துசெல்வதற்கான துணிச்சல் தேவை."

எனக்குள் இருந்த ஆசிரியை நான் விரும்பாதபோதும் திரும்பவும் வெளிப்பட்டாள். ஆனால் ரால்ப் ஹார்ட், அந்தச் சூழலை எப்படி கட்டுக்குள் கொண்டுவருவதென அறிந்திருந்தான். என்னுடன் இணங்கிச் செல்வதற்குப் பதில், அரைமணி நேரத்துக்குள் தனது மூன்றாவது சிகரெட்டைப் பற்ற வைத்தபடி சொன்னான்:

"முதலில் இன்றிரவு நீ இங்கே தங்குகிறாய்."

அது ஒரு வேண்டுகோளல்ல உத்தரவு.

"ரெண்டாவதாக, நாம் மறுபடியும் உறவு வைத்துக் கொள்ளப்போகிறோம், ஆனால் இம்முறை சிறிதும் கவலையின்றி, கூடுதல் ஆசையுடன். கடைசியாக, நீ ஆண்களை இன்னும் நன்றாகப் புரிந்துகொள்ளவேண்டுமென்று விரும்புகிறேன்."

ஆண்களை நன்றாகப் புரிந்துகொள்வதா? நான் தினமும் இரவில், வெள்ளையர்கள், கறுப்பினத்தவர், ஆசியர், யூதர்கள், முஸ்லிம்கள், கத்தோலிக்கர்கள், பௌத்தர்கள் என பல்வேறுபட்ட ஆண்களுடன் செலவிடுகிறேன். ரால்ப் இது உனக்குத் தெரியாதா?

நான் இலகுவாக உணர்ந்தேன். அந்த உரையாடல் விவாதமாக மாறியதில் நான் பெரிதும் மகிழ்ச்சியடைந்தேன். ஒரு கட்டத்தில் கடவுளிடம் நான் மன்னிப்பு கேட்டு எனது உறுதிமொழியை மீறலாமா என்றுகூட யோசித்தேன். ஆனால் யதார்த்தத்துக்கு திரும்பி, விதியின் கண்ணிகளில் விழாமலிருக்கவும் எனது கனவுக்குப் பங்கம் வராமல் காக்கும்படி எனக்கு நினைவுபடுத்துமாறும் வேண்டிக் கொண்டேன்.

"ஆம், ஆண்களை நன்றாகப் புரிந்துகொள்ளவேண்டும்," என் முகத்தில் தெரிந்த சந்தேகமான பார்வையைக் கண்டு மீண்டும் சொன்னான் ரால்ப். "நீ உனது பெண்மை பற்றி, பாலியல் உணர்வைப் பற்றி, உனது உடலை நேரமெடுத்துக்கொண்டு, பொறுமையாய் எப்படி கையாள்வதென, நான் தெரிந்துகொள்ள உதவுவதுபற்றி பேசினாய். நான் ஒப்புக்கொள்கிறேன். ஆனால் நாம் குறைந்தபட்சம் நேரம் சார்ந்தாவது வேறுபட்டவர்கள் என்று உனக்கு தோன்றவில்லையா, நீ அது குறித்து கடவுளிடம் புகார் செய்யவேண்டும்.

"நாம் சந்தித்தபோது, எனக்கு பாலுணர்வைப் பற்றி சொல்லித் தரும்படி நான் உன்னைக் கேட்டேன், ஏனெனில் நான் எனது பாலுணர்வு விருப்பமனைத்தையும் இழந்திருந்தேன். அது ஏன் என உனக்குத் தெரியுமா, ஒரு குறிப்பிட்ட காலத்துக்குப் பின்பு, நான் அனைத்து பாலியல் உறவிலும் சலிப்பும் ஏமாற்றமும் அடைந்தேன். ஏனெனில் நான் நேசித்த பெண்களுக்கு அவர்கள் எனக்குத் தந்த அதேயளவு இன்பத்தை வழங்குவது எத்தனை சிரமமானது என்பதை உணர்ந்தேன்."

நான் நேசித்த பெண்களுக்கு என்று அவன் கூறியதை நான் விரும்பவில்லை என்றபோதும் அதைக் கண்டு கொள்ளாததுபோல நடித்தபடி ஒரு சிகரெட்டைப் பற்றவைத்தேன்.

பதினொரு நிமிடங்கள்

"உனது உடலை எனக்குக் காட்டு என்று கேட்கும் தைரியம் என்னிடம் இல்லை. ஆனால் நான் உன்னைச் சந்தித்தபோது உனது ஒளியைக் கண்டேன், அந்த நிமிடமே நான் உன்னை நேசிக்க ஆரம்பித்தேன். என் வாழ்க்கையின் அந்தக் கட்டத்தில், என்னிடமும், என்னருகில் இருக்க வேண்டுமென நினைத்த பெண்ணிடத்திலும் நேர்மையாக இருப்பதால் இழப்பதற்கு எதுவுமில்லை என நான் நினைத்தேன்."

எனது சிகரெட் மிகுந்த சுவையுடன் இருப்பதாகப் பட்டது. எனக்கு கொஞ்சம் ஒயின் கொடுக்கும்படி அவனிடம் கேட்கவிரும்பினேன். ஆனால் உரையாடலின் இழை அறுபடுவதை நான் விரும்பவில்லை.

"நீ என்னிடம் நடந்துகொண்டதைப்போல் நடந்து நான் எப்படி உணர்கிறேன் என்று கண்டுபிடிப்பதற்குப் பதில், ஆண்கள் எப்போதும் பாலுறவைப் பற்றியே நினைப்பது ஏன்?"

"நாங்கள் பாலுறவைப் பற்றி மட்டுமே சிந்திக்கிறோமென யார் சொன்னது? மாறாக, பாலுறவு என்பது உண்மையில் எங்களுக்கு முக்கியமானது என எங்களை நாங்களே நம்பவைக்க வருடக்கணக்கில் செலவிடுகிறோம். நாங்கள் கன்னியிடமிருந்தோ அல்லது விலைமகளிடமிருந்தோ காதலைப் பற்றி கற்கிறோம். யாரெல்லாம் கேட்பார்களோ அவர்களுக்கெல்லாம் எங்களது கதைகளைச் சொல்கிறோம். எங்களுக்கு வயதானதும், பெண்கள் எப்படி இருக்கவேண்டுமென எதிர்பார்க்கிறார்களோ அப்படியே நாங்கள் இருக்கிறோம் என்று மற்றவர்களுக்கு நிரூபிப்பதற்காக இன்னும் இளமையான பெண்களுடன் அணிவகுத்துச் செல்கிறோம்.

"ஆனால் உனக்கு ஒன்று தெரியுமா? அது சற்றும் உண்மையில்லை. நாங்கள் எதையும் புரிந்துகொள்வதில்லை. நீ சற்றுமுன்பு சொன்னதுபோல, நாங்கள் பாலுறவும் விந்து வெளியேறுதலும் ஒரே விஷயமென நினைக்கிறோம். ஆனால் அது அப்படியல்ல. நாங்கள் பெண்ணிடம், உனது உடலைக் காட்டு என்று சொல்லும் துணிச்சல் இல்லாததனாலேயே கற்றுக் கொள்ளாமலிருக்கிறோம். பெண்களிடம், நான் விரும்புவது இதைத்தான் என்று சொல்லும் துணிச்சல் இல்லாததனாலேயே கற்றுக் கொள்ளாமலிருக்கிறோம். நாம் நமது உயிர் வாழ்வதற்கான புராதன உள்ளுணர்வைப் பின்தொடர்கிறோம். அதுதான் விஷயம். பைத்தியக்காரத்தனமாக தோன்றியபோதும் கேட்கிறேன். ஒரு ஆணுக்கு பாலுறவைவிடவும் மிக முக்கியமானது எதுவென தெரியுமா?"

அது பணம் அல்லது அதிகாரமாக இருக்கலாம் என்று நினைத்தபோதும் எதுவும் சொல்லவில்லை.

“விளையாட்டு. ஏனெனில் ஒரு ஆணால் மற்றொரு ஆணின் உடலைப் புரிந்துகொள்ள முடியும். இரு உடல்கள் ஒன்றையொன்று புரிந்து கொள்வதற்கான உரையாடலே விளையாட்டு.”

“நீ ஒரு பைத்தியம்”

“இருக்கலாம், ஆனால் அது அர்த்தமுள்ளதாகப்படுகிறது. உன்னுடன் படுக்கைக்கு வந்த ஆண்களின் உணர்வுகள் குறித்து எப்போதாவது நினைத்துப் பார்த்ததுண்டா?”

“ஆம் பார்த்திருக்கிறேன். அவர்கள் எல்லோரும் நிச்சயமற்றதொரு உணர்வில் இருந்தார்கள். அவர்கள் எல்லோருமே பயத்துடனிருந்தார்கள்.”

“பயத்தைக் காட்டிலும் மோசமாக, அவர்கள் எளிதில் புண்படக் கூடியவர்களாக இருந்திருப்பர். அவர்கள் உண்மையில் என்ன செய்து கொண்டிருக்கிறோம் என்று அறிந்திருக்க மாட்டார்கள். அவர்கள் சமூகம், நண்பர்கள், பெண்கள் எல்லாம் அவர்களிடம் முக்கியமானதெனச் சொல்வதைப் பற்றி மட்டுமே அறிந்திருப்பர். செக்ஸ், செக்ஸ், செக்ஸ். அதுவே வாழ்க்கையின் அடிப்படை. விளம்பரங்கள், மற்ற நபர்கள், திரைப்படங்கள், புத்தகங்கள் இவற்றின் கூச்சல் இதுவே. தாங்கள் பேசிக்கொண்டிருப்பது என்னவென ஒருவரும் அறியமாட்டார்கள். எனினும் நம் அனைவரையும்விட உள்ளுணர்வு வலிமையானது, அவர்களனைவருக்கும் தெரிந்ததெல்லாம் இது செய்து முடிக்கப்படவேண்டும் அவ்வளவுதான்.”

போதும். என்னைக் காத்துக்கொள்ள பாலுறவுபற்றி நான் அவனுக்கு பாடமெடுக்க முயற்சித்தேன். இப்போது அவன் அதையே செய்துகொண்டிருந்தான். எங்களது வார்த்தைகள் என்னதான் அறிவுபூர்வமாக இருந்தபோதும் – ஏனெனில் இருவருமே ஒருவரையொருவர் வசீகரிக்க முயன்று கொண்டிருந்தோம் – இது மிகவும் மடத்தனமாகவும் எங்களது உறவுக்கு பெரிதும் பயனில்லாததாகவும் பட்டது. நான் அவனை என்னிடத்தில் இழுத்தேன் – ஏனெனில் அவன் என்னதான் சொன்னபோதும் அல்லது நான் என்னைப் பற்றி என்னதான் நினைத்தபோதும் – வாழ்க்கை எனக்கு பல விஷயங்களைக் கற்பித்திருந்தது. தொடக்கத்தில் அனைத்தும் காதலும் சரணாகதியுமாக இருந்தது. பின்

பாம்பு தோன்றி ஏவாளிடம், 'என்ன சரணடைவதா, சரணடைந்தால் நீ தோற்றுப்போவாய்' என்றது. என் விஷயத்தில் இப்படித்தான் நடந்தது – நான் பள்ளியில் இருக்கும்போதோ சொர்க்கத்திலிருந்து விரட்டப்பட்டேன். அது முதற்கொண்டு, நாகத்திடம் நீ சொல்வது தவறு, விஷயங்களை நம்முடையதாக்கிக் கொள்வதைவிட, வாழ்க்கை முக்கியமானது என்று சொல்வதற்கு ஒரு வழியைத் தேடிக்கொண்டு இருக்கிறேன். ஆனால் நாகம் சொன்னதுதான் சரி, நான் நினைத்ததுதான் தவறு.

நான் மண்டியிட்டு, மெதுவாக அவனது உடைகளைக் களைந்தேன். அங்கே அவனது ஆணுறுப்பு பிரதிவினையற்று தூங்கியபடி காணப்பட்டது. இது அவனைக் கவலைப் படுத்தவில்லை. அவனது பாதத்தில் தொடங்கி கால்களின் உட்பகுதியை முத்தமிட்டேன். அவனது ஆணுறுப்பு மெதுவாக செயல்படத் தொடங்கியது. நான் அவசரம் ஏதுமின்றி, – சரி, செயலில் இறங்கத் தயார் – என அவன் தவறாகப் புரிந்துகொள்ளாத விதத்தில் அதைத் தொட்டிழுத்து எனது வாய்க்குள் எடுத்துக்கொண்டேன். பதிலுக்கு எதையும் எதிர்பாராத ஒருவரின் மென்மையோடு நான் அதனை முத்தமிட்டேன். அதற்கான முக்கியமான காரணம் நான் விரும்பியதனைத்தையும் அடைந்துவிட்டேன். அவன் உணர்ச்சியடைவதையும், முழு இருளில் அன்று இரவு, எனது மார்பகக் காம்புகளைத் தொட்டு, தனது விரல்களினால் சுழற்றியதையும் போன்று தொட்டான். எனது கால்களுக்கிடையில் மீண்டும் அவனை அல்லது அவன் எந்த விதத்தில் அவன் என்னை அடைய விரும்புகிறானோ அப்படி மீண்டும் அவன் என்னை அடையவேண்டுமென நான் நினைக்கும்படி செய்து கொண்டிருந்தான்.

அவன் எனது மேற்கோட்டைக் கழட்டவில்லை. எனது முகம் மேல்நோக்கி இருக்க, உடலின் மேற்பகுதி மேஜையின் மீது சாய்ந்திருக்க, எனது கால்கள் இப்போதும் தரையில் இருக்கும்படி செய்தான். இம்முறை என்னுள் மெதுவாகவும் அவசரமின்றியும் நுழைந்தான். என்னை இழந்துவிடுவோம் என்ற பயமின்றி, ஏனெனில் உள்ளுக்குள் அவனும்கூட இது ஒரு கனவு, இது எப்போதைக்குமாக கனவாகவே இருக்கப்போகிறது, ஒருபோதும் யதார்த்தமாகப் போவதில்லை என்று உணர்ந்திருக்கவேண்டும்.

அவன் எனக்குள் நுழைந்ததை உணர்ந்த அதேசமயம் அவனது கைகளை என் மார்புகளின் மீதும், பிருஷ்டத்தின் மீதும் உணர்ந்தேன். அந்தக் கைகள் என்னை, ஒரு பெண் மட்டுமே எப்படியென உணரும் விதத்தில் தீண்டின. நாங்கள் ஒருவர் மற்றவருக்காக பிறந்தவர்கள்

என அறிந்தேன். இப்போது இருந்தவரையில் அவனொரு பெண்ணாகவும், நான் ஆணாகவும் – இரண்டு தொலைந்த ஆன்மாக்கள் தங்களது பிரபஞ்சத்தை நிறைவுசெய்யத் தேவையான குறைவுபட்ட அந்த இரண்டு பகுதிகளைத் தேடி, ஒன்றாகக் கிளம்பின.

அவன் ஒரேநேரத்தில் உள்ளுக்குள் நுழைந்தபடியே என்னை ஸ்பரிசித்தபொழுது, அவன் இதனை எனக்கு மட்டுமல்லாது இந்த முழு பிரபஞ்சத்துக்கே செய்ததுபோல் உணர்ந்தேன். எங்களிடம் பரஸ்பர அறிவு, அவகாசம், மென்மை இருந்தது. ஆம், இரண்டு சூட்கேஸ்களைச் சுமந்தபடி, கிளம்பத் தயாராய் வந்து, உடனடியாக அவற்றை தரையில் விட்டெறிந்து விட்டு, பயமும் அவசரமுமாய் புணர்வது நல்லதுதான். ஆனால் இந்த இரவு முடியவே போவதில்லை என்ற உணர்வோடு, அங்கேயிருக்கும் சமையலறை மேஜையில், உச்சகட்டம் குறிக்கோளாக அல்லாமல், அந்தச் சந்திப்பின் தொடக்கமாய் புணர்ச்சி அமைவதும் நல்லதுதான்.

அவன் எனக்குள் இயங்குவதை நிறுத்திவிட்டு, அவனது விரல்களை நுழைத்து வேகமாக இயக்கினான். ஒன்று, இரண்டு, மூன்று என வரிசையாக உச்சகட்டத்தை அடைந்தேன். இன்பத்தின் தீவிரம் தாங்கமுடியாத அளவுக்கு மிக ஆழமாய் இருந்ததால், அவனைத் தள்ளிவிடவேண்டும்போல உணர்ந்தேன். எனினும் தாக்குப்பிடித்தேன். இது இப்படித்தான் இருக்குமென ஏற்றுக்கொண்டபடி, இன்னும் இரண்டோ, அதற்கும் அதிகமான உச்சகட்டத்தை என்னால் தாக்குப்பிடிக்கமுடியுமென....

.... திடீரென, ஒருவித ஒளி எனக்குள் வெடித்துப் பரவியது அதன்பின் நான் நானாக இன்றி, நானறிந்த அனைத்துக்கும் மிக மிக மிக மேலான ஒரு உயிராக இருந்தேன். அவனது விரல்கள் என்னை நான்காவது உச்சகட்டத்துக்கு இட்டுச்சென்றபோது, அனைத்தும் அமைதியுடன் திகழும் ஓரிடத்தினுள் நான் நுழைந்தேன். எனது ஐந்தாவது உச்சகட்டத்தின்போது நான் கடவுளை அடைந்தேன். பின் அவன் மீண்டும் எனது அந்தரங்கத்துக்குள் அவன் தனது உறுப்பை இயக்கத் தொடங்குவதை உணர்ந்தேன்.

அதேசமயம் அவனது கையும் இன்னும் தன் அசைவை நிறுத்தவில்லை, அடுத்து வருவது சொர்க்கமானாலும் நரகமானாலும் எதுவாகவும் இருக்கட்டும் 'கடவுளே' என்றபடி சரணடைந்தேன்.

அது சொர்க்கம்தான். நான் பூமியாய், மலையாய், புலிகளாய், ஏரியை வந்தடையும் நதியாய், கடலாய் மாறும் ஏரியாய் இருந்தேன். அவன் இப்போது மிகமிக வேகமாக ஊடுறுவினான்.

வலி இன்பத்துடன் கலந்து காணப்பட்டது. 'என்னால் இனியும் தாங்கமுடியாது' என்று நான் சொல்லியிருப்பேன், ஆனால் அது நியாயமற்றதாக இருந்திருக்கும். அதன்பின் அவனும் நானும் ஒரே நபராக இருந்திருப்போம்.

அவனுக்கு எத்தனை நேரமெடுக்குமோ அதுவரை அவன் என்னைப் புணர அனுமதித்தேன். அவனது விரல்கள் இப்போது பிருஷ்டத்தைத் துளைத்துக் கொண்டிருந்தன. இப்போது என் முகம் கீழ்நோக்கியிருக்க மேஜையில் கிடந்தபடி, உலகில் காதல்புரிய இதைவிட சிறந்த இடம் கிடையாது என நினைத்தபடி இருந்தேன். திரும்பவும் கட்டிலின் கிறீச் சத்தமும் அவனது பெருமூச்சும் எப்போதையும்விட வேகம் கூடின. அவனது விரல்கள் என்னைப் புண்ணாக்கிக்கொண்டிருக்க, எனது அந்தரங்கத்தின் மீது அவனது ஆணுறுப்பு பலமாக மோத, சதைக்கெதிராக சதை, எலும்புக்கெதராக எலும்பென, நான் மற்றொரு உச்சகட்டத்தை எட்டப்போகும் சமயத்தில், அவனும் உச்சத்தை நெருங்கியிருந்தான். இதில் எதுவும், முழுக்க இதில் எதுவும் பொய் இல்லை!

கமான்!

தான் என்ன சொல்கிறானென அவன் அறிந்திருந்தான், நானும் இதுதான் அதற்கான தருணமென அறிந்திருந்தேன். என் முழு உடலும் மென்மையாய் உணர்ந்தேன். நான் நானாக இல்லை – அந்தக் கணத்தில் நான் எதையுமே கேட்கவோ, பார்க்கவோ, எதையும் அனுபவிக்கவோ இல்லை. நான் வெறும் உணர்வாக இருந்தேன்.

கமான்!

அவன் உச்சத்தை எட்டிய அதே கணத்தில் நானும் உச்சத்தை எட்டினேன். அது பதினொரு நிமிடங்களாக இல்லை. நாங்கள் இருவரும் உடலைவிட்டு நீங்கி, சொர்க்கத்தின் தோட்டத்தினுள் மகிழ்ச்சியாக, புரிதலுடனும் நட்புடனும் நடப்பதைப் போன்று இருந்தது. நான் பெண்ணாகவும் ஆணாகவும் இருந்தேனே. அவன் ஆணாகவும் பெண்ணாகவும் இருந்தான். அது எத்தனை நேரம் நீடித்ததென எனக்குத் தெரியாது. ஆனால் அனைத்தும் அமைதியாக பிரார்த்தனையில், பிரபஞ்சமும் வாழ்க்கையும் தன் இருப்பை நிறுத்திக் கொண்டு புனிதமான, பெயரற்ற, காலமற்ற ஒன்றாக மாறியதுபோல் தோன்றியது.

ஆனால் காலஉணர்வு திரும்பியது. நான் அவனது கூச்சல்களைக் கேட்டதோடு, நானும் அவனோடு கத்திக் கொண்டிருந்தேன்.

மேஜையின் கால்கள் தரையோடு மோதி சப்தமெழுப்பியது, எங்களில் ஒருவருக்கும் உலகம் என்ன நினைத்திருக்கும் என்ற எண்ணம் எழவேயில்லை.

திடீரென அவன் எனக்குள்ளிருந்து விலகிக்கொண்டு சிரித்தான். எனது பெண்ணுறுப்பு சுருங்குவதை உணர்ந்தேன். அவனை நோக்கித் திரும்பி நானும் சிரித்தேன். எங்களது முழு வாழ்க்கையும் இப்போதுதான் முதல் முறையாக காதல் செய்வதுபோல நாங்கள் தழுவிக்கொண்டோம்.

"என்னை ஆசிர்வதி" என்றான்.

உண்மையில் நான் என்ன செய்கிறேன் என்றே தெரியாமல் நான் அவனை ஆசிர்வதித்தேன். என்னையும் ஆசிர்வதிக்குமாறு அவனைக் கேட்டேன், அவனும் அப்படியே 'பெரிதும் காதல்புரிந்த இந்தப் பெண் ஆசிர்வதிக்கப் படுவதாக' என்று சொல்லியபடி ஆசிர்வதித்தான். அவை அழகிய வார்த்தைகள் நாங்கள் மீண்டும் தழுவியபடியே, பதினொரு நிமிடங்கள் ஒரு ஆணையும் பெண்ணையும் இத்தனைதூரம் இட்டுச்செல்லுமா என்று புரிந்துகொள்ள இயலாமல் அங்கேயே இருந்தோம்.

இருவருமே சோர்வடைந்திருக்கவில்லை. நாங்கள் வசிப்பறைக்குள் சென்றோம், ஓர் இசைத்தட்டை ஒலிக்கவிட்டு, நான் எதிர்பார்த்தபடி கணப்பைப் பற்றவைத்துவிட்டு ஒயினை ஊற்றினான். பின் ஒரு புத்தகத்தைத் திறந்து வாசித்தான்:

பிறப்பதற்கு ஒருநேரம், இறப்பதற்கு ஒருநேரம்;
நடுவதற்கு ஒருநேரம், நட்டதைப் பிடுங்க ஒருநேரம்;
கொல்வதற்கு ஒருநேரம், குணப்படுத்த ஒருநேரம்;
தகர்ப்பதற்கு ஒருநேரம், கட்டி எழுப்புவதற்கு ஒருநேரம்;
அழுவதற்கு ஒருநேரம், சிரிப்பதற்கு ஒருநேரம்;
வருந்துவதற்கு ஒருநேரம், நடனத்துக்கு ஒருநேரம்;
கற்களை நொறுக்கவதற்கு ஒருநேரம், நொறுங்கிய கற்களை
ஒன்றுசேர்க்க ஒருநேரம்;
தழுவுவதற்கு ஒருநேரம், தழுவலிலிருந்து விலகுவதற்கு ஒருநேரம்;
அடைவதற்கு ஒருநேரம், இழப்பதற்கு ஒருநேரம்;
வைத்துக்கொள்ள ஒருநேரம், விட்டெறிய ஒருநேரம்;

மௌனமாக இருக்க ஒருநேரம், பேசுவதற்கு ஒருநேரம்;
நேசிக்க ஒருநேரம், வெறுப்பதற்கு ஒருநேரம்;
போருக்கு ஒருநேரம், அமைதிக்கு ஒருநேரம்.

அது ஒரு பிரிவுபச்சாரத்தைப் போல் இருந்தது. ஆனால் என் வாழ்வில் எனக்கு நேர்ந்ததிலேயே இதுதான் அழகிய பிரிவுபச்சாரம்.

கணப்புக்கு அருகில், தரைவிரிப்பில் நான் அவனைத் தழுவியபடியும், அவன் என்னைத் தழுவியபடியும் கிடந்தோம். நான் இன்னும் ஒருவித பூரண உணர்வில், எப்போதும் நான் அறிவாளியாக, மகிழ்ச்சியாக, நிறைவடைந்த பெண்ணாக இருந்து வந்ததுபோல உணர்ந்தேன்.

"ஒரு விலைமகள்மேல் உன்னை காதல் கொள்ளச்செய்தது எது?"

"அந்த நேரத்தில் என்னாலே அதை விளங்கிக்கொள்ள முடியவில்லை. அப்போதுமுதல் நான் அதைப் பற்றி சிந்தித்தபடியே இருக்கிறேன். உன்னுடைய உடலை அறிவது என்னுடையதாக மட்டுமே இராது. நான் உன்னுடைய ஆன்மாவை வெல்வதிலும் கவனம் செலுத்தியாக வேண்டும் என்பதனால் இருக்கும் என நினைக்கிறேன்."

"நீ பொறாமையாக உணரவில்லை?"

"தென்றலிடம், இப்போதே வா சாத்தியமானவரை வீசு என்று சொல்ல முடியாது. வந்து என்னை ஆசிர்வதி, உன்னால் எவ்வளவு நேரம் முடியுமோ அத்தனைநேரம் இரு என்று மட்டுமே சொல்லமுடியும்."

வார்த்தைகள் காற்றில் மறைந்தன. ஆனால் நான் கேட்பதும் அவன் சொல்லவேண்டியதும் அவசியம். நான் தூக்கத்தில் விழுந்தேன். எனினும் எப்போது தூங்கினேன் எனத் தெரியவில்லை. நான் கனவு கண்டேன், ஏதோ ஒரு சூழலையோ, எந்த ஒரு நபரையோ அல்ல. காற்றில் பெருகி வந்த நறுமணமொன்றை.

மரியா கண்களைத் திறந்தபோது, திறந்திருந்த ஜன்னல் திரைகளின் வழியே சூரியனின் ஒளிக்கதிர்கள் சில உள்ளே வந்து கொண்டிருந்தன.

'நான் அவனுடன் இருமுறை காதல் செய்திருக்கிறேன்' தன்னருகில் தூங்கும் அவனைப் பார்த்து நினைத்தாள். 'இருந்தும் நாங்கள் எப்போதுமே ஒன்றாக இருந்து வருவதுபோலவும், அவன் எப்போதும் என் வாழ்வை, ஆன்மாவை, உடலை, என் ஒளியை, வலியை அறிந்ததுபோலவும் உணர்கிறேன்'.

அவள் எழுந்து சமையலறைக்குச்சென்று சிறிது காபி தயாரித்தாள். முன்னறையில் இருந்த இரண்டு சூட்கேஸ்களைப் பார்த்தபோதுதான், அவளது உறுதிமொழி, தேவாலயத்தில் அவள் செய்த பிரார்த்தனை, அவளது வாழ்க்கை, யதார்த்தமாக மாறத் தவித்த கனவும் அதன்பின் அது வசீகரம் இழந்துபோவதும், மிகச் சரியான ஆண், காதலில் உடல் மற்றும் ஆன்மா ஒன்றாயிருக்க, இன்பமும் உச்சகட்டமும் மாறுபட்ட விஷயங்களாக இருந்தது அனைத்தும் அவளது ஞாபகத்துக்கு வந்தன.

அவள் தங்கக் கூட செய்யலாம். அவள் இழப்பதற்கு கற்பனையைத் தவிர எதுவுமில்லை. அழுவதற்கு ஒரு நேரம் சிரிப்பதற்கு ஒரு நேரம் என்ற அந்தக் கவிதையை நினைத்துப் பார்த்தாள்.

ஆனால் அதில் வேறொரு வரியும்கூட உண்டு, 'தழுவுவதற்கு ஒரு நேரம், தழுவலிலிருந்து விலகுவதற்கு ஒரு நேரம்'. அவள் காபியை தயாரித்துவிட்டு, சமையலறைக் கதவை மூடினாள். வாடகை காருக்கு அழைப்பு விடுத்தாள். அவளை இத்தனை தூரம் அழைத்துவந்த, அவளது ஒளியின் மூலாதாரமான, கிளம்புவதற்கான சரியான சமயத்தை அவளுக்குச் சொல்லிய, அவளைப் பாதுகாத்துவந்த, அன்றைய இரவின் நினைவை அவளுக்கு பொக்கிஷமாக மாற்றிய - தனது மனஉறுதி அனைத்தையும் ஒன்றுதிரட்டினாள். அவள் ஆடைமாற்றிக்கொண்டு தனது சூட்கேஸ்களை எடுத்துக்கொண்டு, அவன் எழுந்து தன்னைத் தங்கும்படிச் சொல்வான் என மீண்டும் மீண்டும் நம்பியபடி கிளம்பினாள்.

ஆனால் அவன் எழுந்துகொள்ளவில்லை. அவள் வெளியில் வாடைகைக் காருக்காக காத்திருக்கையில், நாடோடி ஒருவன் பூங்கொத்துகளைச் சுமந்தபடி கடந்துசென்றான்.

“நீங்கள் ஒன்று வாங்கிக்கொள்கிறீர்களா?”

மரியா பூங்கொத்து ஒன்றை வாங்கினாள். அது கோடைகாலம் சென்று வசந்தகாலம் வந்துவிட்டது என்பதற்கான அறிகுறி. ஜெனீவாவின் நடைபாதைகளில் சிற்றுண்டிக் கடைகளின் மேஜைகள் போடப்படுவதற்கும், நடைபயிலவும், சூரியக் குளியல் எடுக்கவும் வந்த நபர்களால் பூங்கா நிறைவதற்கும் இன்னும் நீண்ட நேரமிருந்தது. அது ஒரு பொருட்டில்லை. அவள் கிளம்பவேண்டுமென முடிவுசெய்ததால் கிளம்பிச் சென்று கொண்டிருக்கிறாள், அதில் வருந்துவதற்கு எதுவுமில்லை.

அவள் விமான நிலையத்தை அடைந்து மற்றொரு குவளை காபி பருகினாள். பாரிஸ் செல்லவிருக்கும் விமானத்துக்காக நான்கு மணி நேரம் காத்திருந்தாள். காத்திருந்த நேரமெல்லாம் அவன் எந்தக் கணத்திலும் வரக்கூடும் என நினைத்தபடியே இருந்தாள். ஏனெனில் அவர்கள் தூங்கிப் போகும்முன் ஏதோ ஒரு கட்டத்தில் அவனிடம் அவள் தனது விமானத்துக்கான நேரத்தைக் கூறியிருந்தாள். திரைப்படங்களில் எப்போதுமே இப்படித்தான் நடந்தது. கடைசிக் கணத்தில், நாயகி விமானத்தில் ஏறப்போகும் சமயத்தில், நாயகன் விரைந்தோடி வந்து, தனது கைகளால் அவளை வளைத்து முத்தமிட்டு, விமானப் பணியாளர்களின் கருணைமிகுந்த பார்வைகளுக்கும் புன்னகைகளுக்கும் நடுவில், அவளை தனது உலகத்துக்கு அழைத்துச் செல்வான். திரையில் வணக்கம் என்ற வார்த்தை தோன்ற, ரசிகர்கள் - அதன் பின்பு அவர்கள் எப்போதைக்குமாக மகிழ்ச்சியாக வாழ்வர் என்று அறிந்திருப்பர்.

‘திரைப்படங்கள் ஒருபோதும் அதன்பின்பு நடப்பதைக் காட்டுவதில்லை’ என நினைத்தபடி அவள் தன்னைத் தேற்றிக் கொள்ள முயன்றாள். திருமணம், சமையல், குழந்தைகள், எப்போதைக்குமாக குறைந்துகொண்டேசெல்லும் பாலுறவு, தனது வேலைக்காரியிடமிருந்து வரும் முதல் குறிப்பின் கண்டுபிடிப்பு, அவனுடன் சண்டையிடுவதென்ற முடிவு, இனிமேல் இதுபோல் எப்போதும் நடக்காதென்ற அவனது உறுதிமொழி, மற்றொரு வேலைக்காரியிடமிருந்து இரண்டாவது குறிப்பு, மீண்டுமொரு சண்டை, மேலும் இம்முறை அவனைப் பிரிந்து செல்வதாக

மிரட்டுவது, இம்முறை அவன் அத்தனை ஆர்வமாக அதற்கு பிரதிவினை செய்யாததோடு வெறுமனே தான் அவளை நேசிப்பதாகச் சொல்வது, மூன்றாவது வேலைக்காரியிடமிருந்து மூன்றாவது குறிப்பு, எதுவும் சொல்லாதிருப்பது என்று தீர்மானம் செய்வது, அவன் அவளை இனியும் நேசிக்கவில்லை என்றும் அவள் விரும்பினால் கிளம்பலாம் என்று நிச்சயமாகச் சொல்வான் என்ற காரணத்தால் அவள் எதுவும் தெரியாததுபோல் நடிப்பது.

எந்த ஒரு திரைப்படமும் இவற்றையெல்லாம் காட்டுவதில்லை. யதார்த்த உலகம் தொடங்கும் முன்பே அவர்கள் படத்தை முடித்துவிடுவர். அதைப் பற்றி அதிகம் யோசிக்காமலிருப்பதே நல்லது.

அவள் ஒன்று, இரண்டு, மூன்று பத்திரிகைகளை வாசித்தாள். முடிவில், அவள் விமான நிலையத்தின் ஓய்வறையில் கிட்டத்தட்ட ஒரு யுகத்தைச் செலவிட்டபின் அவளது விமானத்தைப் பற்றி அறிவிப்பு செய்தனர். அவள் விமானத்தில் ஏறினாள். அவள் இருக்கையோடு இணைக்கும் பெல்ட்டை மாட்ட, தனது தோளில் ஒரு கைவிழுவதுபோல் உணர்ந்து திரும்பிப் பார்க்க, அங்கே அவன் அவளைப் பார்த்தபடி சிரித்தவாறு காணப்படும் புகழ்பெற்ற காட்சியை அவள் இன்னும் கற்பனைசெய்தபடி காணப்பட்டாள்.

எதுவும் நடக்கவில்லை.

ஜெனீவாவிலிருந்து பாரிஸ் சென்ற அந்த குறைந்தநேரப் பயணத்தில் அவள் தூங்கினாள். வீட்டில் என்ன சொல்வதென்றோ அதற்கு என்ன கதையைக் கண்டுபிடிப்பதென்றோ யோசிக்க அவளுக்கு நேரமில்லை. ஆனால் வெளிப்படையாகவே அவளது பெற்றோர்கள் தங்கள் மகள் திரும்பி வந்தது குறித்தும், அவர்களை எதிர்நோக்கியிருந்த வயதான காலகட்டத்தில் வசதியாகவும், பண்ணையுடனும் இருப்பது குறித்தும் மகிழ்ச்சியடையவே செய்வார்கள்.

விமானம் தரையிறங்கியதால் ஏற்பட்ட குலுக்கலில் அவள் எழுந்துகொண்டாள். அது நீண்ட நேரம் ஓடியபின் நின்றது. விமானச் சிப்பந்தி, பிரேஸில் செல்லும் விமானம் எஃப் டெர்மினலில் இருந்து கிளம்புவதாலும், அவள் சி டெர்மினலில் இருந்ததாலும், அவள் டெர்மினல் மாறவேண்டும். என்றாலும் கவலைப்படத் தேவையில்லை, அவளுக்கு நிறைய நேரம் இருந்ததென சொல்வதற்காக அவளிடம் வந்தான். மேலும் விமானம் தாமதமாகவும் கிளம்பவில்லை, அங்கே எப்படிச் செல்வது என

பதினொரு நிமிடங்கள்

அவளுக்குத் தெரியாவிட்டால், ஊழியர்கள் அவளுக்கு உதவி செய்வர் என்றும் கூறினான்.

பயணிகள் இறங்குவதற்கான படிக்கட்டுகள் வைக்கப்படும்போது, அவள் பாரீஸில் ஒருநாள் செலவிடுவது உபயோகமுள்ளதுதானா என யோசித்துக் கொண்டிருந்தாள். கொஞ்சம் புகைப்படங்கள் எடுத்துக்கொண்டால்கூட, அவள் அங்கு இருந்ததாக தோழிகளிடம் சொல்லிக்கொள்ள முடியும். அவள் முந்தைய இரவின் நினைவுகளை தன்னுள் ஆழப் புதைத்துக்கொண்டு, தான் எப்பொழுதெல்லாம் உயிர்ப்புடன் உணரவேண்டுமோ அப்போதெல்லாம் பயன் படுத்துவதற்கும், அவள் தன்னுடன் தனியாக இருப்பதற்கும், சிந்திப்பதற்கும் நேரம் தேவை. ஆம், ஒருநாள் பாரீஸில் செலவிடுவது என்பது அற்புதமான யோசனை! அன்று கிளம்புவதில்லை என தீர்மானித்து, விமானச் சிப்பந்தியிடம், பிரேஸிலுக்குச் செல்லும் அடுத்த விமானம் எப்போது என்று அவள் கேட்டாள்.

விமானச் சிப்பந்தி, அவளது பயணச்சீட்டைப் பார்ப்பதற்காக கேட்டுவாங்கி, துரதிருஷ்டவசமாக அது இத்தகைய தங்கிச் செல்லலை அனுமதிக்காது என்றான். அத்தகைய அழகிய நகரத்தை தனியாகச் சுற்றிப் பார்ப்பது தன்னை துயரப்படுத்தவே செய்யும் என மரியா தன்னைத்தானே தேற்றிக்கொண்டாள். இன்னும் தனது மனஉறுதியை இறுகப் பற்றிப்பிடித்துக்கொண்டு, அழகிய காட்சிகளைப் பார்ப்பதன்மூலம் ஒருவரைப் பிரிந்திருப்பதை தீவிரமாக உணர்ந்து அனைத்தையும் கெடுத்துக்கொள்ள அவள் விரும்பவில்லை.

விமானத்திலிருந்து இறங்கி பாதுகாப்பு சோதனைகளைக் கடந்து வந்தாள். அவளது சூட்கேஸ்கள் நேராக அடுத்த விமானத்துக்குப் போய்விடும், எனவே அவள் அதுபற்றி கவலைப்படத் தேவையில்லை. கதவுகள் திறந்ததும் பயணிகள் அவர்களுக்காகக் காத்திருந்த - மனைவி, தாய், குழந்தைகளைத் தழுவி ஒன்றுகலந்தனர். மரியா அதைக் கவனிக்காததுபோல நடந்து கொண்டாள். அதேநேரம் தனது தனிமையைப் பற்றி நினைத்தபடி இருந்தாள். இம்முறை அவளிடம் ஒரு ரகசியம், ஒரு கனவு இருந்தது. அது அவளது தனிமையின் கசப்பைக் குறைக்கும், வாழ்க்கையை எளிதாக்கும் என்பதைத் தவிர்த்து பெரிய வித்தியாசமில்லை.

"பாரீஸ் நமக்கென எப்போதும் இருக்கிறது."

அந்தக் குரல் ஒரு சுற்றுலாவாசிக்கோ, வாடகைக் கார் ஓட்டுநருக்கோ உரியதல்ல. அதைக் கேட்டதும் அவளது கால்கள் நடுங்கின.

‘பாரீஸ் நமக்கென எப்போதும் இருக்கிறது?’

“இது எனக்கு மிகவும் பிடித்தமான படங்களில் ஒன்றில் வரும் வசனம். நீ ஈஃபில் டவரைப் பார்க்க விரும்புகிறாயா?”

ஆமாம், அவள் விரும்பினாள், அவள் அதை நேசிக்கவும் செய்தாள். ரால்ப் கையில் ரோஜாக்களாலான பூங்கொத்துகளைப் பிடித்திருந்தான். அவனது கண்கள் - முதல் நாளன்று, அவன் அவளை வரைந்து கொண்டிருந்தபோது வெளியில் வீசிய குளிர்ந்த காற்று அவளை, அங்கே அமர்ந்திருந்ததை அசௌகரியமாக உணரச் செய்தபோது அவனில் கண்ட அதே ஒளியால் நிறைந்திருந்தது.

“எனக்கு முன்னால் நீங்கள் எப்படி இங்கே வந்தீர்கள்?” தனது வியப்பை மறைப்பதற்காக அவள் வெறுமனே கேட்டாள். அவளுக்கு பதிலில் சிறிதும் ஆர்வமில்லை. என்றாலும் மூச்சுவிட அவளுக்கு அவகாசம் தேவை.

“ஜெனீவா விமான நிலையத்தில் நீ பத்திரிகையொன்றை வாசித்துக் கொண்டிருப்பதைப் பார்த்தேன். அப்போதே உன்னிடம் வந்திருக்கமுடியும். ஆனால் நான் ஒரு திருத்தமுடியாத காதல்நேசன் என்பதால், பாரிஸ் செல்லும் அடுத்த விமானத்தைப் பிடித்து, விமான நிலையத்தில் மூன்று மணிநேரம் சுற்றித்திரிந்துவிட்டு, திரையில் திரும்பத் திரும்ப உனது விமானம் எப்போது வருமென பார்த்துப் பார்த்து, கொஞ்சம் பூக்களை வாங்கிக்கொண்டு, காஸாபிளாங்கா படத்தில் தனது காதலியிடம் ரிக் சொல்லும் வார்த்தைகளைச் சொல்லியபடி, உன் முகத்தில் ஏற்படும் ஆச்சர்யம் கலந்த பார்வையைக் காண்பது சிறப்பானதாக இருக்குமென நினைத்தேன். மிகவும் உறுதியாக இதுதான் என்னிடமிருந்து நீ விரும்பியதென, எதிர்பார்த்ததென சொல்வேன். உலகத்திலுள்ள அனைத்து மனஉறுதியும் தீர்மானமும் ஒன்று சேர்ந்தாலும், ஆட்டத்தின் விதிகளை ஒரு கணத்திலிருந்து அடுத்த கணத்துக்கு காதல் மாற்றிக்கொள்வதைத் தடுக்க முடியாது. திரைப்பட காதலர்களைப்போல் இருப்பது உண்மையிலேயே எளிது என்று நீ நினைக்கவில்லையா?”

அது எளிதா சிரமமா என அவளுக்கு கருத்தேதும் இல்லை, அவள் அவனை சற்று முன்பே சந்தித்திருந்தபோதும், சில மணி நேரங்களுக்கு முன்பு மட்டுமே முதன்முறையாக அவனுடன் பாலுறவு கொண்டிருந்தபோதிலும், முந்தைய நாள் மாலைப்பொழுதுதான் அவள் அவனது நண்பர்களுக்கு அறிமுகமானபோதும், அவள் வேலைசெய்த இரவுவிடுதிக்கு

அவன் வழக்கமாக வந்து செல்பவனாக இருந்தபோதும், அவன் இருமுறை திருமணமானவனாக இருந்தபோதும், நேர்மையாகச் சொன்னால் அவள் அவை பற்றியெல்லாம் அக்கறைபடவில்லை. இவையெல்லாம் அவன் குறையற்றவன் என்பதற்கான அத்தாட்சி பத்திரங்களல்ல. மாறாக, அவள் ஒரு பண்ணை வாங்க போதுமான அளவு பணம் வைத்திருந்தாள், இன்னும் இளமையாக இருந்தாள், வாழ்க்கை குறித்து பெரிதும் அனுபவமும் சுதந்திரமான ஆன்மாவும் பெற்றிருந்தாள். எனினும், எப்போதும் விதி அவளை வழிமறிக்கும்போது, மீண்டும் ஒருமுறை இந்த அபாயத்தையும் எதிர் கொள்வோமென நினைத்தாள்.

இப்போது அரங்கின் திரையில் 'வணக்கம்' என்ற வார்த்தைகள் தோன்றிய பிறகு என்ன நடக்கும் என்பதை சற்றும் பொருட்படுத்தாமல், அவள் அவனை முத்தமிட்டாள்.

ஆனால், ஒருநாள் யாராவதொருவர் அவளது கதையை எழுதுவ தென தீர்மானித்தால், அவள் அதனை எப்போதும் அனைத்து தேவதைக் கதைகளும் தொடங்குவதுபோல் 'முன்பொரு காலத்தில்...' என்று தொடங்கும்படி அவர்களைக் கேட்டுக்கொள்வாள்.

பின்னுரை

எல்லோரையும் போலவே - இந்த விஷயத்தில் பொதுமைப் படுத்துவதில் எனக்கு எந்தத் தடுமாற்றமும் இல்லை - பாலுணர்வின் புனித இயல்பைக் கண்டுபிடிப்பதற்கு எனக்கு நீண்ட காலம் பிடித்தது. எனது இளமைப் பருவம் - அளவுகடந்த சுதந்திரம், மகத்தான கண்டுபிடிப்புகள், ஒருகட்டம் வரை பழைமைவாதமும் அடக்குமுறையும் தொடர்ந்துவந்த பல்வேறு அதீதங்களின் கால கட்டமாக இருந்தது. அந்த அதீதங்களுக்காக கொடுத்தவிலை உண்மையிலேயே மிகவும் மோசமான விளைவுகளைக் கொண்டுவந்தது.

அந்த அதீதங்களின் காலகட்டத்தில் (1970களில்), எழுத்தாளர் இர்விங் வாலஸ், அமெரிக்காவில் தணிக்கை செய்யப்படுவது குறித்து ஒரு புத்தகம் எழுதினார். அதில் ஏழு நிமிடங்கள் (The Seven Minutes) எனும் பாலுணர்ச்சியைப் பற்றிய நூலின் வெளியீட்டைத் தடுப்பதில் தொடர்புடைய சட்டபூர்வமான வஞ்சகச் செயல்பாடுகள் பற்றி விவரித்திருந்தார்.

வாலஸின் நூலில், தணிக்கை குறித்த விவாதத்தை எழுப்பிய நூலின் பொருளடக்கம் பற்றி மேலோட்டமாகவே தொடப்பட்டிருந்தது மேலும் நாவலில் பேசப்பட்டிருந்த பாலுணர்வின் கருப்பொருள் பற்றி அபூர்வமாகவே குறிப்பிடப்பட்டிருந்தது. அந்தத் தடைசெய்யப்பட்ட புத்தகம் எத்தகையதாய் இருக்கும் என நான் வியப்படைந்தேன். ஒருவேளை அதனை நானே எழுதவேண்டி வரலாம்.

எனினும் வாலஸ் அவரது புதினத்தில், இப்போது கிடைக்காத அந்தப் புத்தகத்திலிருந்து பல மேற்கோள்களைக் காட்டியிருந்தார். இது நான் கற்பனை செய்திருந்த பணியை பெரிதும் குறைத்தது, உண்மையில் அதைச் சாத்தியமில்லாததாக ஆக்கிவிட்டது. (அந்தக் காலகட்டத்தோடு ஒப்பிட்டால், வாலஸ் பெரிதும் பழமைவாத மதிப்பீட்டையே செய்திருப்பதாக நான் உணர்ந்ததால், அதனை

மேம்படுத்துவதென தீர்மானித்தபோதும்) நான் - எனக்கு முந்தைய பல எழுத்தாளர்களைப் போல், வெறுமனே தலைப்புடனும், பாலுணர்வை உரிய முக்கியத்துவத்துடன் நடத்துவது எத்தனை அவசியமானது என்ற கருத்தோடும் விலகிவிட்டேன்.

1997-ல், இத்தாலியின் மான்டுவாவில் உரையாற்றிவிட்டு, என் ஹோட்டலுக்குத் திரும்பியபிறகு, வரவேற்பறையில் யாரோ ஒருவர் கையெழுத்துப் பிரதியொன்றை விட்டுச் சென்றிருப்பதைக் கண்டேன். நான் எப்போதும் இயல்பாக கேட்டுவாங்காத கையெழுத்துப் பிரதிகளை வாசிப்பதில்லை என்றாலும், பிரேஸிலிய விலைமகள் ஒருத்தியின் உண்மைக் கதையான, அவளது திருமணங்கள், சட்டத்துடனான பிரச்சினைகள் மற்றும் அவளது பல்வேறு சாகசங்கள் பற்றிய அதனை நான் வாசித்தேன். 2000-ல் நான் ஜுரிச் வழியாகச் சென்றபோது, தொழில்ரீதியாக சோனியா என்றறியப்பட்ட அந்த விலைமகளைச் சந்தித்தேன். நான் வாசித்ததை எவ்வளவு தூரம் ரசித்தேன் என்று கூறினேன். மேலும் நான் அதனை எனது பிரேஸிலிய பதிப்பாளருக்கு அனுப்பும்படியும் அவளிடம் கூறினேன். எனினும் அந்தப் பதிப்பாளர் முடிவில், அதைப் பதிப்பிக்கப் போவதில்லை என முடிவு செய்துவிட்டார். அப்போது சோனியா இத்தாலியில் வசித்து வந்தாள். ஆனால் என்னைச் சந்திப்பதற்காக ஜுரிச் வரை தொடர்வண்டியிலேயே வந்திருந்தாள். அவள் எங்களை - நான், ஒரு நண்பர், ப்ளிக் செய்தித்தாளைச் சேர்ந்த என்னை அப்போதுதான் என்னை நேர்காணல் செய்த பெண் பத்திரிகையாளர் - உள்ளூர் சிவப்பு விளக்கு பகுதியான, லங்ஸ்ட்ராஸுக்கு அழைத்தாள். சோனியா ஏற்கெனவே எங்களது வருகை குறித்து தனது சக பணியாளர்களுக்குத் தெரிவித்திருந்தது எனக்குத் தெரியாது, அதனால் ஆச்சரியப்படும்படியாக பல்வேறு மொழிகளில் மொழிபெயர்க்கப்பட்ட என் புத்தகங்கள் சிலவற்றில் நான் கையெழுத்திடுவதில் சென்று முடிந்தது.

அந்த சமயத்தில், நான் பாலுறவு குறித்து எழுதுவதென ஏற்கெனவே தீர்மானித்திருந்தேன். ஆனாலும் கதைக் கருவோ, கதையின் பிரதான பாத்திரத்தையோ நான் கண்டடைந்திருக்கவில்லை. நான் புனிதத்துக்கான சம்பிரதாயமான பாதையில் பெரிதும் தேடலில் ஈடுபடுவது பற்றி சிந்தித்திருந்தேன். ஆனால் லங்ஸ்ட்ராஸுக்கு சென்றது பாலுணர்வின் புனித இயல்பைப் பற்றி எழுதவேண்டுமானால் அது ஏன் பெரிதும் நிந்திக்கப்படுகிறது என்பதைப் புரிந்துகொள்வது அத்தியாவசியம் என எனக்கு கற்பித்திருந்தது.

இல்லஸ்ட்ரேட் எனும் ஸ்விஸ் பத்திரிகையின் செய்தியாளருடனான உரையாடலொன்றில், லங்ஸ்ட்ராஸியில் புத்தகங்களில் நான் கையெழுத்திட்டதைப் பற்றி கூற, அவர் அதைப் பற்றி நீண்ட கட்டுரை ஒன்றை எழுதிவிட்டார். அதன் விளைவாக, ஜெனீவாவில் புத்தகத்தில் கையெழுத்திடும் நிகழ்வொன்றில், சில விலைகமகள்கள் என் புத்தகப் பிரதிகளை எடுத்துக்கொண்டு அதில் முறையாகக் கையெழுத்திட்டுத் தரவேண்டுமென சொல்லியபடி வந்துவிட்டார்கள். அவர்களில் குறிப்பாக ஒருவரால் நான் பெரிதும் ஈர்க்கப்பட்டேன். அதன்பின் எனது முகவரும் நண்பருமான மோனிகா அன்டியுன்ஸ் உடன் நாங்கள் காபி சாப்பிடப் போனோம். அது இரவுணவு ஆனது. அதைத் தொடர்ந்துவந்த நாட்களிலும் சந்தித்தோம். இவ்வாறாக பிறந்ததுதான் பதினொரு நிமிடங்களுக்கான இணைப்புச்சரடு.

நான் எனது ஸ்விஸ் பதிப்பாளரான அன்னா வான் ப்ளான்டாவுக்கு, அவரது நாட்டின் விலைமகள்களுக்கான சட்ட நிலவரங்கள் குறித்த முக்கியமான தகவல்களை வழங்கியதற்காக நன்றி தெரிவிக்க விரும்புகிறேன். மேலும் ஜுரிச்சிலுள்ள, மான்டுவாவில் நான் முதன்முறையாக சந்தித்த சோனியா (யாருக்குத் தெரியும், ஒருநாள் யாராதொருவர் உங்கள் புத்தகத்தை பதிப்பிக்கலாம்) மார்த்தா, அன்டெநோரா, இஸபெல்லா இவர்களுக்கும் (அவர்களது புனைபெயரை பயன்படுத்த அனுமதித்ததற்காக) ஜெனீவாவிலுள்ள அமி, லூசியா ஆண்ட்ரேய், வனேஸ்ஸா, ப்ட்ரிக், தெரஸே மற்றும் அன்னா கிறிஸ்டியானாவுக்கு (அவர்களது புனைபெயரை பயன்படுத்த அனுமதித்ததற்காக) நன்றி தெரிவிக்க விரும்புகிறேன்.

மரியாவின் நாட்குறிப்பேடாக வரும் குறிப்பிட்ட பகுதிகள், அன்டெனெல்லா சாராவின் காதலின் அறிவியல் எனும் புத்தகத்திலிருந்து எடுக்கப்பட்டவை. அதற்கு இசைவளித்த அன்டோனெல்லி சாராவுக்கு நன்றிகள் பல.

இறுதியாக, நான் அவசியம் மரியாவுக்கு (புனைபெயர்) நன்றி சொல்லியாக வேண்டும். தற்போது தனது கணவருடனும் இரு அழகிய மகள்களுடனும் லூசான்னியில் வசிக்கும் அவர், என்னுடனான மற்றும் மோனிகாவுடனான பல்வேறு சந்திப்புகளின்போது எங்களிடம் சொல்லிய கதையின் அடிப்படையிலேயே இந்தப் புத்தகம் எழுதப்பட்டிருக்கிறது.

பாவ்லோ கொய்லோ.